இன்னும்
எத்தனை
காலத்திற்கு
நிலவைக்
கூண்டிலேயே
அடைத்து
வைக்கமுடியும்?

(இந்திய அரசியல் கைதிகளின் குரல்கள்)

பாராட்டுரைகள்

"'புதிய' இந்தியாவின் அடக்குமுறைகளையும், அவற்றுக்கு எதிரான போராட்டக் குரலையும் அழுத்தமாகப் பதிவு செய்திருக்கும் ஒரு நூல்."

– ஜீன் த்ரீஸ், இந்தியப் பொருளாதார நிபுணர்.

"இந்தியாவின் அன்பும் அறிவுமிக்க மிகச்சிறந்த மனிதர்கள் சிலரின் கனவுகளைப் பார்த்தே அஞ்சி, உயரமான சிறைச் சுவர்களுக்கு அப்பால் அவர்களை அடைத்துவைத்திருக்கிறது இந்திய அரசு. அது குறித்துத் தைரியமாகவும் இன்றைய தேவையாகவும் ஓர் ஆவணமாக எழுதப்பட்டு நம் கைகளில் சேர்க்கப்பட்டிருக்கிறது இந்நூல். ஆன்மாவை உலுக்கியெடுக்கும் அநீதிகள் நிகழ்த்தப்பட்டுக் கொண்டிருக்கும்போதும், கொண்ட கொள்கையில் உறுதியாக இருக்கும் இலட்சியவாதிகளின் வலிமிகுந்த பயணத்திற்கான சாட்சியாக இருக்கிறது இந்நூல்."

– ஹர்ஷ் மந்தர், எழுத்தாளர், மனித உரிமை மற்றும் அமைதிக்கான செயல்பாட்டாளர், ஆசிரியர்.

"இன்றைய இந்திய ஆட்சியாளர்களின் தன்மையைப் புரிந்துகொள்ள விரும்புபவர்கள் அவசியம் வாசிக்க வேண்டிய நூல் இது. இதுவரை எங்கேயும் நாம் கேட்டிருக்காத அரசியல் கைதிகளின் குரல்களை எல்லாம் கொண்டுவந்து சேர்த்து, அவர்களுடைய நிலையை மையப்படுத்தி இந்நூல் விரிவாகப் பேசுகிறது. அதன்மூலம், அரசை விமர்சிப்பவர்களைக் குற்றவாளிகளாக்கி இந்த மோடி அரசு சிறைக்குள்ளும் எப்படியாக அடைத்துவைக்கிறது என்பதையும் இந்நூல் நமக்குத் தெளிவாக விளக்குகிறது."

– கிரிஸ்தோஃப் ஜாஃப்ரிலா, பேராசிரியர், இந்திய அரசியல் மற்றும் சமூகவியல் துறை, கிங்ஸ் கல்லூரி, லண்டன்.

"விமர்சனக்குரலை முன்வைப்போரை எல்லாம் சிறையில் அடைத்துத்தள்ளும் இன்றைய இருண்ட கால இந்தியாவின் உண்மை நிலையை வலுவாகப் பேசும் மிகமுக்கியமான ஆவணம் இந்நூல்."

– அல்பா ஷா, எழுத்தாளர்.

இன்னும் எத்தனை காலத்திற்கு நிலவைக் கூண்டிலேயே அடைத்து வைக்கமுடியும்?

(இந்திய அரசியல் கைதிகளின் குரல்கள்)

சுசித்ரா விஜயன், பிரான்சஸ்கா ரெச்சியா

தமிழில்:

இ.பா. சிந்தன்

எதிர் வெளியீடு

இன்னும் எத்தனை காலத்திற்கு நிலவைக் கூண்டிலேயே
அடைத்து வைக்கமுடியும்?
(இந்திய அரசியல் கைதிகளின் குரல்கள்)
சுசித்ரா விஜயன், பிரான்சஸ்கா ரெச்சியா
தமிழில்: இ.பா. சிந்தன்

முதல் பதிப்பு: ஜனவரி 2025

எதிர் வெளியீடு,
96, நியூ ஸ்கீம் ரோடு, பொள்ளாச்சி - 642 002
தொலைபேசி: 04259 226012, 99425 11302

விலை: ரூ. 399

Innum ettanai kalattirku nilavaik kuntileye
ataittu vaikkamutiyum?
How Long Can the Moon Be Caged?
Voices of Indian Political Prisoners
Suchitra Vijayan and Francesca Recchia

'How Long Can the Moon Be Caged? Voices of Indian Political Prisoners © Suchitra Vijayan and Francesca Recchia, 2023. First published by Pluto Press, London. www.plutobooks.com'

Translated by EP. Chinthan
First Edition: January 2025

Published by
Ethir Veliyeedu, 96, New Scheme Road, Pollachi - 2
email: ethirveliyedu@gmail.com
www.ethirveliyeedu.com

ISBN: 978-93-48598-06-6
Cover Design: Santhosh Narayanan
Printed at Jothy Enterprises, Chennai.

All rights reserved. No part of this book may be reprinted or reproduced or utilised in any form or by any electronic, mechanical or other means, now known or hereafter invented, including photocopying and recording, or in any information storage or retrieval system, without permission in writing from the Publisher.

சுசித்ரா விஜயன்

பரவலாக வாசிக்கப்பட்டு பாராட்டுப்பெற்ற ‘நடுநிசி எல்லைகள்: நவீன இந்தியாவின் மக்கள் வரலாறு’ என்கிற நூலை எழுதியவர். சென்னையில் பிறந்து வளர்ந்தவர். *தி வாசிங்டன் போஸ்ட், ஜீக்யூ, தி பாஸ்டன் ரிவ்யூ, தி நேசன்* மற்றும் *ஃபாரின் பாலிசி* ஆகியவற்றில் அவரது படைப்புகள் வெளியாகி இருக்கின்றன. *என்பிசி நியூஸ், பிபிசி வேர்ல்ட் சர்விஸ்* ஆகியவற்றில் தோன்றி கருத்துப்பகிர்வு செய்திருக்கிறார். பல விருதுகள் பெற்ற சிறந்த புகைப்படக்காரரும் ஆவார். *தி போலிஸ் ப்ராஜக்ட்* என்கிற அமைப்பை உருவாக்கியவர்களில் ஒருவரான இவர், இப்போது அவ்வமைப்பின் நிர்வாக இயக்குநராகவும் இருக்கிறார்.

பிரான்சஸ்கா ரெச்சியா

சுயாதீன ஆய்வாளரும் எழுத்தாளரும் ஆவார். *தி போலிஸ் பிராஜக்டை* உருவாக்கியவர்களில் ஒருவரான இவர், அதன் ஆசிரியராகவும், படைப்பாக்க இயக்குநராகவும் இருக்கிறார். ஆஃப்கானிஸ்தானில் பத்தாண்டுகள் பணிபுரிந்திருக்கிறார். அங்கு இவர் ஆற்றிய பல்வேறு பணிகளுக்கு இடையில், ஆப்கானிய கலை மற்றும் கட்டடவியல் நிறுவனத்தின் இயக்குனராகவும், ஆகா கான் பண்பாட்டு அறக்கட்டளையின் பண்பாட்டு வல்லுநராகவும் இருந்திருக்கிறார். பண்பாட்டுத் தளத்திலான புவிசார் உலக அரசியலில் அதிக ஆர்வம் கொண்டவர்.

போர்ச்சூழலில் இருக்கும் நாடுகளின் பாரம்பரியம், அரசியல், படைப்புலக வழக்கங்களுக்கு இடையிலான உறவுகளை ஆய்வு செய்வதில் சமீபகாலங்களில் அதிகக் கவனம் செலுத்தி வருகிறார். வடிவமைப்பு, காட்சியமைப்பு, பண்பாட்டு ஆய்வுகள் என பலதுறைகளை இணைத்து ஆய்வு செய்யும் வழக்கத்தை அடிப்படையாகக் கொண்டு இயங்குகிறார்.

இ.பா. சிந்தன்

மென்பொருள் வல்லுநராகப் பணிபுரிந்துவரும் இ.பா. சிந்தன், சர்வதேச அரசியலில் கொண்ட ஆர்வத்தின் காரணமாகப் பல நாடுகளின் அரசியல் சூழல் குறித்து இணையத்திலும் பத்திரிகைகளிலும் தொடர்ந்து எழுதிவருகிறார்.

எழுதியவை

1. அரசியல் பேசும் அயல்சினிமா,
2. பாலஸ்தீன வரலாறும் சினிமாவும்
3. உக்ரைனில் என்ன நடக்கிறது
4. ஜானகி அம்மாள்
5. பல்வங்கர் பலூ

மொழிபெயர்ப்புகள்:

1. நிழல் இராணுவங்கள்
2. இந்தியா ஏமாற்றப்படுகிறது
3. இந்தியத் தேர்தல்களை வெல்வது எப்படி?
4. ஆன்மிக அரசியல்
5. நாதுராம் கோட்சே
6. கைவிடப்பட்ட காஷ்மீரும் பறிக்கப்பட்ட பாலஸ்தீனமும்

விடுதலைக்காகப் போராடும் அனைவருக்கும்

பொருளடக்கம்

முன்னுரை	13
1. கைதுகளின் காலம்	39
2. அதிகாரவர்க்கத்தின் தண்டனை விலக்கும், மாற்றுக் கருத்துடையோர் ஒடுக்கப்படுதலும்	68
3. பொய்கள் உற்பத்தியாகும் தொழிற்சாலை	123
4. விமர்சனக்குரல் எழுப்பும் சமூகம்	138
5. சின்னச் சின்ன அன்பில்தானே...	170
6. இந்திய அரசியல் கைதிகளின் குரல்கள்	188
7. பெயர்களும் வழக்குகளும்	241
8. இணைப்புக் கட்டுரை: உங்கள் வீட்டிற்குள் அரசு நுழையும்போது	268
நன்றி	275
குறிப்புகள்	277

முன்னுரை

“எந்தக்காலத்திலும் அறத்தின் பக்கம் அரசுகள் நின்றதே கிடையாது. எதையாவது செய்தார்கள் என்பதற்காகவெல்லாம் மக்களை அரசுகள் கைது செய்ததோ கொன்றதோ இல்லை. ஆனால், தங்களுக்கு எதிராக எவரும் எதையும் செய்துவிடக்கூடாது என்பதற்காகத்தான் அரசுகள் கைதும் கொலையும் செய்துமிருக்கின்றன”

- அலக்சாண்டர் சொல்செனெட்டிசம், 1918-1956

‘போலிஸ் திட்டம்’ என்கிற பெயரில், வெகுமக்கள் பத்திரிகைகள் கண்டுகொள்ளாத செய்திகளையும் மக்கள் போராட்டங்களையும் ஆவணப்படுத்தி வெளியிடும் பணியினை நாங்கள் துவங்கினோம். அதன் ஒரு பகுதியாக 2020ஆம் ஆண்டு மார்ச் மாதத்தில் இந்தியச் சிறைகளில் இருக்கும் அரசியல் கைதிகள் குறித்து ‘விமர்சனக்குரல்’ என்கிற தலைப்பில் ஆவணத் தொடர்க் கட்டுரைகள் எழுத ஆரம்பித்தோம். 2019ஆம் ஆண்டில் ‘உரக்கப் பேசுங்கள் - நம் சிந்தனைகளை எப்போதும் கைது செய்துவிட முடியாது’ என்கிற தலைப்பில் ஒரு சிறிய துண்டுப் பிரசுரத்தைப் பெங்களூரைச் சேர்ந்த ‘மாரா’ என்கிற ஒரு கூட்டியக்கம் வெளியிட்டிருந்தது. அதனைப் பார்த்ததில் இருந்துதான் எங்களுடைய ‘போலிஸ் திட்டம்’ திட்டத்தின் பயணம் துவங்கியது. அப்பிரசுரத்தில் பீகே-16 என்று அழைக்கப்படும் ஒரு பிரபல வழக்கு குறித்த விவரங்கள் அடங்கிய கட்டுரைகள் இடம்பெற்றிருந்தன. ‘விமர்சனக்குரல்’ என்கிற திட்டத்தின் மூலமாக, அரச வன்முறையினாலும் அதற்கு நீதித்திறையும் உடந்தையாக இருப்பதாலும், இச்சமூகம் இயங்கும் விதத்திலேயே ஏற்படும் மாற்றங்களை எங்களால் புரிந்துகொள்ள முடிந்தது.

எங்களுடைய ‘போலிஸ் திட்டம்’ திட்டத்தில் நாங்கள் எழுதுவதோடு மட்டுமல்லாமல் பாதிக்கப்பட்டவர்களும் எங்களுடன் சேர்ந்து

அவ்வப்போது எழுதத் துவங்கினோர்கள். அப்படித்தான் இந்தியா, பாகிஸ்தான், காஷ்மீர் எனப் பல நிலப்பரப்புகளைச் சேர்ந்த சுமார் 27 நபர்களைப் பற்றிய கட்டுரைகளைக் கூட்டுழைப்பாகப் பலருடன் இணைந்து எங்களால் உருவாக்க முடிந்தது.

2018ஆம் ஆண்டு ஜனவரி மாதம் 1ஆம் தேதியன்று மகாராஷ்டிர மாநிலத்தின் பீமா கோரேகான் என்னும் கிராமத்தில் தலித் செயல்பாட்டாளர்களுக்கும், வலதுசாரி குண்டர்படைக்கும் இடையில் மோதல் ஏற்பட்டு வன்முறை வெடித்தது. அது தொடர்பான வழக்கில் 16 பேர் கைது செய்யப்பட்டனர். அதனால் அந்த வழக்கே 'பீமா கோரேகான் 16' என்று அழைக்கப்பட்டு, பின்னர் அதுவே பீகே-16 என்றானது. பீமா கோரேகானில் நடந்த கலவரம் தொடர்பான வழக்கில் மட்டுமல்லாமல், இந்தியப் பிரதமரான நரேந்திர மோடியைக் கொல்வதற்குச் சதி செய்த வழக்கிலும் அந்தப் பதினாறு பேரும் குற்றஞ்சாட்டப்பட்டனர்.

சுதா பரத்வாஜ், அருண் ஃபெரைரா, சுரேந்திர காட்லிங், மகேஷ் ரௌவத், ஷோமா சென், ரோனா வில்சன், சுதிர் தாவ்லே, வெர்னன் கொன்சால்வ்ஸ், வரவர ராவ், கௌதம் நாவ்லகா, ஆனந்த் டெல்டும்டே, ஹனி பாபு, ஸ்டான் சுவாமி, சாகர் கோர்க்கே, இரமேஷ் கைச்சோர் மற்றும் ஜோதி ஜக்தாப் ஆகியோர்தான் அந்தப் பிரபல பிகே-16 வழக்கில் குற்றஞ்சாட்டப்பட்ட பதினாறு பேர் ஆவர்.

அந்தப் பதினாறு பேரில், கலைஞர்களும், வழக்கறிஞர்களும், கவிஞர்களும், களச் செயல்பாட்டாளர்களும், அறிஞர்களும், மனித உரிமைப் போராளிகளும் இருக்கின்றனர். அவர்களில் ஒருசிலருக்கு மட்டுமே ஒருவரையொருவர் தனிப்பட்ட முறையில் அறிமுகம் இருக்கிறது. இன்னும் சிலரோ, ஒரே மாதிரியான சமூகப் பணியில் ஈடுபட்டிருப்பதால் பெயரளவில் ஒருவரையொருவர் அறிந்துவைத்திருக்கின்றனர். மற்ற சிலரோ, நீதிமன்றத்தில் வழக்கு நடைபெறும்போதுதான் முதன்முதலாக நேரில் சந்தித்துக்கொண்டனர்.

2020ஆம் ஆண்டு பிப்ரவரி மாதத்தில் குடியுரிமை திருத்தச் சட்டத்திற்கு (சிஏஏ) எதிரான போராட்டத்தை நடத்துவதன் மூலமாக, ஒரு பெரிய படுகொலையினை நிகழ்த்துவதற்கான சதித்திட்டத்தை அந்தப் பதினாறு பேரும் தீட்டியதாக டெல்லி குற்றப்பிரிவின் துணை ஆய்வாளர் ஒரு முதல் தகவல் அறிக்கையைப் பதிவு செய்தார். அதற்கு 'முதல் தகவல் அறிக்கை 59' என்றும் பெயர் சூட்டப்பட்டது.

2020ஆம் ஆண்டு பிப்ரவரி மாதம் 18ஆம் தேதியன்று, “சிஏஏவுக்கு எதிராகப் போராடும் கூட்டத்தைக் கலைத்துத் துரத்தாவிட்டால், தானும் தன்னுடைய ஆதரவாளர்களும் தெருவில் இறங்கிப் போராட வேண்டிருக்கும்” என்று மக்களின் மத்தியில் ஒரு மேடையிலேயே பகிரங்கமாக அறிவித்தார் பாஜகவைச் சேர்ந்த கபில் மிஷ்ரா. அந்த வெறுப்பூட்டும் பேச்சினால் முஸ்லிம்கள் பெரும்பான்மையாக வாழும் வடகிழக்கு டெல்லியே அதற்கடுத்த நான்கு நாட்களும் பெரும் கலவர பூமியாக மாறியிருந்தது. வெறிபிடித்த வலதுசாரி கும்பல்கள் எவ்விதக் கட்டுப்பாடும் இல்லாமல், கொடூரமான தாக்குதல்கள் நடத்தியதாகவும், அங்கே காவல்துறையினர் அமைதியாக வேடிக்கை பார்த்ததாகவும், ஏராளமான சாட்சிகளும் அறிக்கைகளும் ஆதாரமாக வெளிவந்தன. அதன் விளைவாக அக்கலவரத்தில் 53 பேர் கொல்லப்பட்டனர். அவர்களில் பெரும்பான்மையானோர் முஸ்லிம்கள். அது மட்டுமல்லாமல் நூற்றுக்கணக்கான முஸ்லிம்கள் தங்களது வீடுகளையும் சொத்துக்களையும் இழந்தனர். இந்நூலை எழுதுகிற நேரம் வரையிலும், வாழிடங்களில் இருந்து துரத்தப்பட்ட அம்மக்கள், அவர்களது சொந்த வீட்டிற்குத் திரும்பமுடியாமல் அகதிகளாக அவதிப்பட்டுக் கொண்டிருக்கின்றனர்[1].

அந்தக் கலவரத்தைத் தொடர்ந்து காவலர் அரவிந்த் குமார் பதிவு செய்த எஃப்.ஐ.ஆர்.-59 என்கிற முதல் தகவல் அறிக்கையில் 19 பேரின் பெயர்களைக் கலவரத்திற்குக் காரணமானவர்களெனக் குறிப்பிட்டிருக்கிறார். அதில் கலவரத்தைத் தூண்டிய பாஜகவைச் சேர்ந்த கபில் மிஷ்ராவின் பெயர் இல்லை. அத்துடன் அந்த 19 பேரில் பெரும்பான்மையானோர் முஸ்லிம்கள் என்பதும் குறிப்பிடத்தக்கது.

ஃபைசான் கான், ஷர்ஜீல் இமாம், உமர் காலித், நடாஷா நர்வால், தேவங்கனா கலீதா, இஷ்ராத் ஜகான், குல்ஃபிஷா ஃபாத்திமா, மீரான் ஹைதர், சஃபூரா ஜர்கர், ஆசிஃப் இக்பால் தன்ஹா, தாஹிர் உசைன், முகமது பர்வேஸ் அகமது, முகமது இலியாஸ், காலித் சைஃபி, ஷாதப் அகமது, தஸ்லீம் அகமது, சலீம் மாலிக், முகமது சலீம் கான் மற்றும் அத்தார் கான் ஆகியோர்தான் அந்த முதல் தகவல் அறிக்கையில் குற்றஞ்சாட்டப்பட்ட நபர்கள்.

அமெரிக்க அதிபர் டொனால்ட் ட்ரம்ப் இந்தியா வந்திருந்தபோது ஒரு மதக்கலவரத்தைத் தூண்டி சர்வதேசப் பார்வையில் இந்தியாவை அவமானப்படுத்துவதற்கு ஜவகர்லால் நேரு பல்கலைக்கழகத்தில் உமர் காலித் தலைமையில் ஒரு சதித்திட்டம் தீட்டப்பட்டதாகவும், அதன் ஒரு பகுதியாகத்தான் வடகிழக்கு டெல்லியில் கலவரம்

நடைபெற்றதாகவும் யாரோ ஒருவர் கூறியதாகக் காவலர் அரவிந்த் குமார் அந்த முதல் தகவல் அறிக்கையில் குறிப்பிட்டிருக்கிறார்[2].

அப்படியே 2022ஆம் ஆண்டு ஜூன் மாதத்திற்கு நகர்ந்தோமானால், பாஜகவைச் சேர்ந்த நுபுர் ஷர்மாவும் நவீன் ஜிண்டாலும் முகமது நபியை இழிவுபடுத்தி பேசியதைத் தொடர்ந்து நாடு முழுவதிலும் முஸ்லிம்கள் தெருவில் இறங்கிப் போராடினர். அதற்கு ஒரு வாரம் கழித்து, உத்தரப்பிரதேச காவல்துறை என்ன செய்தது தெரியுமா? அது தொடர்பாக 20 வழக்குகள் பதிவு செய்து, சுமார் 415 பேரைக் கைது செய்தது. அதன் தொடர்ச்சியாக, இந்த எல்லா போராட்டங்களையும் திட்டமிட்டு சதிசெய்து துவங்கியதாக இந்திய வெல்ஃபேர் கட்சியின் தலைவரும், செயல்பாட்டாளருமான ஜாவித் முகமதுவை ஏதோவொரு வழக்கில் கோர்த்துவிட்டது காவல்துறை. பின்னர், தேசியப் பாதுகாப்புச் சட்டத்தில் (என்எஸ்ஏ சட்டம் 1980) கைது செய்யப்பட்டு அவர் சிறையில் அடைக்கப்பட்டார். அந்தச் சட்டத்தில் ஒருவர் கைது செய்யப்பட்டால், அவரை வழக்கோ விசாரணையோ இல்லாமல் ஓராண்டு வரையிலும் சிறையில் அடைக்கமுடியும். ஆனால், அந்தப் போராட்டங்கள் எதிலுமே அவர் கலந்துகொள்ளவே இல்லை என்பது குறிப்பிடத்தக்கது.

இம்மூன்றும் சமீபத்திய இந்திய வரலாற்றின் மிகமுக்கியமான நிகழ்வுகளாகும். இவற்றின் வழியாகத்தான் இந்தியாவில் போராட்டக்குரலை அடக்குவதோடு மட்டுமல்லாமல் குரலெழுப்பியவர்களைக் குற்றவாளிகளாகவும் ஆக்கியது ஆளும் அரசு. இம்மூன்று நிகழ்வுகளிலுமே உண்மையான குற்றவாளிகள் விசாரிக்கப்படவோ கைது செய்யப்படவோ, குற்றஞ்சாட்டப்படவோ இல்லை. மாறாக, அரசும் காவல்துறையும் நீதித்துறையும் ஊடகங்களும் கைகோர்த்து, போராட்டக்குரல்களுக்கு எதிராகப் புனையப்பட்ட பொய் வழக்குகளால் அம்மக்களைக் குற்றவாளிகளாக்குகின்றன.

நீதித்துறையின் ஒப்புதலோடு சமூகச் செயல்பாட்டாளர்களைப் பொய்வழக்குகளில் சிக்கவைக்கும் இத்தகைய வழிமுறைகள் மீண்டும்மீண்டும் பின்பற்றப்பட்டுக்கொண்டே இருந்தன. ஆனால், வெறுப்புப் பேச்சின் மூலமாக மக்களிடையே வன்மத்தை விதைத்து கலவரத்தைத் தூண்டியவர்களும் அதில் மையப்புள்ளியாக இருந்து சேதாரங்களை ஏற்படுத்தியவர்களும் எதிலுமே சிக்காமல் எளிதாக தப்பித்துக்கொண்டே இருக்கின்றனர். உண்மையான சாட்சிகளெல்லாம் மர்மமான முறையில் இறந்திருக்கின்றனர். ஆனால், ஆதாரங்களென்று பொய்யாகச் சித்திரிக்கப்பட்டவற்றைக் கொண்டு அப்பாவி மக்கள்

கைது செய்யப்பட்டுக்கொண்டே இருக்கின்றனர். இந்த எல்லா நிகழ்வுகளிலுமே அரசு தரப்புக் கட்டுக்கதைகளை மக்களிடம் உண்மை போலவே கொண்டு சென்றதில் ஊடகங்களுக்கும் பெரும்பங்குண்டு.

‘இதற்குப் பின்னால் இந்தச் சதியிருக்கிறது’, ‘அதற்குப் பின்னால் அந்தச் சதியிருக்கிறது’ என்பதெல்லாம் எப்போதும் நிரூபிக்கப்பட முடியாத இரகசியங்கள் நிறைந்த கட்டுக்கதைகள்தான். நரேந்திர மோடியின் அதிகாரம் அதிகரித்துக் கொண்டே இருக்கிற ஒவ்வொரு நொடியிலும், அவருடைய அரசியல் எதிரிகளின் மீது எண்ணற்ற குற்றச்சாட்டுகளும் சதிக்கதைகளும் வளர்ந்துகொண்டே இருந்தன. கட்டுக்கதைகளை உண்மையென்று சொல்லி வழக்குகள் தொடர்வதும், மோடியின் அதிகாரம் வளர்வதும் ஒன்றாக ஒரே நேரத்தில் நடந்து கொண்டிருக்கின்றன. அதன்மூலம், மிகப்பெரிய பலம்வாய்ந்த போலிப் பிரச்சாரத்தை நடத்தி, தன்னுடைய கருத்துக்கும் கொள்கைக்கும் உடன்படாதவர்களை எல்லாம் தேசத்தின் விரோதிகளாகச் சித்திரிக்கத் துவங்கிவிட்டனர். இப்படிப்பட்ட கொடூரமான சூழலில், ஒருபக்கம் எப்போதும் மக்களைப் பதற்றத்தோடு வைத்துக்கொள்வதுடன், மறுபக்கம் ஒருசில மக்களை எப்போதும் சந்தேகக் கண்ணோட்டத்துடனேயே பார்க்க வைக்கிற பொதுப்புத்தியையும் உருவாக்கி வைத்திருக்கிறது. மற்றொரு பக்கமோ, தங்களுடைய தலைவரையும் அவர் பின்பற்றும் கொள்கையையும் தற்காத்துக்கொள்வதற்காக வன்முறையின் எந்த எல்லைக்கும் செல்லும் உரிமையை மோடியின் ஆதரவாளர்களுக்கு அது தந்திருக்கிறது. அப்படித்தான் பசுகுண்டர்கள், கும்பல் படுகொலை நிகழ்த்துபவர்கள், மதக்கலவரத்தை நடத்துபவர்கள் எனப் புதுவகையான சட்டவிரோதக் குழுவினர் உருவாகத் துவங்கினர். அவர்களை எதிர்ப்பவர்கள், குற்றவாளிகளாக சித்தரிக்கப்பட்டு, கொடூரமான வன்முறையை எதிர்கொள்ள வேண்டிய நிலைக்குத் தள்ளப்பட்டுவிடுகின்றனர்.

தனக்கான எதிரிகளை அடையாளங்கண்டு கொண்டதும், உண்மைகளுடனும் ஆதாரங்களுடனும் அரசுகள் விளையாடத் துவங்கிவிடுகின்றன. உண்மையென்கிற பெயரில் அரசுகள் இட்டுக்கட்டிப் பரப்பும் பொய்களெல்லாம் ஒரே நாளில் உருவாக்கப்பட்டவை அல்ல. அதற்கு மிகப்பெரிய திட்டமிடலும், சிலரின் ஆணைக்கு அடிபணிந்து உடந்தையாகப் பணியாற்றுவதற்கு ஆட்களும், அதிகமான பணமும் தேவைப்படுகிறது. இதன் தொடர்ச்சியாக, புல்டோசரைக் கொண்டு அரசுக்கு எதிராகப் போராடுபவர்களின் வீடுகளை இடிப்பதும், அதிகாரத்தைத் தவறாகப்

பயன்படுத்துவதும், சட்டத்தை மீறுவதும், சமூக ஊடகங்களில் கேலியும் கிண்டலும் செய்வதுமாக நிலைமை மிகவும் மோசமானதாக மாறியிருக்கிறது[3]. தங்களுடைய விருப்பத்திற்கேற்ப தீர்ப்பளிக்கும் நீதிமன்றங்கள், ஆதரவான இராணுவங்கள், எதைச் சொன்னாலும் அப்படியே செயல்படுத்துகிற அதிகாரிகள், அடிபணிந்துபோகிற ஊடகங்கள் ஆகியவைதான் அரசுக்கு உறுதுணையாக இருப்பவை.

இதற்கு பேராசிரியர் ஜி.என். சாய்பாபாவை இவ்வழக்கில் நடத்தியவிதமும் அதற்கு உச்சநீதிமன்றம் துணைபோனதும் அருவருக்கத்தக்க உதாரணமாகும். 2022ஆம் ஆண்டு அக்டோபர் மாதத்தில், பேராசிரியர் ஜி.என். சாய்பாபாவையும் அந்த வழக்கில் தொடர்புடைய மேலும் ஐவரையும் விடுதலை செய்து மும்பை உயர்நீதிமன்றம் உத்தரவிட்டது. ஆனால், அந்தத் தீர்ப்பு வெளியான அடுத்த 24 மணி நேரத்திற்குள்ளாகவே, அதுவும் சனிக்கிழமை விடியற்காலையிலேயே இரண்டு நீதிபதிகளைக் கொண்ட உச்சநீதிமன்ற விசாரணைக்குழு, அவசர அவசரமாகக் கூடி, மும்பை உயர்நீதிமன்றம் அளித்த விடுதலைத் தீர்ப்பை நிறுத்தி வைத்தது[4]. பேராசிரியர் ஜி.என். சாய்பாபா கைது செய்யப்பட்டது குறித்தும் அவ்வழக்கு குறித்தும் அடுத்தடுத்த பகுதிகளில் விரிவாகப் பார்ப்போம். ஆனால், அவருக்கு அளிக்கப்பட்ட விடுதலையை அவசர அவசரமாக நிறுத்திய நீதிபதிகளில் ஒருவரான எம்.ஆர்.ஷா குறிப்பிட்டதை நாம் நினைவுகூர்வது இங்கே மிகவும் பொருத்தமாக இருக்கும்.

> *"பயங்கரவாத மற்றும் மாவோயிச நடவடிக்கைகளைப் பொறுத்தவரையிலும், நேரடியாக ஏதேனும் திட்டத்தைச்செயல்படுத்தினார்களா இல்லையா என்பதெல்லாம் முக்கியமில்லை. அவர்களது சிந்தனைகளும் அவர்களின் கருத்தியலுமே பேராபத்தாகும். அதனால், அவர்களைச் சிறையில் அடைக்க எவ்விதக் குற்றத்திலும் அவர்கள் நேரடியாகப் பங்கேற்றிருக்க வேண்டுமென்கிற அவசியமில்லை."*

என்றார் எம்.ஆர்.ஷா.

மகாராஷ்டிராவின் கட்சிரோலி மாவட்டத்தில் ஒரு பழங்குடி சமூகத்தில் பிறந்தவர் பண்டு நரோத்தே. 2017ஆம் ஆண்டு பல்வேறு பயங்கரவாத சட்டங்களின் கீழ் ஜி.என். சாய்பாபாவுடன் பண்டு நரோத்தேவும் சேர்த்தே குற்றஞ்சாட்டப்பட்டார். சிறையிலேயே இருந்து 2022ஆம் ஆண்டு ஆகஸ்ட் மாதத்தில் பன்றிக் காய்ச்சல் தாக்கி இறந்தே போனார் பண்டு நரோத்தே. அப்போது அவருடைய வயது

33 தான். அவருடைய உடல்நிலை மோசமாகிக் கொண்டிருந்ததைக் கூட அவரது குடும்பத்தினரிடம் தெரிவிக்கவில்லை என்றும், அவர் இறந்ததையே கூட தொலைக்காட்சியில் பார்த்துதான் அவரது உறவினர்கள் தெரிந்துகொண்டார்கள் என்றும் அவரது வழக்கறிஞரான ஆகாஷ் சோர்தே நம்மிடம் தெரிவித்தார்.

பண்டு நரோத்தே இறப்பதற்கு முன்னர் அவரது உடல்நிலை மிகவும் மோசமாக இருந்தபோதும், அவருக்கு மருத்துவ சிகிச்சை மறுக்கப்பட்டிருக்கவே வாய்ப்பிருக்கிறது என்கிறார் ஆகாஷ் சோர்தே.

"அவருடைய வாந்தியிலும் சிறுநீரிலும் இரத்தம் இருந்தது. அவர் இறுதிக்கட்டத்தை எட்டும்வரையிலும் மருத்துவமனைக்கு அழைத்துச் செல்லாமல் இருந்திருக்கின்றனர். இறக்கும் தருவாயில்தான் அவரை மருத்துவமனைக்குக் கொண்டு சென்றனர். அப்போது அவர் காப்பாற்றப்படும் நிலையிலேயே இல்லை. தெரிந்தே செய்ததுதானே. 2017இல் கைது செய்யப்பட்டதில் இருந்தே நரோத்தேவை அவரது மனைவியும் மகளும் பார்க்கவே இல்லை. அவர்கள் அடர்ந்த காட்டுப்பகுதியில் வாழ்கின்றனர். நெடுந்தூரம் பயணித்துச் சிறைக்குச் சென்று பார்க்கமுடியாத சூழலில்தான் அவர்கள் வாழ்ந்து வந்தனர்."

என்கிறார் ஆகாஷ் சோர்தே.

ஆகாஷ் நரோத்தேவின் மரணத்தைப் பார்க்கையில், பேராசிரியர் ஜி.என்.சாய்பாபாவையும் சிறைக்குள்ளேயே நிறுவனப் படுகொலை செய்துவிடுவார்களோ என்கிற அச்சம் மேலெழுகிறது என்றார் அவரது வழக்கறிஞரான நிகல்சிங் ராத்தோட்[5]. 2024ஆம் ஆண்டு மார்ச் மாதம் விடுதலை செய்யப்பட்ட பேராசிரியர் ஜி.என். சாய்பாபா, பலவிதமான நோய்களுடனும் உடல்நலக்குறைவுடனும் தான் வெளியேவந்தார். அடுத்த ஆறே மாதங்களில் அவர் இறந்தும்போனார் என்பது குறிப்பிடத்தக்கது.

ஸ்டான் சுவாமி மற்றும் காஞ்சன் நானாவரே ஆகியோரைத் தொடர்ந்து, திட்டமிட்டு மருத்துவ சிகிச்சை மறுக்கப்பட்டதால் அரசியல் கைதியாகச் சிறையில் இருந்த பண்டு நரோத்தேவும் கொல்லப்பட்டார்.

இப்படியொரு நிலைக்கு இந்தியா எப்படி வந்து சேர்ந்தது?

அதனை அறிந்துகொள்வதற்குக் கடந்த சில பத்தாண்டுகளாக இந்தியாவின் தேசியப் பாதுகாப்பு நடைமுறைகள் எவ்வாறெல்லாம் வடிவமைக்கப்பட்டு, ஒடுக்குமுறை தேசமாக அது மாறத்துவங்கியது என்பதை நாம் பின்னோக்கிப் பார்க்க வேண்டும். 2014ஆம் ஆண்டு மே மாதத்தில் வலுக்கட்டாயமாக ஜி.என். சாய்பாபா கைது செய்யப்பட்டு அழைத்துச் சென்ற மறுவாரம் நரேந்திர மோடி தலைமையிலான பாஜக அரசு பதவியேற்றது.

2001 முதல் 2014ஆம் ஆண்டுவரையில் அவர் குஜராத் முதல்வராக இருந்தபோது, இந்துத்துவக் கொள்கைகளை அமல்படுத்திப் பரிசோதிக்கும் சோதனைக்கூடமாக அந்த மாநிலம் மாறியது. மதவெறியைத் தூண்டி மக்களைப் பிரித்து, சர்வாதிகார ஆட்சிசெய்வதற்கான அனைத்துப் பரிசோதனைகளும் அங்கு செய்து பார்க்கப்பட்டன. 2002ஆம் ஆண்டில் மோடியின் ஆட்சியில் அம்மாநிலத்தில் நடத்தப்பட்ட இனப்படுகொலையையும் அதனைத் தொடர்ந்து அனைத்துமட்டத்திலும் அமல்படுத்தப்பட்ட பாகுபாடுகளையும், சட்டவிரோத வன்முறைகளையும், திட்டமிட்டப் படுகொலைகளையும் முஸ்லிம்கள் எதிர்கொள்ள வேண்டியிருந்தது. இப்படியாக அரசியல் ஆதாயத்திற்காக நடத்தப்பட்ட கொடூரங்களையும் தாண்டி, இவற்றுக்கெல்லாம் எவ்வித ஆதாரமும் இல்லையென்று சொல்லி, மோடியை அனைத்து வழக்கிலிருந்தும் விடுவித்து, தொடர்ந்து அரசியலில் அதிகாரம் செலுத்த அவருக்கு முழு அனுமதியையும் கொடுத்து சிவப்புக்கம்பளம் விரித்து வரவேற்பையும் கொடுத்தது இந்தியாவின் உச்சநீதிமன்றம்.

மோடியையும் அவரது பிரிவினைவாத அரசியலையும் எதிர்த்தவர்களில் பலர் இப்போது உயிருடன் இல்லை. மீதமுள்ளவர்களோ சிறையில் ஆண்டாண்டுகளாக அடைபட்டுக் கிடக்கிறார்கள்[6].

அத்துடன் ‘குஜராத் வளர்ச்சி மாடல்’ என்று நாடு முழுவதும் பிரச்சாரம் செய்யப்படும் முறையென்பது, மிகப்பெரிய பணக்கார முதலாளிகளின் நலனுக்காக அரசின் கொள்கைகளை வளைப்பதைத்தாண்டி வேறேதுமில்லை. உழைக்கும் ஏழைகளைச் சுரண்டி, ஒருசில பணக்காரர்களிடம் செல்வமாகக் கொண்டுசேர்க்கும் விரிவான திட்டங்களைக் கொண்டதுதான் இந்தக் ‘குஜராத் மாடல்’. வன்முறையால் மக்களை அடக்கியாளும் இந்துத்துவ தேசியவாதத்தையும், பொருளாதாரத்தில் மக்களைச் சுரண்டிக்கொழுக்கும் அதிதீவிர முதலாளித்துவத்தையும் ஒருசேர அமல்படுத்தும் நோக்கில் ஒருங்கிணைந்த கொள்கை வடிவங்களை

உருவாக்குவதுதான் குஜராத் மாடலின் முக்கியமான இலக்காகும். பாஜகவின் பிரதமர் வேட்பாளராக அறிவிக்கப்பட்டதுமே, இந்தியாவின் எதிரிகளை அடித்து துவம்சம் செய்யும் திறன்கொண்ட பலசாலியாக அவர் கட்டமைக்கப்பட்டார். அதற்காக மக்களைப் பிரிக்கும் வெறுப்புப் பிரச்சாரத்தைக் கையிலெடுக்கவும் தயங்கவில்லை. 2014ஆம் ஆண்டு பாராளுமன்றத் தேர்தலில் பெரும்பான்மையுடன் வெற்றிபெற்றபின்னர், கடந்த காலத்தில் குஜராத் மாநிலத்தில் அமல்படுத்திப் பரிசோதிக்கப்பட்ட பார்ப்பனிய சர்வாதிகார ஆட்சிமுறையை அப்படியே ஒட்டுமொத்த தேசத்திலும் செயல்படுத்தத் துவங்கியது மோடியின் அரசு.

மோடி பிரதமரானதும் ‘மேக் இன் இந்தியா’ என்கிற பெயரில் ஒரு திட்டத்தை மிகத்தீவிரமாகப் பிரச்சாரம் செய்து பரப்பினார். தேசியவாதம் என்கிற பெயரில் இந்தியாவின் பழங்குடி மக்கள் வாழும் வனப்பகுதிகளைக் கொள்ளையடிக்கும் உரிமையினை பெரும்பணக்கார நிறுவனங்களுக்கு வழங்குவதுதான் மேக் இன் இந்தியாவின் மையக் குறிக்கோளாகும். அதனை எதிர்க்கும் எவரையும் குற்றவாளிகளாக்க அரசு தயாராகவே இருந்தது. கொள்ளையடிப்பதைச் சட்டப்பூர்வமாக்கி அதற்கு வளர்ச்சியென்கிற பெயரையும் சூட்டி, மக்களை ஏமாற்றத் துவங்கியது அரசு. காலங்காலமாக நினைத்ததை முடிப்பதற்காகக் கொடூரமான வன்முறையை மக்கள்மீது கட்டவிழ்க்கும் திறன் கொண்டவையாகத்தான் இந்திய அரசுகள் இருந்துவந்திருக்கின்றன. ஆனால், வெளிப்படையாகக் காட்டிக்கொள்ளாமல் மிகுந்த கவனத்துடன் ஒடுக்குமுறைகளைக் செய்துவந்த காலமெல்லாம், மோடியின் ஆட்சியில் மலையேறிப் போனது. முந்தைய அரசுகள் செய்துவந்த அடக்குமுறைகளைவிடவும் பலமடங்கு அதிகமாக அரசே முன்நின்று, வெளிப்படையாகவும் எவ்விதக் குற்றவுணர்ச்சியும் இல்லாமலும் செய்கிற ஆட்சியாக மோடியின் அரசு மாறியது.

இந்தியாவில் பிரதமரை நேரடியாக மக்கள் தேர்ந்தெடுக்காத காரணத்தால், பிரதமருக்கு முழு அதிகாரம் எப்போதும் இருந்ததில்லை. பாராளுமன்றம் என்பது ஒரு கூட்டு செயல்பாடுதான். ஆனால், மோடியின் ஆட்சிக் காலத்தில் அவருக்கும் அவருடைய அலுவலகத்திற்குமே ஆட்சியின் ஒட்டுமொத்த அதிகாரமும் போய்ச் சேர்ந்தது. அவர் எடுக்கும் எந்த முடிவையும் கேள்வி கேட்கும் அதிகாரம் கூட எவருக்கும் இல்லாத நிலை ஏற்பட்டுவிட்டது. ஜனநாயகத்தின் பல்வேறு தூண்களாக இருப்பதற்காக உருவாக்கப்பட்ட அனைத்து அரசு அமைப்புகளின் அதிகாரத்தையும் மோடி அரசு

பறித்துக்கொண்டது. மக்களின் தனிமனித உரிமைகளையும், சுதந்திரத்தையும் ஒன்றுமில்லாமல் செய்துவிட்டது இந்த அரசு.

நீதித்துறை, காவல்துறை, அரசு நிறுவனங்கள் மற்றும் ஊடகங்கள் உள்ளிட்ட ஏறத்தாழ அனைத்து அமைப்புகளும் இந்த அரசின் இந்துத்துவக் கொள்கைகளையும் பிரச்சாரங்களையும் ஏற்றுக்கொண்டு அதன்படி நடப்பவையாக மாற்றப்பட்டன. அரசின் கொள்கைகளை எதிர்க்கிற எவரையும் குற்றவாளிகளாக்கும் பணியையும் அவ்வமைப்புகள் செவ்வனே செய்யத் துவங்கின. அரசின் குரலில் இருந்து மாறுபட்டு பேசுபவர்களும் ஆக்கப்பூர்வமான விமர்சனங்களை வைப்பவர்களும் தேச விரோதிகளென்றும் அர்பன் நக்சல்களென்றும் மாவோயிஸ்ட்டுகளென்றும் முத்திரை குத்தப்பட்டனர்[7].

காவல்துறையும் என்ஐஏ என்றழைக்கப்படுகிற தேசியப் புலனாய்வு அமைப்பும் இணைந்து, மோடி அரசை எதிர்த்துப் பேசுகிற எழுத்தாளர்கள், வழக்கறிஞர்கள், களச் செயல்பாட்டாளர்கள், ஒடுக்கப்பட்ட மக்களுக்காக இயங்குகிற அமைப்புகளின் தலைவர்கள் மற்றும் மக்கள் பிரச்சினைகளுக்காகக் குரல் கொடுக்கும் மாணவர்கள் என எவரையும் விட்டுவைக்காமல் குறிவைத்து கைது செய்யத் துவங்கிவிட்டன. மாவோயிசக் குழுக்கள் பலமாக இருக்கும் பகுதிகளில் வாழும் பழங்குடி மக்களின் பிரச்சினைகளுக்கு ஆதரவாக நின்று போராடிய ஜி.என். சாய்பாபா மற்றும் பினாயக் சென் உள்ளிட்ட மனிதவுரிமை ஆர்வலர்களைக் கைது செய்வதில் இருந்து என்ஐஏ தன்வேலையை முடுக்கிவிட்டது. அதன்பிறகு சிறிதும் தாமதிக்காமல் சமூகத்தில் வாழும் அறிவார்ந்த மக்களுக்கும், ஊடகவியலாளர்களுக்கும், ஆய்வு மாணவர்களுக்கும் நெருக்கடி கொடுத்து என்ஐஏ தாக்கத்துவங்கிவிட்டது. அவர்களில் ஒருசிலர் கைது செய்யப்பட்டனர், வேறுசிலர் கொல்லப்பட்டனர். 2013ஆம் ஆண்டில் சமூக செயல்பாட்டாளரான நரேந்திர தபோல்கரும், 2015ஆம் ஆண்டில் எழுத்தாளர் எம்.எம். கல்புர்கியும், அவர்களைத் தொடர்ந்து 2017ஆம் ஆண்டில் கன்னட ஊடகவியலாளரான கௌரி லங்கேஷும், 2018ஆம் ஆண்டில் கம்யூனிஸ்ட் அரசியல்வாதியான கோவிந்த் பன்சாரேவும் அடுத்தடுத்து கொல்லப்பட்டனர். நாட்டின் வெவ்வேறு பகுதிகளில் நடத்தப்பட்ட இக்கொலைகள் அனைத்திற்கும் தொடர்பு இருப்பதாகவும், இந்துத்துவப் பயங்கரவாத அமைப்புகளான சனாதன் சன்ஸ்த்தா மற்றும் இந்து ஜன்ஜக்ருதி சமிதி ஆகியவற்றுக்கு அக்கொலைகளில் பங்குண்டு என்றும் விசாரணையில் கண்டறியப்பட்டன[8].

இன்றைய தேதியில் இந்தியாவில் தேசியப் பாதுகாப்புக்குத்தான் மற்றனைத்தை விடவும் அதிக முக்கியத்துவம் கொடுக்கப்படுகிறது. அதன்பெயரால் குடிமக்களின் அடிப்படை உரிமைகள் அனைத்தும் மிகமோசமாகப் பறிக்கப்பட்டுக்கொண்டே வருகிறது. இப்படியான இன்றைய கட்டமைப்பு திடீரென்று எங்கிருந்தோ உருவாகவில்லை. அமெரிக்காவில் இரட்டை கோபுரங்கள் தகர்க்கப்பட்ட பின்னர், அதையே ஒரு வாய்ப்பாகப் பயன்படுத்திக்கொண்டு அப்போதைய பிரதமராக இருந்த வாஜ்பாய் தலைமையிலான அரசு பல மோசமான முன்னெடுப்புகளைச் செய்திருந்தது.

> *"உலகளவில் பயங்கரவாதத்திற்கு எதிராக நடைபெறும் போரில் இந்தியாவின் ஒவ்வொரு குடிமகனும் பங்கேற்றே தீரவேண்டும். நம் நாட்டிலிருந்து மட்டுமல்லாமல் உலகிலிருந்தே பயங்கரவாதத்தை நாம் ஒழித்தாக வேண்டும். ஒழித்தே தீருவோம். ஜெய் ஹிந்த்"*

என்று ஆவேசமாகப் பேசினார் வாஜ்பாய்[9].

அதனைத் தொடர்ந்து 2001ஆம் ஆண்டு அக்டோபர் மாதத்தில் பொடா என்கிற பயங்கரவாதத் தடுப்புச் சட்டம் கொண்டுவரப்பட்டது. அமெரிக்காவில் அமலில் இருக்கும் அமெரிக்க தேசியவாதச் சட்டத்தைப் போன்றதொரு சட்டம்தான் பொடா. இச்சட்டத்தின் மூலம், சந்தேகத்தின் பேரில் எவரொருவரையும் கைது செய்து ஆறு மாதங்கள் வரையிலும் எவ்வித நீதிமன்ற விசாரணையும் இல்லாமல் சிறையில் வைக்கலாம்[10]. இச்சட்டத்தின் மூலமாக, காவல்துறையினரின் அதிகாரம் மேலும் அதிகரித்தது. சிறப்பு விசாரணை, சிறப்பு நீதிமன்றங்கள் மற்றும் தனி விசாரணை வழிமுறைகள் என எல்லாமே அந்தச் சட்டத்திற்கு அதிகமான அதிகாரத்தை வழங்கும் வகையில் உருவாக்கப்பட்டன. 2001ஆம் ஆண்டு முதல் 2004ஆம் ஆண்டு வரையிலும் அமலில் இருந்தபோது, ஏராளமானோர் கைது செய்யப்பட்டனர். அவர்களில் பெரும்பான்மையானோர் முஸ்லிம்கள்தான்[11]. 2004ஆம் ஆண்டில் பொடா சட்டம் திரும்பப் பெறப்பட்டுவிட்டாலும், அதே ஆண்டில் கொண்டுவரப்பட்ட 'யூஏபிஏ' என்கிற பெயரிலான சட்டவிரோத செயல்பாடுகள் தடுப்புச் சட்டத்திற்குள் பொடா சட்டத்தின் பல்வேறு கூறுகள் இணைக்கப்பட்டிருந்தன.

2008ஆம் ஆண்டில் மும்பையில் நடைபெற்ற பயங்கரவாதத் தாக்குதலுக்குப் பின்னர், தேசியப் பாதுகாப்பு என்கிற பெயரில் இந்திய அரசுக்கு அதிகமான அதிகாரங்கள் வந்து சேர்ந்தன. அதே ஆண்டின்

இறுதியில் என்ஐஏ என்கிற பயங்கரவாதத் தடுப்புப் படையொன்று உருவாக்கப்பட்டது. மீண்டும் 'சட்டவிரோத செயல்பாடுகள் தடுப்புச் சட்டம்' என்கிற பெயரில் மற்றொரு படுபயங்கரமான சட்டமும் உதயமானது. அந்தச் சட்டத்தின்படி, கைது செய்வதற்கான உத்தரவு கூட இல்லாமல், எவரொருவரையும் கைது செய்யவோ, வீட்டில் தேடுதல் வேட்டை நடத்தவோ, பொருட்களைக் கைப்பற்றவோ காவல்துறைக்கு அதிகாரம் வழங்கப்பட்டது. அத்துடன், கைது செய்தவுடன் 30 நாட்கள் வரையிலும் காவல்துறையின் பாதுகாவலிலும், 180 நாட்கள் வரையிலும் நீதிமன்றக் காவலிலும் வைக்கலாம் என்று வழிவகை செய்யப்பட்டது. அதுவரையிலும் குற்றப்பத்திரிகைக் கூட தாக்கல் செய்ய வேண்டிய அவசியம் இல்லை.

முதன்முறையாக, பாதுகாப்பு நடவடிக்கையாக எவரையும் எச்சரிக்கை உணர்வுடன் கைது செய்யலாம் என்று சட்டப்பூர்வமாக மாற்றப்பட்டது. அபூர்வமாகத்தான் யாருக்காவது பிணை வழங்கப்படும் என்பதாகவும் மாறியது.

இதற்கு முன்பிருந்த தடா மற்றும் பொடா சட்டங்களெல்லாம் இரண்டாண்டுகளுக்கு ஒருமுறை அச்சட்டம் தொடரலாமா வேண்டாமா என்று மறுஆய்வுக்கு உட்படுத்தும் வழக்கமும் இணைக்கப்பட்டிருந்தன. ஆனால், புதிதாகக் கொண்டுவந்த உபா சட்டத்தில் அப்படியான எந்தவொரு விதியும் இல்லை. இதன்மூலம் அவசரகாலத்திற்கு மட்டுமே இப்படியான சட்டங்கள் கொண்டுவரப்படும் என்கிற பொதுவான வழக்கத்திலிருந்து விலகி, தற்போது இருக்கும் மற்ற சட்டங்களுடனேயே இணைக்கப்படும் நிலைக்குக் கொண்டுவந்து சேர்த்துவிட்டது.

புலனாய்வு அமைப்புகளுக்காக ஒதுக்கப்பட்டுவந்த நிதியும், வழங்கப்பட்டுவந்த அதிகாரமும் அதிவேகமாக அதிகரிக்கப்பட்டன. 2016ஆம் ஆண்டு மத்தியப் புலனாய்வு அமைப்பு, ரா உளவு அமைப்பு மற்றும் தேசிய தொழிற்நுட்ப ஆய்வுக் கழகம் ஆகியவற்றுக்கு ஒதுக்கப்படும் நிதிகுறித்து பொதுநல வழக்கொன்று தொடுத்து கேள்விகேட்டபோது, அதற்குப் பதிலளிக்கமுடியாது என்று உச்சநீதிமன்றம் மறுத்துவிட்டது[12]. 'உலகிலேயே பாராளுமன்றத்திற்கும் குடிமக்களுக்கும் பதில்சொல்ல மறுக்கும் புலனாய்வு அமைப்புகளைக் கொண்ட ஒரே ஜனநாயக நாடு இந்தியாதான்' என்று அந்தப் பொதுநல வழக்கின் மனுவில் குறிப்பிடப்பட்டிருந்தது.

2016ஆம் ஆண்டில் இந்தியப் புலனாய்வு அமைப்பு, உளவுத்துறை மற்றும் உள்நாட்டுப் பாதுகாப்பு ஆகியவற்றுக்கான நிதியை

முன்பிருந்ததைவிடவும் சுமார் 16 சதவிகிதம் அளவிற்கு அதிகரித்தது இந்திய அரசாங்கம்[13]. எவ்வித வரம்புகளும் இல்லாத புலனாய்வு அமைப்பான என்ஐஏவின் அதிகார எல்லை விரிவடைந்த நிலையில், அரசுக்கு எதிரான கருத்துகளை அனைத்து வகையிலும் அடக்கி ஒடுக்கும் கருவியாகவே அது பயன்படுத்தப்பட்டது. பீமா கோரேகான் சதிவழக்கு, டெல்லி வன்முறை வழக்கு மற்றும் ஏராளமான ஊடகவியலாளர்களைக் கைது செய்த வழக்குகள் உள்ளிட்ட அனைத்துமே, உபா சட்டத்தின் அதிகாரங்களைப் பயன்படுத்தி என்ஐஏ புலனாய்வு அமைப்பே தலைமையேற்று முன்நின்று நடத்தியவைதான்.

2019ஆம் ஆண்டில் மோடி மீண்டும் வெற்றிபெற்று ஆட்சியமைத்ததும், உபா சட்டம் 2019 என்கிற பெயரில் வேறொரு வழியில் மீண்டும் அமலுக்கு வந்தது. எவ்வித ஆதாரத்தையும் வழங்கவேண்டிய தேவைகூட இல்லாத அளவிற்கான எல்லையற்ற அதிகாரம், அச்சட்டத்தைக் கையாளும் அதிகாரிகளுக்கு வழங்கப்பட்டது. அதன்பிறகு, குற்றஞ்சாட்டப்பட்டவர்தான், தானொரு அப்பாவி என்பதை அரசுக்கு நிரூபிக்கவேண்டிய கட்டாயம் ஏற்படுத்தப்பட்டது. எப்படியான குற்றங்களைச் செய்தால் ஒருவரைப் பயங்கரவாதி என்று முத்திரை குத்தலாம் என்கிற அடிப்படை வரைமுறைகூட அச்சட்டத்தில் குறிப்பிடப்படவில்லை என்பதால், யாரை வேண்டுமானாலும் எதற்கு வேண்டுமானாலும் உபா சட்டத்தில் கைது செய்யும் அதிகாரத்தையும் உரிமையையும் என்ஐஏ புலனாய்வு அமைப்பு பெற்றுவிட்டது. இப்படியானதொரு குழப்பமான சட்டத்தின் காரணமாக, எழுத்தாளர்கள், அறிஞர்கள், கலைஞர்கள், களச் செயல்பாட்டாளர்கள், மாணவர்கள், தொழிற்சங்கத் தலைவர்கள் ஆகியோரைப் பயங்கரவாதிகள் பட்டியலில் இணைக்கமுடிகிற வாய்ப்பினை அது எளிதாக வழங்கிவிட்டது.

இச்சட்டத்தின் மூலம் மாநில அரசின் கட்டுப்பாட்டில் இருக்கும் காவல்துறையின் பல அதிகார வரம்புகள் அப்படியே எடுத்து என்ஐஏ உள்ளிட்ட ஒன்றிய அரசின் அமைப்புகளுக்கு மாற்றி விடப்பட்டிருக்கின்றன. ஆள் கடத்தல், கள்ளப்பணம் பயன்படுத்தல், இணையவழி பயங்கரவாதம் உள்ளிட்ட குற்றங்களெல்லாம் மாநில அரசுடைய காவல்துறையின் கட்டுப்பாட்டில்தான் முன்பு இருந்துவந்தன. அவை ஒன்றிய அரசுக்கு மாற்றப்பட்டதன்மூலம், மாநில எல்லைகளை ஒழித்து ஒன்றிய அரசின் அதிகார எல்லையையும் இச்சட்டம் விரிவுபடுத்திவிட்டது. 'நிரூபிக்கப்படாத குற்றச்சாட்டில் கைதுசெய்யப்பட்டவரை, சிறையில் அடைப்பதைவிடவும்

பிணைவழங்கி விடுவிக்கத்தான் முன்னுரிமை வழங்க வேண்டும்' என்று 1977ஆம் ஆண்டு ஒரு உச்சநீதிமன்ற வழக்கின் தீர்ப்பில் நீதியரசர் வி.ஆர். கிருஷ்ணய்யர் குறிப்பிட்டிருந்தார்[14]. ஆனால், அது இன்றைக்கோ உபா சட்டத்தினால் தலைகீழாக மாற்றப்பட்டு, பிணைக்குப் பதிலாக எல்லாவற்றுக்கும் சிறைக்கே முன்னுரிமை வழங்கப்படுகிறது.

அதிகாரப்பூர்வ நீதிமன்ற விசாரணை நடத்தப்படாமல், காலவரையின்றி எத்தனை நாட்கள் வேண்டுமானாலும் தடுப்புக் காவலில் ஒருவரை வைப்பதற்கான வசதிகளை உபா சட்டத்தில் செய்துவைத்திருக்கிறார்கள். ஆக, பேச்சுரிமையை ஒடுக்குவதற்காகத்தான் உபாவில் பெரும்பாலான கைதுகளே நடக்கின்றன. அதனால்தான் உபாவில் கைது செய்யப்பட்டவர்களின் வழக்குகளில் உண்மையான விசாரணை துவங்கியதுமே அவர்கள் மீது ஆதாரங்கள்கூட சமர்ப்பிக்கமுடியாமல் வேறுவழியின்றி விடுவிக்க வேண்டியதாகிப் போகிறது. உபாவில் கைது செய்யபட்டவர்களில் 97.2 சதவிகிதமானவர்கள் மீதான குற்றச்சாட்டுகள் நிரூபிக்கப்படாத காரணத்தால், அவர்கள் விடுவிக்கப்பட்டிருக்கிறார்கள்[15]. 2015ஆம் ஆண்டு முதல் 2020 வரையிலான காலகட்டத்தில், 8371 பேர் உபா சட்டத்தில் கைது செய்யப்பட்டார்கள். அவர்களில் வெறுமனே 235 பேர் மீதான குற்றச்சாட்டுகள் மட்டுமே நிரூபிக்கப்பட்டிருக்கின்றன[16].

அரசுக்கு எதிரான குரல்களை அமைதியாக்கி குற்றவாளிகளென்று சொல்லி, சிறைவைப்பதற்காக அரசின் பல்வேறு அமைப்புகள் எவ்வாறெல்லாம் ஒருங்கிணைந்து திட்டமிட்டு செயல்படுகின்றன என்பதற்கான ஒருசில உதாரணங்கள்தான் இவை. இதனால், இந்து இராஜ்ஜியத்தை அமல்படுத்துவதற்கான பாதையில் குறுக்கே வரும் எவரின் குரலையும் நெறிப்பதோ அல்லது அழித்துவிடுவதோ இந்த அரசின் நோக்கமாக இருக்கிறது என்பதைத் தெளிவாகவே நம்மால் புரிந்துகொள்ளமுடியும். அதனால்தான், தற்கால இந்தியாவின் சர்வாதிகாரப் போக்கை பகுப்பாய்வு செய்து அறிந்துகொள்வதற்கு, இந்தியச் சிறைகளில் அடைக்கப்பட்டிருக்கும் அரசியல் கைதிகளின் அனுபவங்களைத் தெரிந்துகொள்வதில் இருந்தே துவங்குவது மிகவும் முக்கியமானதாகும்.

இத்தகைய காலகட்டத்தில் அரசியல் கைதிகள் மட்டுமல்லாமல், சிறைக்குள் இருக்கும் ஒவ்வொரு கைதியுமே அரசியல் கைதியாகவே இருப்பதற்கான வாய்ப்புதான் அதிகமாக இருப்பதாகச் சாதி எதிர்ப்பு ஆய்வாளர்களும் களச் செயல்பாட்டாளர்களும் கூறுகிறார்கள்.

அமெரிக்காவில் கருப்பின மக்கள்மீது நிறுவனமயமாக்கப்பட்ட கொடுமைகள் நடத்தப்படுவதைப் போலவே, இந்தியாவிலும் ஆங்கிலேய ஆட்சியின் தொடர்ச்சியாக இன்றைக்கும் சாதிப்படிநிலையில் கீழேவைக்கப்பட்டிருக்கும் மக்களும், சிறுபான்மை மதத்தினரும் மிக அதிகமாகவே ஒடுக்கப்படுகின்றனர். பீமா கோரேகானில் நடைபெற்ற சாதிய வன்முறையை விசாரிப்பதற்கு அமைக்கப்பட்ட ஆணையத்திடம், தலித்துகளின் பிரதிநிதியாக வாதிட்டவர் வழக்கறிஞர் திஷா வடேக்கர். அடிப்படை உரிமைகளைப் பெறுவதற்கான அனுமதியைக் கூட சாதி பார்த்து வழங்கும் கட்டமைப்பைக் கொண்ட தேசமாகத்தான் இந்தியா இருக்கிறது என்றும், அதனாலேயே விமர்சனக்குரல் எழுப்பும் உரிமைகூட அதைச்சார்ந்தே இருக்கிறது என்றும் கூறுகிறார் திஷா.

அரசியல் கைதிகள் என்பவர்களுக்கு முறையான அதிகாரப்பூர்வ விளக்கம் அரசு தரப்பினால் உருவாக்கப்பட்ட சட்டங்களில் கொடுக்கப்படவில்லை என்றாலும், அது குறித்த பகுப்பாய்வு அரசியல் மட்டத்தில் நடைபெற்றுக்கொண்டுதான் இருக்கின்றது. மக்களாட்சி தேசம் என்று சொல்லிக்கொள்கிற தேசங்களின் உண்மையான நோக்கங்கள் எல்லாம் அரசியல் உரிமைகளுக்காக் கைது செய்யப்படும் கைதுகளில் அப்பட்டமாகப் பல்லிளிப்பதைப் பார்க்கலாம். சமூகத்தில் அதிகாரவர்க்கம் இயங்கும் விதத்தையோ, அதிகாரமட்டங்களின் உறவுகளையோ, சர்வாதிகார ஆட்சிமுறையையோ, அநீதியான நடைமுறையையோ எதிர்த்துக் கேள்வியெழுப்பும் மனிதர்கள்தான் அரசியல் கைதிகளாகச் சிறையில் அடைக்கப்படுகிறார்கள். மேலும், அடிப்படை உரிமைகள் அனைத்தும் மறுக்கப்பட்டவர்களின் பக்கம் நிற்பவர்கள்தான் அரசியல் கைதிகளாகிறார்கள். அவர்கள் மீது வைக்கப்படும் குற்றச்சாட்டென்பது, கிரிமினல் குற்றமெல்லாம் இல்லை. சிந்திப்பதையும், அதற்கேற்ப செயல்படுவதையும், உரக்கப் பேசுவதையும், கேள்வி கேட்பதையும், தவறுகளைச் சுட்டிக்காட்டுவதையும், உரிமைகளைக் கோருவதையும், மக்களின் வீடுகளையும் நிலங்களையும் பாதுகாப்பதையும், அடிப்படையில் ஒரு எளிய தேசப்பற்றுள்ள மனிதராக நடந்துகொள்வதையுமே குற்றமாகப் பார்த்து சிறையில் அடைக்கப்படுபவர்கள்தான் அரசியல் கைதிகள். இப்படியான கைதுகளும் மனிதநேயமற்ற சிறைவைப்புகளும் ஏதோ சில தனிநபர்களைக் குறிவைத்து செய்யப்படுபவை என்று மட்டுமே புரிந்துகொள்ளக்கூடாது. அதையும் தாண்டி அரசின் மீது எப்போதும் பயத்துடன் அடிபணிந்தே நடக்கவேண்டும் என்று ஒட்டுமொத்த பொதுச்சமூகத்திற்கும் நினைவூட்டிக்கொண்டே

இன்னும் எத்தனை காலத்திற்கு நிலவைக் கூண்டிலேயே

இருப்பதுதான் அதன் மைய நோக்கமாகும். குடிமக்களின் அடிப்படை உரிமைகளை மறுப்பதென்பது, உலகளவில் அரசுகளின் பொதுவான ஒரு கொள்கையாக மாறிவருகிறது. அடிப்படை உரிமைகளைக் கொண்டவர்கள்தான் குடிமக்கள் என்பது உருமாறி, அடிமைகளாக வைத்திருக்கவே நினைக்கிற கண்காணிப்பு அரசுகளின் தலையாட்டி பொம்மைகளாக மக்களை வைத்திருக்கும் நிலைக்கு இது வந்து சேர்ந்திருக்கிறது.

இப்படியான தாக்குதல்களை முன்நின்று நடத்தி, உலகின் மற்ற நாடுகளுக்கு வழிகாட்டிக்கொண்டிருக்கிறது இந்தியா. இச்சூழலில், கேள்வியெழுப்புவது, போராடுவதும் தேசதுரோகங்களாகக் கருதப்படுகிறது. அதிகாரத்தை இழந்துவிடுவோமோ என்கிற அச்சத்திலும் பயத்திலும் இருக்கின்ற அரசுகள்தான் விமர்சனக் குரலை ஒடுக்குவதில் முக்கியப் பங்காற்றுகின்றன. விமர்சனங்களுக்கான பதிலாக ஒடுக்குமுறையைக் கையிலெடுத்துவிட்ட பின்னர், சர்வாதிகார பயங்கரவாத ஆட்சியாகவும், குடிமக்களை எப்போதும் பயத்திலேயே வைத்திருக்கும் அரசாகவுமே அவை மாறிவிடுகின்றன. இப்படியான அதிகாரம் தழைத்தோங்கும் சூழலில் வாழும் எளிய குடிமக்களோ, தாங்களும் ஒடுக்கப்படுவோம் என்று அஞ்சியே தங்களது சுயபாதுகாப்பைக் கருத்தில்கொண்டு எவ்வித எதிர்ப்பையும் தெரிவிக்காமல் அமைதியாக இருப்பதற்கான வழியில் பயணிக்கத் துவங்கிவிடுகின்றனர்.

2002ஆம் ஆண்டு குஜராத் கலவரத்திற்குப் பின்னர் மகாராஷ்டிராவின் புனேவில் கபிர் கலா மஞ்ச் (கேகேஎம்) என்கிற பெயரில் உழைக்கும் வர்க்க தலித் பண்பாட்டு மையம் ஒன்று உருவாக்கப்பட்டது. அதன் உறுப்பினர்களில் ஒருவராக ரூபாலி ஜாதவ் இருக்கிறார். அவர்கள் போராட்டப் பாடல்களையும், கவிதைகளையும், வீதி நாடகங்களையும் உருவாக்கி, சாதி எதிர்ப்பையும் ஜனநாயகத்தை ஆதரிக்கும் விதமாகவும் பிரச்சாரங்கள் செய்கின்றனர். சாதி, பாலினம், விவசாயப் பிரச்சினைகள், பாசிசம், ஏகாதிபத்தியம், வர்க்கப் போராட்டம் மற்றும் ஆணாதிக்கம் ஆகியவற்றைப் பேசுபொருளாக்கி பாடல்கள் உருவாக்கிப் பாடுகின்றனர். வீதிகளும், தெருமுனைகளும், பேருந்து நிறுத்தங்களும், சேரிகளும்தான் அவர்களது மேடைகள். அங்கெல்லாம் நாட்டுப்புற மரபின் ஊடாகப் பாடல்களைப் பாடி, நடனத்தை இணைத்து ஒடுக்குமுறை, சாதிய வன்முறை, பார்ப்பனிய மேலாதிக்கம் மற்றும் புதிய பொருளாதாரக் கொள்கைகள் ஆகியவற்றைக் குறித்த கருத்துகளை மக்களிடம் கொண்டு செல்கின்றனர். அந்த அமைப்பைச் சேர்ந்த சாகர் கோர்க்கே, இரமேஷ் கைச்சோர், ஜோதி ஜக்தப்

ஆகிய மூவரும் பீமா கோரேகான் வழக்கில் இணைக்கப்பட்டு குற்றஞ்சாட்டப்பட்டிருக்கிறார்கள். அவர்கள் கைது செய்யப்பட்ட நாட்களில் எப்படியான நிலைமையை அவர்கள் எதிர்கொள்ள வேண்டியிருந்தது என்று ரூபாலி ஜாதவ் நினைவுகூர்கிறார். அச்சூழலில் உணர்வுகளைக்கூட வெளிப்படுத்தும் நிலையில் அவர்கள் இல்லாமல் இருந்தார்கள் என்கிறார். இன்றைக்கு இருக்கிற அரசியல் சூழலில், மக்களுக்கான அரசியலைப் பேசி வீதியில் இறங்கிப் பாடல்கள் பாடுவதன்மூலம் என்றைக்காவது ஒருநாள் ஆட்சியாளர்களின் கோபத்திற்கு ஆளாகி கொடுமைப்படுத்தப்படுவோம் என்பதை அறிந்தேதான் களத்தில் வேலை செய்தார்கள். அதனால், இந்தக் கைது நடவடிக்கையினால் அவர்கள் அதிர்ச்சியடையவெல்லாம் இல்லை. களச் செயல்பாட்டாளர்களுக்கும் ஊடகவியலாளர்களுக்கும் கல்வியாளர்களுக்கும் தொழிற்சங்கவாதிகளுக்கும் பல்வேறு ஒடுக்கப்பட்ட சமூகத் தலைவர்களுக்கும் தாங்கள் கைது செய்யப்படுவோமா என்கிற சந்தேகம் எப்போதும் இருந்ததில்லை. அதற்கு மாறாக, எப்போது கைது செய்யப்படுவோம் என்பதில் மட்டும்தான் சந்தேகம் இருந்தது.

போராட்டக் குரல்களை ஒடுக்குவதற்காக மிகவும் திட்டமிட்ட வழிமுறைகளை இந்திய அரசு கையாள்கிறது என்றும், தனிநபர்களைக் கைது செய்து துன்புறுத்துவதன்மூலம் அவர்கள் சார்ந்திருக்கும் ஒட்டுமொத்த சமூகத்தையும், உடல்ரீதியாகவும் மனரீதியாகவும் பொருளாதார ரீதியாகவும் அடக்கி அச்சுறுத்துவதே அரசின் மைய நோக்கம் என்றும் ரூபாலி உறுதியாகத் தெரிவிக்கிறார். கேகேஎம் அமைப்பைச் சேர்ந்த மூவரைக் கைது செய்ததற்குப் பின்னர், அந்த அமைப்பின் மற்ற அனைவருமே வேலையிழக்க வேண்டிவந்தது. எங்கேயும் அவர்களைப் பாடவோ நாடகம் போடவோ எவருமே அழைக்கவில்லை. அவர்களை அழைத்து மேடையமைத்துக் கொடுத்தால், தாங்களும் சிறைசெல்ல வேண்டி வந்துவிடுமோ என்கிற அச்சம் பலருக்கும் ஏற்பட்டுவிட்டது. கேகேஎம் அமைப்பைச் சேர்ந்தவர்களே கைதாகி தப்பிக்கமுடியாமல் தவிக்கிறபோது, அரசின் மீதான எளிய மக்களின் அச்சமென்பது நியாயமானதுதானே.

ஒருவிதமான அடக்குமுறை சூழலில் வாழ்வதால், அதனை எதிர்த்துக் குரல்கொடுப்பதா அல்லது அமைதியாக இருந்து உயிரையாவது காப்பாற்றிக்கொள்வதா என்கிற தடுமாற்றம் எல்லோர் மனதிலும் உருவாகியிருக்கிறது. சிறைக்கு வெளியில் இருந்து பலரும் குரல் கொடுத்துத் தங்களது விடுதலைக்கு உதவியதாக பல முன்னாள் அரசியல் கைதிகள் தெரிவித்திருக்கிறார்கள்.

"இருப்பினும் ஒட்டுமொத்த சமூகமும் குரலெழுப்பாமல், ஒருவர்பின் ஒருவராகத்தான் எங்களுக்கு ஆதரவு தெரிவிக்கும் குழுக்களில் இணைந்தார்கள். இப்படி மெதுவாக வளர்ந்துவரும் விமர்சனக்குரல் என்பது ஆபத்தானது" என்கிறார்கள் அவர்கள். பெருவாரியான மக்களிடமிருந்து ஒருங்கிணைந்த எதிர்ப்புக்குரல் உடனுக்குடன் வராமல் இருப்பதென்பது, அதிவேகமாக ஆதிக்கம்செலுத்தி இந்து இராஜ்ஜியத்தை அமைக்கத் துடிப்போருக்குத்தான் அது சாதகமாக முடியும். தங்களை எதிர்க்கிற எவரையும் தேடிப்பிடித்து அடக்கி ஒடுக்கி அழித்துவிடுவதுதான் ஒற்றைக் கலாச்சாரத்தை முன்னிறுத்தி, ஒட்டுமொத்த தேசத்தையும் மாற்ற நினைக்கிற இன்றைய அரசின் குறிக்கோளாக இருக்கிறது. அதனால்தான், 2017ஆம் ஆண்டு 'எல்கர் பரிஷத்' என்கிற பெயரில் நடத்தப்பட்ட எதிர்ப்புக்குரல் மாநாட்டினை அரசால் தாங்கிக்கொள்ளவே முடியவில்லை. அந்த முயற்சியை வேரோடு வெட்டி வீழ்த்திவிடவேண்டும் என்பதற்காகத்தான் மிகக்கொடூரமான முகத்தை அரசு வெளிக்காட்டியிருக்கிறது.

நாடு முழுவதிலும் இருந்து சாதி, மதம், வர்க்கம் கடந்து சுமார் 260க்கும் மேற்பட்ட இயக்கங்களின் பிரதிநிதிகளை வரவழைத்து கேகேஎம் அமைப்பும், எழுத்தாளரும் செயல்பாட்டாளருமான சுதிர் தாவ்லேவின் உதவியுடன் ஓய்வுபெற்ற முன்னாள் நீதிபதிகளான பி.பி.சாவந்த் மற்றும் பி.ஜி.கோல்சே பாட்டிலின் ஒருங்கிணைப்பிலும், 2017ஆம் ஆண்டு டிசம்பர் 31ஆம் தேதியன்று புனேவில் ஒன்றுகூடி விவாதிக்கப்பட்டது. இந்திய அரசியலமைப்புச் சட்டத்தைப் பாதுகாக்கவும் வளர்ந்துவரும் வலதுசாரி இந்துத்துவத் தேசியவாதத்தை எதிர்த்துப் பலமாக ஒருங்கிணைந்து போராடவும் அக்கூட்டத்தில் அறைகூவல் விடுக்கப்பட்டது. ஆங்கிலேயர்களின் ஆரம்பகட்ட ஆட்சிக்காலத்தில் இந்தியாவின் சில பகுதிகளை ஆண்டுவந்த பார்ப்பன பேஷ்வா மன்னர்கள் தலித் மக்களை ஒடுக்கிவந்தனர். அதனால், ஆங்கிலேயர்களுடன் இணைந்து அம்மக்கள் போரிட்டனர். தலித் மக்களைக் கொல்வதில் பெருமிதம் கொண்டிருந்த பழைய பேஷ்வா ஆட்சியாளர்களைப் போலவே, இன்றைக்கு இருக்கிற இந்துத்துவ ஆட்சியாளர்கள் தலித் மக்களை ஒடுக்குகிறார்கள் என்பதைக் குறிக்க 'புதிய பேஷ்வாக்கள்' என்கிற பெயரில் இந்துத்துவ அரசியல்வாதிகள் அழைக்கப்படுகின்றனர்[17].

இந்தப் புதிய பேஷ்வா ஆட்சியை எதிர்த்து, 260க்கும் மேற்பட்ட இயக்கங்கள் விடுத்த அறைகூவலை ஏற்று, சுமார் 35000க்கும் மேற்பட்ட மக்கள் ஒன்றுகூடினர். அத்தனை ஆயிரம் பேர் ஒரே இடத்தில் நின்றுகொண்டு,

"இந்தியாவின் அரசியலமைப்புச் சட்டத்தையும் ஜனநாயகத்தையும் பாதுகாப்போம். இந்திய அரசியலமைப்புச் சட்டத்தை எதிர்ப்போரையும் ஒழிக்க நினைப்போரையும் ஆதரிக்கமாட்டோம். அரசியலமைப்புச் சட்டத்தை எதிர்க்கும் ஆர்எஸ்எஸ் இன் ஆதரவுபெற்ற பாஜகவிற்கு எந்நாளும் ஓட்டுப் போடவேமாட்டோம்"

என்று உறுதிமொழி எடுத்துக்கொண்டனர்[18].

எல்கர் பரிஷத் கூட்டத்தில் கலந்துகொண்டவர்களில் பலரும் அதற்கடுத்த நாள் பீமா கோரேகான் என்னும் ஊருக்கு வந்தனர். சுமார் 200 ஆண்டுகளுக்கு முன்னர் பார்ப்பன பேஷ்வா மன்னர்களை எதிர்த்துப் போரிட்டு 49 தலித் மக்கள் வீரமரணம் அடைந்த இடம்தான் பீமா கோரேகான். பார்ப்பன பேஷ்வா மன்னர்களால் தலித் மக்கள் கொல்லப்பட்டு 200 ஆண்டுகள் நிறைவடைந்ததை நினைவுகூரும் நிகழ்வு பீமா கோரேகானில் நடைபெற்றது.

அந்த நிகழ்வின்போது அங்கே இந்துத்துவக் குழுக்களும் வந்துசேர்ந்தன. அங்கே தலித்துகளுக்கும் இந்துத்துவ குழுக்களுக்கும் இடையே கைகலப்பு துவங்கி அது வன்முறையாக வெடித்தது. தலித்துகள்தான் முதலில் வெறுப்புப் பிரச்சாரத்தை மேற்கொண்டு சண்டையைத் தூண்டிவிட்டனர் என்று இந்துத்துவக் குழுக்கள் குற்றச்சாட்டு வைத்தன. பின்னர், காவல்துறையினரால் நியமிக்கப்பட்ட உண்மை கண்டறியும் குழுவினரால் அதுகுறித்து விசாரிக்கப்பட்டது. அவர்களுடைய அறிக்கையின்படி, இந்துத்துவக் குழுக்கள்தான் வன்முறையைத் துவங்கி நடத்தின என்றும், அது முழுக்கமுழுக்க முன்பே அவர்களால் திட்டமிடப்பட்ட சதியென்றும் தெரிவிக்கப்பட்டது.

இருகுழுக்களும் ஒருவருக்கொருவர் மற்றவர்மீது வைத்த குற்றச்சாட்டுகளின்படி, இரண்டு முதல் தகவல் அறிக்கைகளைக் காவல்துறை பதிவுசெய்தது. ஆனால் இந்துத்துவக் குழுவினர்தான் வன்முறையைத் தூண்டி நடத்தினார்கள் என்று உண்மை கண்டறியும் குழுவினர் கொடுத்த அறிக்கையைக்கூட பொருட்படுத்தாமல், இந்துத்துவவாதிகள் அனைவரும் வழக்கிலிருந்து விடுவிக்கப்பட்டனர். அதே வேளையில், மகாராஷ்டிராவின் அமைதிக்குக் குந்தகம் விளைவித்ததாகக் குற்றஞ்சாட்டி நூற்றுக்கணக்கான தலித்துகள் மீது வழக்கு பதிவுசெய்யப்பட்டுவிட்டது. வழக்கு பதிவுசெய்ததோடு, மகாராஷ்டிரா முழுவதிலும் தேடுதல் வேட்டையை நடத்தி ஏராளமான தலித்துகளைக் கைது செய்தது காவல்துறை. அங்கிருந்து பிகே-16 வழக்கின் மனிதநேயமற்றத்தன்மை சூடுபிடித்தது.

இன்னும் எத்தனை காலத்திற்கு நிலவைக் கூண்டிலேயே

மக்கள் மனதில் பிரிவினைவாதத்தைப் பரப்பி, ஒற்றைக் கலாச்சாரத்தை நோக்கிய தேசமாக மாற்ற நினைக்கிற அரசைப் பொறுத்தவரையிலும், தங்களது அரசியல் நோக்கங்களை எதிர்ப்பதையும், இந்திய அரசியலமைப்புச் சட்டத்தில் மாற்றத்தை செய்யவிடாமல் தடுக்கிறவர்களையும் விட்டுவைத்திடவே கூடாது என்பதுதான் அதன் முக்கியமான இலக்காக இருக்கிறது. அதேவேளையில் இந்த பிகே-16 என்கிற வழக்கில் கைதானவர்களை நடத்துகிற விதத்தில், இனி எவருமே அதேபோலப் போராட வரவேகூடாது என்பதும் அரசின் நோக்கமாக இருந்துவருகிறது. அதனால், கைது செய்யப்பட்டவர்கள் மீது வைக்கப்படும் குற்றச்சாட்டுகளை உண்மையாக்குவதற்காக, எந்த எல்லைக்கும் போவதற்கு அரசு தயாராகிவிட்டது. கைது செய்யப்பட்டவர்களுக்கு எதிராக போலியான ஆதாரங்களை உருவாக்குவது முதல், அவர்களுக்கு மருத்துவ வசதி தேவைப்படுகிறபோது நிராகரித்து அவர்களைக் கொல்வது வரையிலுமாக எல்லாவிதமான முயற்சிகளையும் அரசு எடுத்தது.[19]

ஆக, மக்கள் பிரச்சினைகளுக்கு எதிராகக் குரல் கொடுப்பவர்களை அரசியல் கைதிகளாகக் கைது செய்து, இந்தியாவின் முதன்மையான எதிரிகள் அவர்கள்தான் என்று மக்களிடம் பிரச்சாரம் செய்யத் துவங்கிவிட்டது அரசு. அவர்கள் தேசவிரோதிகள் என்றும் தேசத்திற்கு எதிரானவர்கள் என்றும் துரோகிகள் என்றும் பயங்கரவாதிகள் என்றும் முத்திரை குத்தப்பட்டனர். ஒற்றைக் கலாச்சாரத்தை முன்னிறுத்தும் இந்துத்துவ இந்தியாவை உருவாக்குவதற்காக, இந்திய மக்களுக்காக உழைத்தவர்களுக்குத் தண்டனைகள் வழங்கி, மக்கள் மன்றத்தில் அவர்களையெல்லாம் பகைவர்களாகச் சித்திரிக்கும் வேலையை இந்த அரசு முடுக்கிவிட்டது.

இந்துத்துவப் பாசிச சர்வாதிகாரத்தின் கீழ் இந்தியா சென்றுகொண்டிருப்பதை அச்சத்துடனும் கவலையுடன் பார்த்துக்கொண்டிருக்கும் அனைவரின் பார்வைக்கும் அரசினால் கைது செய்யப்பட்டுவரும் அரசியல் கைதிகளெல்லாம் போராட்ட அடையாளங்களாகத் தெரிந்தனர். அதனால்தான் அரசியல் கைதிகளின் விடுதலைக்காக எவ்வித அச்சமுமின்றி ஏராளமானோர் குரலெழுப்பத் துவங்கியிருக்கின்றனர். இதனைப் பின்னால் வரப்போகிற அத்தியாயங்களில் விரிவாகப் பார்க்கலாம். பொதுவாக அரசின் கோபத்திற்கு ஆளாகி, சிறை சென்றவர்களிடம் இருந்து அவர்களது உறவினர்களும் அக்கம்பக்கத்தினரும் தள்ளியிருக்கவே விரும்புவார்கள். ஆனால், அரசியல் கைதிகளின் இணையர்கள், மகள்கள், மகன்கள், உடன் பணிபுரிந்தோர், நண்பர்கள், இன்னபிற தோழர்கள்

உள்ளிட்ட பலரும் அரசியல் கைதிகளுக்காகத் தொடர்ச்சியாகக் களத்தில் போராடவே செய்கின்றனர். அவர்களையும் மிகப்பெரிய நெருக்கடிக்குள்ளாக்கி வருகிறது அரசு நிர்வாகம். இந்நூலுக்காக இரண்டரை ஆண்டுகாலத்தை முழுமையாகச் செலவிட்டிருக்கிறோம். அதில் சில மாதங்கள் கொரோனா காலமென்பதால், இணையம் வழியாகவே பலருடன் உரையாடி இருக்கிறோம். கொரோனா இல்லாத காலங்களில், பல்வேறு நபர்களுடன் பயணித்து அவர்களின் கதைகளையும் வாழ்க்கையையும் கேட்டறிந்தே எழுதியிருக்கிறோம்.

அவர்களின் கருத்துகளும் அவர்களிடம் நேரடியாகப் பெற்ற சாட்சியங்களும்தான் இந்நூலின் மையமாகி இருக்கிறது. அவர்களுடனான உரையாடல்களுடன், அவற்றுக்கு வலுசேர்க்கும் விதமாக இந்திய மற்றும் சர்வதேச இதழ்களில் இருந்தும், மனிதவுரிமை மற்றும் இன்னபிற போராட்ட இயக்கங்களிடம் இருந்தும் பெறப்பட்ட ஏராளமான கட்டுரைகளையும் ஆவணங்களையும் இந்நூலில் பயன்படுத்தியிருக்கிறோம். அதுமட்டுமல்லாமல், இந்தி, உருது, மலையாளம் மற்றும் மராட்டி உள்ளிட்ட இன்னபிற இந்திய மொழிகளில் இருந்தும் பல்வேறு ஆவணங்களை எங்களுடைய ஆய்வாளர்களின் உதவியோடு பெற்றுப் பயன்படுத்தியிருக்கிறோம். இருப்பினும், அந்த மொழிகளில் இருந்தெல்லாம் மிகவிரிவாக ஆய்வுசெய்து ஆவணங்களை எடுக்கமுடியவில்லை என்பதையும் இங்கே குறிப்பிட்டுத்தான் ஆகவேண்டும்.

‘போலிஸ் திட்டம்’ என்கிற பெயரில் அரச வன்முறை குறித்த ஏராளமான ஆவணங்களைப் பல ஆண்டுகளாக நாங்கள் திரட்டிவந்தது, இந்நூலுக்கு மிகவும் உறுதுணையாக இருந்தது. இந்நூலுக்காக அந்த ஆவணங்களையெல்லாம் இன்னும் கொஞ்சம் ஆழமாக ஆய்வுசெய்ய வேண்டியிருந்தது. அரசியல் காரணங்களுக்காக முன்கூட்டியே முடிவுசெய்துதான் காஷ்மீர் மற்றும் வடகிழக்கு மாநிலங்களைச் சேர்ந்த அரசியல் கைதிகளின் கதைகளை இந்நூலில் இணைக்கவில்லை. இந்திய ஆக்கிரமிப்பு காஷ்மீர் என்பதே காலனியாதிக்கத்தின் எடுத்துக்காட்டாகத்தான் விளங்கி வருகிறது. இந்திய இராணுவத்தின் கட்டுப்பாட்டிலும் தனியாக அதற்கென்று விதிக்கப்பட்ட வரைமுறைகளுடன்தான் அப்பகுதிகள் ஆதிக்கம் செய்யப்பட்டு வருகின்றன. அதேபோல, இந்தியாவின் வடகிழக்குப் பகுதிகளுடைய கதையும் கவலைக்குரியதாகவே இருக்கிறது. அங்கு வாழும் மக்களின் இந்தியக் குடியுரிமையே கேள்விக்குள்ளாகும் நிலை இருக்கிறது. அதுமட்டுமல்லாமல், அஃப்சா என்றழைக்கப்படும் ஆயுதப்படைகளின் சிறப்பு அதிகாரச்

சட்டம் (அஃப்சா, 1990) அங்கே பல ஆண்டுகளாக அமலில் இருக்கிறது. அதன்மூலம் அந்தப் பகுதிகளில் வாழும் மக்கள் மீது நிகழ்த்தப்படும் கொடுமைகளெல்லாம் ஆவணப்படுத்தாமலேயே மறைக்கப்படுகின்றன. ஆகவே காஷ்மீர் மற்றும் வடகிழக்கு மாநிலங்களின் நிலையென்பது தனியாக ஆய்வு செய்யப்படவேண்டிய நிலப்பரப்பாகும். அவற்றை அலசி ஆராய்வதற்கான அளவுகோலேகூட வேறாக இருக்கும். இந்தியாவின் மற்ற மையப் பகுதிகளோடு காஷ்மீரின் நிலையையும் வடகிழக்கு மாநிலங்களின் நிலையையும் ஒரேதட்டில் வைத்து எடைபோடமுடியாது என்பதுதான் உண்மை. இன்னும் சொல்லப்போனால் காஷ்மீர் மற்றும் வடகிழக்கு மாநிலங்களின் சிறைக்கைதிகளைப் பற்றி தனியாக வேறொரு நூலை எழுதலாம். ஆகவே, அப்பகுதிகளைக் குறித்து இந்நூலில் எழுதாமல் விடுவதற்கு, அம்மாநிலங்களின் பிரச்சினைகளைப பெரிதாக எடுத்துக்கொள்ளாமல் விடுகிறோம் என்பது பொருளல்ல. மாறாக, அவற்றுக்குத் தனியான குணமும் பிரச்சினைகளும் இருப்பதாலேயே அவை இந்நூலில் இடம்பெறவில்லை என்பதைத் தெரிவித்துக்கொள்கிறோம்.

‘இன்னும் எத்தனை காலத்திற்கு நிலவைக் கூண்டிலேயே அடைத்து வைக்கமுடியும்’ என்கிற இந்தத் தலைப்பை நடாஷா நர்வால் என்பவர் சிறையில் இருந்து எழுதிய கடிதத்தில் இருந்துதான் எடுத்தோம். இந்நூலைப் பொறுத்தவரையிலும் இந்தியாவின் அரசியல் சூழலை விரிவாகப் பார்த்துவிட்டு, அதன்பின்னர் அரசியல் கைதிகளின் பிரச்சினைகளை ஆழமாகக் கவனித்து விரிவாக எழுதியிருக்கிறோம். அரசியல் கைதிகளின் சொந்த வாழ்க்கையிலிருந்தும் அவர்களது பயணத்திலிருந்தும் அவர்களே அவர்களது குரலாக ஒலிக்கும்படியாக இந்நூலை வடிவமைத்திருக்கிறோம்.

அரசியல் கைதிகளின் விடுதலைக்கான போராட்டக் களத்தையும் அதன் முன்னிருக்கும் சவால்களையும் அரசியல்ரீதியாகப் புரிந்துகொள்ள வைக்கும்விதமாக இந்த முன்னுரையை எழுதியிருக்கிறோம். சாதியாலும் மதத்தாலும் ஆதிக்கம் செலுத்தும் இந்தியச் சூழலில், சிறையில் இருக்கும் ஒவ்வொரு கைதியுமே அரசியல் கைதிதான் என்பது ஒருசில அரசியல் விமர்சகர்களின் பார்வையாக இருக்கிறது. ஆனால், அப்படியான கருத்துடன் ஆய்வு செய்யத் துவங்கினால், அரசியல் கைதிகளாகக் கைது செய்யப்பட்டவர்களின் தனித்தன்மைமிக்க வழக்கம்சங்களைக் கண்டுகொள்ளாமல் போய்விட்டதாகிவிடும்.

‘கைதுகளின் காலம்’ என்கிற பகுதியில் மோடி அரசுக்கு எதிராகக் குரல் எழுப்பியதனால் கைது செய்யப்பட்டவர்களின் விவரங்களைத் தேதிவாரியாக வரிசையாகக் குறிப்பிட்டிருக்கிறோம். இப்படியாக ஒரு வரிசையில் குறிப்பிட்டிருப்பதன்மூலம் அரசின் பல்வேறு துறைகள் இணைந்து எந்தளவிற்குத் திட்டமிட்டு ஆட்சியாளர்களின் அரசியல் எதிரிகளைத் துன்புறுத்தி கைது செய்திருக்கிறார்கள் என்பதை அறிந்துகொள்ளமுடியும். தெருவில் இறங்கி கலவரம் செய்யும் வன்முறையாளர்கள் முதல் நீதித்துறையின் மிக உயரிய அதிகாரிகள் வரையிலும் ஒருங்கிணைந்து வேலைசெய்தால்தான், இந்து இராஜ்ஜியத்தை அமைக்கும் அவர்களது நோக்கம் எளிதாக நிறைவேறும் என்பதை அறிந்துதான் வைத்திருக்கிறார்கள் ஆட்சியாளர்கள். ஒவ்வொரு நாளும், ஒவ்வொரு மாதமும் எப்படியாக ஆட்சியாளர்கள் திட்டமிட்டு செயல்பட்டு ஏராளமானோரைக் கைது செய்தும், காவல்நிலையத்திலேயே துன்புறுத்தியும், ஒட்டுமொத்த கூட்டத்திற்கே தண்டனை வழங்குவதையும் செய்திருக்கிறார்கள் என்பது தெளிவாகத் தெரியும்.

‘அதிகாரவர்க்கத்தின் தண்டனை விலக்கும், மாற்றுக் கருத்துடையோர் ஒடுக்கப்படுதலும்’ என்கிற பகுதியில் ஜனநாயகம் பின்னோக்கித் தள்ளப்படுவதையும், உரிமைகள் பறிக்கப்படுவதையும், விமர்சனங்களை ஏற்றுக்கொள்ளமுடியாத சர்வாதிகார ஆட்சிமுறை உருவாகிக்கொண்டிருப்பதையும் பேசியிருக்கிறோம். சட்டவிரோதமான தேடுதல் வேட்டைகளையும், கைதுகளையும், கடத்தல்களையும், காணாமல் போகவைக்கிற நிகழ்வுகளையும், நீதிமன்ற முடிவுகளையும், காவல்துறை அதிகாரிகளின் தவறான அணுகுமுறைகளையும் கோடிட்டுக்காட்டி விரிவாக ஆய்வுசெய்திருக்கிறோம். அத்துடன் இவற்றால் அரசியலமைப்புச் சட்டத்தின் அடிப்படைக் கொள்கைகளே கொஞ்சம் கொஞ்சமாகக் கரையான் போல அரித்துக்கொண்டிருப்பதையும் எழுதியிருக்கிறோம். கைது செய்யப்பட்டவர்களின் அடிப்படை மனித உரிமைகளைக்கூட இந்திய நீதிமன்றங்களும் சிறைச்சாலைகளும் எவ்வாறாக மறுக்கின்றன என்பதையும் வெளிப்படுத்தியிருக்கிறோம். சட்டவிரோதமாக ஜி.என். சாய்பாபா அவர்களைக் கடத்திக் கொண்டு போனதையும், பினாயக் சென் என்பவரைச் சிறைப்பிடித்ததையும், பிகே-16 என்கிற வழக்கு தொடர்பாக நடத்தப்பட்ட அனைத்துக் கைதுகளையும், 2020ஆம் ஆண்டு டெல்லியில் நடந்த கலவரத்திற்குப் பிறகு முஸ்லிம் மாணவர்களும் செயல்பாட்டாளர்களும் கைது செய்யப்பட்டதையும் இந்தப் பகுதியில் விரிவாக எழுதியிருக்கிறோம்.

குற்றமிழைப்பவர்களைக் கண்டுகொள்ளாமல் விடுதலும், விமர்சனங்களை முன்வைப்பவர்களுக்குக் குற்றவாளி என்கிற முத்திரையைக் குத்துவதுமாக இவையெல்லாம் அச்சமூட்டக்கூடிய உண்மைகளாக இருக்கின்றன.

'பொய்கள் உற்பத்தியாகும் தொழிற்சாலை' என்கிற பகுதியில் உண்மைக்குப்புறம்பான வதந்திகளைப் பரப்பி தன்னுடைய அரசியல் உள்நோக்கங்களை எப்படியாக இந்திய அரசு சாதித்துக்கொள்கிறது என்பதைப் பேசியிருக்கிறோம். அரசியல்ரீதியான அரசின் கோரிக்கைகளுக்கு நீதித்துறையும் உச்சநீதிமன்றமும் செவிசாய்த்தோ அல்லது கடும் நெருக்கடியினால் பக்கச்சார்பாகச் செயல்பட்டோ, ஆதாரங்களே இல்லாத வழக்கிலும் அரசியல் கைதிகளை விடுவிக்காமல் தொடர்ச்சியாகச் சிறையில் வைத்திருக்க அரசுக்கு உதவுவதைப் பற்றியும் இப்பகுதியில் பார்க்கலாம்.

'விமர்சனக்குரல் எழுப்பும் சமூகம்' என்கிற பகுதியில், அரசியல் கைதிகளின் குடும்பத்தினரும் சுற்றத்தாரும் அனுபவிக்கும் வலிகளையும் இன்னல்களையும் நமக்கு நெருக்கமாகத் தெரிகிற வகையில் பதிவுசெய்திருக்கிறோம். அவர்களுடன் நேரடியாகக் கூட்டங்களில் சந்திக்கிறபோது உரையாடியதையும் நேர்காணல் நடத்திக் கிடைத்த தகவல்களையும் சேர்த்தே எழுதியிருக்கிறோம். பொய்யாகக் குற்றவாளிகளாக்கப்பட்டிருந்தும், கண்ணியமாகவும் நேர்மையாகவும் அவர்கள் போராடிக்கொண்டிருக்கிறார்கள். அவர்களிடம் துக்கமும் சோர்வும் விரக்தியும் இருக்கத்தான் செய்கிறது. இருப்பினும் நீதிகிடைக்கவேண்டும் என்கிற தேடலும், ஆழமான போராட்ட குணமும் அவர்களிடம் வேரூன்றி இருக்கிறது.

'இந்திய அரசியல் கைதிகளின் குரல்கள்' என்கிற பகுதியில் சிறையில் இருந்துகொண்டே அரசியல் கைதிகள் எழுதி, வேறெங்கேயும் வெளியிடப்படாத எழுத்துகளைப் பதிவுசெய்திருக்கிறோம். சிறுகதைகள், கவிதைகள், நாட்குறிப்புகள், சிறுகுறிப்புகள், கடிதங்கள் என்று அரசியல் கைதிகளின் வெவ்வேறு விதமான தனித்துவமிக்க எழுத்துகளை அவை எழுதப்பட்ட தேதிவாரியாகத் தொகுத்திருக்கிறோம். சுயமாக அவர்கள் கொண்டிருக்கும் கருத்தியலுக்காகத்தான் சிறையில் இருக்கிறார்கள் என்றாலும், அவர்களுடைய மனதின் குரல்களைக் கேட்பதற்காகவே இந்நூலில் சிறிது இடம் ஒதுக்கி அவர்களது எழுத்துகளைக் கொண்டுவந்திருக்கிறோம். அவர்கள் சிறைக்கம்பிகளுக்குப் பின்னால் இருந்தாலும், அவர்களுடைய சிந்தனைகளை யாரும்

சிறைப்படுத்தமுடியவில்லை என்பதை இப்பகுதியைப் படித்தால் புரிந்துகொள்ளமுடியும்.

நரேந்திர மோடியின் ஆட்சியில் கைது செய்யப்பட்டு சிறையில் அடைக்கப்பட்ட அனைத்து இந்திய அரசியல் கைதிகளின் பட்டியலையும் 'பெயர்களும் வழக்குகளும்' என்கிற இறுதிப் பகுதியில் தொகுத்திருக்கிறோம். அவர்களுடைய பெயர், சிறையில் அடைப்பதற்காக அவர்கள் மீது போடப்பட்டிருக்கும் வழக்குகள், சிறைக்குள் இருந்த நாட்களின் எண்ணிக்கை, வழக்கின் தற்போதைய நிலை ஆகியவற்றை அட்டவணை போல விரிவாகக் குறிப்பிட்டிருக்கிறோம். 2023ஆம் ஆண்டு மார்ச் மாதம் 10ஆம் தேதி வரையிலான விவரங்கள் அதில் இருக்கின்றன. இது இறுதியான பட்டியல் என்றுகூட சொல்லமுடியாத நிலை தற்போது வரையிலும் இருக்கிறது. அரசின் கருத்திலிருந்து மாறுபட்ட கருத்துடையோரைக் கொஞ்சமும் சளைக்காமல் கைது செய்துகொண்டே இருக்கிறது இந்திய அரசு. இந்தப் பட்டியல் என்பது ஒரு ஆவணமாக மாறுவதோடு மட்டுமல்லாமல், பொது மக்களின் நினைவில் ஆழமாகப் பதிய வேண்டும் என்பதற்காகவும், கருத்தியலுக்காகவே சிறையில் அடைக்கப்பட்ட ஒவ்வொருவருக்கும் முறையான மரியாதை கொடுப்பதற்காகவும் இந்நூலில் அந்த விவரங்களை இணைத்திருக்கிறோம்.

இக்காலத்தின் கண்ணாடிப் பதிவாகவே இந்நூல் உருவாகியிருக்கிறது. 'உங்கள் வீட்டிற்குள் அரசு நுழையும்போது' என்கிற தலைப்பிலான ஓர் இணைப்புக் கட்டுரையுடனேயே இந்நூலை முடிக்க நாங்கள் விரும்பினோம். 2022ஆம் ஆண்டு ஜூன் மாதத்தில் இந்திய அரசால் புல்டோசரைக் கொண்டு அஃப்ரீன் ஃபாத்திமாவின் வீடு இடித்துத் தரைமட்டமாக்கப்பட்டது. இந்த நூலை உருவாக்குவதற்காக எங்களுடன் இணைந்து அவர் பணியாற்றி வந்தார். அவர் சேகரித்த ஏராளமான ஆவணங்களும் தகவல்களும் அவரது வீடு இடிக்கப்பட்டதுடன் சேர்ந்தே அழிக்கப்பட்டுவிட்டது. பொதுவாகவே எங்களைப் பற்றி நாங்களே எங்கேயும் எப்போதும் எழுதும் பழக்கம் கொண்டவர்கள் இல்லை என்றாலுமே, அஃப்ரீன் ஃபாத்திமா சந்திக்க நேர்ந்ததை எழுதும்போது மட்டும் விலக்கு எடுத்துக்கொள்ளலாம் என்று முடிவு செய்திருக்கிறோம். அதன்படி, நேரடியாகவே இந்திய அரசின் கொடூரமான வன்முறையால் பாதிக்கப்பட்டால் அது எப்படியானதாக இருக்கும் என்கிற எங்கள் அனுபவத்தை இந்நூலின் இறுதிப் பகுதியில் இணைத்திருக்கிறோம்.

1

கைதுகளின் காலம்

மக்களின் கருத்து சுதந்திரத்தைப் பறிப்பதில் இந்திய அரசின் கட்டுப்பாட்டில் இருக்கும் அமைப்புகளெல்லாம் கடந்த காலத்தில் எப்போதுமே அதிகாரம் செலுத்துபவையாக இருந்தபோதிலும், 2014ஆம் ஆண்டில் நரேந்திர மோடி பிரதமராகப் பதவியேற்றதில் இருந்தே அது முன்பைவிடவும் பலமடங்கு மோசமாகியிருக்கிறது. அவர் பொறுப்பேற்றதற்குப் பிறகு, தெருக்களில் கலவரம் செய்வது முதல் நீதிமன்றத்தில் தீர்ப்புகள் வழங்குவது வரையிலும் இந்து இராஜ்ஜியத்தை அமைப்பதற்கேற்ற வகையிலேயே அரச வன்முறை கட்டவிழ்த்து விடப்படுகிறது. அவருடைய ஆட்சிக்காலம் துவங்கியது முதலே இந்துத்துவ தேசியவாத நோக்கத்திற்காகவே, ஒவ்வொரு நாளும் ஒவ்வொரு மாதமும் அரசியல் உள்நோக்கத்துடன் மக்கள் கைது செய்யப்படுவதும் காவல்துறையே வன்முறையைக் கையிலெடுப்பதும் ஒரு சமூகத்திற்கு ஒட்டுமொத்தமாகக் கூட்டுதண்டனை கொடுப்பதும் தொடர்ச்சியாக நடைபெற்று வருகிறது.

★ ★ ★

9 மே 2014 - மகாராஷ்டிர மாநிலத்தின் கட்சிரோலி என்கிற பகுதியில் இருக்கும் காவல்துறையினரால் பேராசிரியர் ஜி.என். சாய்பாபா கைது செய்யப்பட்டார். தடைசெய்யப்பட்ட இந்திய கம்யூனிஸ்ட் கட்சியுடன் (மாவோயிஸ்ட்) தொடர்பில் இருந்ததுதான் கைதுக்கான காரணமாகத் தெரிவிக்கப்பட்டது. பின்னர் அவர் பணியாற்றிய டெல்லி பல்கலைக்கழகத்தில் இருந்தும் பணிநீக்கம் செய்யப்பட்டார்.

16 மே 2014 - ஏப்ரல்-மே மாதங்களில் நடைபெற்ற நாடாளுமன்றத் தேர்தலில் 31 சதவிகித வாக்குகளைப் பெற்று, 282 பாராளுமன்றத் தொகுதிகளில் வென்று, பெரும்பான்மை கொண்ட கட்சியாக பாஜக அறிவிக்கப்பட்டது.

26 மே 2014 - பாஜகவினுடைய பாராளுமன்ற உறுப்பினர்களின் தலைவரான நரேந்திர மோடி, இந்தியாவின் பதினான்காவது பிரதமராகப் பதவியேற்றார்.

2 செப்டம்பர் 2014 - இந்தியக் கம்யூனிஸ்ட் கட்சியுடன் (மாவோயிஸ்ட்) தொடர்பு கொண்டிருந்ததாகச் சொல்லி, காஞ்சன் நானாவரேவும் அவரது கணவரான அருண் பேல்கேவும் பயங்கரவாதத் தடுப்புப் பிரிவு காவல்துறையினரால் கைது செய்யப்பட்டனர்.

30 ஜூன் 2015 - பதினான்கு மாத சிறைவாசத்திற்குப் பின்னர், மோசமாகிவந்த உடல்நிலையைக் கருத்தில்கொண்டு பேராசிரியர் ஜி.என்.சாய்பாபாவுக்கு மூன்று மாதப் பிணை வழங்கப்பட்டது.

28 செப்டம்பர் 2015 - உத்தரப்பிரதேசத்தின் தாத்ரி பகுதியில் இருக்கும் பிசாகடா என்கிற கிராமத்தில் மாட்டுக்கறி வைத்திருந்ததாகச் சந்தேகப்பட்டு 52 வயதான முகமது அக்லக் என்பவரை அடித்தே கொன்றது ஒரு இந்துத்துவக் கும்பல்.

26 டிசம்பர் 2015 - பேராசிரியர் ஜி.என்.சாய்பாபா அவர்களின் பிணை ரத்து செய்யப்பட்டது. அதனைத் தொடர்ந்து, மும்பை உயர்நீதிமன்றத்தின் கிளையான நாக்பூர் நீதிமன்றத்தின் ஆணைக்கு இணங்க, அவர் மத்திய சிறைச்சாலையில் சென்று சரணடைந்தார்.

4 ஏப்ரல் 2016 - பேராசிரியர் ஜி.என்.சாய்பாபா மீது மகாராஷ்டிர அரசு ‘மிக மோசமாகவும் நியாயமற்ற முறையிலும்’ நடந்துகொண்டிருப்பதாகக் கண்டித்து, அவருக்குப் பிணை வழங்கியது உச்சநீதிமன்றம். டெல்லி பல்கலைக்கழகத்தில் பறிக்கப்பட்ட அவரது பேராசியர் பணியை மீண்டும் வழங்குவது குறித்து மறுபரிசீலனை செய்வதற்குத் தனியாக ‘ஒருநபர் விசாரணைக் குழுவினை’ அமைக்கவும் பல்கலைக்கழகத்திற்கு உச்சநீதிமன்றம் உத்தரவிட்டது.

26 ஏப்ரல் 2016 - பணி நீக்கம் செய்யப்பட்டதை மறுபரிசீலனை செய்யும் ஜி.என்.சாய்பாபாவின் கோரிக்கையினை டெல்லி பல்கலைகழக ஆசிரியர் சங்கமும் ஆதரித்தது. ஆனால் அவருக்கு மீண்டும் பணி நியமனம் வழங்கினால், அது மாணவர்கள் மத்தியில் மோசமான முன்னுதாரணமாக இருக்கும் என்று கூறி பாஜகவின் வலதுசாரி மாணவர் அமைப்பான அகில பாரதீய வித்யார்த்தி பரிக்ஷத் (ஏபிவிபி) எதிர்ப்புத் தெரிவித்தது.

7 மார்ச் 2017 - பயங்கரவாத இயக்கங்களுடன் தொடர்பு கொண்டிருந்ததாகவும் கிரிமினல் குற்றங்களைச் செய்ததாகவும் சதித்திட்டங்கள் தீட்டியதாகவும் குற்றஞ்சாட்டி பேராசிரியர் ஜி.என்.சாய்பாபா உள்ளிட்ட ஆறுபேருக்கு கட்சிரோலி நீதிமன்றம் ஆயுள்தண்டனை வழங்கி தீர்ப்பளித்தது.

22 ஜூன் 2017 - பதினாறு வயதேயான ஜுனைத் கான் என்கிற சிறுவன் கத்தியால் குத்தப்பட்டு ஓடும் இரயிலில் இருந்து தூக்கி வீசப்பட்டான். அவனுடன் சேர்த்து மேலும் நான்கு முஸ்லிம்கள் கடுமையாகத் தாக்கப்பட்டனர். மதவெறுப்பை அடிப்படையாகக் கொண்ட தாக்குதலாக அது இருந்தது.

28 டிசம்பர் 2017 - பீமா கோரேகான் பகுதியின் ஒரு அங்கமான உது புத்ருக் என்கிற கிராமத்தில் தலித் மக்களின் மரியாதைக்குரிய ஆளுமையாக விளங்கிய கோவிந்த் கெயிக்வாட் என்பவரின் சிலை இருந்தது. அச்சிலை சேதப்படுத்தப்பட்டது. அது தொடர்பாக ஆர்.எஸ்.எஸ். இன் இணை இயக்கங்கள் மீது வழக்கு தொடுக்கப்பட்டது. மிலிந்த் எக்போத்தே என்கிற முக்கியமான இந்துத்துவத் தலைவரும் அவ்வழக்கில் குற்றஞ்சாட்டப்பட்டார்.

31 டிசம்பர் 2017 - பல்வேறு சாதிகளைச் சேர்ந்த சுமார் 260 அமைப்புகள் இணைந்து ‘எல்கர் பரிக்ஷத்’ என்கிற பெயரில் புனே நகரில் ஒரு பெரிய நிகழ்வினை ஏற்பாடு செய்தனர். இந்திய அரசியலமைப்புச் சட்டத்தைப் பாதுகாக்கும் வகையிலும், இந்துத்துவ மதவெறிக் கருத்தியலுக்கு எதிரானதொரு கூட்டமைப்பாகவும் ஓய்வுபெற்ற நீதிபதிகளான பி.பி.சவந்த் மற்றும் பி.ஜி. கோல்சே பட்டேல் ஆகியோரின் ஒருங்கிணைப்பில் அது கூட்டப்பட்டது. சுமார் 35000 பேர் கலந்துகொண்ட அந்நிகழ்வில், இந்திய அரசியலமைப்புச் சட்டத்தைப் பாதுகாப்போம் என்கிற உறுதிமொழியும் எடுக்கப்பட்டது.

1 ஜனவரி 2018 - எல்கர் பரிக்ஷத்தில் கலந்துகொண்ட பெரும்பாலானோரும் அந்தச் சுற்றுவட்டாரத்தைச் சேர்ந்த பல்லாயிரக்கணக்கான தலித்துகளும் புனேவில் இருந்து சுமார் 30 கிலோமீட்டர் தொலைவில் இருக்கும் பீமா கோரேகான் என்கிற ஊரில் மற்றொரு நிகழ்வுக்காகக் கூடினர். 1818ஆம் ஆண்டில் ஆதிக்க சாதி பேஷ்வா மன்னர் படையினைத் தலித்துகள் போரிட்டு வீழ்த்தினர். அப்போரில் உயிரிழந்த 49 தலித்துகளை நினைவுகூரும் 200ஆம் நினைவாண்டின் நிகழ்வுக்காகத்தான் அவ்வளவு பேரும்

அங்கே கூடினர். பீமா கோரேகானில் கூடியிருந்த தலித்துகளுக்கும் இந்துத்துவக் குழுவினருக்கும் இடையில் கலவரம் வெடித்துவிட்டது. தலித்துகளின் வெறுப்பூட்டும் பேச்சினால்தான் அங்கே கலவரம் நடைபெற்றதாக இந்துத்துவக் குழுக்கள் குற்றஞ்சாட்டின. ஆனால், காவல்துறை நியமித்த உண்மை கண்டறியும் குழுவின் அறிக்கையின்படி, வன்முறையை நடத்துவதற்கு இந்துத்துவக் குழுக்கள் ஏற்கெனவே திட்டுமிட்டுத்தான் அங்கே வந்திருக்கின்றன என்பது தெளிவாகி இருக்கிறது. ஒரே நிகழ்வு குறித்து இப்படியாக இருவேறு விதமான கதைகள் சொல்லப்பட்டதால், இரண்டு வெவ்வேறு முதல் தகவல் அறிக்கைகள் தனித்தனியாகத் தயாரிக்கப்பட்டன. முதலாவது அறிக்கையைச் சாதி எதிர்ப்புக் களச்செயல்பாட்டாளரான அனிதா சாவ்லே என்பவர், திட்டமிட்டு தலித்துகள் மீது கும்பல் தாக்குதலை நடத்தியதற்காக இந்துத்துவத் தலைவர்களான சம்பாஜி பிடே மற்றும் மிலிந்த் எக்போத்தே ஆகியோர் மீது வழக்குத் தொடுத்தார். எக்போத்தே உடனடியாகக் கைது செய்யப்பட்டு, அதேவேகத்தில் விடுதலையும் செய்யப்பட்டார். ஆனால், சம்பாஜியோ விசாரிக்கப்பட்டாரே தவிர, கைது செய்யப்படக்கூட இல்லை.

மற்றொரு வழக்கை இந்துத்துவத் தலைவரான பிடேவின் சீடரான துஷார் தம்குடே என்பவர் தாக்கல் செய்தார். அதன்படி, எல்கார் பரிக்ஷத்தில் கலந்துகொண்டுவிட்டு பீமா கோரேகானிற்கு வந்துசேர்ந்த நக்சலைட் பின்னணியைக் கொண்டவர்கள்தான் தாக்குதலை நடத்தினார்கள் என்று குற்றஞ்சாட்டப்பட்டது.

3 ஜனவரி 2018 - தலித் மக்கள் அமைதியான ஊர்வலம் ஒன்றினை நடத்தினார்கள். சம்பாஜி பிடே மற்றும் மிலிந்த் எக்போத்தே ஆகிய இந்துத்துவத் தலைவர்கள் மீது வழக்கு போடப்பட்டிருந்தும், அவர்களைக் கண்டித்துப் போராடிய தலித் மக்கள் மீதுதான் காவல்துறை கண்டிப்புடன் நடந்துகொண்டது. 96 தலித்துகள் மீது கொலைமுயற்சி வழக்குப் போடப்பட்டது. 3000த்திற்கும் மேற்பட்ட மக்கள் சிறைவைக்கப்பட்டனர். அவர்களில் 200 தலித் இளைஞர்கள் மீது வழக்குத் தொடுக்கப்பட்டு கைதிகளாகச் சிறையில் அடைக்கப்பட்டனர்.

20 மார்ச் 2018 - பட்டியல் மற்றும் பழங்குடி இன மக்கள் மீதான ஒடுக்குமுறையைத் தடுப்பதற்காக 1989இல் நிறைவேற்றப்பட்ட வன்கொடுமைத் தடுப்புச் சட்டத்தை நீர்த்துப்போக வைக்கும்படியான ஒரு தீர்ப்பை உச்சநீதிமன்றம் வழங்கியது. பட்டியல் மற்றும்

பழங்குடியின மக்கள் மீது சாதி அடிப்படையில் ஒடுக்குமுறை செய்ததாகத் தகவல் கிடைத்தாலும், முன் அனுமதியின்றி எவரையும் கைது செய்யக்கூடாது என்று உச்சநீதிமன்றம் ஆணையிட்டது. அத்துடன் அவ்வழக்கில் குற்றஞ்சாட்டப்படுபவர்களுக்கு முன்கூட்டியே பிணை வழங்கவும் கீழமை நீதிமன்றங்களுக்கு உச்சநீதிமன்றம் அறிவுரை வழங்கியது.

2 ஏப்ரல் 2018 - வன்கொடுமைத் தடுப்புச் சட்டத்தை நீர்த்துப்போகச் செய்யும் உச்சநீதிமன்றத்தின் முடிவைக் கண்டித்துப் பல்லாயிரக்கணக்கான பட்டியல் சாதி மற்றும் பழங்குடி மக்கள் இணைந்து நாடு முழுவதிலும் ஒரு போராட்டத்தை அறிவித்தனர். அப்போது தலித் மக்கள் வாழும் சேரிகளும் வீடுகளும் தாக்குதலுக்கு உள்ளாகி, கொளுத்தப்பட்டன.

22 ஏப்ரல் 2018 - மகாராஷ்டிராவின் கட்சிரோலி மாவட்டத்திற்குட்பட்ட பாம்ரகார் பகுதியில் போரியா-கஸ்னசூர் காட்டுப்பகுதியில் கலவரம் ஏற்பட்டதாகவும், வேறுவழியின்றி துப்பாக்கிச் சூடு நடத்தப்பட்டதாகவும், அதில் 20 ஆண்களும் 20 பெண்களுமாக மொத்தம் 40 பேர் கொல்லப்பட்டதாகவும் மகாராஷ்டிர காவல்துறையின் அங்கமாகச் செயல்பட்ட சி-60 என்கிற நக்சல் ஒழிப்புச் சிறப்புப் படை தெரிவித்தது. அதனை ஆய்வு செய்வதற்குக் களத்திற்குச் சென்ற உண்மை கண்டறியும் குழுவினர் ஒரு மாதம் கழித்து ஒரு அறிக்கையை வெளியிட்டனர். அதன்மூலம், காவல்துறையினரால் திட்டமிட்டு நடத்தப்பட்ட போலியான ஒரு துப்பாக்கிச்சூடு அது என்கிற உண்மை வெளியானது.

6 ஜூன் 2018 - எல்கர் பரிஷத்தில் கலந்துகொண்டதாகவும் தடைசெய்யப்பட்டிருக்கும் மாவோயிசக் கட்சியுடன் தொடர்பு கொண்டிருந்ததாகவும் பிரதமரைக் கொல்வதற்கான சதித்திட்டம் தீட்டியதாகவும் குற்றஞ்சாட்டப்பட்டு சுரேந்திர காட்லிங், சுதிர் தாவ்லே, ரோனா வில்சன், சோமா சென் மற்றும் மகேஷ் ராவத் ஆகியோரை உபா சட்டத்தில் கைது செய்தது புனே காவல்துறை. அவர்களோடு இணைந்து குற்றஞ்சாட்டப்பட்ட மற்றவர்களும் சேர்த்துதான் பிகே-16 (பீமா கோரேகான் வழக்கில் கைது செய்யப்பட்ட 16 பேர்) என்று அழைக்கப்படுகிறார்கள்.

28 ஆகஸ்ட் 2018 - சுதா பரத்வாஜ், கௌதம் நவ்லகா, அருண் ஃபெரைரா, வெர்னான் கொன்சால்வ்ஸ் மற்றும் வரவர ராவ்

ஆகியோரை உபா சட்டத்தில் கைது செய்யும் நோக்கில் அவர்களது வீடுகளில் மகாராஷ்டிர காவல்துறை சோதனை நடத்தியது. ஆனந்த் டெல்டும்டே மற்றும் பாதிரியார் ஸ்டான் சுவாமி ஆகியோர் வீட்டிலும் சோதனை நடத்தப்பட்டது.

29 ஆகஸ்ட் 2018 - மாற்றுக் கருத்தை வெளிப்படுத்துவோரின் குரல்வளையை நெறிக்கும் வேலையை மகாராஷ்டிர காவல்துறை செய்வதாக ரொமிலா தாப்பர், தேவகி ஜெயின், சதீஷ் தேஷ்பாண்டே, பிரபாத் பட்நாயக் மற்றும் மஜா தருவாலா ஆகியோர் உச்சநீதிமன்றத்தில் வழக்கு தொடுத்தனர். கௌதம் நவ்லகா, சுதா பரத்வாஜ், வரவர ராவ், அருண் ஃபெரைரா மற்றும் வெர்னான் கொன்சால்வ்ஸ் ஆகியோர் எவ்வித ஆதாரங்களும் இல்லாமலே கைது செய்யப்பட்டதை உச்சநீதிமன்றத்தில் தெரிவித்தனர். ஆனால், அவர்கள் கொடுத்த மனுவைக் கண்டுகொள்ளாத நீதிபதிகள் ஐவரையும் செப்டம்பர் 6ஆம் தேதி வரை வீட்டுக்காவலில் வைக்கச் சொல்லி உத்தரவிட்டனர். பின்னர், அதுவே செப்டம்பர் 19 வரை நீட்டிக்கப்பட்டது.

2 செப்டம்பர் 2018 - உபா வழக்கில் கைது செய்யப்பட்ட சுரேந்திர காட்லிங், சுதிர் தாவ்லே, ரோனா வில்சன், சோமா சென் மற்றும் மகேஷ் ராவத் ஆகியோர் மீதான குற்றப்பத்திரிகையை அவர்கள் கைது செய்யப்பட்ட 90 நாட்களுக்குள் தாக்கல் செய்ய வேண்டும். அந்தக் காலக்கெடு முடியவிருந்த வேளையில், அவர்களது காவலை மேலும் 90 நாட்களுக்கு நீட்டித்துத் தீர்ப்பளித்து, காவல்துறைக்கு அனுமதி வழங்கியது புனே சிறப்பு நீதிமன்றம்.

28 செப்டம்பர் 2018 - மூன்று பேர்கொண்ட நீதிபதிகள் குழு விசாரித்ததில், கௌதம் நவ்லகா, சுதா பரத்வாஜ், வரவர ராவ், அருண் ஃபெரைரா மற்றும் வெர்னான் கொன்சால்வ்ஸ் ஆகியோரைக் கைது செய்ததில் நீதிமன்றம் தலையிடமுடியாது என்று அறிவித்ததோடு மட்டுமல்லாமல், அவர்களது வீட்டுக்காவலை மேலும் நான்கு வாரங்களுக்கு நீட்டித்தும் தீர்ப்பு வழங்கியது. வழக்கை விசாரித்த மூன்று நீதிபதிகளில் இருவர் இத்தீர்ப்பினை எழுதினர். மீதமுள்ள ஒரு நீதிபதி மட்டுமே எதிர்த்ததால் பலனில்லாமல் போனது.

24 அக்டோபர் 2018 - சுரேந்திர காட்லிங், சுதிர் தாவ்லே, ரோனா வில்சன், வரவர ராவ் மற்றும் மகேஷ் ராவத் ஆகியோருக்கு எதிராகக் குற்றப்பத்திரிகை தாக்கல் செய்வதற்கான காலக்கெடுவை

புனே சிறப்பு நீதிமன்றம் நீட்டித்ததற்கு பம்பாய் உயர்நீதிமன்றம் தடை விதித்தது.

27 அக்டோபர் 2018 - அருண் ஃபெரைராவையும் வெர்னான் கொன்சால்வ்சையும் தன்னுடைய காவலிலேயே வைத்தது புனே காவல்துறை. சுதா பரத்வாஜை மகாராஷ்டிர காவல்துறை காவலில் எடுத்துக்கொண்டது. கௌதம் நவ்லகாவை நவம்பர் ஒன்றாம் தேதி வரையிலும் விடுவித்தது பம்பாய் உயர்நீதிமன்றம்.

29 அக்டோபர் 2018 - கௌதம் நவ்லகாவை விடுவித்த பம்பாய் உயர்நீதிமன்ற உத்தரவை உடனடியாக நிறுத்திவைத்தது உச்சநீதிமன்றம். அத்துடன், கௌதம் நவ்லகாவைக் காவல்துறையின் கட்டுப்பாட்டில் வைத்து விசாரிக்கக் கோரியிருந்ததை டெல்லி உயர்நீதிமன்றம் தடைசெய்திருந்ததை எதிர்த்து உச்சநீதிமன்றத்தில் மகாராஷ்டிர காவல்துறை ஒரு மனுவைத் தாக்கல் செய்தது. அந்த மனுவையும் விசாரணைக்கு உச்சநீதிமன்றம் எடுத்துக்கொண்டது.

15 நவம்பர் 2018 - பீமா கோரேகானில் வன்முறையைத் தூண்டியதாக சுதிர் தாவ்லே, சுரேந்திர காட்லிங், ரோனா வில்சன், மகேஷ் ராவத் மற்றும் சோமா சென் ஆகியோர் மீது சுமார் 5000 பக்க குற்றப்பத்திரிகையைப் புனே காவல்துறை தாக்கல் செய்தது. அவர்கள் கைது செய்யப்பட்டு சுமார் ஐந்து மாதங்கள் கழித்துதான் இந்த ஆவணமே தாக்கல் செய்யப்பட்டது. அவர்களுக்குத் தடைசெய்யப்பட்ட மாவோயிசக் கட்சியுடன் நேரடியான தொடர்பு இருப்பதாகவும் அவர்கள்தான் 'பீமா கோரேகான் ஷௌர்ய தின் பிரேரனா அபியன்' என்கிற அமைப்பின் பெயரில் எல்கர் பரிஷத் நிகழ்வை ஏற்பாடு செய்ததாகவும் அந்த குற்றப்பத்திரிகையில் குறிப்பிடப்பட்டது. அந்தக் கலவரத்தை யார் துவங்கினார் என்பதையும் யார் பாதிக்கப்பட்டவர்கள் என்பதையும் குற்றப்பத்திரிகையில் திட்டமிட்டே தெளிவாகக் குறிப்பிடப்படாமல் விடப்பட்டிருந்தது. மேலும், கலவரம் செய்தது, தலித் மக்களைக் கொடூரமாகத் தாக்கியது, சாதிய வன்முறையைத் தூண்டியது உள்ளிட்ட குற்றச்சாட்டிலிருந்து இந்துத்துவத் தலைவர்களான சம்பாஜி பிடே மற்றும் மிலிந்த் எக்போத்தே ஆகியோரை மட்டும் அந்த குற்றப்பத்திரிகையில் இருந்து புனே காவல்துறை விடுவித்துவிட்டது.

17 நவம்பர் 2018 - பேராசிரியர் வரவர ராவ் நீதிமன்றக் காவலில் வைக்கப்பட்டார்.

23 நவம்பர் 2018 - சுரேந்திர காட்லிங், சுதிர் தாவ்லே, ரோனா வில்சன், சோமா சென் மற்றும் மகேஷ் ராவத் ஆகியோர் மீது 'கூடுதல் குற்றப்பத்திரிகை' ஒன்றினைத் தாக்கல் செய்வதற்கு மேலும் 90 நாட்கள் அவகாசம் கேட்டுப்பெற்றது புனே காவல்துறை.

3 டிசம்பர் 2018 - பீமா கோரேகான் வன்முறை வழக்கு தொடர்பான முழுமையான குற்றப்பத்திரிகையைத் தாக்கல் செய்யச்சொல்லி மகாராஷ்டிர அரசுக்கு உச்சநீதிமன்றம் உத்தரவு பிறப்பித்தது.

15 டிசம்பர் 2018 - புனே காவல்துறை பதிவுசெய்த வழக்கினைத் தள்ளுபடி செய்யக்கோரி, கௌதம் நவ்லகாவும் ஆனந்த் டெல்டும்டேவும் ஸ்டான் சுவாமியும் மும்பை உயர்நீதிமன்றத்தில் வழக்குத் தொடுத்திருந்தனர். அதனை விசாரித்துவிட்டு, கௌதம் நவ்லகாவைக் கைது செய்வதற்கு 2019ஆம் ஆண்டு ஜனவரி 16ஆம் தேதி வரையும் ஆனந்த் டெல்டும்டேவைக் கைது செய்ய 2018ஆம் ஆண்டு டிசம்பர் 17 வரையிலும் தடையை நீட்டித்து உத்தரவிட்டது மும்பை உயர்நீதிமன்றம். அதே விசாரணையில் ஸ்டான் சுவாமியின் கோரிக்கை நிராகரிக்கப்பட்டது.

21 பிப்ரவரி 2019 - ஆகஸ்ட் மாதத்தில் கைது செய்யப்பட்டவர்கள் அனைவர்மீதும் கூடுதல் குற்றப்பத்திரிகை ஒன்று பதிவு செய்யப்பட்டது. மாவோயிசக் கட்சியுடன் தொடர்புடையவர்களுக்கு உடந்தையாக இருந்து அவர்களது வழக்குகளில் எல்லாம் வாதாடுவதாக இந்திய மக்கள் வழக்கறிஞர் சங்கத்தின் மீதும் அந்த குற்றப்பத்திரிகையில் குற்றஞ்சாட்டப்பட்டிருந்தது.

11 ஏப்ரல் 2019 - இந்தியப் பாராளுமன்றத்திற்கான தேர்தல் துவங்கியது.

23 மே 2019 - இந்தியத் தேர்தலில் வரலாறு காணாத வெற்றியை நரேந்திர மோடியின் பாஜக பெற்றது. அதனைத் தொடர்ந்து மே 30ஆம் தேதி இரண்டாவது முறையாக பிரதமர் பதவியினை மோடி ஏற்றார்.

8 ஜூன் 2019 - உத்தரப் பிரதேச முதல்வரான ஆதித்யநாத் குறித்து சமூக ஊடகத்தில் விமர்சனம் செய்ததற்காக ஊடகவியலாளர் பிரசாந்த் கனோஜியா கைது செய்யப்படுகிறார். பின்னர் அவர் பிணையில் விடுவிக்கப்படுகிறார்.

17 ஜூன் 2019 - இந்துத்துவக் கும்பல் ஒன்றினால் 24 வயதான தப்ரீஸ் அன்சாரி தாக்கப்படுகிறார். அவரை ஒரு மரத்தில் கட்டிவைத்து, அடித்துத் துன்புறுத்தி, 'ஜெய் ஸ்ரீராம்' சொல்லச் சொல்லி கட்டாயப்படுத்துகிறார்கள். அன்றிலிருந்து அடுத்த நான்காவது நாளில் தப்ரீஸ் இறந்துவிடுகிறார்.

4 ஆகஸ்ட் 2019 - ஜம்மு மற்றும் காஷ்மீரில் தொலைபேசி மற்றும் அலைபேசிகள் உள்ளிட்ட அனைத்து தொலைத்தொடர்பு சேவைகளும் முடக்கப்பட்டுவிட்டன. அச்சூழல் அடுத்த 213 நாட்கள் தொடர்ந்தது. உலகிலேயே ஒரு ஜனநாயக நாட்டில் மிக அதிகமான நாட்கள் இணையம் முடக்கப்பட்டதில் காஷ்மீருக்குத்தான் முதலிடம்.

5 ஆகஸ்ட் 2019 - ஜம்மு மற்றும் காஷ்மீர் பகுதிகளுக்கான உரிமைகளை உறுதிசெய்திருந்த இந்திய அரசியலமைப்புச் சட்டத்தின் பிரிவு 370 மற்றும் பிரிவு 35ஏ ஆகியவற்றை இந்திய அரசு ரத்து செய்துவிட்டது. ஒரே மாநிலமாக இருந்ததை, ஜம்மு-காஷ்மீர் மற்றும் லடாக் ஆகிய இரண்டு அதிகாரமற்ற யூனியன் பிரதேசங்களாக ஒரே நாளில் மாற்றியது ஒன்றிய பாஜக அரசு. தொலைத்தொடர்பு முற்றிலுமாகத் துண்டிக்கப்பட்ட காஷ்மீர் மக்களுக்கு, தங்களுடைய உரிமைகளை இந்தியப் பாராளுமன்றம் பறித்ததுகூட உடனடியாகத் தெரிந்திருக்கவில்லை.

9 நவம்பர் 2019 - அயோத்தியில் பாபர் மசூதி இடிக்கப்பட்டு சர்ச்சைக்குரியதாக மாற்றப்பட்ட இடத்தை இந்து இராமர் கோவில் கட்டுவதற்காக வழங்கவேண்டும் என்று உச்சநீதிமன்றம் தீர்ப்பளித்தது. இடிக்கப்பட்ட பாபர் மசூதிக்கு பதிலாக வேறொரு இடத்தில் புதிய மசூதியை எழுப்புவதற்கு ஐந்து ஏக்கர் நிலத்தை வழங்கவும் அத்தீர்ப்பு உத்தரவிட்டது. தீர்ப்பு வழங்குவதற்கு முன்னர், பல்லாயிரக்கணக்கான துணை இராணுவப் படையினரும் காவல்துறையினரும் அயோத்தியில் குவிக்கப்பட்டனர். தீர்ப்பு வழங்கிய நாளில், உத்தரப் பிரதேசம் மற்றும் இராஜஸ்தான் மாநிலங்கள் முழுவதிலும் இணையம் துண்டிக்கப்பட்டது. உத்தரப் பிரதேசத்திலும், நாட்டின் பல்வேறு நகரங்களிலும் 144 தடை உத்தரவு பிறப்பிக்கப்பட்டது. ஜம்மு-காஷ்மீர், கர்நாடகா, மத்தியப் பிரதேசம், உத்தரப் பிரதேசம் மற்றும் டெல்லி உள்ளிட்ட மாநிலங்களில் பள்ளிகளும் கல்லூரிகளும் மூடப்பட்டன.

11 டிசம்பர் 2019 - இந்தியப் பாராளுமன்றத்தினால் குடியுரிமை திருத்தச் சட்டம் நிறைவேற்றப்பட்டது. இந்தியாவில் அகதிகளாகக்

குடியேறும் முஸ்லிம்களுக்குக் குடியுரிமை வழங்க மறுக்கும் ஒரு பாரபட்சமான மதப்பாகுபாட்டுச் சட்டம் அது. இச்சட்டத்தை தேசிய மக்கள் தொகைப் பதிவேடு (என்பிஆர்) மற்றும் தேசிய குடிமக்கள் பதிவேடு (என்சிஆர்) ஆகிய சட்டங்களுடன் இணைத்துப் பார்த்தால், இந்தியாவில் வாழும் அனைத்து முஸ்லிம்களின் குடியுரிமையும் வாழ்வுரிமையுமே பாதிப்புக்குள்ளாக்கி, அவர்கள் முகாம்களில் அடைக்கப்படவோ அல்லது நாடு கடத்தப்படவோ வாய்ப்பிருப்பதை நன்கு உணரலாம்.

14 டிசம்பர் 2019 - சிஏஏ சட்டத்தை எதிர்த்து அசாம் மாநிலத்தின் குவகாத்தியில் நடைபெற்ற போராட்டத்தில் ஈஸ்வர் நாயக் என்பவரைச் சுட்டுக்கொன்றது காவல்துறை.

15 டிசம்பர் 2019 - ஜாமியா மில்லியா இஸ்லாமியா பல்கலைக்கழகத்தில் நடைபெற்ற சிஏஏ எதிர்ப்புப் போராட்டத்தில் டெல்லி காவல்துறையினர் வன்முறையைக் கட்டவிழ்த்துவிட்டனர். அதில், 200க்கும் மேற்பட்ட மாணவர்கள் காயமடைந்தனர். 100க்கும் மேற்பட்ட மாணவர்கள் கைது செய்யப்பட்டனர். அதேநாளில் உத்தரப் பிரதேசத்தில் இருக்கும் அலிகார் முஸ்லிம் பல்கலைக்கழகத்திலும் மாணவர்கள் போராட்டம் நடத்தினர். பல்கலைக்கழகத்திற்குள் அத்துமீறி நுழைந்து, மாணவர்களைத் தாக்கி, 80க்கும் மேற்பட்டோரைக் படுகாயமடையச் செய்தது காவல்துறை.

19 டிசம்பர் 2019 - சிஏஏ எதிர்ப்புப் போராட்டத்தில் கலந்துகொண்டவர்களில் மங்களூரில் இருவரையும் (அப்துல் ஜலீல், நௌஷீன் குட்ரோலி), லக்னோவில் ஒருவரையும் (முகமது வகீல் அகமது) சுட்டுக்கொன்றது காவல்துறை.

20 டிசம்பர் 2019 - உத்தரப் பிரதேசத்தின் பல இடங்களில் நடைபெற்ற போராட்டங்களில் காவல்துறையினர் நடத்திய துப்பாக்கிச் சூட்டினால் சிஏஏ எதிர்ப்புப் போராளிகள் ஐவர் கொல்லப்பட்டனர்.

டிசம்பர் 2019-ஜனவரி 2020 - மகாராஷ்டிராவில் புதிய அரசு அமைந்ததும், பீமா கோரேகான் வழக்கினைச் சிறப்பு விசாரணைக் குழுவிடம் கொடுக்க வேண்டும் என்று கோரினார் கூட்டணிக் கட்சித் தலைவரான சரத் பவார். அந்த வழக்கினை மறுவிசாரணைக்கு உட்படுத்த வேண்டும் என்று ஜனவரி 23ஆம் தேதியன்று நடைபெற்ற கூட்டத்தில் மகாராஷ்டிர உள்துறை அமைச்சரான அனில் தேஷ்முக் கூறினார்.

24 ஜனவரி 2020 - பீமா கோரேகான் வழக்கை மறுவிசாரணை செய்யப் போவதாக அறிவித்த அடுத்த நாளே, ஒன்றிய அரசின் கட்டுப்பாட்டில் இருக்கும் என்ஐஏவிற்கு வழக்கு மாற்றப்பட்டுவிட்டது. அதற்கான காரணத்தை வெளிப்படையாகப் பொதுவில் சொல்லவே இல்லை.

28 ஜனவரி 2020 - ஜவஹர்லால் நேரு பல்கலைக்கழகத்தில் ஆய்வு மாணவரான ஷர்ஜீல் இமாம் என்பவரைப் பீகார் காவல்துறை கைது செய்தது. அசாம் மாநிலத்தின் பல நகரங்கள், மணிபாலின் இம்பால் நகரம், அருணாச்சலப் பிரதேசத்தின் இத்தாநகர் உள்ளிட்ட பல்வேறு இடங்களில் ஏராளமான வழக்குகள் அவர் மீது பதியப்பட்டன.

30 ஜனவரி 2020 - ஜாமியா மில்லியா இஸ்லாமியா பல்கலைக்கழகத்தில் ஒரு மாணவரை நோக்கி இராம பக்த் கோபால் என்கிற இந்துத்துவ அடிப்படைவாதி ஒருவர் துப்பாக்கியால் சுட்டார். பின்னர், அவர் கைது செய்யப்பட்டு, அவர்மீது ஒரு கொலைமுயற்சி வழக்கு போடப்பட்டது.

18 பிப்ரவரி 2020 - 2019ஆம் ஆண்டு டிசம்பர் மாதத்தின் 20 மற்றும் 21 தேதிகளில் நடைபெற்ற சிஏஏ எதிர்ப்புப் போராட்டத்தின்போது நடைபெற்ற வன்முறையில் சுமார் 22 பேர் கொல்லப்பட்டதாகவும் 883 பேர் கைது செய்யப்பட்டதாகவும் அலகாபாத் உயர்நீதிமன்றத்தில் உத்தரப் பிரதேச அரசு தெரிவித்தது.

20 பிப்ரவரி 2020 - 'இந்தியா வாழ்க, பாகிஸ்தான் வாழ்க' என்று பெங்களூரில் நடைபெற்ற ஊர்வலத்தில் முழக்கம் எழுப்பியதாக பத்தொன்பது வயதேயான மாணவப் போராளியான அமுல்யா லியோனாவைக் கைது செய்து தேசவிரோத வழக்கினைப் பதிவு செய்தது காவல்துறை.

23 ஜனவரி 2020 - "சிஏஏ எதிர்ப்புப் போராட்டக் குழுக்களைக் கலைத்துவிட்டு அவர்களைத் தெருக்களில் இருந்து துரத்தவில்லை என்றால், எங்களுடைய ஆதரவாளர்களுடன் நாங்களே தெருவில் இறங்கி அதனைச் செய்ய வேண்டி இருக்கும்" என்று பொதுவெளியில் அறிக்கையே வெளியிட்டார் பாஜகவைச் சேர்ந்த கபில் மிஷ்ரா. அதன் விளைவாக, வடகிழக்கு டெல்லிக்கு அருகில் இருக்கும் கோகுல்புரி என்கிற பகுதியில் மதக்கலவரம் வெடித்தது. அங்கிருந்து சீலாப்பூர், சிவபுரி மற்றும் ஜாஃப்ராபாத் உள்ளிட்ட அதன் அருகாமைப் பகுதிகளுக்கும் கலவரம் பரவியது. நிலைமை கட்டுப்பாட்டில்

வருவதற்கே நான்கு நாட்கள் ஆகிவிட்டன. அதற்குள், 53 பேர் கொல்லப்பட்டுவிட்டனர். அவர்களில் பெரும்பான்மையானோர் முஸ்லிம்கள் என்று சொல்லித் தெரியவேண்டியதில்லை. நூற்றுக்கணக்கான முஸ்லிம்கள் அவர்களுடைய வாழிடங்களில் இருந்து விரட்டியடிக்கப்பட்டனர்.

26 பிப்ரவரி 2020 - வழக்கறிஞரும் காங்கிரஸ் கட்சியின் முன்னாள் கவுன்சிலருமான இஷ்ரான் ஜகனையும், 'வெறுப்புக்கு எதிராக ஒன்றிணைவோம்' என்கிற அமைப்பினைத் தோற்றுவித்தவரான காலித் சைஃபியையும் டெல்லி காவல்துறை கைது செய்தது.

6 மார்ச் 2020 - சிஏஏ எதிர்ப்புப் போராட்டத்தைக் காரணமாக வைத்துக்கொண்டு அரசுக்கு எதிராகக் கூட்டத்தைக் கூட்டி டெல்லி கலவரத்தை நிகழ்த்தியிருப்பதாகப் போராட்டக்காரர்கள் மீது குற்றஞ்சாட்டி குற்றப்பத்திரிகை பதிவுசெய்தார் டெல்லி குற்றப்பிரிவு துணை ஆய்வாளரான அரவிந்த் குமார். ஃபைசன் கான், ஷர்ஜீல் இமாம், உமர் காலித், நடாஷா நர்வால், தேவங்கனா கலீதா, இஷ்ராத் ஜகன், குல்ஃபிஷா ஃபாத்திமா, மீரான் ஹைதர், சஃபோரா சர்கார், ஆசிஃப் இக்பால் தன்ஹா, தாஹீர் உசைன், முகமது பர்வேஸ் அகமது, முகமது இலியாஸ், சைஃபி காலித், ஷாஹ்தாப் அகமது, தஸ்லீம் அகமது, சலீம் மாலிக், முகமது சலீம் கான் மற்றும் அத்தார் கான் ஆகியோர் மீது குற்றப்பத்திரிகை தாக்கல் செய்யப்பட்டது. டெல்லி ஜவஹர்லால் நேரு பல்கலைக்கழகத்தின் முன்னாள் மாணவரான உமர் காலித்தும் பல்வேறு இயக்கங்களுடன் தொடர்புடைய அவருடைய நண்பர்கள் சிலரும் இணைந்துதான், அனைத்து கலவரங்களையும் திட்டமிட்டு நடத்தியதாக நம்பத்தகுந்த வட்டாரங்களில் இருந்து தனக்கு தகவல் கிடைத்திருப்பதாகத் துணை ஆய்வாளர் ஆனந்த் குமார் தெரிவித்தார். அப்போது அமெரிக்க அதிபராக இருந்த டொனால்ட் ட்ரம்பின் வருகையின்போது திட்டமிட்டே கலவரம் நிகழ்த்தி இந்தியாவில் சிறுபான்மையினர் கொடுமைப்படுத்தப்படுவதாகக் காட்டி, சர்வதேச கவனத்தை ஈர்ப்பதற்காகவே இப்படியான கலவரம் திட்டமிடப்பட்டிருக்கிறது என்று தனக்குத் தகவல் கொடுத்தவர் கூறியிருப்பதாக ஆனந்த் குமார் தெரிவித்தார்.

11 மார்ச் 2020 - 'அறிஞர்கள் மற்றும் கல்வியாளர்களின் குழு' என்கிற பெயரில் ஒரு அமைப்பினை இந்துத்துவவாதிகள் உருவாக்கி இருந்தனர். வேடிக்கை என்னவென்றால், அதில் இருக்கும் எவரும் அறிஞர்களோ அல்லது கல்வியாளர்களோ இல்லை.

டெல்லி கலவரத்தை நிகழ்த்தியது அர்பன் நக்சல் மற்றும் ஜிகாதி குழுவினர்தான் என்று அந்த இந்துத்துவப் போலி அறிஞர் அமைப்பு ஒரு அறிக்கையினை வெளியிட்டது.

13 மார்ச் 2020 - டெல்லி கலவரத்தில் தொடர்புடையவர்களாக சலீம் மாலிக்கையும் முகமது சலீம் கானையும் குற்றஞ்சாட்டி, டெல்லியின் தயல்பூர் காவல்துறை கைது செய்து, பின்னர் பிணையில் வெளியிட்டது.

16 மார்ச் 2020 - டெல்லி கலவரத்தில் தொடர்புடையவராகக் குற்றஞ்சாட்டப்பட்ட முன்னாள் ஆம் ஆத்மி கட்சியின் கவுன்சிலரான தாஹீர் உசைனும் டெல்லி குற்றவியல் பிரிவினால் கைது செய்யப்பட்டார். டெல்லி காவல்துறையினரால் மேலும் ஏழு வழக்குகளில் சிக்கவைக்கப்பட்டார். அதில், பணமோசடி செய்திருப்பதாக டெல்லி அமலாக்கத் துறை ஒரு வழக்கைப் பதிவு செய்தது. அதேபோல, அக்கலவரத்தை நாலாபக்கமும் பரப்பியதாகக் குற்றஞ்சாட்டி மேலும் ஒரு வழக்குப் போடப்பட்டது.

21 மார்ச் 2020 - இஷ்ராத் ஜகனுக்கும் காலித் சைஃபுக்கும் பிணை வழங்கப்பட்டது. ஆனால், டெல்லி கலவரம் குறித்த மற்றொரு வழக்கில் சதித்திட்டம் தீட்டியதாகக் குற்றஞ்சாட்டப்பட்டு மீண்டும் கைது செய்யப்பட்டுச் சிறையில் அடைக்கப்பட்டனர்.

24 மார்ச் 2020 - கோவிட்-19 வைரஸ் தொற்றுப் பரவுவதைத் தடுப்பதற்காகத் தேசிய அளவில் ஒரு பொதுமுடக்கத்தை வெறுமனே நான்கு மணி நேரத்திற்கு முன்னர் அறிவித்தது இந்திய ஒன்றிய அரசு.

1 ஏப்ரல் 2020 - இராஷ்டிரிய ஜனதா தளக் கட்சியின் இளைஞர் அமைப்பின் தலைவரும், ஜாமியா மில்லியா இஸ்லாமியா பல்கலைக்கழக மாணவருமான மீரான் ஹைதரை டெல்லி கலவர வழக்கில் சதித்திட்டம் தீட்டியதாக டெல்லி சிறப்புப் படையினர் கைது செய்தனர்.

6 ஏப்ரல் 2020 - டெல்லி கலவரத்தில் தொடர்பு இருப்பதாகக் குற்றஞ்சாட்டி, ஷதாப் அகமதுவைத் தயல்பூர் காவல்துறை கைது செய்தது. பின்னர், கோகுல்பூரி காவல்துறையும் அவர் மீது 2020ஆம் ஆண்டு நவம்பர் மாதம் 7ஆம் தேதியன்று மற்றொரு வழக்கு பதிவு செய்தது. அதேநாளில், கோவிட்-19 வைரஸ் தொற்றினால் இறந்தவர்கள் குறித்த விவரங்களை வெளியிட்டதற்காக

ஊடகவியலாளர் பவன் சௌத்ரியைப் பீகார் காவல்துறை கைது செய்து சிறையில் அடைத்தது.

7 ஏப்ரல் 2020 - தமிழ்நாட்டின் ஆரம்ப சுகாதார நிலையத்தில் மருத்துவரின் பரிந்துரை இல்லாமல் நோயாளிகளுக்கு மருந்து விநியோகம் செய்துவந்த ஒரு ஊழியரை வீடியோ எடுத்ததற்காக தாமோதரன் என்கிற சன் நியூஸ் தொலைக்காட்சியின் ஒளிப்பதிவாளர் கைது செய்யப்பட்டு ‘போலி ஊடகவியலாளர்’ என்று முத்திரை குத்தப்பட்டார். அடுத்த பத்து நாட்கள் காவல்நிலையத்தில் சிறைவைக்கப்பட்டு உடல்ரீதியான தாக்குதலுக்கும் அவர் ஆளாக்கப்பட்டார்.

9 ஏப்ரல் 2020 - டெல்லி கலவரத்துடன் தொடர்பு கொண்டிருந்ததாக முதலில் டெல்லியின் ஜாஃப்ராபாத் காவல்துறையினால் குற்றஞ்சாட்டப்பட்டு குல்ஃபிஷா ஃபாத்திமா கைது செய்யப்பட்டார். பின்னர் எஃப்ஐஆர்-59 சதிவழக்கிலும் 2020ஆம் ஆண்டு மே 20ஆம் தேதியன்று இணைக்கப்பட்டார். அதேநாளில் தஸ்லீம் அகமதுவும் டெல்லி கலவர வழக்கில் கைது செய்யப்பட்டார். பின்னர் 2020ஆம் ஆண்டு ஜூன் 10ஆம் தேதியன்று விடுவிக்கப்பட்டு, அதே மாதம் 24ஆம் தேதியன்று எஃப்ஐஆர்-59 சதிவழக்கில் மீண்டும் கைது செய்யப்பட்டார்.

10 ஏப்ரல் 2020 - சிஏஏ எதிர்ப்புப் போராட்டத்தில் கலந்துகொண்டதாகக் காரணம் சொல்லி, டெல்லி ஜாஃப்ராபாத் காவல்துறையால் சஃபோரா சர்கார் கைது செய்யப்பட்டார். 2020ஆம் ஆண்டு ஏப்ரல் 13ஆம் தேதியன்று பிணை வழங்கப்பட்டு விடுவிக்கப்பட்டார். ஆனால், அதே நாளில் எஃப்ஐஆர்-59 சதிவழக்கில் மீண்டும் கைது செய்யப்பட்டு சிறையில் அடைக்கப்பட்டார்.

14 ஏப்ரல் 2020 - தேசியப் புலனாய்வு அமைப்பான என்ஐஏவிடம் ஆனந்த் டெல்டும்டேவும் கௌதம் நவ்லகாவும் சரணடைந்தனர். கோவிட் தொற்று மிகமோசமாகப் பரவிக்கொண்டிருந்த அக்காலகட்டத்திலும் அவர்களிடம் எவ்விதப் பரிதாபமும் காட்டாமல் அவர்களைச் சிறையில் அடைக்க உச்சநீதிமன்றம் உத்தரவிட்டது.

15 ஏப்ரல் 2020 - கொரோனா காலத்தின் பொதுமுடக்கம் காரணமாகப் பெருநகரங்களில் சிக்கிக்கொண்ட புலம்பெயர்ந்த மக்களுக்காக இரயில்கள் இயக்கப்படலாம் என்று ராகுல் குல்கர்னி என்கிற

ஊடகவியலாளர் ஒரு கட்டுரை எழுதியிருந்தார். வதந்தியைப் பரப்புகிறார் என்று சொல்லி மும்பை காவல்துறை அவரைக் கைது செய்தது. அந்தச் செய்தி உண்மைதான் என்றாலும், பொதுவில் வெளியிடப்படுவதற்கு முன்னால் அச்செய்தி கசியவிடப்பட்டு விட்டதாக இரயில்வே நிர்வாகம் தெரிவித்தது. ஆனால், அதற்குள்ளாகவே ஏராளமான ஐபிசி பிரிவுகளில் ராகுல் குல்கர்னி மீது வழக்குப் பதிவு செய்யப்பட்டுவிட்டது. அவற்றில் அவருக்கு எதிரான தீர்ப்பு வந்தால், மூன்றாண்டுகள் வரையிலும் சிறைதண்டனைகூட கிடைக்க வாய்ப்பிருக்கிறது. வழக்குப் பதிவு செய்த மறுநாள் அவர் பிணையில் வெளிவந்தார்.

23 ஏப்ரல் 2020 - கோவை மருத்துவக் கல்லூரி மருத்துவமனையில் உணவுக்கும் பாதுகாப்பு உபகரணங்களுக்கும் தட்டுப்பாடு ஏற்பட்டிருப்பது குறித்து சிம்பிளிசிட்டி என்கிற இணைய இதழில் எழுதியதற்காக, அதன் நிறுவனரான ஆண்ட்ரூ சாம் ராஜபாண்டியன் என்பவரைத் தமிழ்நாடு அரசு கைது செய்தது. அந்த இதழில் வெளியான தகவல்கள் எல்லாம் பொய்யானவை என்றும் வதந்தியென்றும் கோவை மாநகராட்சியின் இணை ஆணையர் குற்றஞ்சாட்டினார். பெருந்தொற்று நோய்கள் சட்டத்தை இராஜபாண்டியன் மீறிவிட்டதாகவும் மேலும் இரு ஐபிசி பிரிவுகளில் அவர்மீது வழக்குப் பதிவு செய்யப்பட்டது. பின்னர் 10000 ரூபாய் பிணைத்தொகையில் அவருக்குப் பிணை வழங்கப்பட்டு வெளியே விடப்பட்டார்.

26 ஏப்ரல் 2020 - ஜாமியா மில்லியா இஸ்லாமியா பல்கலைக்கழகத்தின் முன்னாள் மாணவர்களுக்கான சங்கத் தலைவரான ஷிஃபு உர் ரஹ்மான் என்பவர் எஃப்ஐஆர்-59 சதிவழக்கில் கைது செய்யப்பட்டார்.

27 ஏப்ரல் 2020 - அந்தமான் மற்றும் நிகோபர் தீவுகளில் அமலில் இருந்து வினோதமான பொதுமுடக்க விதிகளைக் கண்டித்து ஊடகவியலாளர் சுபைர் அகமது டிவிட்டரில் எழுதியதற்காக அவரைக் கைது செய்தது உள்ளூர் காவல்துறை. வதந்திகளைப் பரப்பியது, கொரோனா தொற்றுப் பரவலைத் தடுப்பதற்காக எடுத்த முயற்சிகளுக்கு முட்டுக்கட்டையாக இருந்தது உள்ளிட்ட பல்வேறு பிரிவுகளில் வழக்கு பதிவு செய்ததோடு மட்டுமல்லாமல், பிணையில்கூட வரமுடியாதபடி செய்தது அரசு. ஆனால், அவருக்கு அன்றே உள்ளூர் நீதிபதி பிணை வழங்கி விடுவித்தார்.

11 மே 2020 - குஜராத் மாநிலத்தில் கோவிட் தொற்றைத் தடுப்பதில் மோசமாகச் செயல்படுவதினால் அம்மாநில முதல்வரான விஜய் ருபானியை மாற்றவேண்டும் என்று ஒரு ஆலோசனைக் கட்டுரை எழுதியதற்காக 'ஃபேஸ் தி நேசன்' என்கிற இணைய இதழின் ஆசிரியரான தவல் பட்டேலைத் தேசத்துரோக வழக்கில் கைது செய்தது காவல்துறை. கைது செய்த முதல் 72 மணி நேரத்திற்கு அவரைத் தொடர்புகொள்ளக் கூட முடியாதபடி மறைவாக வைத்திருந்ததாக நீதிமன்றத்தில் அவரது வழக்கறிஞர் தெரிவித்தார்.

17 மே 2020 - மாணவரும் களச் செயல்பாட்டாளருமான ஆசிஃப் இக்பால் தன்ஹாவை முதலில் கைது செய்துவிட்டு, பின்னர் அடுத்த இரண்டு நாட்களில் எஃப்ஐஆர்-59 சதிவழக்கில் இணைத்தது காவல்துறை.

23 மே 2020 - சிஏஏ எதிர்ப்புப் போராட்டத்தில் கலந்துகொண்டதற்காக 'பிஞ்ரா தோட்' என்கிற பெண்ணிய அமைப்பைச் சேர்ந்த நடாஷா நர்வாலையும் தேவங்கனா கலீதாவையும் ஜாஃப்ரா காவல்துறை கைது செய்தது. மே 23ஆம் தேதியன்று நர்வாலை மற்றொரு வழக்கில் இணைத்தது புதுடெல்லி குற்றவியல் பிரிவு காவல்துறை. மே 30ஆம் தேதியன்று எஃப்ஐஆர்-59 சதிவழக்கிலும் நர்வாலை இணைத்துவிட்டனர்.

24 மே 2020 - ஜார்கண்ட் மாவட்ட இணை ஆணையரிடம் கோவிட் தொற்றால் ஈச்சாகாட் என்கிற கிராமத்தில் யாரேனும் இறந்திருக்கிறார்களா என்று கேள்வி கேட்டு, அந்தக் கேள்விக்குப் பதிலாக எவரும் இறக்கவில்லை என்று அவர் கொடுத்த பதிலைச் செய்தித்தாள்களிலும் சமூக ஊடகங்களிலும் பகிர்ந்தமைக்காக, ஊடகவியலாளர் பசந்த் சாகு மீது வழக்குத் தொடுத்து கைது செய்தது காவல்துறை.

5 ஜூன் 2020 - இந்திய ஒன்றிய அரசாங்கத்தால் மூன்று வேளாண் சட்டங்கள் கொண்டுவரப்பட்டன. அவற்றை எதிர்த்து விவசாயிகள் அடுத்த ஓராண்டுக்காலம் தொடர் போராட்டத்தை நடத்தினர். இறுதியாக, வேறுவழியின்றி அச்சட்டம் திரும்பப் பெறப்பட்டது.

6 ஜூன் 2020 - தேவங்கனா கலீதாவும் எஃப்ஐஆர்-59 சதிவழக்கில் இணைக்கப்பட்டார்.

10 ஜூன் 2020 - கைது செய்யப்பட்ட அமுல்யா லியோனா மீதான குற்றப்பத்திரிகையைத் தாக்கல் செய்வதற்கான கால அவசாகம் முடிந்தும் தாக்கல் செய்யாததால், அவர் பிணையில் விடுவிக்கப்பட்டார்.

23 ஜூன் 2020 - கருவுற்றிருந்த சஃபோரா சர்காரைக் கைது செய்து சிறை வைத்திருந்தபடியால், அவர் மனிதநேய அடிப்படையில் பிணையில் விடுவிக்கப்பட்டார். அப்போது அவரது கருவின் வயது 23 வாரங்களாகும்.

25 ஜூன் 2020 - சலீம் மாலிக்கும் முகமது சலீம் கானும் எஃப்ஐஆர்-59 சதிவழக்கில் கைது செய்யப்பட்டனர்.

2 ஜூலை 2020 - அதான் கான் என்கிற மாணவரும் எஃப்ஐஆர்-59 சதிவழக்கில் கைது செய்யப்பட்டார்.

8 ஜூலை 2020 - நான்கு வெவ்வேறு வழக்குகளில் இணைக்கப்பட்டு ஷர்ஜீல் உஸ்மானி கைது செய்யப்பட்டார். அவர் மீது போடப்பட்ட அத்தனை வழக்குகளும் டிசம்பர் 2019இல் போடப்பட்டவை. 2019ஆம் ஆண்டு டிசம்பர் 15ஆம் தேதியன்று அலிகார் முஸ்லிம் பல்கலைக்கழக வளாகத்தில் நடைபெற்ற போராட்டத்தில் கலந்துகொண்டு வன்முறையைத் தூண்டியதாக அவர்மீது குற்றஞ்சாட்டப்பட்டது.

28 ஜூலை 2020 - பேராசிரியர் ஜி.என்.சாய்பாபாவுக்கு ஆதரவாக அமைக்கப்பட்ட குழுவின் ஒருங்கிணைப்பாளராகச் செயல்பட்டுவந்த பேராசிரியர் ஹனி பாபுவும் பீமா கோரேகான் சதிவழக்கில் கைது செய்யப்பட்டார்.

29 ஜூலை 2020 - எஃப்ஐஆர்-59 சதிவழக்கில் ஈடுபட்ட ஆசிஃப் இக்பால் தன்ஹாவுக்கு அலைபேசி சிம் அட்டை விற்பனை செய்ததாகக் குற்றஞ்சாட்டப்பட்டு ஃபைசான் கான் என்கிற செல்போன் விற்பனையாளர் கைது செய்யப்பட்டார்.

18 ஆகஸ்ட் 2020 - டிவிட்டரில் ஒரு சிறிய பதிவை எழுதியதற்காக, சமூகத்தில் மதநல்லிணக்கத்தைச் சீர்குலைத்து மக்களின் மத உணர்வுகளைப் புண்படுத்தக்கூடும் எனச் சொல்லி, பிரசாந்த் கனோஜியாவை மீண்டும் கைது செய்துவிட்டது காவல்துறை. சுமார் ஒன்பது ஐபிசி பிரிவுகளில் அவர்மீது வழக்குப் போடப்பட்டது. அதன்மூலம் அவருக்கு சுமார் 28 ஆண்டுகள் சிறைதண்டனை

கிடைக்கவும் வாய்ப்பு உருவானது. தகவல் தொழிற்நுட்ப சட்டமான பிரிவு 66ஏ விலும் கூட அவர் மீது வழக்குப் பதிவு செய்யப்பட்டது. அந்தச் சட்டப்பிரிவே அரசியலமைப்புச் சட்டத்திற்கு எதிரானது என்று ஏற்கெனவே நீதிமன்றங்கள் சொல்லிவிட்டபிறகும், அதில் வழக்குத் தொடுத்திருக்கிறது காவல்துறை.

25 ஆகஸ்ட் 2020 - எஃப்ஐஆர்-59 சதிவழக்கில் ஷர்ஜீல் இமாமின் பெயரும் சேர்க்கப்பட்டது.

1 செப்டம்பர் 2020 - அலிகார் அமர்வு நீதிமன்ற உத்தரவின்பேரில் பிணையில் விடுவிக்கப்பட்டார் ஷர்ஜீல் உஸ்மானி.

8 செப்டம்பர் 2020 - கபிர் கலா மஞ்ச் அமைப்பின் உறுப்பினர்களான சாகர் கோர்க்கேவும் ரமேஷ் கைச்சோரும் பீமா கோரேகான் வழக்கில் தொடர்புடையவர்களாகக் குற்றஞ்சாட்டப்பட்டு தேசிய புலனாய்வு முகமையான என்ஐஏவால் கைது செய்யப்பட்டனர். பீமா கோரேகான் சதிவழக்கில் பொய்சாட்சி சொல்லச் சொல்லி வற்புறுத்துவதாகவும், மாவோயிசத் தலைவர்களைச் சந்திப்பதற்காகக் கட்சிரோலி காட்டிற்குச் சென்றாக ஒப்புக்கொள்ளச் சொல்வதாகவும் என்ஐஏ மீது குற்றஞ்சாட்டி அவர்கள் இருவரும் ஒரு வீடியோ வெளியிட்டனர்.

9 செப்டம்பர் 2020 - கபிர் கலா மஞ்ச் அமைப்பின் உறுப்பினரான ஜோதி ஜக்தாப் என்பவரும் பீமா கோரேகான் சதிவழக்கில் தொடர்புடையவர் என்று குற்றஞ்சாட்டி என்ஐஏ அவரைக் கைது செய்தது.

13 செப்டம்பர் 2020 - ‘வெறுப்புக்கு எதிராக ஒன்றிணைவோம்’ என்கிற அமைப்பைத் தோற்றுவித்தவரும் களச் செயல்பாட்டாளருமான உமர் காலித்தும் எஃப்ஐஆர்-59 சதிவழக்கில் கைது செய்யப்பட்டார்.

14 செப்டம்பர் 2020 - உத்தரப் பிரதேசத்தின் ஹத்ரஸ் மாவட்டத்தில் 19 வயதேயான தலித் பெண்ணொருவரை நான்கு ஆதிக்கசாதி ஆண்கள் கூட்டுப் பாலியல் வன்புணர்வு செய்தனர். அதனால் ஏற்பட்ட கடுமையான காயங்கள் காரணமாக அடுத்த இருவாரங்களில் டெல்லி மருத்துவமனையில் அவருடைய உயிர் பிரிந்தது. அவருடைய மரணத்தை அவருடைய குடும்பத்திற்குக் கூட தெரிவிக்காமல், அவசர அவசரமாக அவரது உடலைக் காவல்துறையே எரித்தும்விட்டது.

29 செப்டம்பர் 2020 - ஒடுக்குமுறைகள் குறித்து ஆவணங்கள் தயாரிப்பதையும் அதற்கு எதிரான குரல்களை எழுப்புவதற்காக மக்களை ஒருங்கிணைப்பதையும் பணியாகச் செய்துவரும் 'சர்வதேச மன்னிப்பு அவை' எனப்படுகிற அம்னெஸ்டி இன்டர்நேசனல் அமைப்பின் அனைத்து வங்கிக் கணக்குகளையும் இந்திய அரசு முடக்கிவிட்டது. அதனால், இந்தியாவில் இயங்கமுடியாத நிலை ஏற்பட்டு, அந்த அமைப்பின் இந்தியக் கிளையின் செயல்பாட்டையே முழுவதுமாக நிறுத்திவிட்டது.

5 அக்டோபர் 2020 - உத்தரப் பிரதேசத்தில் செப்டம்பர் 14ஆம் தேதியன்று பாலியல் வன்புணர்வு செய்யப்பட்ட தலித் பெண்ணின் குடும்பத்தைச் சந்தித்து ஆறுதல் தெரிவிப்பதற்காகச் சென்றுகொண்டிருந்த கேம்பஸ் ஃப்ரண்ட் ஆஃப் இந்தியா அமைப்பின் செயல்பாட்டாளர்களான அட்டிகுர் ரஹ்மான், மசூத் அகமது மற்றும் அவர்களது வாகன ஓட்டுநரான முகமது ஆலம் ஆகியோரைக் காவல்துறை கைது செய்தது.

8 அக்டோபர் 2020 - ராஞ்சியில் காவல்துறையினரால் பழங்குடி மக்களின் பாதுகாவலரும் பாதிரியாருமான 83 வயதான ஸ்டான் சுவாமி கைது செய்யப்பட்டார்.

10 அக்டோபர் 2020 - பீமா கோரேகானில் புதிதாகக் கைது செய்யப்பட்டவர்கள் மீதான குற்றச்சாட்டை இணைப்பதற்காக, கூடுதல் குற்றப்பத்திரிகை தாக்கல் செய்யப்பட்டது. பேராசிரியர் ஜி.என்.சாய்பாபாவை விடுவிப்பதற்காக மக்களிடம் பிரச்சாரம் செய்த ஹனி பாபுவின் செயல்பாடுகள் எல்லாமும் குற்றச்சாட்டாக அதில் பதிவு செய்யப்பட்டன.

23 அக்டோபர் 2020 - உயர்நீதிமன்ற உத்தரவின் பேரில் செல்போன் விற்பனையாளரான ஃபைசன் கான் பிணையில் விடுவிக்கப்பட்டார். அவருக்கு வழங்கப்பட்ட பிணையை ரத்துசெய்யக்கோரி அரசு சார்பாகத் தொடுக்கப்பட்ட மேல்முறையீட்டு மனுவை நவம்பர் 23ஆம் தேதியன்று உச்சநீதிமன்றம் தள்ளுபடி செய்தது.

31 அக்டோபர் 2020 - திருமணத்தின்போது மதம் மாறுவதை 'லவ் ஜிகாத்' என்று குற்றஞ்சாட்டி, அதனைக் குற்றமாக அறிவிக்கும் ஒரு சட்டம் கொண்டுவரப்படும் என்று உத்தரப் பிரதேச மாநில முதல்வர் யோகி ஆதித்யநாத் அறிவித்தார். அதன்படி நவம்பர் 24ஆம்

தேதியன்று 'சட்டவிரோத மதமாற்றத் தடைச்சட்டம், 2020' என்கிற பெயரில் ஒரு சட்ட முன்வரைவு தயாரிக்கப்பட்டுச் சட்டமன்றத்தில் நிறைவேற்றப்பட்டது. நவம்பர் 28ஆம் தேதியன்று ஆளுநரும் அச்சட்டத்திற்கு அனுமதி வழங்கி கையெழுத்திட்டார்.

நவம்பர் 2020 - ஜனவரி 2021 - பீமா கோரேகான் வழக்கில் குற்றஞ்சாட்டப்பட்ட பலரின் பிணை கோரிக்கைகள் தள்ளுபடி செய்யப்பட்டன. ஸ்டான் சுவாமிக்கு நடுக்குவாதம் எனப்படுகிற பார்க்கின்சன் நோய் இருப்பதால், அவரால் கோப்பையைக் கையில்பிடித்து தண்ணீர் குடிப்பதே கடினமாகும். அவருக்கு உறிஞ்சி குடிப்பதற்கு ஒரு ஸ்ட்ரா கூட சிறையில் கொடுக்கப்படவில்லை. அதனை வழங்கச்சொல்லி சிறை அதிகாரிகளுக்கு உத்தரவிடுமாறு நீதிமன்றத்தில் கோரிக்கை வைக்கப்பட்டது. உலகெங்கிலுமுள்ள மனிதநேயம்கொண்ட மக்களை இச்செய்தி உலுக்கியது.

12 ஜனவரி 2021 - இந்திய விவசாயிகளின் போராட்டத்தை ஆதரித்த மஜ்தூர் அதிகாரச் சங்கம் என்கிற தொழிலாளர் அமைப்பில் உறுப்பினராகவும் தலித் தொழிலாளர்களின் உரிமைக்காகத் தொடர்ந்து குரல் கொடுப்பவராகவும் இருந்துவரும் நோதீப் கவுர், டெல்லியில் ஒரு தொழிற்சாலைக்கு வெளியே போராடிக்கொண்டிருந்தபோது கைது செய்யப்பட்டார். காவல்நிலையத்தில் வைத்து கொடூரமாகத் தாக்கப்பட்டதுடன் பாலியல் கொடுமைக்கும் ஆளாக்கப்பட்டார்.

24 ஜனவரி 2021 - கைது செய்யப்பட்டு காவல்துறையின் கட்டுப்பாட்டில் இருக்கையிலேயே அவசர மருத்துவ உதவி கொடுக்கப்படாத காரணத்தால், 37 வயதேயான காஞ்சன் நானாவரே என்பவர் மரணமடைந்தார். 2014இல் மாவோயிஸ்ட்டுகளுடன் தொடர்பு இருப்பதாகக் குற்றஞ்சாட்டப்பட்டுக் கைது செய்யப்பட்டார் அவர். வழக்கு விசாரணை நடந்துகொண்டிருக்கும்போதே இப்படிக் கொல்லப்பட்டிருக்கிறார்.

30 ஜனவரி 2021 - விவசாயிகள் போராட்டத்தில் செய்தி சேகரித்துக் கொண்டிருந்த ஊடகவியலாளரான மந்தீப் புனியாவைச் சிங்கு எல்லையில் டெல்லி காவல்துறை கைது செய்தது. அவருக்குப் பிப்ரவரி 2ஆம் தேதியன்று பிணை வழங்கப்பட்டது.

8 பிப்ரவரி 2021 - மால்வேர் எனப்படுகிற வைரஸ் மென்பொருளைப் பயன்படுத்தி இணையம் வழியாக ரோனா வில்சனின் கம்ப்யூட்டரில்

அவருக்குத் தொடர்பில்லாத போலி ஆவணங்களை யாரோ வைத்திருப்பதை அமெரிக்காவின் போஸ்டன் நகரில் இருக்கும் ஆர்சனல் கன்சல்டிங் சர்விசஸ் என்கிற நிறுவனம் நடத்திய தடயவியல் சோதனையின் மூலமாக உறுதி செய்திருக்கிறது. 'பீமா கோரேகான் 16' வழக்கில் முறையற்ற வகையில் கைதுகள் செய்யப்படுவதற்கு அமெரிக்க வழக்கறிஞர் அமைப்பு கண்டனம் தெரிவித்தது.

10 பிப்ரவரி 2021 - தடயவியல் சோதனை முடிவுகளை 'தி வாஷிங்டன் போஸ்ட்' இதழ் வெளியிட்டது. ரோனா வில்சன் மீதான வழக்கினைத் தள்ளுபடி செய்வதோடு, பொய்யான ஆதாரத்தை அவரது கணிணியில் வைத்தது யாரென்று விசாரணையும் செய்யவேண்டுமென அவரது வழக்கறிஞர்கள் வழக்குத் தொடுத்தனர்.

13 பிப்ரவரி 2021 – விவசாயிகளின் போராட்டத்தை ஆதரிக்கும் வகையிலான பதிவுகளைப் பகிர்ந்ததற்காக 'ஃப்ரைடேய்ஸ் ஃபார் ஃப்யூச்சர் இந்தியா' என்கிற ஒரு அமைப்பின் நிறுவனரும் காலநிலை மாற்ற செயல்பாட்டாளருமான திஷா இரவையின் மீது தேசத்துரோக வழக்குப் போடப்பட்டு கைது செய்யப்பட்டார். பிப்ரவரி 23ஆம் தேதியன்று அவருக்குப் பிணை வழங்கப்பட்டது.

22 பிப்ரவரி 2021 – வரவர ராவுக்கு தற்காலிக மருத்துவப் பிணை வழங்கப்பட்டது. அவரது மருத்துவப் பிணையை நீட்டிப்பதா வேண்டாமா என்கிற முடிவை எடுப்பதற்கே அடுத்த 14 மாதங்கள் ஆனது என்பது குறிப்பிடத்தக்கது.

26 பிப்ரவரி 2021 – நோதீப் கௌருக்குப் பஞ்சாப் உயர்நீதிமன்றமும் ஹரியானா உயர்நீதிமன்றமும் பிணை வழங்கின.

9 மார்ச் 2021 – இயற்கை வளங்களைச் சுரண்டும் சுரங்கங்களை எதிர்க்கும் பழங்குடியினப் போராளியான ஹிட்மே மர்க்கமை, உபா உள்ளிட்ட பல பிரிவுகளில் ஐந்து வழக்குகள் பதிவுசெய்து கைது செய்தது காவல்துறை. அவரை மாவோயிசக் கட்சியின் உறுப்பினர் என்று குற்றஞ்சாட்டி, அவரது தலைக்கு ஏற்கெனவே ஒரு இலட்ச ரூபாய் பரிசுத் தொகையை அறிவித்திருந்தது காவல்துறை.

4 மே 2021 – டெல்லியில் உள்ள மருத்துவமனைகளுக்கு 700 டன் மருத்துவத் தரம் வாய்ந்த ஆக்சிஜன் சிலிண்டர்களை வழங்கச் சொல்லி உச்சநீதிமன்றம் வழிகாட்டியும் மதிக்காத ஒன்றிய அரசு, நீதிமன்றத்தை அவமதிப்பு செய்துவிட்டதாக அறிவித்து நீதிமன்றத்திற்கு உடனடியாக

வந்து விளக்கம் கொடுக்குமாறு டெல்லி உயர்நீதிமன்றம் உத்தரவு பிறப்பித்தது.

14 ஜூன் 2021 – ஆசிஃப் இக்பால் தன்ஹாவுக்கும் நடாஷா நர்வாலுக்கும் தேவங்கனா கலீதாவுக்கும் டெல்லி உயர்நீதிமன்றம் பிணை வழங்கியது. இந்நூலை எழுதிக்கொண்டிருக்கிற இந்த நிமிடம் வரையிலும் அதுதொடர்பான மேல்முறையீட்டு மனுவை உச்சநீதிமன்றம் விசாரிக்காமலே கிடப்பில் போட்டு வைத்திருக்கிறது.

4 ஜூலை 2021 – பொதுவெளியில் குரலெழுப்பும் முஸ்லிம் பெண்களை அவமானப்படுத்தும் நோக்கில் சுமார் 80 முஸ்லிம் பெண்களை இணையத்தில் விற்பனைக்கு வைத்திருப்பதாக செய்தி வெளியானது. அப்பெண்களின் புகைப்படங்களும் சுயவிவரங்களும், பல்வேறு வழிகளில் இருந்து எடுத்து, 'சுல்லி டீல்ஸ்' என்கிற பெயரில் ஒரு மொபைல் செயலி உருவாக்கி அதில் பதிவேற்றப்பட்டிருந்தன. முஸ்லிம் பெண்களைத் தரக்குறைவாகக் குறிப்பிட்டு சொல்வதற்காகப் பயன்படுத்தும் 'சுல்லி' என்கிற வார்த்தையே அந்த செயலியில் ஒவ்வொரு பெண்ணையும் அடையாளப்படுத்தப் பயன்படுத்தப்பட்டது. 'இன்றைய நாளின் சலுகை' என்கிற பெயரில் சலுகை அறிவிப்புகள் எல்லாம் அதில் வெளியிடப்பட்டன.

5 ஜூலை 2021 – காவல்துறையின் கட்டுப்பாட்டில் தொடர்ச்சியாக மருத்துவ உதவி மறுக்கப்பட்டே வந்த 84 வயதான ஃபாதிரியார் ஸ்டான் சுவாமி மரணமடைந்தார்.

15 ஜூலை 2021 – இந்தியத் தண்டனைச் சட்டத்தின் ஐபிசி 124ஏ என்கிற தேசத்துரோகச் சட்டப்பிரிவு தவறாகப் பயன்படுத்தப்படுகிறது எனக்கூறி தொடுக்கப்பட்ட பொதுநல வழக்கில், அதனை ஆமோதித்து உச்சநீதிமன்றமும் கருத்து தெரிவித்தது. ஐபிசி 124ஏ சட்டப்பிரிவென்பது, அரசியலமைப்பிற்கே எதிரானதாக இருக்கிறது என்றும் அதனை ரத்து செய்ய வேண்டுமென்றும் அவ்வழக்கில் கோரிக்கையாக வைக்கப்பட்டது. ஜூலை 16ஆம் தேதியன்று பியூசிஎல் என்கிற மக்கள் சிவில் உரிமைக் கழகமும் அதே கோரிக்கையை முன்வைத்து ஒரு வழக்கைப் தாக்கல் செய்தது. அதே மாதத்தில், 'தி ஷில்லாங் டைம்ஸ்' இதழின் ஆசிரியரான பட்ரிசியா முகிமும், காஷ்மீர் டைம்ஸ் இதழின் ஆசிரியரான அனுராத பாசினும் தேசத்துரோகச் சட்டப்பிரிவை எதிர்த்து வழக்குத் தொடர்ந்தனர். இந்தியர்களின்

பேச்சுரிமைக்கும் ஊடக சுதந்திரத்திற்கும் இச்சட்டப்பிரிவு எதிராக இருப்பதையும் அவர்கள் சுட்டிக்காட்டினர்.

18 ஜூலை 2021 – பெகாசஸ் என்கிற ஒரு உளவுபார்க்கிற மென்பொருளை உலகெங்கிலுமுள்ள நாடுகளின் அரசுகளுக்கு இஸ்ரேலிய நிறுவனமான என்எஸ்ஓ விற்பனை செய்தது. அந்த வைரஸ் மென்பொருள் மூலம் உளவு பார்க்கப்பட்ட 50000 அலைபேசி எண்களைப் பிரான்சை சேர்ந்த ‘ஃபார்பிட்டன் ஸ்டோரிஸ்’ (தடைசெய்யப்பட்ட கதைகள்) என்கிற அமைப்பு வெளியிட்டது. அந்த மென்பொருள் மூலமாகக் குறிவைக்கப்பட்டு உளவு பார்க்கப்பட்ட உலகெங்கிலுமுள்ள ஏராளமானோரின் பெயர்களைப் பதினாறு ஊடக அமைப்புகள் வெளியிட்டன. பல நாடுகளின் முக்கியமான தலைவர்கள், முக்கிய அரசியல் புள்ளிகள், செயல்பாட்டாளர்கள், மாணவர்கள், வழக்கறிஞர்கள் மற்றும் ஊடகவியலாளர்கள் எனப் பல்வேறு விதமான மனிதர்களின் பெயர்கள் அந்தப் பட்டியலில் இருந்தன. இந்தியாவைச் சேர்ந்த 161 பேரை அந்த மென்பொருள் மூலமாக உளவு பார்த்ததாகவோ அல்லது உளவு பார்க்க முயன்றதாகவோ ‘தி வயர்’ இதழ் செய்தி வெளியிட்டது.

23 ஜூலை 2021 – ஃபாதிரியார் ஸ்டான் சுவாமியைப் புகழ்ந்து மும்பை உயர்நீதிமன்ற நீதிபதியான எஸ்.எஸ்.ஷிண்டே பேசியபடியால், தங்களை மோசமானவர்களாக மக்கள் நினைக்கக்கூடும் என்று என்ஐஏ அஞ்சியது. அதனால், ஸ்டான் சுவாமி குறித்து பேசியதைத் திரும்பப்பெறுமாறு எஸ்.எஸ்.ஷிண்டேவுக்கு என்ஐஏ நெருக்கடி கொடுத்தது. அவரும் திரும்பப் பெற்றுவிட்டார்.

26 அக்டோபர் 2021 – வங்காளதேசத்தில் துர்கா பூஜையின்போது இந்துக்கள் தாக்கப்பட்டதைக் கண்டித்து இந்தியாவின் திரிபுரா மாநிலத்தில் ஒரு ஊர்வலத்தை அதிதீவிர வலதுசாரி அமைப்பான விஷ்வ இந்து பரிக்ஷத் நடத்தியது. ஊர்வலத்தின்போது கலவரத்தை நடத்தி, ஒரு மசூதியையும் பல முஸ்லிம்களின் வீடுகளையும் கடைகளையும் இடித்துச் சேதப்படுத்தி நெருப்புவைத்துக் கொளுத்தியது அந்த இந்துத்துவக் கும்பல்.

27 அக்டோபர் 2021 – பெகாசஸ் உளவு மென்பொருள் பயன்படுத்தியது குறித்து விசாரிக்க ஒரு விசாரணைக் குழுவை உச்சநீதிமன்றம் அமைத்தது.

7 டிசம்பர் 2021 – மத்தியப் பிரதேச மாநிலத்தில் உள்ள ஒரு கத்தோலிக்கப் பள்ளியை 500க்கும் மேற்பட்ட இந்துத்துவ வெறியர்க்கூட்டம் இடித்துத் தள்ளியது. அந்தத் தாக்குதல் துவங்குவதற்கு முன்னரே காவல்துறையின் உதவியைப் பள்ளி நிர்வாகிகள் கேட்டிருந்தபோதும், அந்த கோரிக்கை கண்டுகொள்ளப்படவில்லை.

1 ஜனவரி 2022 – கர்நாடகாவின் உடுப்பி பகுதியில் ஹிஜாப் அணிந்த முஸ்லிம் மாணவிகளைப் பள்ளிகளில் அனுமதிக்க மறுத்ததால், அவர்கள் ஊடகச் சந்திப்பில் அதனைத் தெரிவித்துவிட்டு போராட்டத்தைத் துவங்கினர். வெகுவிரைவிலேயே அது மாநிலம் தழுவிய போராட்டமாக மாறியது. பாஜகவின் மாணவர் அமைப்பான ஏபிவிபி உடனடியாகப் போட்டிப் போராட்டத்தையும் துவங்கியது. முஸ்லிம்களுக்கு ஹிஜாப் அணிய அனுமதி வழங்கினால், இந்துக்களுக்கும் காவி சால்வைகள் அணிந்து பள்ளிக்கு வர அனுமதி வழங்க வேண்டுமென்று குழப்பத்தை ஏற்படுத்தும் போராட்டத்தை நடத்தினர். பிரச்சினையை மேலும் இறுக்கமாக்கும் விதமாக, கர்நாடக பாஜக அரசும் கல்வி நிறுவனங்களில் ஹிஜாப் அணிவதற்குத் தடைவிதித்து உத்தரவிட்டது. இந்தத் தடையை எதிர்த்து கர்நாடக உயர்நீதிமன்றத்தைப் பல்வேறு அமைப்புகள் நாடி வழக்குத் தொடுத்தன.

4 ஜனவரி 2022 – முஸ்லிம் பெண்களைப் பொதுவெளியில் அவமானப்படுத்தும் நோக்கில் அவர்களின் படங்களைப் பகிர்ந்து ஏலத்தில் விடுவதாக அறிவித்திருந்த 'சுல்லி டீல்ஸ்' செயலியைப் போலவே 'புல்லி பாய்' என்கிற மற்றொரு செயலியும் உருவாக்கப்பட்டிருப்பது தெரியவந்தது. அது தொடர்பாக விஷால் குமார் ஜா மற்றும் சுவேதா சிங் ஆகிய இருவரை மும்பை காவல்துறை கைது செய்தது. அந்தச் செயலியை உருவாக்குவதில் மூளையாகச் செயல்பட்டதாக நீரஜ் பிஷ்னோய் என்பவரை அடுத்த இரண்டு நாளில் கைது செய்தது காவல்துறை.

14 ஜனவரி 2022 – மாவோயிஸ்ட்டுகள் என்று உத்தரகாண்ட் காவல்துறையினரால் குற்றஞ்சாட்டப்பட்டுக் கைது செய்யப்பட்டுச் சிறையில் அடைக்கப்பட்டிருந்த சமூக ஆர்வலர்களான பிரசாந்த் ராஹி உள்ளிட்ட மூவருக்கு எதிராக எந்த ஆதாரங்களும் இல்லாததால் 14 ஆண்டு சிறைவாசத்திற்குப் பின்னர் விடுதலை செய்யப்பட்டனர். எந்தக் குற்றமும் செய்யாமல் 14 ஆண்டுகள் சிறையிலேயே வீணாக்கப்பட்டது அவர்களது வாழ்க்கை.

14 மார்ச் 2022 – எஃப்ஐஆர்-59 சதிவழக்கில் இஷ்ராத் ஜகனுக்குப் பிணை வழங்கப்பட்டது.

15 மார்ச் 2022 – ஹிஜாப் அணிவதென்பது மதத்தின் கட்டாய வழக்கமில்லை என்பதால் மாநிலம் முழுவதிலும் உள்ள பள்ளிகளில் ஹிஜாப் அணிவதற்குத் தடைவிதித்தது கர்நாடக உயர்நீதிமன்றம்.

10 ஜூன் 2022 – இஸ்லாமியர்களின் இறைதூதரான நபிகள் நாயகம் குறித்து கீழ்த்தரமான கருத்தைப் பொதுவெளியில் தெரிவித்த நுபுர் சர்மா மற்றும் நவீன் ஜிண்டால் ஆகியோருக்கு எதிராக நடவடிக்கை எடுக்கக்கோரி நாடு முழுவதிலுமுள்ள பல்வேறு முஸ்லிம் அமைப்புகள் போராட்டம் நடத்தின. சுமார் 200க்கும் மேற்பட்டோர் பல்வேறு நகரங்களில் கைது செய்யப்பட்டனர்.

11 ஜூன் 2022 – இராஞ்சியில் போராட்டத்தில் கலந்துகொண்ட முடாசிர் என்கிற 14 வயது சிறுவனையும் சாஹில் அன்சாரி என்கிற 19 வயது இளைஞனையும் நேருக்கு நேராகப் போராட்டக் களத்திலேயே சுட்டுக் கொன்றது காவல்துறை. அதேநாளில் அப்போராட்டத்தை நடத்தி வன்முறையைத் தூண்டியதாகக் குற்றஞ்சாட்டி, வெல்ஃபேர் கட்சியின் தலைவரும் களச் செயல்பாட்டாளரான அஃப்ரீன் ஃபாத்திமாவின் தந்தையுமான ஜாவத் முகமதுவைக் கைது செய்தது காவல்துறை. அத்துடன் நிற்காமல், அவருடைய மனைவியும் இளைய மகளும் காவல்துறை கட்டுப்பாட்டில் அடுத்த 24 மணிநேரத்திற்குக் காவல்நிலையத்தில் வைக்கப்பட்டனர்.

12 ஜூன் 2022 – கலவரத் தடுப்புப் பிரிவினர் ஜாவத் முகமதின் வீட்டைச் சுற்றிவளைத்து நிற்க, அலகாபாத் காவல்துறையோ அவ்வீட்டை புல்டோசர் கொண்டு இடித்துத் தள்ளியது.

17 ஜூன் 2022 – குற்றப்பத்திரிகை தாக்கல் செய்யாமலோ விசாரணை நடத்தாமலோ ஓராண்டு வரை சிறையில் வைத்திருக்க வழிவகைசெய்யும் தேசியப் பாதுகாப்புச் சட்டத்தை ஜாவத் முகமதுக்கு எதிராகப் பயன்படுத்தியது உத்தரப் பிரதேச மாநில அரசு.

24 ஜூன் 2022 – 2002 குஜராத் படுகொலைகளின்போது அப்போதைய மாநில முதல்வராக இருந்த நரேந்திர மோடியை முழுவதுமாக விடுவித்த சிறப்புப் புலனாய்வுக் குழுவின் முடிவினை எதிர்த்து சாகியா ஜாஃப்ரி தொடர்ந்த வழக்கினை நீதிபதி கான்வில்கர்

தலைமையிலான உச்சநீதிமன்ற நீதிபதிகள் குழு தள்ளுபடி செய்துவிட்டது.

25 ஜூன் 2022 – 2002 குஜராத் படுகொலைகள் குறித்து தவறான செய்திகளைப் பரப்பியதாகக் குற்றஞ்சாட்டி முன்னாள் ஐபிஎஸ் அதிகாரிகளான சஞ்சீவ் பட், ஆர்.பி.ஸ்ரீகுமார் மற்றும் மனித உரிமை ஆர்வலரான தீஸ்தா செதால்வட் ஆகியோருக்கு எதிராக வழக்கு பதிவுசெய்து கைது செய்தது குஜராத் காவல்துறை. காவல்துறை கட்டுப்பாட்டில் இருந்த ஒருவர் இறந்த வழக்கில் 2011ஆம் ஆண்டு கைது செய்யப்பட்டு 2019ஆம் ஆண்டில் ஆயுள் தண்டனை வழங்கப்பட்டு ஏற்கெனவே சிறையில்தான் இருந்துவந்தார் சஞ்சீவ் பட். இப்போது குஜராத் காவல்துறையின் இப்புதிய வழக்கால், சிறைக்குள்ளேயே மீண்டும் கைது செய்யப்பட்டதாக அறிவிக்கப்பட்டார்.

27 ஜூன் 2022 – இறைதூதர் நபிகள் நாயகம் குறித்து தரக்குறைவாக நுபுர் சர்மா பேசியதைக் கோடிட்டுக் காட்டியதைத் தொடர்ந்து, சமூக ஊடகங்களில் வைரலாகும் தகவல்களின் உண்மைத்தன்மையை ஆய்வுசெய்து வெளியிடும் ஊடகவியலாளரான முகமது சுபைர் கைது செய்யப்பட்டர். மத நல்லிணக்கத்தை பாதிக்கும் வகையில் 2018இல் அவர் ஒரு டிவிட்டர் பதிவை எழுதியிருந்ததாகக் குற்றஞ்சாட்டி, 2022இல் அவர்மீது வழக்கு தொடுக்கப்பட்டது.

20 ஜூலை 2022 – பள்ளியில் தண்ணீர் குடிப்பதற்காக வைக்கப்பட்டிருந்த குவளையைத் தொட்டதற்காக இந்தர் மேக்வால் என்கிற ஒன்பது வயது தலித் சிறுவனை ஆதிக்கசாதி ஆசிரியர் கொடூரமாகத் தாக்கினார். படுகாயம் அடைந்து மருத்துவமனையில் அனுமதிக்கப்பட்ட அச்சிறுவன், சிகிச்சைப் பலனின்றி ஆகஸ்ட் 13ஆம் தேதியன்று இறந்துவிட்டான்.

20 ஜூலை 2022 - முகமது சுபைருக்குப் பிணை வழங்கப்பட்டு விடுவிக்கப்பட்டார்.

13 ஜூலை 2022 – சட்டீஸ்கர் மாநிலத்தில் பழங்குடி மக்களைச் சட்டவிதிகளுக்கு அப்பாற்பட்டு கொல்வது குறித்து விசாரிக்க வேண்டுமென்று கோரிக்கைவிடுத்து சமூகச் செயல்பாட்டாளரான ஹிமான்சு குமார் உச்சநீதிமன்றத்தில் ஒரு வழக்குத் தொடுத்திருந்தார். அவ்வழக்கைத் தள்ளுபடி செய்ததுடன், பொதுநலன் கருதி வழக்கு

தொடுத்த ஹிமான்சு குமாருக்கு ஐந்து இலட்சம் ரூபாய் அபராதம் விதித்து உத்தரவிட்டது உச்சநீதிமன்றம்.

10 ஆகஸ்ட் 2022 – வரவர ராவுக்கு மருத்துவப் பிணை வழங்கப்பட்டது.

25 ஆகஸ்ட் 2022 – மாவோயிசச் செயல்பாடுகளில் ஈடுபட்டதாகக் குற்றஞ்சாட்டப்பட்டு பேராசிரியர் ஜி.என்.சாய்பாபாவுடன் கைது செய்யப்பட்டு கட்சிரோலி மாவட்ட நீதிமன்றத்தால் ஆயுள் தண்டனை விதிக்கப்பட்ட பாண்டு நரோத்தே என்பவர் பன்றிக் காய்ச்சலால் சிறையிலேயே இறந்துபோனார்.

2 செப்டம்பர் 2022 – தீஸ்தா செதால்வத்துக்கு உச்சநீதிமன்றத்தால் இடைக்காலப் பிணை வழங்கப்பட்டு, மறுநாளே சபர்மதி சிறையில் இருந்து விடுவிக்கப்பட்டார்.

9 செப்டம்பர் 2022 – உபா வழக்கில் சித்திக் கப்பானுக்குப் பிணை வழங்கப்பட்டது. ஆனால், அமலாக்கப்பிரிவு தொடுத்த வழக்கு நிலுவையில் இருப்பதால் அவர் சிறையில் இருந்து விடுவிக்கப்படவில்லை.

19 செப்டம்பர் 2022 – மாவோயிசக் கட்சியின் உறுப்பினராகத் தீவிரமாகச் செயல்பட்டதற்கான அடிப்படை ஆதாரங்கள் இருப்பதாகச் சொல்லி, ஹனி பாபுவின் பிணை கோரிக்கை மனுவை மும்பை உயர்நீதிமன்றம் தள்ளுபடி செய்துவிட்டது.

28 செப்டம்பர் 2022 – தங்கள் மீதான குற்றச்சாட்டுகளுக்கு எந்த அடிப்படையும் இல்லை என்று கூறி பிகே-16 வழக்கில் கைது செய்யப்பட்டவர்களில் ஏழுபேர் தாக்கல் செய்திருந்த விண்ணப்பங்கள், தேசியப் புலனாய்வு அமைப்பு நீதிமன்றத்தில் விசாரிக்கப்பட்டன. அதாவது, வழக்குத் தொடுக்கப்பட்டு சுமார் நான்கு ஆண்டுகளுக்குப் பிறகு அப்போதுதான் முதன்முதலாக முறையான விசாரணையே துவங்கப்பட்டது.

29 செப்டம்பர் 2022 – கௌதம் நவ்லாகாவைச் சிறையில் இருந்து விடுவிப்பதாக அறிவித்து, வீட்டுக்காவலில் வைக்க உச்சநீதிமன்றம் முதலில் உத்தரவிட்டிருந்தது. ஆனால், அந்த உத்தரவிடும்போது அதனை கவனிக்கமுடியாமல் போனதாகவும், தற்போது அதனை எதிர்ப்பதாகவும் ஒன்றிய அரசின் தலைமை வழக்கறிஞர் உச்சநீதிமன்றத்தில் முறையிட்டார். அதன்பிறகு காவல்துறையின்

கட்டுப்பாட்டில் கௌதம் நவ்லாகாவை மருத்துவமனைக்கு அனுப்பி மருத்துவப் பரிசோதனை செய்யுமாறு உச்சநீதிமன்றம் உத்தரவிட்டது.

30 செப்டம்பர் 2022 – தேசத்துரோக வழக்கில் ஷர்ஜீல் இமாமுக்கு பிணை வழங்கப்பட்டது. ஆனால், 2020ஆம் ஆண்டு நடைபெற்ற வடகிழக்கு டெல்லி வன்முறை தொடர்பான இரண்டு வழக்குகளில் இணைக்கப்பட்டிருந்ததால், தொடர்ந்து சிறையிலேயே வைக்கப்பட்டார்.

14 அக்டோபர் 2022 – மாவோயிசக் கட்சியுடன் தொடர்பு இருப்பதாகக் குற்றஞ்சாட்டப்பட்டு, ஆயுள் தண்டனை விதிக்கப்பட்ட ஜி.என். சாய்பாபா உள்ளிட்ட ஆறுபேர் மீதான குற்றச்சாட்டுகளில் உபா வழக்கிற்குத் தேவையான அடிப்படை ஆதாரங்கள் ஏதும் இல்லாத காரணத்தால் அவர்களை விடுதலை செய்து மும்பை உயர்நீதிமன்றத்தின் நாக்பூர் கிளை உத்தரவிட்டது.

15 அக்டோபர் 2022 – ஜி.என்.சாய்பாபா உள்ளிட்ட ஆறுபேர் விடுதலை செய்த அடுத்த 24 மணி நேரத்திற்குள்ளாகவே அவசர அவசரமாகச் சனிக்கிழமை காலையில் கூட்டப்பட்ட இரண்டு நீதிபதிகளைக் கொண்ட உச்சநீதிமன்ற விசாரணைக்குழு, மும்பை உயர்நீதிமன்றத் தீர்ப்பிற்குத் தடைவிதித்து உத்தரவிட்டது. ஆக, பேராசியர் ஜி.என்.சாய்பாபா உள்ளிட்ட ஆறு பேரின் சிறைவாசம் மீண்டும் தொடர்கதையானது.

17 அக்டோபர் 2022 – சமத்துவப் பண்பாட்டு அமைப்பான ‘கபீர் கலா மஞ்ச்’இல் அங்கம்வகிக்கும் கலைஞரும் களச் செயல்பாட்டாளருமான ஜோதி ஜக்தாப்பின் பிணைக் கோரிக்கையை மும்பை உயர்நீதிமன்றம் தள்ளுபடி செய்தது.

18 அக்டோபர் 2022 – வடகிழக்கு டெல்லி கலவரத்தின் சதிவழக்கில் கைது செய்யப்பட்ட உமர் காலித்தின் பிணை மனுவை டெல்லி உயர்நீதிமன்றம் தள்ளுபடி செய்துவிட்டது. மார்ச் 24ஆம் தேதியன்று விசாரணை நீதிமன்றத்தினால் அவரது பிணை கோரிக்கை மறுக்கப்பட்டதை அடுத்து டெல்லி உயர்நீதிமன்றத்தில் பிணை கோரி முறையிட்டார். ஆனால், அங்கேயும் இப்போது நிராகரிக்கப்பட்டுவிட்டது.

18 நவம்பர் 2022 – ஆனந்த் டெல்டும்டேவுக்கு மும்பை உயர்நீதிமன்றம் பிணை வழங்கியது.

19 நவம்பர் 2022 – சிறையில் இருந்து விடுவிக்கப்பட்ட கௌதம் நவ்லாகா, அடுத்த ஒரு மாதத்திற்கு வீட்டுக்காவலில் வைக்கப்பட்டார்.

25 நவம்பர் 2022 – ஆனந்த் டெல்டும்டேவுக்கு மும்பை உயர்நீதிமன்றம் வழங்கிய பிணையை எதிர்த்து உச்சநீதிமன்றத்தில் தேசியப் புலனாய்வு அமைப்பான என்ஐஏ தாக்கல் செய்த மனு தள்ளுபடி செய்யப்பட்டது.

26 நவம்பர் 2022 – நாவி மும்பையில் இருக்கும் தலோஜா மத்திய சிறைச்சாலையில் இருந்து பிணையில் ஆனந்த் டெல்டும்டே விடுவிக்கப்பட்டார். பிகே-16 வழக்கில் நியாயமான முழுத்தகுதியின் அடிப்படையில் முதன்முதலாகப் பிணை வழங்கப்பட்டவர் ஆனந்த் டெல்டும்டே தான்.

8 டிசம்பர் 2022 – குஜராத் மாநில சட்டப்பேரவைத் தேர்தல் முடிவுகள் வெளியாகின. தொடர்ச்சியாக ஏழாவது முறையாகப் பெரும்பான்மையான தொகுதிகளில் பாஜக வெற்றி பெற்றது.

14 டிசம்பர் 2022 – ஃபாதர் ஸ்டான் சுவாமியைக் கைது செய்வதற்கு ஒரு வாரத்திற்கு முன்னர் அவரது கணினிக்குள் அவருக்கு எதிரான போலியான ஆவணங்களைத் திருட்டுத்தனமாக வைத்திருப்பது ஆதாரத்துடன் ஆர்சனல் கன்சல்டிங் என்கிற தடயவியல் நிறுவனம் உறுதிசெய்தது. போலியான ஆவணங்களைத் தயார் செய்து, அவரது கணிணியில் பதிவேற்றி, பொய்யாகக் குற்றஞ்சாட்டி, கைது செய்து, சிறையில் மருத்துவ உதவிகளை மறுத்து இறுதியில் சிறைவாசத்திலேயே அவரை மரணத்தையும் தழுவ வைத்துவிட்டனர்.

23 டிசம்பர் 2022 – தங்கையின் திருமணத்தில் கலந்துகொள்வதற்காக ஒரு வாரம் உமர் காலித்துக்குப் பிணை வழங்கப்பட்டது. அதே நாளில் பணமோசடி வழக்கில் சித்திக் காப்பானுக்கு அலகாபாத் உயர்நீதிமன்றம் பிணை வழங்கி உத்தரவிட்டது. இருப்பினும் அவருக்குப் போடப்பட்ட உத்தரவாதக் கையெழுத்து தொடர்பான சில நிர்வாகக் குழப்பங்களால் அவருடைய விடுதலையானது, 2023ஆம் ஆண்டு பிப்ரவரி 2ஆம் தேதிவரையிலும் தள்ளிப்போனது.

27 டிசம்பர் 2022 – பிகே-16 வழக்கை விசாரித்தவர்களில் மிகமுக்கியமான காவல் அதிகாரியான கணேஷ் மூர் என்பவர், பீமா கோரேகான் கலவரத்திற்கும் எல்கர் பரிக்ஷத் நிகழ்விற்கும் தொடர்பு இருந்ததற்கான எவ்வித ஆதாரங்களும் இல்லை என்று காவல் பணியில் இருந்து ஓய்வுபெற்ற பின்னர் தெரிவித்தார்.

2

அதிகாரவர்க்கத்தின் தண்டனை விலக்கும், மாற்றுக் கருத்துடையோர் ஒடுக்கப்படுதலும்

“நான் பொய் வழக்குகளால் புனையப்பட்டேன். நான் நிரபராதி என்று நிரூபிப்பதற்காகப் பத்தாண்டுகளுக்கும் மேலாகப் போராட வேண்டியிருந்தது. நான் ஒரு பள்ளி ஆசிரியராக இருந்தேன்... என் மீது போடப்பட்ட பொய் வழக்குகளால் என் வாழ்க்கையும் தன்மானமும் என் குடும்பமும் பாதிக்கப்பட்டன. சமூகத்தில் நான் இழந்த எனது கௌரவத்தை யார் திருப்பித் தருவார்கள்? பொய் வழக்குகளால் நான் இழந்த என்னுடைய பதினோரு ஆண்டுகால வாழ்க்கை எனக்குத் திரும்பக் கிடைக்குமா? மாநில அரசோ அல்லது ஒன்றிய அரசோ அதனைத் திருப்பித் தருமா? இவை சோனி சோரியாகிய என்னுடைய கேள்விகள் மட்டுமல்ல. பஸ்தர் பகுதியில் பொய் வழக்குகளால் சிக்க வைக்கப்பட்டிருக்கும் என்னைப் போன்ற ஏராளமான பழங்குடி மக்களின் கேள்விகளும்தான்.”

- சோனி சோரி, தண்டேவாடாவின் தெற்கு பஸ்தர் பகுதிப் பழங்குடிப் பள்ளி ஆசிரியராக இருந்து அரசியல்வாதி ஆனவர்[1]

அரசுக்கு எதிராகப் போர் தொடுத்தல்

2014ஆம் ஆண்டு மே மாதத்தில் திரைப்படங்களில் வருவது போன்றதொரு காட்சி நடந்தேறியது. டெல்லி பல்கலைக்கழக ஆங்கிலப் பேராசிரியரான ஜி.என். சாய்பாபா அவர்களுடைய காரின் முன்பாக ஒரு வாகனம் வேகமாக வந்து நின்றது. கட்சிரோலி காவல்நிலையத்தைச் சேர்ந்த சீருடை அணியாத காவல்துறையினர் அந்த வாகனத்தில் இருந்து இறங்கிவந்தனர். சாய்பாபாவின் காரை

ஓட்டிய ஓட்டுநரைக் காரில் இருந்து இழுத்து வெளியே தள்ளினர். பின்னர், பேராசிரியர் சாய்பாபாவைத் தாக்கி, அவரது கண்களைக் கருப்புத் துணியால் கட்டி, பல்கலைக்கழக வளாகத்தில் இருந்து பட்டப்பகலில் கடத்திக்கொண்டு போயினர். அவரைக் கைது செய்வதற்கான உத்தரவு ஏதும் அவர்கள் வைத்திருக்கவில்லை. அவரது மனைவிக்கோ அல்லது வழக்கறிஞருக்கோ அழைத்துப்பேச அவருக்கு உரிமை வழங்கப்படவில்லை. இதனைக் கடத்தல் என்றல்லாமல் வேறு எப்படி அழைப்பது?

மதிய உணவுக்காக பேராசிரியர் சாய்பாபா வீட்டுக்கு வருவார் என்று அவரது மனைவி காத்துக்கொண்டே இருந்தார். இறுதியாக பெயரோ ஊரோகூட சொல்லாமல் யாரோ ஒருவர் அவருடைய மனைவியின் அலைபேசிக்கு அழைத்து, சாய்பாபாவைக் கைது செய்திருப்பதாகத் தகவல் தெரிவித்தார். மறுநாளே டெல்லிக்கு வெளியே, மகாராஷ்டிராவுக்கும் சட்டீஸ்கருக்கும் இடையில் எங்கோ தொலைதூரத்தில் இருக்கும் அஹேரி காவல்நிலையத்திற்கு சாய்பாபாவைக் கொண்டுசென்றனர். பின்னர் மாவட்ட நீதிபதியின் முன் அவரைக் கொண்டுபோய் நிற்கவைத்து, அவரது அனுமதியுடன் சிறையில் அடைத்தனர். சிறுவயதில் போலியோ தாக்கியதால், 90% ஊனமுற்ற நிலையில் சக்கர நாற்காலியில் வாழும் மாற்றுத் திறனாளியை முட்டை வடிவில் இருக்கும் எப்போதும் இருள்சூழந்த கொடூரமான அண்டா சிறையில் அடைத்தனர். அடுத்த 14 மாதங்களாக அந்தச் சிறையில்தான் அவர் காலத்தைக் கழித்தார்.

பேராசிரியர் ஜி.என். சாய்பாபா, ஜவகர்லால் நேரு பல்கலைக்கழக மாணவர் ஹேம் கேஷவ்தத்தா மிஷ்ரா, ஊடகவியலாளர் பிரசாந்த் ராஹி, பழங்குடி சமூக அமைப்புகளின் உறுப்பினர்களான மகேஷ் திர்க்கி, பண்டு நரோத்தே மற்றும் விஜய் நான் திர்க்கி ஆகிய ஆறுபேர் மீதும், இந்திய அரசுக்கு எதிராகப் போர் தொடுக்க முயன்றதாக வழக்குப் பதிவு செய்யப்பட்டது.

2014இல் கைது செய்யப்படுவதற்கு முன்னரே ஜி.என்.சாய்பாபாவுக்கு இந்திய அரசு தொடர்ச்சியாகத் தொல்லை கொடுத்துக்கொண்டேதான் இருந்தது. 2013 முதலே பல்கலைக்கழக வளாகத்தில் அவர் தங்கியிருந்த வீட்டினையும், அவர் வேலை செய்த இடத்தினையும் நான்கு முறை சோதனை செய்ததோடு மட்டுமல்லாமல் அவரைக் கடுமையாக விசாரிக்கவும் செய்தது டெல்லி காவல்துறை. அவற்றில் ஒரு சோதனையின்போது, 50க்கும் மேற்பட்ட காவல்துறையினரும் புலனாய்வு அதிகாரிகளும் அவரது வீட்டிற்கு அதிரடியாக

நுழைந்து, வீட்டிலிருந்த அனைவரையும் கட்டுப்பாட்டில் எடுத்து, ஒவ்வொருவரையும் தனித்தனி அறையில் கட்டாயப்படுத்தித் தள்ளி அடைத்து வைத்தனர். பயத்தில் நடுங்கிப்போயிருந்த அவரது பதின்ம வயது மகளையும் ஓட்டுநரையும்கூட விட்டுவைக்கவில்லை. அந்த சோதனையின்போது, பேராசிரியர் ஜி.என். சாய்பாபாவை அவரது வழக்கறிஞருடன் பேசுவதற்குகூட அனுமதி வழங்கவில்லை. சோதனை செய்வதற்கான உத்தரவைக் காட்டுமாறு தொடர்ந்து கேட்டுக்கொண்டே இருந்தார் பேராசிரியர் ஜி.என். சாய்பாபா. நீதிபதி என்.ஜி. வியாஸ் அவர்கள் கையெழுத்திட்டு வழங்கிய சோதனை உத்தரவை வேறு வழியின்றி இறுதியாகக் காவல்துறை காட்டியது. ஏதேனும் திருட்டுப் பொருள் இருந்தால் அவற்றை மீட்டெடுக்கும் உரிமையை மட்டும்தான் அந்த சோதனை உத்தரவில் நீதிபதி வழங்கியிருந்தார் என்பது தெரியவந்தது. இருப்பினும் அந்த சோதனை உத்தரவே சட்டத்திற்குப் புறம்பானதாகத்தான் இருந்தது. எவ்வித அடிப்படை முகாந்திரமும் இல்லாத ஒரு உத்தரவு அது என்று அப்போது ‘அரசியல் கைதிகளின் விடுதலைக்கான அமைப்பின்’ தலைவராக இருந்த சையது அப்துல் கிலானி தெரிவித்தார்[4].

சுகஸ் ஓ. பவாச்சே,
விசாரணை அதிகாரி,
அகேரி காவல் நிலையம்,
கட்சிரோலி,
மகாராஷ்டிரா.
12/09/2013

என்னுடைய வீட்டைச் சோதனை செய்யும் உங்களுடைய நடவடிக்கையில் என்னுடைய வழக்கறிஞரையும் அனுமதித்தே ஆகவேண்டும் என்று தெரிவித்துக்கொள்கிறேன். என்னுடைய வழக்கறிஞர் இல்லாமல், என்னுடைய வீட்டினைச் சோதனை செய்வதற்கு அனுமதி மறுக்கவும் எனக்கு உரிமை இருக்கிறது. என்னுடைய வீட்டைச் சோதனை செய்வதற்கு முன்னர், பல்கலைக்கழகத்திடமும் நீங்கள் அனுமதி பெற்றிருக்க வேண்டும்.

என்னுடைய வீடு மற்றும் என்னுடைய குடும்பத்தின் தனிப்பட்ட உரிமைகள் அனைத்தும் மீறப்பட்டிருக்கின்றன. எங்களுடைய அலைபேசிகளும் அபகரிக்கப்பட்டிருக்கின்றன. உடன் பணிபுரியும் சக

ஊழியர்களுடனோ அல்லது வழக்கறிஞர்களுடனோ பேசுவதற்கும் எங்களுக்கு அனுமதி மறுக்கப்பட்டிருக்கிறது.

நீங்கள் சோதனை செய்துகொண்டிருக்கும்போதே, என்னுடைய எதிர்ப்பினைப் பலமுறை மிகத்தெளிவாக உங்களிடம் தெரிவித்திருந்தேன். இருப்பினும், என்னுடைய அலுவலக நண்பர்களையோ என்னுடைய வழக்கறிஞரையோ இந்த சோதனையின்போது நீங்கள் அனுமதிக்கவே இல்லை.

ஜி.என்.சாய்பாபா

வார்டன் ஃப்ளாட், குவயர் ஹால்,
பல்கலைக்கழகச் சாலை,
டெல்லி பல்கலைக்கழகம்,
டெல்லி – 110 007.

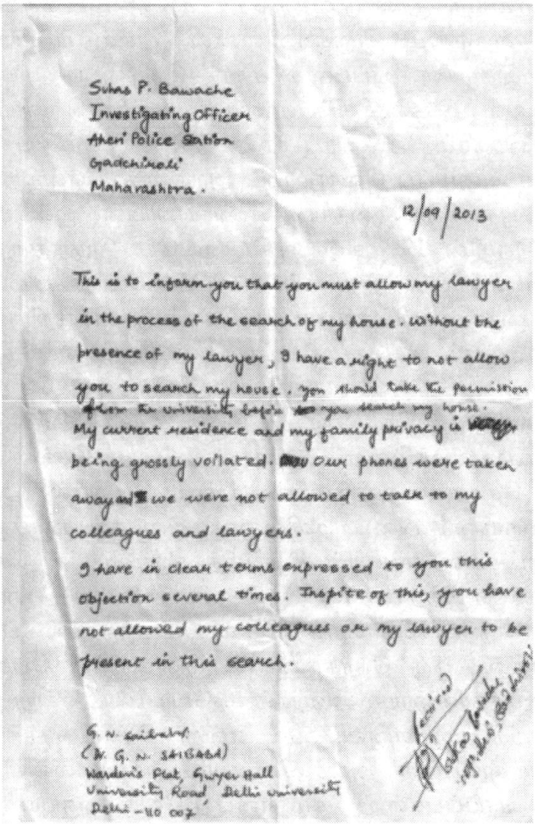

Suhas P. Bawache
Investigating Officer
Aheri Police Station
Gadchiroli
Maharashtra.

12/09/2013

This is to inform you that you must allow my lawyer in the process of the search of my house. Without the presence of my lawyer, I have a right to not allow you to search my house. You should take the permission from the university before you search my house. My current residence and my family privacy is being grossly violated. Our phones were taken away and we were not allowed to talk to my colleagues and lawyers.

I have in clear terms expressed to you this objection several times. Inspite of this, you have not allowed my colleagues or my lawyer to be present in this search.

G. N. Saibaba
(Dr. G. N. SAIBABA)
Warden's Flat, Gwyer Hall
University Road, Delhi university
Delhi – 110 007

இன்னும் எத்தனை காலத்திற்கு நிலவைக் கூண்டிலேயே

பேராசிரியர் சாய்பாபா வீட்டில் நடத்திய சோதனையின்போது உரிமைகள் மீறப்பட்டது குறித்து அவர் விசாரணை அதிகாரிக்கு ஒரு கடிதம் எழுதினார்.

தொடர்ச்சியாக மூன்று மணி நேரம் நடத்திய சோதனையின் முடிவில், அவரது வீட்டில் இருந்து பென் ட்ரைவ், ஹார்ட் ட்ரைவ், புகைப்படங்கள், மடிக்கணினிகள், அலைபேசி சிம்கள், அலைபேசிகள் உள்ளிட்ட பலவற்றைப் பறிமுதல் செய்தது காவல்துறை. அவர்கள் அபகரித்துச் சென்ற ஹார்ட் ட்ரைவில் போராட்டங்களில் அவர் கலந்துகொண்டபோதெல்லாம் எடுக்கப்பட்ட தனிப்பட்ட புகைப்படங்களும் வீடியோக்களும் அவரது கட்டுரைகளும் இருந்திருக்கின்றன. அவர்கள் பறிமுதல் செய்துகொண்டு போனவற்றில், சாய்பாபாவின் சமூக அக்கறையுள்ள போராட்ட வரலாறு இருந்ததே தவிர, இந்திய அரசை வீழ்த்துவதற்கோ, வன்முறையைத் தூண்டுவதற்கோ சதித்திட்டங்கள் தீட்டிய ஆவணங்கள் ஏதும் இருக்கவில்லை. துண்டுப் பிரசுரங்கள், பத்திரிகை இதழ்கள், 'பீப்பில்ஸ் மார்ச்' இதழின் பழைய பிரதிகள், நக்சல் தலைவர் கிஷன்ஜி கொல்லப்பட்டபோது வெளியான சிறிய துண்டுப் பிரசுரம், ஆந்திரப்பிரதேசத்தில் இயங்கிய புரட்சிகர எழுத்தாளர் அமைப்பு வெளியிட்ட அருணாதரா என்கிற இலக்கிய இதழ்கள், புரட்சிகர ஜனநாயக முன்னணியின் 'ஜன் பிரதிரோத்' என்கிற இதழின் பிரதிகள் ஆகியவையே இருந்திருக்கின்றன. இவற்றையெல்லாம் எடுத்து, சாய்பாபாவின் வீட்டின் சமையலறையில் கிடைத்த ஒரு பையில் போட்டுக்கொண்டு சென்றிருக்கிறார்கள் காவல்துறையினர். அதுவே சட்டப்படி தவறாகும். எங்கே சோதனை நடத்தினாலும், சோதனை நடத்துபவர்களே பை கொண்டுவந்து அதில் போட்டு, அதிகாரிகள் மட்டுமே திறக்க வேண்டும் என்று சொல்லக்கூடிய முத்திரையிட்டுத்தான் எடுத்துச் செல்லவேண்டும். அதுதான் சோதனைகளின் நடைமுறை. ஆனால், அதைக்கூட காவல்துறையினர் பின்பற்றவில்லை. சில நாட்களுக்குப் பிறகு அப்பொருட்களை எல்லாம் திருப்பித் தரும்போது, கென்யாவின் புகழ்பெற்ற எழுத்தாளரான 'குகி வா தியோங்' என்பவருடன் சாய்பாபா எடுத்துக்கொண்ட விலைமதிப்பற்ற புகைப்படத்தைக் காணவில்லை. ஒரு நேர்காணலில் இதுகுறித்து பேசும்போது, "கென்ய எழுத்தாளரையும் அவர்கள் மாவோயிஸ்ட் என்று நினைத்துக் கொண்டார்களோ என்னவோ" என்று கிண்டலாகக் கூறினார் பேராசிரியர் சாய்பாபா[3]. அவர் விளையாட்டாக சொல்லியிருந்தாலும், அதற்கான வாய்ப்புகள் அதிகம் என்பது வேடிக்கையான உண்மை.

அவர் காவல்துறையினரால் கடத்திக் கொண்டுச் செல்லப்படுவதற்கு முன்னரே, அவர் எப்போது வேண்டுமானாலும் கைது செய்யப்படலாம் என்கிற பேச்சு பரவலாக இருந்து வந்தது என்பது உண்மைதான். 'பசுமை வேட்டை' என்கிற பெயரில் இந்திய அரசு நடத்தி வந்த இராணுவ வேட்டைக்கு எதிரான பிரச்சாரத்தில் முக்கியப் பங்காற்றி வந்தார் பேராசிரியர் ஜி.என். சாய்பாபா. 2004ஆம் ஆண்டில் சட்டீஸ்கர் மாநிலத்தில் துவங்கி, 2009ஆம் ஆண்டில் முறையாகப் பெயரிடப்பட்டு நக்சல் போராளிகளை முழுவதுமாக அழித்துவிடும் ஆயுதந்தாங்கிய இராணுவ முயற்சிதான் இந்த 'பசுமை வேட்டை'[4]. நக்சலைட் போராளிகளை அழிப்பதுதான் அதிகாரப்பூர்வ குறிக்கோள் என்று சொல்லப்பட்டாலும், பிகார், ஜார்கண்ட், சத்தீஸ்கர், ஒரிசா, தெலங்கானா மற்றும் ஆந்திரப் பிரதேசம் ஆகிய பகுதிகளில் கனிமவளம் மிக்க சிவப்புத் தாழ்வாரப் பகுதிகளில் வாழும் பழங்குடியின மக்களின் மீது நடத்தப்படும் முழுமையான போர்தான் இந்த பசுமை வேட்டை என்றால் மிகையல்ல[5].

> *"மத்திய இந்தியாவில் ஒரு பெரிய நடவடிக்கையை இந்திய அரசு எடுக்கப் போகிறது. அது எதற்காக என்பதெல்லாம் ஊடகங்களுக்கோ அல்லது நீதித்துறைக்கோ கூட முறையாகத் தெரிந்திருக்க வாய்ப்பில்லை. ஆனால் எதுவாக இருந்தாலும், பஸ்தர் பகுதியில் வாழ்கிறார்கள் என்பதற்காகவே அங்கிருக்கும் பழங்குடி மக்கள்தான் இந்த நடவடிக்கையினால் பெரும் விலையினைக் கொடுக்க வேண்டியிருக்கும் என்பது மட்டும் உறுதியாகத் தெரிகிறது."*

என்று 2010இல் எச்சரிக்கை விடுத்திருந்தார் ஊடகவியலாளர் அமன் சேதி[6].

பழங்குடி மக்களின் நிலங்கள் பறிமுதல் செய்யப்பட்டன, ஒட்டுமொத்த கிராமங்களும் ஆட்களில்லாத காலி நிலங்களாகின, மக்கள் கூட்டங்கூட்டமாகத் துரத்தப்பட்டனர். பேராசிரியர் சாய்பாபாவோ பாதிக்கப்பட்ட அனைத்து பழங்குடி மாவட்டங்களுக்கும் பயணித்து பார்வையிட்டார். மலைகளுக்கும் காடுகளுக்கும் அவரைத் தோளில் சுமந்துகொண்டு சென்று உண்மை நிலவரத்தைக் காட்டினர் பழங்குடி மக்கள்[7]. மிகவிரிவான பயணத்திற்குப் பின்னர், பசுமை வேட்டை என்பது பழங்குடி இன மக்களைக் கொல்லவும் காயப்படுத்தவும் கொடுமைப்படுத்தவும் அடித்துவிரட்டவும் உருவாக்கப்பட்ட ஒரு திட்டமே என்று உறுதியான முடிவிற்கு வந்தார் ஜி.என்.சாய்பாபா. மேலும் பலர் அவரது முடிவினை ஏற்றுக்கொண்டு ஆதரித்தனர்.

“வளர்ச்சி என்கிற பெயரில் பழங்குடி மக்களுக்கு எதிரான ஒரு பண்பாட்டு இனப்படுகொலை செய்யப்படுகிறது. அவர்களது வாழ்க்கையை அழித்து பொருளற்றதாக மாற்றும் ஒரு திட்டமே இந்த பசுமை வேட்டை” என்றார்[8].

பழங்குடி மக்களின் வீடுகளை இடித்துத்தள்ளுவதை ‘வளர்ச்சி’ என்று அரசு தரப்பில் சொல்லப்பட்டது. ஆனால், அதனை எதிர்த்துக் குரல் கொடுப்பவர்களெல்லாம், நக்சலைட் என்றோ மாவோயிஸ்ட் என்றோ தேசவிரோதி என்றோ முத்திரை குத்தப்பட்டார்கள்.

2011ஆம் ஆண்டு ஜூன் மாதத்தில் சன்ஹாதி கூட்டமைப்பு ஒரு அறிக்கையினை வெளியிட்டது. அதில், பசுமை வேட்டையினால் 2009ஆம் ஆண்டு ஆகஸ்ட் மாதம் முதல் கொல்லப்பட்ட 195 பேரின் பட்டியல் பெயர், ஊர், வயது, கொல்லப்பட்ட சூழல் ஆகியவற்றை மிகவிரிவாகக் குறிப்பிட்டு எழுதப்பட்டிருந்தது[9]. 2011ஆம் ஆண்டு ஜூன் 1ஆம் தேதியன்றுதான் கடைசியாக அந்தப் பட்டியல் எழுதப்பட்டிருக்கிறது. அப்போதுமே கூட, காணாமல் போனவர்கள் பற்றியோ, கொல்லப்பட்டு எங்கேயும் தகவல் தெரிவிக்கப்படாதவர்கள் குறித்தோ அதில் குறிப்பிடப்படவில்லை. இன்னும் சில இடங்களில், கொலைகள் குறித்து தகவல் தெரிவித்த சாட்சிகளே கூட காணாமல் போகும் நிலையோ அல்லது கொல்லப்படும் நிலையோ ஏற்பட்டிருக்கிறது. ஆக, உண்மையான எண்ணிக்கை என்பது மிக அதிகமாக இருக்கவே வாய்ப்பு இருக்கிறது.

தேதி	கொல்லப் பட்ட வர்கள் எண்ணிக்கை	பெயர்	பாலினம்/ வயது	வாழ்ந்த கிராமம்	கொல்லப் பட்ட இடம்	மாவட்டம்	எப்படிக் கொல்லப் பட்டார்கள்?
10 - ஆகஸ்ட் - 2009	6	1. ஓயம் சாகர் 2. எம்லா பண்ட்ரு 3. ஹாப்க லிங்கு 4. தாதி லக்மு 5. தாதி ஐது 6. கரம் சோம்லி	ஆண்/30 ஆண்/25 ஆண்/25 ஆண்/25 ஆண்/45 பெண்/16	வெச்சம் சௌகன்பால் சௌகன்பால் எடப்படு எடப்படு டிம்மெனார்	வெச்சம் சௌகன்பால் சௌகன்பால் எடப்படு எடப்படு டிம்மெனார்	பிஜாபூர்	அனைவரும் ஊருக்குள்ளேயே பிடிக்கப்பட்டு அங்கேயே சுடப்பட்டனர். சோம்லி மட்டுமே போராளி இயக்கத்தைச் சேர்ந்தவர். ஆனால் ஆயுதமில்லாதவர். மற்ற அனைவரும் எந்த இயக்கத்திலும் இல்லாத விவசாயிகள்

13 - ஆகஸ்ட் - 2009	2	1. மட்கம் சன்னு 2. பொடியம் சோம்து	ஆண்/45 ஆண்/30	கேஷ்முண்டி	டிம்மெனார்	பைராம்கர் /பிஜாபூர்	அவர்கள் தாக்க வந்ததார்களென்று பொய்சொல்லி செய்யப்பட்ட போலியான பொய்க் கொலைகள்
7 - செப் - 2009	1	1. குஞ்சம் பீமா	ஆண்	துவ்வல் கர்க்கா	துவ்வல் கர்க்கா	தண்டே வாடா	பிடித்த இடத்திலேயே சுட்டுக்கொலை
7 - செப் - 2009	1	1. மட்கம் ராஜு	ஆண்/20	டிம்மெனார்	துவ்வல் கர்க்கா	பிஜாபூர்	பிடித்த இடத்திலேயே சுட்டுக்கொலை
8 - செப் - 2009	4	1. சோடி சோனா 2. சோடி பீமால் 3. சோடி ஜதே 4. மதிவி தேவல்	ஆண்/55 ஆண்/45 பெண்/25 ஆண்/50	கொல்ல குதேம்	கொல்ல குதேம்	தண்டே வாடா	பிடித்த இடத்திலேயே சுட்டுக்கொன்று விட்டு, கொலையை பதிவு செய்யவில்லை
13 -செப் - 2009	1	1. கவசி சுக்ரம்	ஆண்/25	கேஸ்குட்டுல்	கொல்ல குதேம்	பிஜாபூர்	பிடித்த இடத்திலேயே சுட்டுக்கொலை
17 - செப் - 2009	1	1. மதிவி தேவல்	ஆண்/30	சிங்கன்னடுகு	சிங்கன்னடுகு	தண்டே வாடா	பார்த்த இடத்தில் அடித்தே கொன்றுபோட்டு விட்டு, மரணத்தை எங்கேயும் பதிவுகூட செய்யாமல் விட்டிருக்கிறார்கள்

அந்தப் பட்டியலில் இருந்து ஒரு பக்கம்:

எழுத்தாளர்கள், மாணவர்கள் உள்ளிட்ட பல்வேறு தரப்பினரை ஒருங்கிணைத்து, 'மக்கள் மீது நடத்தப்படும் போருக்கு எதிரான மன்றம்' என்கிற பெயரில் ஓர் அமைப்பைப் பேராசிரியர் சாய்பாபா உருவாக்கினார். சாய்பாபாவின் மிகப்பெரிய குற்றமாக இந்த அரசு எதனைப் பார்த்தது தெரியுமா? அவர் பெயரளவுக்கு அமைப்பை உருவாக்கிவிட்டு அமைதியாக இருக்கவில்லை. மிகத்தீவிரமாகக் களமிறங்கி, செயல்பட்டு, பிரச்சாரம் செய்து, அதனை ஏராளமானோரிடம் சென்று சேர்க்கும் பணியையும் அவர் செய்தார். அதற்காக அவரைப் பலமுறை இந்திய அதிகார மையம் அழைத்து எச்சரிக்கவும் செய்ததை அவர் நினைவுகூர்ந்திருக்கிறார்.

இன்னும் எத்தனை காலத்திற்கு நிலவைக் கூண்டிலேயே
அடைத்து வைக்கமுடியும்? | 75

“என்னைச் சிறைக்குள் தள்ளுவதுதான் என்னுடைய செயல்பாடுகளைத் தடுத்து நிறுத்தும் ஒரே சிறந்தவழி” என்று அவரது செயல்பாடுகள் குறித்து அவர் பேசியபோது தெரிவித்தார்[10].

அவர் கைது செய்யப்பட்டு சிறைவைக்கப்பட்ட பின்னர், 14 மாதங்கள் சிறையில் இருந்தார். படுமோசமாக அவரது உடல்நிலை பாதிக்கப்பட்ட பின்னர், அவரை மருத்துவ காரணங்களுக்காக 2015ஆம் ஆண்டு ஜூன் மாதத்தில் மும்பை உயர்நீதிமன்றம் பிணையில் வெளியே அனுப்பியது. ஆனால், அடுத்த சில மாதங்களிலேயே டிசம்பரில் அவரது பிணையை நாக்பூர் உயர்நீதிமன்றம் ரத்துசெய்துவிட்டது. வேறுவழியின்றி அவர் சிறைக்குத் திரும்ப வேண்டியதாகிப்போனது.

குற்றமும் நடைபெறவில்லை, குற்றச்சாட்டுகளுக்கு ஆதாரமும் இல்லை

மூன்றாண்டுகளாக நடைபெற்ற சாய்பாபா உள்ளிட்ட ஆறுபேர் மீதான மிகநீண்ட விசாரணைக்குப் பின்னரும் அரசு தரப்பில் இருந்து எவ்வித உண்மையான ஆதாரத்தையும் நீதிமன்றத்தில் சமர்ப்பிக்க முடியவில்லை. நீதிமன்றத்தில் அரசு தரப்பில் கொண்டுவரப்பட்ட 23 சாட்சிகளில், 22 பேர் காவல்துறை அதிகாரிகள்தான். பொதுமக்களில் இருந்து சாய்பாபாவுக்கு எதிராகச் சாட்சி சொல்லவந்த ஒரே ஒருவருமேகூட, காவல்துறை சித்திரவதை செய்து கட்டாயப்படுத்தியதன் காரணமாகத்தான் பொய்சாட்சி சொல்லியதாக உண்மையை சொல்லிவிட்டார். சிறையில் இருந்த ஒவ்வொரு நாளும் சாய்பாபாவின் உடல்நிலை மோசமாகிக் கொண்டே போனது. அவருடன் கைதான பிரசாந்த் ராஹி, ஹேம் மிஷ்ரா, பாண்டு நரோத்தே மற்றும் மகேஷ் திர்க்கி ஆகியோரும் விசாரணை அதிகாரியான சுகஸ் பவாச்சேவின் கட்டுப்பாட்டில் இருந்தபோது மிகமோசமான சித்திரவதைக்கு ஆளாகினர்.

மகேஷ் திர்க்கி மற்றும் பாண்டு நரோத்தேவை சித்திரவதை செய்ததனால் கிடைத்த பொய்யான வாக்குமூலத்தை மட்டுமே வைத்துக்கொண்டுதான் அரசுதரப்பு வாதாடிக்கொண்டிருந்தது. அவர்கள் இருவரும் கொடூரமான சித்திரவதைகளினால்தான் காவல்துறைக்கு ஏற்றபடியான வாக்குமூலத்தைக் கொடுக்க வேண்டியிருந்தது என்று விசாரணை நீதிபதியிடம் எழுத்துப்பூர்வமாகச் சொல்லியிருந்தபோதும், அதனைக் கண்டுகொள்ளாமல், சட்டத்திற்குப் புறம்பாகச் செயல்பட்டு அவர்களது வாக்குமூலத்தை ஆதாரமாக நீதிபதி எடுத்துக்கொண்டார். சாய்பாபா உள்ளிட்டவர்களின் மீது அரசுதரப்பில் ஆதாரங்களாகச்

சமர்ப்பிக்கப்பட்டவை எல்லாமே வெறுமனே கடிதங்களும் செய்தித்தாள்களும் குடைகளும் துண்டுப் பிரசுரங்களும் மார்க்சிய நூல்களும் வீட்டில் சோதனை செய்தபோது கிடைத்த சில போராட்ட வீடியோக்களும் தான். அவற்றின் சட்டப்பூர்வ ஆதாரத்தன்மையினைக் கேள்விக்குள்ளாக்கினார் சாய்பாபாவின் வழக்கறிஞர்.

பல்வேறு புனைப்பெயர்களில் பேராசியர் சாய்பாபா இயங்கியதாகவும், அப்புனைப் பெயர்களைக் கொண்டு மாவோயிஸ்ட்டுகள் நடத்திய தாக்குதல்களின் மூளையாகச் செயல்பட்டிருக்கிறார் என்றும் அரசுதரப்பில் குற்றஞ்சாட்டப்பட்டது. ஆனால், அதற்கான எந்த ஆதாரத்தையும் அவர்களால் நீதிமன்றத்தில் கொண்டுவந்து சமர்ப்பிக்கமுடியவில்லை. வன்முறையைத் தூண்டியதற்கோ அல்லது நடைபெற்ற வன்முறைகளில் ஏதேனும் ஒருவழியில் பங்களிப்பைச் செலுத்தியதற்கோ எந்த ஆதாரத்தையும் அவர்கள் சமர்ப்பிக்கவில்லை. சாய்பாபா உள்ளிட்ட ஆறுபேரிடமிருந்து ஆயுதங்கள் எதையும் கண்டெடுத்ததாகவும் அவர்கள் கூறமுடியவில்லை.

இந்த வழக்கு நடைபெற்ற விதமே, மிகமோசமாக எழுதப்பட்ட திரைக்கதையைக் கொண்டிருந்த திரைப்படம் போலத்தான் அரசுதரப்பு வாதங்களெல்லாம் இருந்ததென்பதை, வழக்கு விசாரணையை நேரில் பார்த்தவர்கள் நன்கு அறிந்திருப்பார்கள். சாய்பாபாவும் அவரது வழக்கறிஞரான சுரேந்திர காட்லிங்கும் சாய்பாபா நிச்சயமாக நீதிமன்றத்தால் விடுவிக்கப்படுவார் என்று முழுமையாக நம்பினர். ஆனால், கட்சிரோலி மாவட்ட நீதிமன்ற நீதிபதியான சூர்யகாந்த் ஷிண்டே வழங்கிய 827 பக்க தீர்ப்பின்படி, ஜி.என்.சாய்பாபா உள்ளிட்ட ஆறு பேரும் இந்திய அரசுக்கு எதிரான போரை நடத்துவதற்கு சதித்திட்டம் தீட்டியதாக அறிவிக்கப்பட்டது. விமர்சனக் குரலை அழித்தொழிக்கும் பணியை இத்தீர்ப்பு வேகப்படுத்துவதாக சாய்பாபாவுக்காக வாதாடிய வழக்கறிஞர் குழு தெரிவித்தது[11].

குற்றவாளிகளாகத் தீர்ப்பு வழங்கப்பட்ட ஆறுபேரில், ஐவருக்கு ஆயுளும், விஜய் நன் திர்க்கிக்கு மட்டும் பத்தாண்டுகளும் சிறைதண்டனையாக வழங்கப்பட்டன. 2017ஆம் ஆண்டு தீர்ப்பு வழங்கப்பட்டபோது, ஜி.என்.சாய்பாபாவின் வயது 47, ஹேம் மிஷ்ராவின் வயது 32, பிரசாந்த் ராஹியின் வயது 54, மகேஷ் திர்க்கியின் வயது 22, பண்டு நரோத்தேவின் வயது 27, விஜய் நன் திர்க்கியின் வயது 30.

தீர்ப்பு வழங்கியபோது அந்த ஆறுபேர் மீது நீதிபதி ஷிண்டேவுக்கு இருந்த வெறுப்பு முழுவதுமாக வெளிப்பட்டது. அதிலும்

சாய்பாபாவின் மீது மிக அதிகமான வெறுப்பிருந்தது கண்கூடாகத் தெரிந்தது.

"சாய்பாபா 90% மாற்றுத்திறனாளியாக இருக்கிறார் என்பதற்காகவெல்லாம் அவரிடம் மென்மையாக நடந்துகொள்ள முடியாது" என்று தீர்ப்பின்போது தெரிவித்தார்[12]. சாய்பாபாவின் 14 மாதகால சிறைவாசத்தினால் அவரது உடல்நிலை மிகவும் மோசமாகி இருந்தது. அவரது இடதுகை முழுவதுமாகச் செயலிழந்து போனது. மிகமோசமான உடல்நிலை காரணமாக, அவர் 27 முறை மருத்துவமனைக்குத் தூக்கிச் செல்லப்பட்டிருக்கிறார்[13]. அவரது உணர்வுகளைச் சிதைப்பதற்காகச் சிறையில் அனைத்தையும் செய்ய முயன்றிருக்கிறார்கள் என்பது தெளிவாகவே தெரிகிறது.

எவ்வித ஆதாரத்தையும் சமர்ப்பிக்காமல், பேராசிரியர் ஜி.என். சாய்பாபா உள்ளிட்ட ஆறுபேரும் 'இந்திய அரசுக்கே எதிராகப் போர் புரிந்ததாக' அரசு தரப்பால் நிரூபிக்கப்பட்டு தண்டனையெல்லாம் எப்படி வாங்கிக்கொடுக்க முடிந்தது?

1980கள் முதலே கட்சிரோலி மாவட்டத்தில் தொழிற்சாலைகளோ அல்லது இன்னபிற வேறெந்த வளர்ச்சியுமோ வராததற்கு நக்சல்களும் அவர்களது வன்முறையும்தான் காரணம் என்று தனது தீர்ப்பின்போது ஷிண்டே குறிப்பிட்டார். அத்துடன், "என்னைப் பொறுத்தவரையிலும் ஆயுள்தண்டனையுமே கூட இந்தக் குற்றவாளிகளுக்குப் போதாது" என்றும் நீதிபதி ஷிண்டே தெரிவித்தார்.

கட்சிரோலி பகுதியில் சுரங்கங்களும் இராணுவக் கூடாரங்களுமே அதிகமாக இருக்கின்றன. அதனால்தான் அங்கே எதிர்ப்பும் போராட்டங்களும் பெருகி இருக்கின்றன. தங்களது நிலங்களையும் வாழ்வுரிமையையும் அவர்களுக்குச் சொந்தமான கடவுள்களையும் அபகரித்துக்கொண்டிருக்கிற அரசுகளையும் பெருநிறுவனங்களையும் எதிர்த்து அங்கு வாழும் உள்ளூர் மக்கள் பலர் பத்தாண்டுகளாகப் போராடிக்கொண்டிருக்கின்றனர். உழைப்பையும் இரத்தத்தையும் போராட்டத்திற்காகக் கொடுக்கிறபோதும், காவல்துறை சோதனைகளையும் விசாரணைகளையும் கைதுகளையும் கொடுமைப்படுத்தல்களையும் பாலியல் வன்புணர்வுகளையும்தான் அவர்கள் அனுதினமும் எதிர்கொள்ள வேண்டியிருக்கிறது. இதற்கு நடுவில்தான் அன்றாட வாழ்க்கையையும் அவர்கள் வாழ வேண்டியிருக்கிறது. மாவோயிஸ்ட்டுகளைப் பிடிப்பதாகச் சொல்லிக்கொண்டு மட்டுமே இதுவரையிலும் 40க்கும் மேற்பட்டவர்கள், கட்சிரோலிப் பகுதியில் போலி என்கவுண்டர்

செய்யப்பட்டிருக்கின்றனர். இதுதான் இன்றைய கட்சிரோலியின் நிலை.

> *அங்கு வாழும் பழங்குடிகள் ஒவ்வொருவரும் அப்பகுதியில் வாழ்பவர்கள் மட்டுமல்லாமல் இந்தியக் குடிமக்களும்தான். அவர்களுடைய முன்னோர்கள் எப்படியாக அவர்களது நிலங்களையும் வாழ்வுரிமையையும் ஆக்கிரமிக்க வந்தவர்களுடன் சண்டையிட்டார்களோ, அப்படித்தான் இன்றைக்கு வாழ்கிறவர்களும் போராடுகிறார்கள். இன்றைய நிலை சற்று கடினமானதாகவும் இருக்கிறது. சொந்த மக்களின் நலன்களுக்கே எதிராகவும், பெருநிறுவன நலன்களுக்காக வளைந்துகொடுக்கிற விதத்திலும் ஒரு அரசே ஆக்கிரமிப்பை நடத்த முயன்று கொண்டிருக்கிறது*[14].

ஆக, அரசும் பெருநிறுவனங்களும் செய்யும் அட்டூழியங்களை எதிர்த்துப் பேசுவதும் போராடுவதும் அரசியல் செயல்பாடுகளில் ஈடுபடுவதுமே வளர்ச்சியைத் தடுக்கிறது என்றும், அதற்குத் தண்டனையாக ஆயுள் சிறைவாசமே சரியென்றும் நீதிபதி ஷிண்டே முடிவுசெய்திருக்கிறார் என்பது தெரிகிறது. “அவருடைய விருப்பத்திற்கே விட்டிருந்தால், நிச்சயமாகத் தூக்கு தண்டனையே கொடுத்திருப்பார்” என்று நீதிபதி ஷிண்டே குறித்து கருத்து தெரிவித்தார் களச் செயல்பாட்டாளரும் ஊடகவியலாளருமான கௌதம் நவ்லகா[15].

இரும்பு சுரங்கத் திட்டம், பசுமை வேட்டை, தலித் குடும்பங்களைக் கொடூரமாகக் கொன்று கொடூரப் பாலியல் வன்புணர்வு நடத்திய கயர்லாஞ்சி படுகொலை, கொலைகளை மகாராஷ்டிர அரசு கண்டுகொள்ளாமல் விட்டு கொலையாளிகளுக்கு ஆதரவாக இருந்தது ஆகியவை குறித்து நக்சல்கள் எழுதிய சிறு துண்டுப் பிரசுங்களை விநியோகித்ததுதான் ஆயுள்தண்டனை வழங்கப்பட்ட மகேஷ் திர்க்கியின் ஆகப்பெரும் குற்றமாகத் தீர்ப்பில் கருதியிருக்கிறார்கள். இந்த துண்டுப் பிரசுரங்கள் எல்லாம் வன்முறையைத் தூண்டுபவையாகவும் அரசுக்கு எதிரானப் போரை நடத்தும் ஆயுதங்களாகவும் நீதிபதி விளங்கிக் கொண்டிருக்கிறார் என்பது அவரது தீர்ப்பில் தெரிகிறது. இந்த ஆவணங்களை வைத்திருந்தாலே, அது அரசுக்கு எதிரான கோபத்தை வெளிப்படுத்துவதன் குறியீடுகளே என்று இறுதியாக முடிவே செய்துவிட்டார் நீதிபதி ஷிண்டே. இது போதாதென்று, பல்வேறு குற்றச்சாட்டுக் கட்டுரைகளை முன்னுக்குப்பின் முரணாகவே சுட்டிக்காட்டியிருக்கிறார்.

மகேஷ் திர்க்கி என்பவரை முதலாம் குற்றவாளி என்று தீர்ப்பில் குறிப்பிட்டிருப்பதற்கான ஒரே ஆதாரம், அவரிடம் இருந்து மூன்றே மூன்று துண்டுப் பிரசுரங்கள் என்றால் நம்புவீர்களா. ஆனால், அதுதான் உண்மை. இரண்டாம் குற்றவாளியாக தீர்ப்பில் சொல்லப்பட்டிருக்கிற பண்டு நரோத்தே செய்த குற்றமே, அவர் சில முற்போக்கான நூல்களை வைத்திருப்பதே ஆகும்.

"சாய்பாபாவை அவர் கொண்டிருக்கிற கொள்கைக்காக தண்டித்திருக்கிறார்கள்" என்றார் வழக்கறிஞர் ரெபெக்கா ஜான்[16]. எவரையுமே ஆதாரங்களில்லாமல் வெறுமனே ஒரு கொள்கையைப் பின்பற்றுகிறார் என்பதற்காகத் தண்டனை வழங்கவே முடியாது என்பது ஏற்கெனவே இருக்கிற சட்டங்களின் அடிப்படை. ஆனால், தற்போது உபாவில் ஒருவரின் சிந்தனையை வைத்தே அவரைக் குற்றவாளி எனச் சொல்வதற்கான இடமிருக்கிறது என்பது வேதனை.

மாவோயிசத் தத்துவத்தைப் பேசும் நூல்களை வைத்திருப்பதாலேயே ஒருவர் மாவோயிஸ்ட்டாக இருக்கவேண்டியதில்லை என்று 2017ஆம் ஆண்டு பினாயக் சென்னுக்குப் பிணை வழங்குகையில் உச்சநீதிமன்றம் கருத்து தெரிவித்தது. அதேபோல, "ஒரு தடைசெய்யப்பட்ட இயக்கத்தின் உறுப்பினராக ஒருவர் இருப்பதாலேயே அவரைக் குற்றமிழைத்தவராகக் கருதக்கூடாது. வன்முறையில் நேரடியாக ஈடுபடாதவரை, வன்முறைக்கு மற்றவர்களைத் தூண்டிவிடாதவரை, பொது அமைதிக்கு பங்கம் விளைவிக்காதவரை, எவரொருவரையும் குற்றவாளியாகக் கருதக்கூடாது" என்று உச்சநீதிமன்றம் குறிப்பிட்டது[17]. அதிலிருந்து இன்னும் ஒருபடி மேலேபோய், "மாவோயிஸ்ட்டாக இருப்பது ஒன்றும் குற்றமில்லை. மாவோயிஸ்ட் என்று சொல்லிக்கொண்டு ஏதாவது வன்முறையில் ஈடுபட்டால்தான் தண்டிக்கப்பட வேண்டும்" என்று கேரள உயர்நீதிமன்றம் உத்தரவிட்டது[18].

ஆக, மாவோயிசம் பற்றிய நூல்களை வைத்திருப்பதோ, அத்தத்துவத்தை ஆதரிப்பதோ குற்றமல்ல என்பது ஏற்கெனவே நீதித்துறை ஏற்றுக்கொண்ட ஒரு கருத்துதான். ஆனால், நீதிபதி ஷிண்டேவோ, மேலே குறிப்பிட்ட மற்ற வழக்குகளின் நிலைப்பாட்டை எல்லாம் புறந்தள்ளிவிட்டு சாய்பாபா உள்ளிட்ட ஆறுபேருக்கு ஆயுள்தண்டனை வழங்கித் தீர்ப்பளித்தார். சாய்பாபாவுடன் தண்டனை வழங்கப்பட்ட காட்லிங் என்பவருடைய வழக்கறிஞரைச் சந்தித்து உரையாடியபோது,

இந்த வழக்கில் வேறுவிதமாக வாதாடியிருந்தால் தீர்ப்பு மாறியிருக்க வாய்ப்பிருந்திருக்குமா என்ற சந்தேகத்தை எழுப்பினோம்[19].

"வாய்ப்பே இல்லை. சாய்பாபா உள்ளிட்டோரை வெளியே நடமாட விடக்கூடாது என்று நீதிபதி ஏற்கெனவே முடிவுசெய்துவிட்டார். அவரைப் போன்றவர்களுக்கு சாய்பாபா, காட்லிங் போன்றோரைப் பிடிக்காது. இந்தியா இன்னமும் ஒரு சாதி ஆதிக்க நாடுதான். அரசியல்ரீதியாகக் கொள்கைப் பிடிப்புடன் இருப்பவர்களைப் பார்த்தால் அவர்களுக்குப் பிடிக்காது. அதிலும், தலித்துகளோ பழங்குடியினரோ அல்லது முஸ்லிம்களோ உரிமைக்காகப் போராடினால், ஆதிக்கமனம் கொண்டவர்கள் ஒருவிதமான பதட்ட நிலைக்குப் போய்விடுவார்கள். சாய்பாபா உள்ளிட்டோருக்குக் கிடைத்த தீர்ப்பென்பது சட்டத்தினால் அல்ல, வெறுப்பினால்தான். அத்துடன், பெருநிறுவனங்களுக்கு வெற்றுக் காகிதத்தில் கையெழுத்திட்டதைப் போன்ற நிலையில்தான் இந்திய அதிகார மையம் இருக்கிறது. அதனால், பெருநிறுவனங்களுக்குத் தடையாக இருக்கிற எதையும் ஒழித்துக்கட்டத் தயாராகவே இருக்கிறது இந்திய அதிகார மையம். அப்படியாகத்தான் சாய்பாபா உள்ளிட்ட இன்னபிற போராளிகள் அனைவரையும் போராடவிடாமல் தடுப்பதற்கான அனைத்து வழிமுறைகளும் பின்பற்றப்படுகின்றன"

என்றார்.

பெருநிறுவனங்களின் நலனுக்காகவே அரசு வேலைசெய்து கொண்டிருக்கிறது. அதற்காகத் தன் சொந்த மக்களுக்கு எதிராகவே செயல்படுகிறது. இக்கொள்கையினை எதிர்த்துப் போராடுபவர்கள் மீது அரசு கொண்டிருக்கிற அதே வெறுப்பினையே பெரும்பாலான நீதிபதிகளும் கொண்டிருக்கிறார்கள். அந்த வெறுப்பின் அடிப்படையிலேயே அவர்களது தீர்ப்புகளும் எழுதப்படுகின்றன என்பதைப் பல தீர்ப்புகளைப் பார்த்தாலே நமக்கு எளிதாகப் புரிந்துவிடும் என்கிறார் சாய்பாபா வழக்கில் வாதாடிய வழக்கறிஞர். சாய்பாபா உள்ளிட்ட ஆறுபேருக்கு எதிராக வழங்கப்பட்ட தீர்ப்பென்பது, ஆதாரத்தையோ, சட்டத்தையோ, சாட்சிகளையோ, உண்மைகளையோ, அல்லது முன்மாதிரி வழக்கின் தீர்ப்புகளையோ அடிப்படையாகக் கொண்டு வழங்கப்பட்டது அல்ல. மாறாக, நீதிபதி ஷிண்டேவின் முன்முடிவுகளையும் அனுமானங்களையும் பாரபட்சமான கருத்துகளையும் தவறான பொதுப்புத்தியையும் வைத்தே எழுதப்பட்ட தீர்ப்பாகும். அவரைப் பொறுத்தவரையிலும், நூல்களும்,

துண்டுப் பிரசுரங்களும், பிபிசி ஆவணப்படங்களும், வீடியோ பதிவுகளுமே சாய்பாபா உள்ளிட்ட ஆறுபேரும் இந்தியாவுக்கு எதிரான போரைத் தொடுத்தவர்கள் என்று முடிவுசெய்யப் போதுமானதாக இருந்திருக்கிறது. ஒரு புத்தக அலமாரிகூட தேசத்துரோக வழக்கின் சாட்சியாக இருப்பதற்கு போதுமானதாக இருக்கிறது.

சட்டத்தில் எழுதப்பட்ட விதிகளையும் நியாயங்களையும் நீதிகளையும் மதிக்காமல் இப்படியான சட்டவிரோத தீர்ப்புகளை எழுதுவதற்கு ஒரு நீதிபதிக்கு எப்படி தைரியம் வருகிறது?

போலியான தேசப்பற்று மிகுந்த வார்த்தைகளால் முலாம்பூசிக்கொண்டே, அரசியலமைப்புச் சட்டத்தின் அடிப்படைக் கோட்பாடுகளுக்கும் சட்டவிதிகளுக்கும் நேரெதிரான தீர்ப்புகளை நீதிபதிகள் வழங்குவது அதிகரித்துக்கொண்டே போகிறது. மக்களின் உரிமைகளைப் பாதுகாப்பதற்குப் பதிலாக, சர்வாதிகார அரசின் கொள்கையைக் கட்டிக்காக்கும் அடியாட்களாகவும் அந்த அரசின் விருப்பத்தை அப்படியே தீர்ப்புகளாக எழுதுகிறவர்களாகவும் நீதிபதிகள் மாறிக்கொண்டிருக்கின்றனர்.

உபா சட்டமும், ஆளும் வர்க்கத்திற்கு அதனால் வழங்கப்பட்டிருக்கிற அளவிலாத கூடுதல் அதிகாரமும், இந்திய அரசின் கருத்துடன் உடன்படாதவர்களைப் படாதபாடு படுத்துகின்றன. கிரிமினல் குற்ற வழக்குகளில் கைது செய்யப்படுபவர்களின் மீதான குற்றச்சாட்டுகளை அரசு தரப்பு வழக்கறிஞர்கள்தான் நிரூபிக்க வேண்டும் என்றிருந்த நடைமுறையை அப்படியே மாற்றி, குற்றஞ்சாட்டப்பட்டவர்களின் வழக்கறிஞர்கள்தான் கைது செய்யப்பட்டவர்களை நிரபராதிகள் என்று எல்லா ஆதாரங்களையும் கொண்டுவந்து குவிக்க வேண்டியதாகி இருக்கிறது. அதிலும் இந்திய அரசின் அதிகார மையத்திற்குப் பிடிக்காத கொள்கைகளையும் தத்துவங்களையும் கொண்டிருந்தால் கூட ஒருவரைக் கைது செய்து சிறைக்குள் தள்ளி தண்டனையும் வழங்கலாம் என்கிற அளவுக்குச் சென்றுவிட்டது.

இந்திய நீதிமன்றங்கள் ஆழமான சர்வாதிகாரப் போக்கினை வெளிக்காட்டுவதைப் பார்க்க முடிகிறது. வழக்குகளில் வெளிப்படையாகக் காணப்படுகிற மனித விரோதச் செயல்பாடுகளையும் கண்டுகொள்ளாமல் அரசும் பெருநிறுவனங்களும் நடத்திவரும் கொடூரங்களுக்குத் துணைபோவது போலத்தான் அதன் தீர்ப்புகள் அமைகின்றன. சமூக ஒடுக்குமுறைக்கு இந்திய நீதிமன்றங்கள் ஒப்புதல் அளிக்கும் வகையில்தான் செயல்படுகின்றன.

தண்டிப்பதற்கான முன்மாதிரி உருவாக்குதல்: பினாயக் சென் வழக்கு

உபா சட்டத்தில் பொய்யாகச் சித்திரிக்கப்பட்டு கைது செய்யப்பட்ட மனிதர் உரிமை ஆர்வலர்களில் சாய்பாபா முதன்மையானவர் அல்ல. அவருக்கு முன்னர் பினாயக் சென், சோனி சோரி, கௌர் சக்கரவர்த்தி, சுதிர் தாவ்லே, அருண் ஃபெரைரா, கோபத் கண்டி போன்ற பலரும் உபா சட்டத்தில் கைது செய்யப்பட்ட பல ஆண்டுகள் சிறைவைக்கப்பட்டு, பின்னர் நிரபராதிகள் என்று நிரூபிக்கப்பட்டு விடுதலை அடைந்தவர்கள். மிக நீண்ட பட்டியல் இது. இன்னும் ஏராளமானோர் உபா சட்டத்தின் பிடியில் சிக்கி அவதிப்பட்டிருக்கிறார்கள். 2010ஆம் ஆண்டில் மட்டுமே ஏழு சமூக ஆர்வலர்களும் எழுத்தாளர்களும் தேசத்துரோக வழக்குகளில் கைது செய்யப்பட்டிருக்கின்றனர். அதே ஆண்டில், தனிச்சுற்றுக்காகத் தயாரிக்கப்பட்டு வாசிக்கப்பட்டிருந்த ஒரு இதழை வெளியிட்டதற்காக மக்கள் சிவில் உரிமை கழகம் என்கிற அமைப்பின் கர்நாடக மாநிலத் துணைத்தலைவரான இ. ராதி ராவ் மீது தேசத்துரோக வழக்குப் போடப்பட்டது. இத்தனைக்கும், அவர் கைது செய்வதற்கு மூன்றாண்டுகளுக்கு முன்னரே அந்த இதழ் அச்சிடுவது நிறுத்தப்பட்டுவிட்டது.

இருப்பினும், சாய்பாபாவின் வழக்கில் இருந்துதான் சட்டங்களைப் புறக்கணித்துவிட்டுத் தீர்ப்பு வழங்கும் நடைமுறையின் புதியதொரு காலகட்டம் துவங்கியது. அப்படி என்ன மாறியிருக்கிறது? "பேராசைகொண்டதாகவும் அதிகமான அழுத்தம் கொடுப்பதாகவும் இப்போது அரசு மாறியிருக்கிறது" என்கிறார் பேராசியர் சரோஜ் கிரி[20]. அமைதிப் பேச்சுவார்த்தையில் ஈடுபட்டிருக்கும்போதே, ஆசாத்தையும் கிஷன்ஜியையும் வெற்றிகரமாகப் பிடித்துக் கொன்றுபோட்ட பிறகு, அவர்களுடன் தூதுபோனவர்கள் மீது அரசின் பார்வை திரும்ப ஆரம்பித்துவிட்டது என்கிறார் பேராசிரியர் கிரி.

"முதலில் பினாயக் சென் மற்றும் சாய்பாபா ஆகியோரின் வழக்கில் முயற்சி செய்துவிட்டு, மனித இரத்தம் சுவைத்த சிங்கம்போல, அதே இரத்தத்தைக் குடிக்க ஆள்தேடி அதிரடியாக அடுத்தடுத்து பலரைக் கைது செய்து கொடூரமான வழக்குகளில் எல்லாம் உள்ளே தள்ளத் துவங்கிவிட்டது அரசு" என்கிறார் பீமா கோரேகான் வழக்கில்

சிக்கவைக்கப்பட்டவர்களுக்காக வாதாடிவரும் வழக்கறிஞர் மிஹிர் தேசாய்[21].

சட்டீஸ்கர் மாநிலத்தில் மாவோயிஸ்ட்டுகள் கிளர்ச்சிசெய்யும் பகுதிகளில் ஊர் ஊராகச் சென்று, சுமார் முப்பது ஆண்டுகளுக்கும் மேலாகச் சுகாதார ஊழியர்களுக்குப் பயிற்சி கொடுத்து வந்தவர்தான் மருத்துவர் பினாயக் சென். இந்திய அரசால் சட்டவிரோதமாக சட்டீஸ்கரில் 'சல்வா ஜுடும்' என்கிற ஒரு ஆயுதந்தாங்கிய படை உருவாக்கப்பட்டது. நக்சலைட்டுகளை எதிர்ப்பதற்காக அது உருவாக்கப்பட்டதாகச் சொல்லப்பட்டது. அரசின் கைகளில் இருந்து ஆயுதங்களை வாங்கிக்கொண்டு எவ்வித சட்டத்தையும் பின்பற்றாமல் அரசால் கைகாட்டப்படும் எவரையும் சுட்டுவீழ்த்தும் பணியினை அந்த அமைப்பு செய்துகொண்டிருந்தது. அப்படியாக சுமார் 600 பழங்குடி கிராமங்களில் வாழ்ந்த மக்களை அவர்களது வாழ்விடங்களில் இருந்து அந்த அமைப்பு துரத்தியதையும், உணவு கிடைக்கவிடாமல் பட்டினியால் பழங்குடி மக்கள் இறந்துபோவதற்குக் காரணமாக இருந்ததையும், மிச்சமிருக்கிற மக்களோ ஊட்டச்சத்து குறைபாடுடன் வாழ்வதையும் 2005ஆம் ஆண்டில் மக்கள் சிவில் உரிமைக் கழகத்தின் தலைவராக இருந்த மருத்துவர் பினாயக் சென் மிகவிரிவாக ஆவணப்படுத்தினார்[22]. அதற்கு இரண்டாண்டுகளுக்குப் பிறகு, 2007ஆம் ஆண்டில் நக்சலைட்டுகளுக்காகச் செய்திகளை எடுத்துச் சென்றுகொண்டிருந்த தூதரென்று சொல்லி, பினாயக் சென்னைக் கைது செய்தது காவல்துறை. மார்க்சிய அறிஞரான நாராயண சன்யாலை முன்பொருமுறை சந்தித்தார் என்பதற்காக பினாயக் சென் மீது தேசத் துரோக வழக்கும் போடப்பட்டது. இந்திய அரசுக்கு எதிரான போரினை நடத்தியதாகக் கூறி, ஆதாரங்களே இல்லாமல் கற்பனைக் கதைகளுடன் குற்றஞ்சாட்டப்பட்டார்[23].

காவல்துறையே முன்வந்து பொய்வழக்குப் போடுவதோ, அதில் கைது செய்வதோ, ஒன்றுக்கும் உதவாதவற்றை எல்லாம் ஆதாரம் என்று சொல்லி வழக்கில் இணைப்பதோ கூட பெரிய பிரச்சினையாகத் தெரியவில்லை. ஆனால், இதையெல்லாம் வைத்துக்கொண்டு, கீழமை நீதிமன்றத்திலேயே பினாயக் சென்னைக் குற்றவாளி என்று அறிவித்து ஆயுள் தண்டனையே வழங்கும் அளவிற்கு நீதிமன்றங்கள் இருப்பதுதான் மிகப்பெரிய கவலைக்குரிய எச்சரிக்கை மணியாகத் தெரிகிறது. சட்டீஸ்கர் உயர்நீதிமன்றத்தில் அவர் மேல்முறையீடு செய்தபோது, அதையும் நிராகரித்துவிட்டுக் கீழமை நீதிமன்ற தீர்ப்பையே உறுதிசெய்த நிகழ்வென்பது, சட்டத்தின் மீது நம்பிக்கை கொண்டிருந்த அனைவரையும் அதிர்ச்சியடைய வைத்தது.

அவருக்குப் பிணை வழங்கக்கூட உயர்நீதிமன்றம் மறுத்துவிட்டது. "பினாயக் சென் வைத்திருந்த ஆவணங்களெல்லாம் இந்திய அரசின் மீது வெறுப்பையும் விரோதத்தையும் மக்களின் மனங்களில் விதைக்கும் தன்மை கொண்டவை என்பது உறுதியாகிறது" என்று தீர்ப்பில் உயர்நீதிமன்றம் தெரிவித்தது. இதன்மூலம், மாவோயிசக் கொள்கையினைப் பரப்புவதற்காக அவர் முயன்றார் என்பதற்கு எவ்வித ஆதாரத்தையும் இந்த வழக்கில் எவரும் தாக்கல் செய்யாமலேயே அவருக்கு ஆயுள் தண்டனை உறுதி செய்யப்பட்டிருக்கிறது என்பது தெரிகிறது.

அதன்பிறகு உச்சநீதிமன்றத்தில் அவர் மேல்முறையீடு செய்தபோது, அங்குதான் அவருக்கு வழங்கப்பட்டிருந்த தண்டனை நிறுத்தப்பட்டு, அவர் பிணையில் விடுதலை செய்யப்பட்டார். "நாம் ஒரு ஜனநாயக நாட்டில் வாழ்கிறோம். இங்கே ஒருவர் எந்தவொரு தத்துவத்திற்கும் ஆதரவாளராக இருக்கலாம். ஆனால், அதனாலேயே அவர் தேசத் துரோகம் செய்தவராகிவிட முடியாது" என்று உச்சநீதிமன்ற நீதிபதியான பிரசாத் தெரிவித்தார்[24]. இருப்பினும், அவருடைய இயல்பு வாழ்க்கையில் தலையிட்டு, அவரைச் சிறைக்கு அனுப்பி, மன உளைச்சலுக்கு ஆளாக்கி, போதுமான சேதாரத்தை அவருக்கு இந்த அரசு ஏற்படுத்திவிட்டது. பினாயக் சென் வழக்கில் கற்றுக்கொண்ட பாடங்களைக் கொண்டு, தன்னுடைய திட்டங்களை மேலும் மேம்படுத்திக்கொண்டு, அந்த அனுபவத்தையெல்லாம் பேராசிரியர் ஜி.என்.சாய்பாபா வழக்கில் அரசு பயன்படுத்திக்கொண்டது. அத்துடன் அது நிற்காமல், சுதிர் தாவ்லே, சோனி சோரி உள்ளிட்ட எண்ணற்றோரைக் கைது செய்து, வழக்குத் தொடுத்து, அவர்களின் குரல்களை ஒடுக்கும் பணியினைத் தொடர்ந்து செய்தது இந்த அரசு.

இணைப்பு : மருத்துவர் பினாயக் சென்னின் வீட்டில் இருந்து கைப்பற்றப்பட்ட ஆவணங்கள்:

2007ஆம் ஆண்டு மே மாதம் 19ஆம் தேதியன்று மருத்துவர் பினாயக் சென்னுக்கு எதிரான மிகமுக்கியமான ஆவணங்களைக் கைப்பற்றிவிட்டதாக ஊடகங்களில் காவல்துறை பெருமைபொங்க பறைசாற்றியபோதிலும், அவர்கள் கைப்பற்றியதாக எழுதிவைத்திருக்கிற ஆவணங்களின் பட்டியலே அவர்களது பச்சைப் பொய்யினை நமக்கு வெளிக்காட்டிவிடுகிறது.

1. கொல்லப்பள்ளி, கர்கோன், சுர்குஜா மற்றும் ஜார்கண்ட் மாநிலத்தின் பகுதிகளில் எல்லாம் காவல்துறையினரால் நிகழ்த்தப்பட்ட போலியான கொலைகள் குறித்து, மக்கள்

சிவில் உரிமை கழக ஆய்வுகளின் மூலம் நடத்தப்பட்ட கள ஆய்வுகள், நேர்காணல்கள் உள்ளிட்ட பல விவரங்கள் அடங்கிய ஐந்து குறுந்தகடுகள். இந்தக் குறுந்தகடுகளை இரண்டு ஆண்டுகளாகவே மக்கள் சிவில் உரிமை கழகம் ஏற்கெனவே பரப்பிக்கொண்டுதான் இருந்தது என்பது குறிப்பிடத்தக்கது.

2. கணினி ஒன்று. அதனை இன்னும் நிபுணர் குழுவினர் ஆய்வுகூட செய்யவில்லை.

3. இராய்பூர் மத்திய சிறையில் இருந்த மாவோயிசத் தலைவரான நாராயண சன்யால், தன்னுடைய உடல்நிலை குறித்தும், வழக்கு குறித்தும் எழுதி, சிறை அதிகாரிகளால் சரிபார்க்கப்பட்டு, அனுமதி முத்திரை குத்தப்பட்டு மருத்துவர் பினாயக் சென்னுக்கு 3.6.2006ஆம் தேதியில் அனுப்பப்பட்ட ஒரு அஞ்சல் அட்டை.

4. 19.6.2006, 8.4.2006, 27.8.2006, 26.12.2006, 21.8.2006, 8.1.2007, 21.12.2006 ஆகிய தேதிகளில் செய்தித்தாள்களில் வந்த பக்கங்கள்.

5. ‘இந்திய மாவோயிஸ்ட் கட்சி (மக்கள் போர்) மற்றும் மாவோயிஸ்ட் கம்யூனிஸ்ட் மையம் ஆகியவற்றின் ‘ஒற்றுமை’ என்ற தலைப்பில் இந்தியில் எழுதப்பட்டிருந்த துண்டுப்பிரசுரம்.

6. இராய்பூர் மத்திய சிறைச்சாலையின் மிகக்கொடூரமான நிலைமையையும், அங்கு நடக்கும் சட்டவிரோத செயல்பாடுகளையும் குறிப்பிட்டு, ‘அன்புள்ள தோழர் பினாயக் சென்னுக்கு’ என்று துவங்கி மாவோயிஸ்ட் கட்சி உறுப்பினரான மதன்லால் பஞ்சாரே எழுதிய ஒரு கடிதம்.

(குறிப்பு: அக்கடிதத்தை மக்கள் சிவில் உரிமை கழகத்தினரால் அனைத்து அச்சு மற்றும் இணைய செய்தித்தாள்களுக்கும் அனுப்பப் பட்டு, பல ஊடகங்களில் ஏற்கனவே வெளியிடப்பட்டது)

7. ‘நக்சல் இயக்கம், பழங்குடிகள் மற்றும் பெண்கள் இயக்கம்’ எனத் தலைப்பிடப்பட்ட ஆங்கிலக் கட்டுரையின் பிரதி.

(குறிப்பு: ஆந்திர மாநிலத்தில் நடைபெற்ற அமைதிப் பேச்சுவார்த்தை குறித்து எழுதப்பட்ட இக்கட்டுரை, ஏற்கெனவே மும்பையில் ‘எக்கனாமிக் அண்ட் பொலிட்டிக்கல் வீக்லி’ இதழில் வெளியானதுதான்)

8. 'அமெரிக்க ஏகாதிபத்தியத்திற்கு எதிரான இயக்கத்தைக் கட்டமைப்பது எப்படி' என்கிற தலைப்பில் எழுதப்பட்ட கையெழுத்துப் பிரதி.

9. 'இந்தியாவில் உலகமயமும் சேவை துறையும்' என்கிற தலைப்பிலான எட்டு பக்கக் கட்டுரை.

10. 18.7.2006 என்கிற தேதியிட்ட 'காவல்துறையின் சமீபத்திய செயல்பாடுகளும் தொழிலாளர்களும்' என்கிற தலைப்பில் சிபிஐ(எம்) கட்சியின் அறிக்கை.

11. 'பஸ்தர் கி ஜனத பார் ஃபசிவாடி ஹாம்லா' என்கிற தலைப்பில் பழங்குடியின மக்கள் குழுவினால் வெளியிடப்பட்ட சால்வா ஜூடும் பற்றி எழுதப்பட்ட 48 பக்க நூலில் இருந்து பத்திரிகை செய்தியாக 2006ஆம் ஆண்டு மார்ச் 11ஆம் தேதியன்று வெளியிடப்பட்டிருந்த 41வது பக்கத்தின் பிரதி (ஒரு பக்கம் மட்டுமே).

'நீதித்துறைதான் ஜனநாயகத்தைக் கட்டிக்காக்கும் அரண்' என்கிற வாதத்தை எல்லாம் எளிதாக ஆட்சியாளர்களால் மாற்றியமைத்துவிட முடியும். சர்வாதிகாரத்தன்மையைக் கொண்ட ஒரு அமைப்பாகவும் அதனால் மாறிவிடமுடியும். இன்னும் சொல்லப்போனால் நீதி என்கிற வார்த்தைக்கான பொருளையே மாற்றியமைத்துவிட முடியும் ஆட்சியாளர்களால்.

அரச வன்முறையை நியாயப்படுத்தும் வகையிலான தண்டனையையும் அடக்குமுறையையும் கொடூரத்தையும் அரங்கேற்றும் அரசின் ஒரு ஆயுதமாகவே அவ்வப்போது நீதித்துறை இருந்துவருகிறது. உபா சட்டமும், பயங்கரவாதத்தை எதிர்ப்பதாக சொல்லிக்கொண்டு இயங்கும் ஒட்டுமொத்த அரசக் கட்டமைப்புமே கொடுங்கோன்மையை மிக இயல்பாகச் செயல்படுத்திவருகிறது. எது குற்றம் என்பதைச் சட்டம் நிர்ணயித்தாலும், யார் குற்றவாளி என்பதை அரசுதான் தீர்மானிக்கிறது என்கிற வாதம் பலநேரங்களில் சரிதானோ என்று நம்மை எண்ண வைக்கிறது. இன்றைக்கு, உரிமைக்காகக் குரல் எழுப்பும் குடிமக்களும் அரசின் எதிரியாகக் கருதப்பட்டுத் தண்டிக்கப்பட வேண்டியவர்களாக ஆக்கப்படுகின்றனர். இப்போது நாம் பார்த்துக்கொண்டிருக்கிற இவ்வழக்குகளின் விசாரணைகள், நீதி குறித்தான நீதித்துறையின் அக்கறையின்மை, இவை வழங்கும் தீர்ப்புகள் ஆகியவற்றைப் பார்த்தாலே, பீமா கோரேகான் போராளிகளையெல்லாம் டெல்லி வன்முறையுடன் தொடர்புபடுத்தியதும், ஹத்ராஸ்

வன்புணர்வு மற்றும் கொலை குறித்து செய்தி சேகரிக்கச் சென்ற ஊடகவியலாளர்களைக் குற்றவாளிகளாகச் சித்திரித்ததும் நமக்குப் புரியும். அவர்கள் அனைவரும் 'தேசவிரோதிகள்' என்றும் 'அர்பன் நக்சல்கள்' என்றும் முத்திரைகுத்தப்பட்டு, மாவோயிஸ்ட்டுகளுடன் தொடர்புடையவர்களாகக் குற்றஞ்சாட்டப்பட்டனர். இப்படியான அடையாளத்தை உருவாக்குவதன் மூலமே அவர்கள் மீதெல்லாம் எளிதாக பயங்கரவாதி என்கிற முத்திரை குத்தி, தேசத் துரோக வழக்குகளும் பதிவுசெய்து, பிணையிலும் வரமுடியாத அளவிற்கு விசாரணைக் கைதிகளாகவேகூட சிறையில் வைத்திருக்க முடிகிறது.

பினாயக் சென்னின் வழக்கே ஒரு கேலிக்கூத்தாகவும், சாய்பாபாவுக்கு வழங்கப்பட்ட தீர்ப்பு ஒரு சோகமான முடிவாகவும் இருந்ததைப் பார்க்க முடிந்தது. இனிவரும் காலங்களில் களச் செயல்பாட்டாளர்கள் இப்படித்தான் நடத்தப்படுவார்கள் என்று மிரட்டியதைப் போன்றே அவ்வழக்குகள் இருந்தன. சட்டீஸ்கர் மாநிலத்தில் பசுமை வேட்டைக்கு எதிராகப் பிரச்சாரம் செய்த ஒவ்வொருவரையும் தேடித்தேடி கைது செய்திருக்கிறார்கள். அதேபோல, ஜி.என். சாய்பாபாவை விடுதலை செய்யக் கோருவதற்காக உருவாக்கப்பட்ட அமைப்பின் உறுப்பினர்களான ஆனந்த் டெல்டும்டே, ஹனி பாபு, ரோனா வில்சன், சுதிர் தாவ்லே உள்ளிட்டோரும் கைது செய்யப்பட்டிருக்கிறார்கள். இதுபோதாதென்று, ஜி.என். சாய்பாபாவுக்காக வாதாடிய வழக்கறிஞர் சுரேந்திர காட்லிங்கையும் கைது செய்து சிறையில் அடைத்து வைத்திருக்கிறார்கள்.

தீவிரவாதி முத்திரை குத்தப்பட்ட கலைஞர்

1997ஆம் ஆண்டு தலித் மக்கள் அதிகமாக வாழ்ந்துவந்த ரமாபாய் நகர் என்னும் பகுதியில் பத்து பேரைக் கொன்றும் 25 பேரைப் படுகாயமடையவும் வைத்தார் அப்பகுதியின் காவல்துறை அதிகாரியான மனோகர் காடம். அக்கொடூரத்திற்கு எதிர்ப்பு தெரிவிக்கும்விதமாக விலாஸ் கோக்ரே என்கிற ஒரு புரட்சிகர தலித் பாடகர் தற்கொலை செய்துகொண்டார். அவர் கதை சொல்லியாகவும் கலைஞராகவும் களச் செயல்பாட்டாளராகவும் இருந்தவர்.

"இந்த அநீதியை என்னால் பொறுத்துக்கொள்ள முடியவே இல்லை. அதற்கு எதிர்ப்புத் தெரிவிக்கும் போராட்டமாக நான் என்னையே மாய்த்துக் கொள்கிறேன். அம்பேத்கரியவாதிகளின் ஒற்றுமை ஓங்குக"

என்கிற அவரது தற்கொலைக் குறிப்பை முலுந்த் என்கிற ஊரின் ஒரு சுவரில் எழுதி வைத்திருக்கிறார்கள்[25].

அரசே அதிகாரத்தைக் கட்டவிழ்த்து அப்பாவிகளைக் கொல்வது, எதிர்த்துக் கேள்வி கேட்பவர்களின் குரலை அடக்குவது, தலித் மக்களைக் கொன்றுவிட்டு எந்தத் தண்டனையையும் அனுபவிக்காமல் காவல்துறையினர் தப்பிப்பது போன்றவையெல்லாம் காலப்போக்கில் இயல்பாக மாறிவருகின்றன. ரமாபாய் நகரில் காவல்துறையினரால் கொலைகள் நிகழ்த்தப்பட்டு ஏழாண்டுகள் கழித்து, காயமடைந்து உயிர்ப்பிழைத்த அப்பாவி மக்கள் மீதெல்லாம் கொலைமுயற்சி வழக்கு போடப்பட்டது என்பதை நம்பமுடிகிறதா? அவர்களிடம் இருந்து தப்பிப்பதற்காகத்தான் காவல்துறையினர் துப்பாக்கிச்சூடு நடத்தியதாக நீதிமன்றத்தில் காவல் அதிகாரிகள் வாதிட்டனர்.

நியாயமான நீதிக்காக சுமார் பத்தாண்டுகாலமாக நீதிமன்றங்களில் வாதாடியும் மேல்முறையீடு செய்தும், இறுதியாக காவலர் மனோகர் காடமிற்குத் தண்டனை கிடைத்தது. ஆனால், சிறைக்குள் அடைப்பதற்கு பதிலாக அவருக்கு 2009ஆம் ஆண்டில் பிணை வழங்கப்பட்டுவிட்டது. மனோகர் காடமுக்கு எதிராக ஏராளமான ஆதாரங்கள் இருந்தும் அவரை அரவணைத்துக்கொண்ட இந்த அரசு, எந்த ஆதாரமும் இல்லாமலேயே பினாயக் சென்னை எப்படியாகக் கைது செய்தது என்பது குறித்து ஒரு விரிவான விமர்சனக் கட்டுரையை எழுதினார் ஆனந்த் டெல்டும்டே. இக்கடிதம் எழுதிய சில மாதங்களிலேயே அந்த ஆனந்த் டெல்டும்டேவும் கைது செய்யப்பட்டார் என்பது குறிப்பிடத்தக்கது[26].

> *“நாகரீகமற்ற சாதிய சமூகத்தில் தலித்துகளையும் பழங்குடி மக்களையும் ஒடுக்குவதை இயல்பாக்கி வைத்திருக்கிறது இந்த அரசு. நாம் உருவாக்கி வைத்திருக்கிற நவீன அரசியலமைப்புச் சட்டத்தைக் கொண்டு சாதிய ஏற்றத்தாழ்வுகளை ஒழிப்பதற்கு பதிலாக, மக்களைப் பிரித்துவைத்து சாதிய வன்முறையை முழுமையாக உள்வாங்கி, தனது செயல்பாடுகளை அரசு வகுத்துக்கொண்டிருக்கிறது என்பது மிகவும் கவலைக்குரியதாகவே இருக்கிறது… தலித்துகளுக்கும் பழங்குடி மக்களுக்கும் எதிராகச் செயல்படுபவர்களுக்கே உறுதுணையாக நிற்கிறது அரசு. அதேபோல, அவர்கள்தான் அரசு அதிகாரத்தின் மிக அருகாமையில் கைகோர்த்து நின்றிருக்கிறார்கள். தலித்துகளுக்கும் பழங்குடி மக்களுக்கும் துணையாக நிற்கிற எவரையும் இந்த அமைப்புமுறை*

இன்னும் எத்தனை காலத்திற்கு நிலவைக் கூண்டிலேயே

புறக்கணித்து ஒதுக்கிவிடுகிறது. மாறாக, அம்மக்களை வெறுத்து ஒதுக்கினாலோ, அரசு அதிகார வர்க்கத்தால் இயல்பாகவே ஏற்றுக்கொள்ளப்பட்டு விடுகிறார்கள். நக்சல்வாதம் என்பது ஒதுக்கப்பட்ட ஒரு கருத்தியலாகவும், தேசியவாதம் என்பது சாதியவாதத்திற்குள் ஒளிந்திருக்கும் கருத்தியலாகவும் நவீன உலகில் மாறியிருக்கிறது"

என்கிறார் ஆனந்த் டெல்டும்டே[27].

உரிமைக்குரலின் கழுத்தில் காலைவைத்து நெறிக்கும் அரசு

தலித்துகளும் பழங்குடி மக்களும் முஸ்லிம்களும் எதிர்கொள்வதைப் போன்ற ஒடுக்குமுறைகள் எல்லாம், மற்றவர்களுக்குப் பெரும்பாலும் இல்லையென்கிறார் நாங்கள் உரையாடிய தலித் செயல்பாட்டாளர் ஒருவர்.

"தலித்துகள், பழங்குடி மக்கள் மற்றும் முஸ்லிம்களின் கழுத்தில் எப்போதும் ஒரு காலை அழுத்தியே வைத்திருக்கிறது அரசு. மகிழ்ச்சியாக வாழ்வதையெல்லாமும் கூட விட்டுவிடுங்கள். இங்கே உயிர்பிழைத்திருப்பதே கடினமாகத்தான் இருக்கிறது. சிறுபான்மையினரின் கழுத்தில் காலணி அணிந்த அரசின் கால்கள் அழுத்தமாக வைக்கப்பட்டிருக்கின்றன. அனுதினமும் மூச்சுவிடக்கூட முடியாமல் ஒரு கண்ணியமான வாழ்க்கை வாழ்வதற்காக ஏங்கவும் கெஞ்சவும் வைக்கிறது. எங்களைப் பொறுத்தவரை ஆட்சி அதிகாரத்தில் யார் இருந்தாலுமே, ஒடுக்குமுறை என்பது எப்போதும் தொடர்கதையாகத்தான் இருந்துவருகிறது"

என்றார் அந்த தலித் செயல்பாட்டாளர்.

சாதி ஒழிப்பைப் பேசுவதற்காக கவிதையையும் பாடலையும் பிரச்சார வடிவமாகக் கொண்டு இயங்கிய விலாஸ் கோக்ரே உள்ளிட்ட பல கவிஞர்களையும் புரட்சிகரப் பாடகர்களையும் போல, 2002 குஜராத் கலவரத்திற்குப் பின்னர் 'கேகேஎம்' என்கிற கலைஞர்களின் அமைப்பும் உருவாக்கப்பட்டது.

ரமாபாய் நகர் துப்பாக்கிச் சூட்டை அடுத்து, கயர்லாஞ்சியில் தலித்துகள் படுகொலை செய்யப்பட்ட கொடூர நிகழ்வும் நடந்தேறியது. தலித் மக்கள் ஒன்றுகூடிப் போராடுவதற்கு அதுவொரு முக்கியமான நிகழ்வாக இருந்தது. வெகுமக்கள் ஊடகங்களில் இப்படுகொலைகள் குறித்தான செய்திகள் பரவலாக வெளிவருவதற்கு பல மாதங்கள் ஆகின. தலித் அமைப்புகளெல்லாம் ஒருங்கிணைந்து போராடி,

தொடர்ச்சியாகப் பல்வேறு மட்டங்களில் மனுக்கள் அளித்து, ஆண்டின் இறுதியில் இறந்தவர்களுடைய உடல்களின் புகைப்படங்களைச் சேரிகளின் சுவர்களில் ஒட்டி பல்வேறு வழிகளில் பிரச்சாரம் செய்தன. நிலைமை கைமீறிப் போய்விடுமோ என்கிற அச்சத்தில் அரசு அதிகாரிகளும் காவல்துறையினரும் களமிறங்கி, பிரச்சினையைத் திசைதிருப்புவதற்கான அனைத்து முயற்சிகளையும் மேற்கொண்டனர். அதுவே நீதியைக் கிடைக்கவிடாமல் தடுத்துக்கொண்டிருந்தது. கயர்லாஞ்சியில் தலித்துகள் படுகொலை செய்யப்பட்டதை விவாதமாக்கி நீதியை உறுதிசெய்வதற்குப் பதிலாக, தலித்துகளின் போராட்டத்தினால் வன்முறை நிகழ்ந்துவிடலாம் என்று அரசு எந்திரம் பிரச்சாரம் செய்யத்துவங்கிவிட்டது என்கிறார் அனுபமா ராவ்[28]. இங்கு ஏற்கெனவே காலங்காலமாக இருக்கிற சாதி ஒடுக்குமுறைக்கு எதிரான தலித் மக்களின் போராட்டத்தையும், சாதிய வன்முறைக்கு எதிரான எதிர்க்குரலையும், சுயமரியாதைக்கான அவர்களது அணிதிரட்டலையும் கவலைக்குரியதாகவே அரசு பார்த்தது. இவை அனைத்தும் வன்முறையென்றே முத்திரை குத்தப்பட்டு அதிரடியாக ஒடுக்கப்பட்டன.

“கயர்லாஞ்சி படுகொலையின் கொடூரத்தை அவர்களால் புரிந்துகொள்ளவே முடியவில்லை” என்கிறார் கேகேம் பண்பாட்டு அமைப்பின் பாடகரான ஷீத்தல் சாத்தே[29]. கோரமான அப்படுகொலைக்குப் பின்னர், கேகேஎம் அமைப்பின் பாடல்களில் கோபமும் அரசியலும் அதிகரித்து உயிர்ப்பெற்றது என்கிறார் தீபக் தேங்கலே. கயர்லாஞ்சி படுகொலையோடு நிற்காமல், தலித்துகள் மீதான வன்முறைகள் அதிகரித்துக்கொண்டேதான் இருந்தன. அதனைத் தொடர்ந்து, “தலித்துகளே, பதிலடி கொடுங்கள்”, “தலித்துகளே, தயாராக இருங்கள்” போன்ற பல உணர்ச்சிமிக்க பாடல்கள் உருவாக்கப்பட்டுப் பாடப்பட்டன. “இந்த ஜனநாயகம் உனக்கானதல்ல, இந்த நீதித்துறை உனக்கானதல்ல, இந்த ஆட்சிமுறை உனக்கானதல்ல” போன்ற வரிகளுடன் எழுதப்பட்ட அப்பாடல்கள் மக்களைப் போராடத் தூண்டின[30].

கேகேஎம் அமைப்பு எளிய அமைப்பாக இருந்தபோதிலும், பாடல்கள் மற்றும் இன்னபிற மேடை நிகழ்வுகளின் மூலமாகச் சக்திவாய்ந்த கேள்விகளை அது எழுப்பியது.

“எங்கள் மனதில் இருப்பதைப் பேசமுடியாவிட்டால், இந்த ஜனநாயகத்தால் என்ன பலன்? எங்கள் உரிமைகள் குறித்து எவரும் பேச விரும்பவில்லையே” என்பன போன்ற பல வரிகள்

எழுதப்பட்டன. அந்த அமைப்புக்கு மக்களிடையே வரவேற்பு அதிகரிக்கத் துவங்கியதும், அப்போதைய மகாராஷ்டிர காங்கிரஸ் அரசு கேகேஎம் உள்ளிட்ட 37 அமைப்புகளையும் செயல்பாட்டாளர்களையும் நக்சல்வாதிகளாக முத்திரை குத்தி ஒரு பட்டியலையே உள்ளூர் செய்தித்தாள்களில் வெளியிட்டது.

கேகேஎம் அமைப்பை தன்னுடைய முழு கண்காணிப்பில் கொண்டுவந்தது காவல்துறை. அவர்களுடைய நிகழ்வுகளில் கலந்துகொள்வது, பாடகர்களின் வீடுகளுக்குச் சென்று விசாரிப்பது, புத்தக விற்பனைக் கடைக்குள் புகுந்து நூல்களைப் பறிமுதல் செய்வது போன்ற அனைத்துவிதமான நெருக்குதல்களையும் காவல்துறை கொடுக்கத்துவங்கியது. 2011ஆம் ஆண்டு பயங்கரவாதச் சட்டங்களில் வழக்குப் பதிவுசெய்யப்பட்டு தீபக் தேங்கலேவும் சித்தார்த் போஸ்லேவும் கைது செய்யப்பட்டனர். காவல்துறையின் மிரட்டல்களினால் ஷீத்தல் சாத்தேவும் சாகர் கோர்க்கேவும் ரமேஷ் கைச்சோரும் சச்சின் மாலியும் தலைமறைவாக வேண்டிய சூழல் ஏற்பட்டுவிட்டது. தீபக் தேங்கலேவும் சித்தார்த் போஸ்லேவும் பிணையில் விடுவிக்கப்பட்ட பின்னர், தலைமறைவாகி இருந்த மற்றவர்கள் வெளியே வந்தனர். கொஞ்சமும் தாமதிக்காமல், சச்சின் மாலியையும், சாகர் கோர்க்கேவையும், இரமேஷ் கைச்சோரையும், கருவுற்றிருந்த ஷீத்தல் சாத்தேவையும் கைது செய்து சிறையில் அடைத்தது அரசின் காவல்துறை. அவர்களுடைய பிணை கோரிக்கைகளும் இரண்டுமுறை தொடர்ச்சியாக நிராகரிக்கப்பட்டன. எட்டரை மாத கர்ப்பிணியாக ஏறத்தாழ குழந்தையைப் பெற்றெடுக்கிற தருவாயில் இருந்தபோதுதான், 2013ஆம் ஆண்டின் இறுதியில் ஷீத்தல் சாத்தேவுக்குப் பிணை வழங்கப்பட்டது. மற்றவர்கள் அனைவரும் அடுத்த நான்காண்டுகள் சிறையில்தான் அடைத்துவைக்கப்பட்டனர். அவ்வளவு காலமாகத் தொடர்ச்சியாகச் சட்டப்போராட்டம் நடத்தித்தான், 2017ஆம் ஆண்டில் விடுதலையாகி வெளியே வந்தனர்.

சிறையில் இருக்கையில் தீபக் தேங்கலேவைக் கொடூரமாகத் தாக்கியும் சித்திரவதை செய்தும் அடித்தும் ஆடைகளைக் களைந்து இருகால்களை ஒரு கயிற்றில் கட்டித் தலைகீழாகத் தொங்கவிட்டும் கொடுமைப்படுத்தி இருக்கிறது காவல்துறை. கார் ஏற்றி சிலரைக் கொன்ற வழக்கில் பாலிவுட் நடிகரான சல்மான் கானுக்குப் பிணை வழங்கிய அதே நீதிபதிதான், அடிப்படை ஆதாரமே இல்லாத வழக்கில் கேகேம் அமைப்பைச் சேர்ந்த படைப்பாளிகளுக்கு இரண்டாண்டுகளாகப் பிணை வழங்க மறுத்தார் என்று ஒரு நேர்காணலில் குறிப்பிட்டார் தீபக் தேங்கலே.

மேலும், "இந்த வழக்கு இன்னும் எவ்வளவு காலம் இழுத்துச் செல்லப்படும் என்பது யாருக்கும் தெரியாது" என்றார் அவர்.

2011 முதல் 2015 வரையிலான அந்த நான்காண்டுகளில் தீபக் தேங்கலேவுக்கு எதிராக ஒரேயொரு சாட்சியைக்கூட அரசினால் கொண்டுவந்து நீதிமன்றத்தில் சமர்ப்பிக்க முடியவில்லை.

"விவசாயிகளின் தற்கொலை குறித்தும், ஊட்டச்சத்து குறைபாடு குறித்தும் நாங்கள் கேள்வி எழுப்பினால், எங்களை நக்சலைட்டுகள் என்கிறார்கள்... நாங்கள் தலித்துகள் மற்றும் பிற்படுத்தப்பட்ட மக்களின் பிரச்சினைகளைப் பேசுகிறோம். அதற்கெல்லாம் எங்களைக் கைது செய்ய வேண்டிய அவசியம் என்ன வந்தது இவர்களுக்கு?" என்று கேள்வி எழுப்பினார் தீபக் தேங்கலே.

ஒரு பண்பாட்டுப் போராட்டக் குழுவை எதிரியாகப் பார்த்து இந்த அரசு ஒடுக்குவது ஏன்? பாடல்களையும் வீதி நாடகங்களையும் ஆயுதங்களாகவும், கலைஞர்களைப் பயங்கரவாதிகளாகவும் பார்க்கிற இந்த அரசை என்னவென்று சொல்வது? எதை மறைப்பதற்கு இதையெல்லாம் இந்த அரசு செய்கிறது? யாரைச் சமாதானப்படுத்த அரசு இதையெல்லாம் செய்கிறது?

"எந்தப் பிரச்சினையென்றாலும், தலித்துகளாகிய எங்களை ஒடுக்கத்தான் எப்போதுமே முதலில் வருகிறது அரசு. அவர்கள் எங்கள் மக்களைக் கொன்றிருக்கிறார்கள். அறிஞர்களையும், கலைஞர்களையும், வழக்கறிஞர்களையும் சிந்தனையாளர்களையும் இப்போது கைது செய்வது பொதுச்சமூகத்திற்கு நம்பமுடியாத அதிர்ச்சியாக இருக்கலாம். ஆனால், பொதுச் சமூகத்தில் எது அதிர்ச்சிகரமானதாக இருக்கிறதோ, அதெல்லாம் தலித்துகளாகிய எங்களது உலகில் வெகு இயல்பானது. அன்றாடம் நடந்துகொண்டிருப்பது. எங்களது வாழ்க்கையை ஒரு பொம்மலாட்ட விளையாட்டுப்போலாக்கி, தன்னுடைய கட்டுப்பாட்டிலேயே வைத்திருக்கிறது இந்த அரசு. தனக்குத் தேவைப்படும் போதெல்லாம் கயிறை இழுத்து எங்களது வாழ்க்கையை அசைத்துப் பார்க்கிற வேலையை அரசு செய்துகொண்டேதான் வந்திருக்கிறது"

என்கிறார் ஒரு தலித் களச் செயல்பாட்டாளர்.

தலித் சமூக ஆர்வலரும் வித்ரோஹி என்கிற பத்திரிகையின் ஆசிரியருமான சுதிர் தாவ்லே, 2011ஆம் ஆண்டில் மாவோயிஸ்ட்டுகளுடன் தொடர்பு கொண்டிருப்பதாகக் குற்றஞ்சாட்டப்பட்டுக் கைது செய்யப்பட்டார்.

மூன்றாண்டுகள் சிறையில் இருந்த அவருக்கு எதிராக எவ்வித ஆதாரமும் இல்லாததால் விடுதலை செய்யப்பட்டார்.

> *"மாறுபட்ட கருத்துடையவர்களின் கழுத்து நெரிக்கப்படுகிறது. காலங்காலமாக நடந்துவரும் ஒடுக்குமுறையை ஒடுக்கப்பட்ட சாதியினர் எதிர்த்து அரிதாகப் போராடுகையில், அதுவும் அடக்கப்படுகிறது. கயர்லாஞ்சி படுகொலைக்குப் பிறகு சாதிய வன்முறைக்கு எதிரான தொடர் போராட்டங்கள் நடைபெறத் துவங்கின. ஆனால், அதையும் இப்போது பார்க்கமுடியவில்லை. அப்போராட்டங்களில் பங்கெடுத்த எங்களைப் போன்ற பெரும்பாலானோர் பல்வேறு வழக்குகளில் சிக்கவைக்கப்பட்டிருக்கிறோம். நாங்கள் நக்சல்கள் என்று முத்திரையும் குத்தப்பட்டிருக்கிறோம். அடுத்தடுத்து எங்களைத் தடுக்கும் விதத்திலான முட்டுக்கட்டைகளை இந்த அரசு போட்டுவைத்திருக்கிறது"*

என்று விடுதலையான பிறகு கூறினார்[31].

நக்சல்களின் அச்சுறுத்தலும் தலித்துகளின் கோபமும் ஒன்றுக்கொன்று தொடர்புடைய இரண்டு முக்கியமான பிரச்சினைகளாகவும், இரண்டையுமே ஒருசேர அடக்கி ஒடுக்குவது அவசியமானதென்றும் அரசு நினைக்கிறது. நக்சலைட்டுகளை அரசியல்ரீதியாகக் கையாள்வதற்குப் பதிலாக, சட்டவிரோதக் கொலைகள் மூலமாகவும், சித்திரவதைகள் செய்தும், கடத்திக் காணாமல் போகவைத்துமே அப்பிரச்சினையை இந்திய அரசு தீர்க்க முயற்சி செய்கிறது[32]. காவல்துறையினரின் இத்தகைய கொடூரமான நடவடிக்கைகளினால் பெரும்பாலும் பாதிக்கப்படுவது தொழிலாளர்களாகவும் விவசாயக்கூலிகளாகவும் இருக்கும் தலித்துகளும் பழங்குடி மக்களுமே ஆகும்.

கிராமப்புறங்களில் செயல்படும் சமூக ஆர்வலர்களையும் அப்பாவித் தொழிலாளர்களையும் நக்சலைட் ஆதரவாளர்கள் என்று முத்திரை குத்தி அவர்களைத் தாக்கிவிட்டு, இதெல்லாம் நக்சலைட் தீவிரவாதத்தை ஒழிக்கும் நடவடிக்கைகளின் ஒரு அங்கம்தான் என்று காரணம் சொல்லிவிடுகிறது இந்திய அரசு. தேசப்பாதுகாப்பு என்கிற பெயரில் காவல்துறை அதிகாரிகளுக்கு எவரை வேண்டுமானாலும் கொல்வதற்கும் தாக்குவதற்கும் முழு அதிகாரத்தை வழங்கும் அரசுதான் இன்றைக்கு ஆட்சியில் இருக்கிறது. பழங்குடி மக்களையும் விவசாயிகளையும் கொன்றுபோடும் மூத்த காவல் அதிகாரிகளுக்குப் பதவி உயர்வும், பணமாகப் பரிசும், விரும்பிய

இடத்தில் இடமாறுதலும் அவ்வப்போது கிடைத்துக்கொண்டே இருப்பதைப் பார்க்க முடிகிறது. சட்டத்திற்கு விலக்களித்துவிட்ட இந்த அமைப்புமுறையில், கொடூரமான ஒடுக்குமுறைக்கெல்லாம் விருதும் வெகுமதியும் அளித்துப் பெருமை கொள்கிறது. பீமா கோரேகான் வன்முறை வழக்கில் கேகேஎம் அமைப்பினர் சிக்கவைக்கப்படுவதற்கு முன்னர் ஏற்கெனவே அவர்கள் தொடர்ச்சியாக வேட்டையாடப்பட்டுக் கொண்டேதான் இருந்தனர்.

தீபக் தேங்கலேவுக்கு மும்பை உயர்நீதிமன்ற நீதிபதியான அபய் திப்சே பிணை வழங்கி உத்தரவிட்டார். அப்போது, 'பேச்சு சுதந்திரமும், பொதுவெளியில் அமைதியாக ஒன்றுகூடுவதும், அமைப்புகள் உருவாக்குவதும் தவறில்லை' என்றும் 'அவற்றுக்கான உரிமை எவருக்கும் உண்டு' என்றும் நீதிபதி கருத்து தெரிவித்திருந்தார். 'உபா சட்டத்தை விடவும் இவ்வுரிமைகள்தான் முக்கியமானவை' என்றார்.

> *"ஊழல், சமத்துவமின்மை, சுரண்டல் உள்ளிட்ட சமூகத்தின் பல்வேறு பிரச்சினைகள் குறித்துப் பேசுவதும், நல்லதொரு சமூகத்தை உருவாக்குவதற்காக உழைப்பதும் இந்த தேசத்தில் தடையெல்லாம் செய்யப்படவில்லை. சமூகப் பிரச்சினைகள் குறித்துப் பேசுவதொன்றும் தண்டிக்கப்படவேண்டிய குற்றமும் இல்லை"*

என்றார்[33].

மக்கள் பிரச்சினைகளுக்காக ஒன்றுகூடுவதும், போராடுவதும், அமைதிக்காகக் குரல் கொடுப்பதுமே கூட குற்றமென்று சொல்லிவிடுவார்களோ என்றெல்லாம் பல்வேறு வழக்குகளைப் பார்க்கையில் தோன்றுகிறது. இன்னும் மிகமோசமான நிலையெல்லாமும் வந்துவிடுமோ என்றும் அஞ்சத்தோன்றுகிறது.

எல்கர் பரிக்ஷத்தும் பிகே-16 அரசியல் கைதிகள் உருவாக்கமும்

2017ஆம் ஆண்டு டிசம்பர் 31ஆம் தேதியன்று புனே நகரில் 35000 பேருக்கும் மேலானவர்கள் சாதி ஒழிப்பு மற்றும் பாசிச எதிர்ப்பைக் குறிக்கோளாகக் கொண்டு ஒன்றுகூடிய எல்கர் பரிக்ஷத் என்கிற மிகப்பிரம்மாண்டமான நிகழ்வு நடைபெற்றது. அந்த நிகழ்வில் பங்கெடுத்த பெரும்பாலானோரும் உள்ளூரில்

இருந்து ஆயிரக்கணக்கான தலித் மக்களும் இணைந்து, பேஷ்வா மன்னர்களுடன் தலித் மக்கள் சண்டையிட்டு வெற்றிபெற்ற கோரேகான் போரின் இருநூறாவது ஆண்டு நினைவுநாள் கொண்டாட்ட நிகழ்வில் கலந்துகொண்டனர். அந்த நிகழ்வை நடத்தவிடாமல் தடுப்பதற்காக வலதுசாரி இந்துத்துவவாதிகள் திட்டமிட்டு காவிக் கொடிகளுடனும் ஆயுதங்களுடனும் அங்கேவந்து, கலவரத்தை நிகழ்த்தினர். அதிவேகமாக அக்கம்பக்கத்து கிராமங்களுக்கும் வன்முறை பரவியது. எல்கர் பரிக்ஷத் நிகழ்வு நடைபெறுவதற்கு முன்னரே, அந்தச் சுற்றுவட்டாரத்தில் என்னென்ன முன்னேற்பாடுகளை எல்லாம் இந்துத்துவ அமைப்புகள் செய்துவந்தன என்பதை ராம்தாஸ் லோகண்டே என்கிற ஒரு உள்ளூர் பத்திரிகையாளர் நேரில் பார்த்திருக்கிறார்[34]. அங்கு நடத்தப்பட்ட வன்முறை குறித்து, அவற்றை நேரில் பார்த்த உள்ளூர் சாதி எதிர்ப்புப் போராளியான அனிதா சவாலேவும் விரிவாக எழுதியிருக்கிறார்.

> "அங்கு நடந்த வன்முறையை மிக அருகில் இருந்து நான் நேரில் பார்த்தேன். என்னைச் சுற்றியிருந்த மக்களை எல்லாம் அடித்தார்கள். அந்த இடமே ரத்த வெள்ளமாகக் காட்சியளித்தது. எங்களுடைய வாகனங்கள் எல்லாம் கொளுத்தப்பட்டன. அங்கே ஆயுதங்களைக் கொண்டுவந்து எங்களைத் தாக்கியவர்களெல்லாம், ஆர்எஸ்எஸ் உள்ளிட்ட இந்துத்துவ அமைப்புகளின் உள்ளூர்த் தலைவர்களான பிடே மற்றும் மிலிந்த் எக்போத் ஆகியோரைப் புகழ்ந்து முழக்கங்களை எழுப்பினர்"

என்றார் அனிதா சவாலே[35].

மறுநாளே, மதவெறியர்கள் என்று உள்ளூரில் அறியப்படுகிற இந்துத்துவத் தலைவரான மிலிந்த் எக்போத் மற்றும் சம்பாஜி பிடே ஆகியோர் மீது காவல்துறையில் வழக்குப் பதிவுசெய்தார் அனிதா சவாலே. தன்னுடைய உயிருக்கே ஆபத்து இருந்தபோதிலும், வன்முறை வெறியாட்டத்தால் பாதிக்கப்பட்டவர்களுக்கு நியாயத்தைப் பெற்றுத்தர வேண்டும் என்பதற்காக, மும்பை உயர்நீதிமன்றத்தையும் இந்த வழக்குத் தொடர்பாக பொறுப்பேற்குமாறு கேட்டுக்கொண்டு மனு தாக்கல் செய்தார் அனிதா.

பீமா கோரேகான் வன்முறையைக் கண்டித்து, பல்வேறு தலித் அமைப்புகள் இணைந்து மாநிலம் முழுவதிலும் முழுஅடைப்புப் போராட்டத்திற்கு அறைகூவல் விடுத்தன. அதற்குப் பதிலடி கொடுக்கும்விதமாக, மாநிலம் முழுவதிலும் தலித் மக்களின்

குடியிருப்புகளில் புகுந்து எவ்வித அனுமதியையும் எங்கேயும் பெறாமல் தேடுதல் வேட்டை என்கிற பெயரில் அம்மக்களை அடித்தும், வீடுகளை நாசமாக்கியும் பெண்களுக்குத் தொல்லைகொடுத்தும் பழிதீர்க்கும் வேலையில் காவல்துறையினர் இறங்கினர்[36]. மகாராஷ்டிர மாநிலம் முழுவதிலும் எண்ணற்ற தலித்துகளைக் கூட்டங்கூட்டமாக அடித்து இழுத்துக்கொண்டுபோய் தடுப்புக்காவலில் வைத்தது காவல்துறை. அதற்குப் பயந்தே ஏராளமான மக்கள் தங்களது வீடுகளைவிட்டு வெளியேறத் துவங்கினர். சுமார் 95 பேர் மீது கொலைமுயற்சி வழக்குப் பதிவு செய்யப்பட்டது. மேலும் 3000 பேருக்கு அதிகமானோர் காரணமே சொல்லப்படாமல் சட்டவிரோதமாகச் சிறைகளில் அடைக்கப்பட்டனர்.

மாநிலம் முழுவதிலும் தலித் குடியிருப்புகளில் இருந்த உள்ளூர் தலைவர்களை எல்லாம் கைது செய்துவிட்டபடியால், தட்டிக்கேட்க ஆளில்லாத சூழலில் வேறு யாரையெல்லாம் கைது செய்தார்கள், எத்தனை பேரை தடுப்புக்காவலில் வைத்தார்கள் என்கிற எந்த விவரமும் எங்கேயும் பெறமுடியாத சூழல் ஏற்பட்டது.

"அன்று கைது செய்யப்பட்டவர்களில் இன்னமும் சிறைக்குள்ளேயே எத்தனை பேர் வைக்கப்பட்டிருக்கிறார்கள் என்கிற விவரம் இப்போது வரையிலும் தெரியவில்லை. எளிய மக்களாகிய அவர்களுக்கு எல்லாம் வழக்கறிஞரை வைத்து வாதாடி வெளியே வரக்கூட முடியாத சூழல் இருக்கிறது. ஊடகங்கள் எதுவுமே இப்போதுவரை இதையெல்லாம் பேசுவதே இல்லை. எல்லோரும் மறந்துவிட்ட கதையாகிப் போய்விட்டது. சிறைக்குள் இருக்கிற அம்மக்களை விடுவிப்பதுதான் நம்முடைய போராட்டமாக மாறிப்போய் இருக்கிற நிலையில், வெளியே இருக்கிற மீதமிருக்கும் மக்களை முன்பைவிடவும் இன்னும் மோசமாக ஒடுக்குவது தொடர்ந்து கொண்டுதான் இருக்கிறது"

என்கிறார் நாங்கள் உரையாடிய ஒரு தலித் சமூகச் செயல்பாட்டாளர்.

வன்முறை குறித்து மிகத்தெளிவான ஆதாரங்கள் இருந்தபோதும், காவல்துறை நியமித்த உண்மை கண்டறியும் குழுவின் அறிக்கையின்படியே வலதுசாரி இந்துத்துவக் குழுக்களினால் திட்டமிட்டே வன்முறை வெறியாட்டங்கள் நடத்தப்பட்டன என்கிற உண்மை குறிப்பிடப்பட்டிருந்தும், ஏற்கெனவே பதிவுசெய்யப்பட்ட 'முதல் தகவல் அறிக்கை'க்குப் போட்டியாக இரண்டாவதாக மற்றொரு 'முதல் தகவல் அறிக்கை' பதிவு செய்யப்பட்டது. இம்முறை, எல்கர்

பரிக்ஷத் மாநாட்டை ஏற்பாடு செய்தவர்கள் மீதே குற்றஞ்சாட்டும் விதமாக வழக்குப் பதிவு செய்யப்பட்டது.

துவக்கத்தில் பீமா கோரேகான் வன்முறை தொடர்பாக, வலதுசாரி இந்துத்துவத் தலைவர்களான சம்பாஜி பிடேவும் மிலிந்த் எக்போத்தும் மட்டுமே விசாரிக்கப்பட்டுவந்தனர். ஆனால், இந்த இரண்டாம் தகவல் அறிக்கை பதிவு செய்யப்பட்டது முதலே, நக்சல்கள்தான் இந்த வன்முறைக்குக் காரணம் என்கிற வகையில் வழக்கின் திசையையே காவல்துறையினர் மாற்றிவிட்டனர். பீமா கோரேகான் வன்முறையினால் வீடிழந்து, அனைத்தையும் நேரில் பார்த்த முக்கிய சாட்சியான பூஜா சாக்கத் என்கிற 19 வயதான தலித் பெண் இந்துத்துவவாதிகளால் அச்சுறுத்தப்பட்டார். அதனால் வேறுவழியின்றி, ஏற்கெனவே மிலிந்த் எக்போத் மற்றும் சம்பாஜி பிடே ஆகியோருக்கு எதிராக அவர் கொடுத்த வாக்குமூலத்தைத் திரும்பப் பெற்றுக்கொண்டார். பின்னர் அவர் மர்மமான முறையில் இறந்தும் போனார்.

கலவரத்தை நேரில் பார்த்த முக்கிய சாட்சியாக இருந்ததாலேயே அவர் கொல்லப்பட்டதாக அவரது குடும்பத்தினர் உறுதியாக நம்புகின்றனர். அவர் தற்கொலை செய்துகொண்டதாகக் காவல்துறை முடிவுசெய்திருந்த சூழலில், மக்களின் தொடர் போராட்டத்திற்குப் பிறகுதான் வழக்குப் பதிவுசெய்து இருவர் கைது செய்யப்பட்டனர். இருப்பினும், இப்போதும் அவரது குடும்பத்தின் மற்ற உறுப்பினர்கள் தொடர்ச்சியாக அச்சுறுத்தப்பட்டுத் தாக்குதலுக்கும் ஆளாவதாகச் சொல்கின்றனர்.

பீமா கோரேகான் வன்முறைக்குப் பின்னர், அதிகாரத்தைப் பயன்படுத்தி மக்களை அச்சுறுத்துவதும் பொய்செய்திகளால் குழப்புவதுமாக இருந்தது காவல்துறை. எல்கர் பரிக்ஷத் மாநாட்டை ஏற்பாடு செய்தவர்கள் அனைவரும், இந்திய மாவோயிஸ்ட் கம்யூனிஸ்ட் கட்சியின் உறுப்பினர்களாக இருந்துதான் இயங்கியிருக்கிறார்கள் என்று களச் செயல்பாட்டாளர்கள் மீது குற்றஞ்சாட்டி வழக்குப் பதிவு செய்யப்படுகிறது. அத்துடன், எல்கர் பரிக்ஷத் என்பது ஒரு பாசிச எதிர்ப்பு முன்னணி என்றும், வெறுப்பூட்டும் பிரச்சாரத்தை மக்களிடம் செய்வதாகவும், இந்தியப் பிரதமரைக் கொல்வதற்கான சதித்திட்டம் தீட்டுவதாகவும் காவல்துறையினர் குற்றஞ்சாட்டினர். ஆனால், அவர்களில் ஒருவர்கூட அந்த நாளில் அந்த வன்முறை நடந்த இடத்தில் இருக்கவும் இல்லை. பெரும்பான்மையானோர் எல்கர் பரிக்ஷத் நிகழ்வுக்கேகூட வராதவர்கள்தான்.

நேரில் பார்த்த சாட்சிகள் உள்ளிட்ட அனைத்து ஆதாரங்களையும் புறந்தள்ளிவிட்டு, அடுத்த மூன்றாண்டுகள் மிகத்தெளிவாகத் திட்டமிட்டு பதினாறு பேருக்கு எதிராகப் பொய்யான சாட்சிகளைத் தயார்செய்து பிகே-16 என்கிற ஒரு பொய் வழக்கிற்கு உயிர் கொடுத்துவிட்டது அரசு. நேரடியாகக் கலவரத்தில் ஈடுபட்டு வன்முறையை நிகழ்த்திய சம்போஜி பிடே மற்றும் மிலிந்த் எக்போத் ஆகிய இருவருக்கு எதிராக வீடியோ, சமூக ஊடகப் பதிவுகள், கண்ணால் நேரில் பார்த்த சாட்சிகள் என அனைத்தும் இருந்துமே அவர்கள் இருவரும் சுதந்திரமாகச் சுற்றிக்கொண்டிருக்கிறார்கள். ஆனால், அதே வேளையில் சமூக ஆர்வலர்களை வழக்கில் சிக்கவைக்க அதிதீவிரவாக இந்த அரசு முயன்றுகொண்டிருக்கிறது.

பீமா கோரேகானில் தலித்துகளுக்கு எதிராக நடத்தப்பட்ட வலதுசாரிகளின் வன்முறையையும், பின்னர் கொஞ்சமும் தொடர்பில்லாத 16 களப்பணியாளர்களைக் கைது செய்ததையும் எப்படிப் புரிந்துகொள்வது?

பீமா கோரேகான் என்கிற ஒரு கிராமத்தில் நடந்த வன்முறையைப் பயன்படுத்தி, நாடு தழுவிய ஒரு வழக்காக மாற்றி, தன்னுடைய கருத்துக்கு எதிர்நிலையில் இருந்த தனிமனிதர்களை எல்லாம் குற்றவாளிகளாக்கும் ஒரு பெரிய சதித்திட்டத்தை வகுத்துவிட்டது அரசு. இந்தக் கைதுகளை எல்லாம் புரிந்துகொள்வதற்கு நமக்கு நாமே சில கேள்விகளை எழுப்பியாக வேண்டியிருக்கிறது.

யாரெல்லாம் கைது செய்யப்பட்டிருக்கிறார்கள்?

என்ன காரணத்திற்காகவெல்லாம் கைது செய்யப்பட்டிருக்கிறார்கள்?

ஏன் இப்போது கைது செய்யப்பட்டிருக்கிறார்கள்?

எப்படிப் பார்த்தாலும் இக்கேள்விகளுக்கு நமக்குக் கிடைக்கிற பதில்களெல்லாம் கட்சிரோலி பகுதியைச் சுற்றிவாழும் பழங்குடி மக்களின் நிலத்தைப் பாதுகாப்பதற்கு எந்த வகையிலாவது உழைப்பவர்களும், தலித் இயக்கங்களைச் சேர்ந்தவர்களும் இடதுசாரி மற்றும் சாதி எதிர்ப்பு இயக்கங்களில் கைகோர்ப்பவர்களும்தான் அரசின் இலக்காகி இருக்கிறார்கள்.

இன்னும் எத்தனை காலத்திற்கு நிலவைக் கூண்டிலேயே

அவர்கள் முதலில் வழக்கறிஞர்களைப் பிடிக்க வந்தார்கள்

பரந்துபட்ட இடதுசாரிகளைத் தலித் செயல்பாடுகளுடனும் போராட்டக்களத்துடனும் இணைத்ததில் சுரேந்திர காட்லிங் ஒரு பாலமாகச் செயல்பட்டவர். மாவோயிஸ்ட்டுகள் என்றும் நக்சலைட்டுகள் என்றும் குற்றஞ்சாட்டி சிறையில் அடைக்கப்பட்ட எண்ணற்ற மக்களுக்காகப் போராடி அவர்களை மீட்டுக்கொண்டு வந்தவர் அவர். அவருடைய 25 ஆண்டுகால சட்டப்போராட்ட வாழ்க்கையில், அரசை எதிர்த்து தீர்க்கமாக நின்றிருக்கிறார். அதனாலேயே அரசினால் தொடர்ச்சியாக அச்சுறுத்தப்பட்டும் இருக்கிறார். அவருடைய திருமணத்தன்று, கைது செய்யப்படாமல் இருப்பதற்காக முன்ஜாமின் வாங்கி, அதன் பிரதியைக் கையில் வைத்துக்கொண்டேதான் இருந்தார் என்கிற அளவிற்கு அவரது வாழ்க்கை போராட்டமிக்கதாகவே இருந்து வந்திருக்கிறது. ‘எந்தச் சண்டையாக இருந்தாலும், அதனை எதிர்கொள்ள எப்போதும் தயாராக இருக்கிற மனிதர் அவர்’ என்கிறார் அவரிடம் பணியாற்றி வேலை கற்றுக்கொண்ட ஒரு வழக்கறிஞர்.

எளிய மக்களுக்காக அவர் எடுத்து வாதாடிய வழக்குகளெல்லாமே இலவசமாகச் செய்ததுதான். அதன் மையப்புள்ளியாக அவர் எப்போதும் சாதி எதிர்ப்பு அரசியலையும் முற்போக்கு அரசியலையும் இணைத்துக்கொண்டே பயணித்தார். எவ்வித அதிகாரமும் அற்ற ஒடுக்கப்பட்ட தலித் மக்களுக்கு எதிராக நிகழ்த்தப்பட்ட சட்டவிரோதக் கொலைகள், காவல்துறையின் வன்முறை, அடக்குமுறை ஆகியவற்றையெல்லாம் எதிர்த்துதான் அவர் வாதாடி வந்திருக்கிறார். கயர்லாஞ்சியில் தலித் மக்கள் மீது நடத்தப்பட்ட வன்முறையைத் தொடர்ந்து பாதிக்கப்பட்ட மக்களையே குற்றவாளிகள் என்று குறிப்பிட்டு வழக்குப் பதிவுசெய்தபோது, அம்மக்களுக்காகப் போராடினார். ரமாபாய் நகர் துப்பாக்கிச்சூடு மற்றும் மணிப்பூரில் தங்கம் மனோரமா என்கிற பழங்குடிப் பெண்ணை இந்திய இராணுவத்தின் அசாம் ரைஃபல்ஸ் படையினர் கொடூரமாகச் சுட்டுக்கொன்ற வழக்கு ஆகியவற்றிலும் சுரேந்திர காட்லிங்தான் பாதிக்கப்பட்ட மக்களுக்காக வாதாடினார்[37]. அவர் மக்களுக்கான முக்கியமான ஒரு ஆதரவு சக்தியாகச் செயல்பட்டுவந்தார். அவர் வழக்குகளில் என்ன மாதிரியான வாதத்தையெல்லாம் முன்வைக்கிறார் என்பதைப் பார்ப்பதற்கு நாட்டின் பல்வேறு பகுதிகளில் இருந்தும் மக்கள் வருகை புரிந்தனர். பேராசிரியர் ஜி.என்.சாய்பாபா, ஊடகவியலாளர் பிரசாந்த் ராஹி, அருண் ஃபெரைரா, தானேந்திர புரிலே, வெர்னொன் கொன்சால்வ்ஸ், மாருதி குர்வத்காரந்த் மற்றும்

சுதிர் தாவ்லே உள்ளிட்ட பல அரசியல் கைதிகளுக்கு எதிராகப் போடப்பட்ட பொய் வழக்குகளைக் கையிலெடுத்து வாதாடத் துவங்கினார் சுரேந்திர காட்லிங்.

ஜி.என்.சாய்பாபாவைக் கைது செய்வதற்குப் பல மாதங்களுக்கு முன்னரே, அவரது வீட்டில் சோதனை நடத்தி அட்டூழியம் செய்த சுகஸ் பவார்சே என்கிற காவல்துறை அதிகாரி, நீதிமன்ற வளாகத்தில் சுரேந்திர காட்லிங்கை அவரது துணை வழக்கறிஞர்கள் முன்னிலையிலேயே மிரட்டியிருக்கிறார்.

> *"ஜி.என். சாய்பாபாவைச் சிறைக்குள் தள்ளியபின்னர் அடுத்தது வழக்கறிஞர் சுரேந்திர காட்லிங்கைத்தான் உள்ளே தள்ளப் போறோம்"*

என்று மிரட்டல் தொனியில் சொல்லி இருக்கிறார் காவல் அதிகாரி[38].

ஜி.என்.சாய்பாபா முதல் சுரேந்திர காட்லிங் வரையிலுமான களச் செயல்பாட்டாளர்களைப் பொறுத்தவரையிலும், காவல் ஆய்வாளர் சுகஸ் பவார்சே மூக்கை நுழைக்காத வழக்கே இல்லை எனலாம். இந்த வழக்கில் அதிகாரப்பூர்வமான விசாரணை அதிகாரியாக அவர் நியமிக்கப்படவில்லை என்றாலுமே, யாருடைய அனுமதியும் இல்லாமல் இவ்வழக்கை மேற்பார்வை செய்துவந்தார். பின்னர் அவர் புனேவுக்குப் பணிமாற்றம் செய்யப்பட்டார். அங்கே சென்றதும், பிகே-16 வழக்கில் கைது செய்யப்பட்ட அனைவரையும் சுகஸ் பவார்சேதான் விசாரணை செய்தார். தகாதமுறையில் நடந்துகொள்பவராகவும், அதிகாரத்தை தவறாகப் பயன்படுத்துபவராகவுமே சுகஸ் பவார்சே அறியப்பட்டார். அப்படிப்பட்டவரை அந்த வழக்கில் இணைத்ததன் மூலமாக அரசின் திட்டம் என்னவாக இருந்திருக்கிறது என்பதை நாம் புரிந்துகொள்ள முடியும். அவரை வைத்து மிரட்டி, மக்களுக்காகக் குரல்கொடுக்கும் வழக்கறிஞர்களையும் களச் செயல்பாட்டாளர்களையும் கைது செய்யும் வேட்டையை அரசு துவங்கிவிட்டது என்பது தெரிகிறது.

எல்கர் பரிக்ஷத் நிகழ்வை ஒருங்கிணைத்தவர்கள் மீது குற்றஞ்சாட்டிய இரண்டாவது 'முதல் தகவல் அறிக்கை'யை வைத்துக்கொண்டு துவக்கத்தில் பெரியஅளவுக்குக் காவல்துறை விசாரணை கூட சரியாக நடத்தவில்லை. இருப்பினும் 2018ஆம் ஆண்டு மார்ச் மாதத்தில், விசாரிக்காமலும் ஆதாரங்கள் ஏதும் சேகரிக்காமலும் சுரேந்திர காட்லிங் மற்றும் ரோனா வில்சன் ஆகியோருக்கு எதிராக வழக்குப் பதிவு

செய்தது. அதுவும், இந்திய அரசுக்கு எதிராகப் போர் தொடுக்கத் திட்டமிட்டதாக அவர்கள் மீது குற்றஞ்சாட்டியது காவல்துறை.

2018ஆம் ஆண்டு மார்ச் மாதம் 8ஆம் தேதியன்று, சுரேந்திர காட்லிங், சுதிர் தாவ்லே, ஹர்ஷாலி பொட்தார், ரோனா வில்சன், சாகர் கோர்க்கே, தீபக் தேங்கலே, ரமேஷ் கைச்சோர், ஜோதி ஜக்தப் மற்றும் ரூபாலி ஜாதவ் ஆகியோரின் வீடுகளில் சோதனை செய்வதற்கான ஆணையை வழங்கக்கோரி நீதிமன்றத்தில் கோரியது காவல்துறை. ஆனால், அப்போது நீதிபதி அக்கோரிக்கையை நிராகரித்துவிட்டார். அதன் பிறகு, அந்த வழக்கே வேறொரு ஊருக்கும் வேறொரு நீதிமன்றத்திற்கும் மாற்றப்பட்டு, அதே கோரிக்கையை காவல்துறை முன்வைத்தது. அதே ஆண்டு ஏப்ரல் மாதத்தில் காவல்துறையின் வேண்டுகோளுக்கு நீதிமன்றம் செவிசாய்த்தது. ஆணை கிடைத்ததுமே, அனைவரின் வீடுகளிலும் ஒரே நேரத்தில் அதிரடியாக நுழைந்து பல குழுக்களை வைத்து தேடுதல் வேட்டையை நடத்தியது காவல்துறை. ஜி.என். சாய்பாபா வீட்டில் சோதனை நடத்தியபோது, அதற்கான ஆணையைக் கூட சாய்பாபாவிடம் காட்டுவதற்கு காவல்துறை மறுத்துவிட்டது. நூல்கள், கணினிகள், குடும்பப் புகைப்படங்கள், துண்டுப் பிரசுரங்கள், திரைப்படக் குறுந்தகடுகள், பீமா கோரேகானில் இந்துத்துவ வலதுசாரிகள் நிகழ்த்திய வன்முறை வெறியாட்டத்தின் வீடியோ ஆதாரங்கள் உள்ளிட்ட ஏராளமானவற்றைச் சாய்பாபாவின் வீட்டில் இருந்து பறிமுதல் செய்தது காவல்துறை.

சுரேந்திர காட்லிங் உள்ளிட்ட பலரையும் கைது செய்வதற்கு ஏற்றவாறு சதிச்செயல்களையும் பொய்யான ஆதாரங்களையும் காவல்துறை ஏற்கெனவே உருவாக்கி வைத்துவிட்டுத்தான் அந்தச் சோதனையையே செய்திருக்கிறது. ரோனா வில்சனின் கணினியில் மால்வேர் எனப்படுகிற வைரஸ் மென்பொருளின் மூலமாக, அவருக்கு எதிரான பொய்யான ஆதாரங்களை அவரது கணினியில் புகுத்தியிருக்கிறது காவல்துறை. ஆக, அவரது வீட்டிற்குப் பரிசோதனைக்குச் செல்லும்முன்னரே, அவரைக் குற்றவாளியாகக் காண்பிப்பதற்கான ஆதாரங்களை அவரது கணினியில் பதிவேற்றி வைத்திருக்கிறார்கள். அவர்களே ஆதாரத்தையும் வைத்துவிட்டு, எதுவுமே தெரியாதது போல அந்தக் கணினியையும் கைப்பற்றியிருக்கிறார்கள்.

குற்றம் செய்யாதவர்களையும் கொன்ற அரசு

வீடுகளில் புகுந்து தேடுதல் வேட்டையையெல்லாம் நடத்தி முடித்து ஒரு சில நாட்களுக்குள்ளாகவே, 2018ஆம் ஆண்டு ஏப்ரல் மாதம் 22ஆம் தேதியன்று கட்சிரோலி மாவட்டத்தில் ஒரு படுகொலை திட்டமிட்டு நிகழ்த்தப்பட்டது. அதில் 20 ஆண்களும் 20 பெண்களுமாக 40 பேர் கொல்லப்பட்டனர். இந்தியாவில் நடைபெறும் ஆயுதந்தாங்கிய போராட்டத்திற்கு எதிரான மிகப்பெரிய வெற்றியாக அந்தப் படுகொலையை அரசு கொண்டாடியது. செய்தித் தொலைக்காட்சிகள் எல்லாம் வெற்றிக்களிப்பில் மிதந்தன. இந்திய இராணுவப் படைகளும் இந்தித் திரைப்படப் பாடல்களுக்கு நடனமாடி அந்தப் படுகொலையைக் கொண்டாடின.

சுரேந்திர காட்லிங்கிடம் பயிற்சி பெற்றவரும் நாக்பூரைச் சேர்ந்தவருமான நிகல்சிங் ராத்தோட் என்பவர்தான், கட்சிரோலி படுகொலைக்கும் பிகே-16 வழக்கில் பல்வேறு களச் செயல்பாட்டாளர்கள் கைது செய்யப்பட்டதற்குமான தொடர்பை முதன்முதலில் வெளிப்படையாகப் பேசினார். கட்சிரோலி படுகொலையை விசாரிக்க பல்வேறு மனித உரிமை ஆர்வலர்களின் குழுவொன்று அந்த மாவட்டத்திற்கே சென்றது. சுரேந்திர காட்லிங்கும், ஷோமா சென்னும், மகேஷ் ராவத்தும் அந்த முயற்சிக்கு ஆதரவளித்தனர்[39]. அந்தக் குழுவின் அறிக்கையில், மக்கள் கொடூரமாகக் கொல்லப்பட்டது குறித்து விரிவாகச் சொல்லப்பட்டிருக்கிறது. அத்துடன், அரசு கூறிய விளக்கத்தில் இருக்கிற குழப்பங்களையும் அந்த அறிக்கை வெளிப்படுத்தியது. படுகொலையில் கொல்லப்பட்டவர்களில் பெரும்பான்மையானோர் குழந்தைகள் என்றும், இது அரசின் திட்டமிட்ட படுகொலை என்றும் தெளிவாகவே அந்த அறிக்கையில் குறிப்பிடப்பட்டுள்ளது.

ஜூன் 7ஆம் தேதியன்று மும்பை உயர்நீதிமன்றத்தில் உள்ளூர் பழங்குடியினத் தலைவர் மூலமாக ஒரு மனு தாக்கல் செய்வதற்கு முன்னர், ராவத், காட்லிங், தாவ்லே, வில்சன் மற்றும் சென் ஆகியோரும் கைது செய்யப்பட்டனர்[40]. 2006ஆம் ஆண்டு உருவாக்கப்பட்ட வன உரிமைச் சட்டத்தை உடனடியாக அமல்படுத்தக் கோரி உள்ளூர் மக்கள் குழுக்களை ஒருங்கிணைத்துக் கோரிக்கை வைத்தபடியால், 2013ஆம் ஆண்டு முதலே அரசின் கண்காணிப்பு வளையத்திற்குள் ராவத் வந்துவிட்டார்[41]. அதனால், அவ்வப்போது அவரை விசாரணைக்கு அழைத்துச் செல்வதும், காவல்நிலையத்தில் சிறை வைத்திருப்பதும், துன்புறுத்துவதுமாகக்

காவல்துறை மிரட்டிக்கொண்டேதான் வந்திருக்கிறது. அவரைக் கைது செய்வதற்கு சில மாதங்களுக்கு முன்னரே அவரது கடவுச்சீட்டு பறிமுதல் செய்யப்பட்டதை எல்லாம் பார்க்கையில், அனைத்தும் திட்டமிட்டே செயல்படுத்தப்பட்டிருக்கிறது என்பது தெரிகிறது.

பிகே-16 வழக்கில் முதல்கட்டமாகத் தலித் மற்றும் பழங்குடி மக்களின் உரிமைகளுக்காகக் குரல் கொடுத்ததோடு மட்டுமல்லாமல், பெருநிறுவனங்களின் நலனுக்காகவே மக்கள்மீது அரசு ஏவிய அனைத்து ஒடுக்குமுறைகளையும் ஆவணப்படுத்திய சமூக ஆர்வலர்களையும் வழக்கறிஞர்களையும் காவல்துறை கைது செய்தது. அதிகாரமிக்க அரசும் செல்வாக்குமிக்க பெருநிறுவனங்களும் இணைந்து கைகோத்துப் பயணிப்பதை நாம் கண்டுகொள்ளாமல் விடமுடியாது.

> *“மகாராஷ்டிராவில் மாவோயிஸ்ட்டுகள் என்று முத்திரை குத்தப்பட்டுக் கைது செய்யப்படும் பெரும்பாலான மக்கள் தலித்துகளாகவும் பழங்குடியினராகவுமே இருக்கின்றனர். அவர்களது சாதிய அடக்குமுறைக்கு மாவோயிச முத்திரையைக் குத்தி அரசு தப்பிக்கப் பார்க்கிறது. மாவோயிச முத்திரை குத்தப்படுவதால், அவர்களுக்குக் குரல் எழுப்பும் அதிகாரமும் இல்லாமல் போகிறது”*

என்று கைது செய்யப்படுவதற்கு முன்னர் 2018ஆம் ஆண்டு ஜூன் மாதத்தில் ஆனந்த் டெல்டும்டே தெரிவித்தார்[42].

இரண்டாம் கட்ட கைதுகளின்போது, தன்னுடைய வலையை பரவலாக விரித்து பலவிதமானவர்களைக் கைது செய்தது காவல்துறை. 2018ஆம் ஆண்டு ஆகஸ்ட் 28ஆம் தேதியன்று, அருண் ஃபெரைரா, சுதா பரத்வாஜ், வரவர ராவ் மற்றும் வெர்னொன் கொன்சால்வ்ஸ் ஆகியோரையும், 2020ஆம் ஆண்டு ஏப்ரல் 14ஆம் தேதியன்று ஆனந்த் டெல்டும்ப்டேவையும் கௌதம் நவ்லகாவையும் 2020ஆம் ஆண்டு ஜூலை 28ஆம் தேதியன்று ஹனி பாபுவையும் 2020ஆம் ஆண்டு செப்டம்பர் 10ஆம் தேதியன்று கேகேஎம் அமைப்பைச் சேர்ந்த சாகர் கோக்கேவையும் ரமேஷ் கைச்சோரையும் மறுநாளே ஜோதி ஜக்தப்பையும், இறுதியாக 2020ஆம் ஆண்டு அக்டோபர் 8ஆம் தேதியன்று ஃபாதிரியார் ஸ்டான் ஸ்வாமியையும் கைது செய்தது காவல்துறை.

இப்படியான கைதுகளுடன் அரசின் அடக்குமுறை அடுத்தகட்டத்தை எட்டியிருப்பதாக வழக்கறிஞர் சூசன் ஆபிரகாம் என்பவர் வரையறுத்துக் கூறுகிறார்.

பிகே-16 வழக்கில் ஆதாரங்களாக என்னவெல்லாம் குறிப்பிடப்பட்டிருக்கின்றன? 200க்கும் மேற்பட்ட சாட்சிகளை இணைத்து, குழப்பங்களும் பிழைகளும் முறைகேடுகளும் கூடிய தகவல்களை சுமார் 17000 பக்க குற்றப்பத்திரிகையில் எழுதி வைத்திருக்கின்றனர்.

பிகே-16 வழக்கில் குற்றஞ்சாட்டப்பட்டவர்களுக்கு எதிராக ஆதாரங்கள் என்கிற பெயரில் இரண்டு விதமான ஆவணங்களைக் காவல்துறை முன்வைத்தது. முதலாவதாக, எவ்வித ஆதாரமும் இல்லாமல் வெறுமனே தகவல்களை மட்டுமே ஆதாரமென்று சமர்ப்பித்திருக்கிறார்கள். இரண்டாவதாக, பொய்யாகப் புனையப்பட்ட சாட்சிகளை ஆதாரமாக முன்வைத்திருக்கிறது காவல்துறை. ரோனா வில்சனின் கணினியில் சுமார் 22 மாதங்களாக அவருக்கு எதிராகப் பொய்யான ஆதாரங்களை உள்ளே பதிவேற்றி வைத்தது குறித்து ஆர்சனல் கன்சல்டிங் நடத்திய தடயவியல் ஆய்வின் அறிக்கையில் குறிப்பிடப்பட்டிருக்கிறது. அவரின் நடவடிக்கைகளைக் கண்காணிப்பதற்கும், அவரைக் குற்றவாளியாகக் காட்டுவதற்கான ஆவணங்களை அவரது கணினியில் உள்நுழைப்பதற்குமே ‘நெட்வயர்’ என்கிற ஒரு மால்வேர் வைரசை நிறுவியிருக்கிறார்கள். ரோனா வில்சன் மற்றும் இன்னபிற பிகே-16 வழக்கில் சிக்கவைக்கப்பட்டவர்களுக்கு எதிராகத் தாக்கல் செய்யப்பட்ட குற்றப்பத்திரிகையில் குறிப்பிடப்பட்டிருக்கும் பத்து ஆவணங்களுமே இப்படியாகத் திருட்டுத்தனமாக அவரது கணினியில் வைக்கப்பட்டவைதான்.

ஒருவருக்கு எதிராகத் தொழில்நுட்பத்தைப் பயன்படுத்தி ஆதாரங்கள் உருவாக்கப்பட்ட நிகழ்வுகளிலேயே மிகமிக மோசமான முன்னுதாரணமாக இந்த சம்பவத்தைச் சொல்லலாம் என்கிறது ஆர்சனல் நிறுவனம். இருப்பினும் அதனைச் செய்தது யார் என்பது குறித்து அந்த அறிக்கையில் எதுவும் குறிப்பிடப்படவில்லை. ஆனாலும், அது தற்செயலான வைரஸ் தாக்குதல் இல்லையென்றும், திட்டமிட்டு ஏதோவொரு நிறுவனத்தால் நடத்தப்பட்ட தாக்குதல் என்றும் அறிக்கை கூறுகிறது[43].

எவரை வேண்டுமானாலும் மாவோயிஸ்ட் என்று சொல்லி, சித்திரவதை செய்து, பல்வேறு வழக்குகளில் சிக்கவைத்து, நான்கைந்து ஆண்டுகளாவது காவல்துறையினரால் சிறையில் தள்ள

முடியும் நிலை வந்துவிட்டது. ஒருவர் குற்றவாளியா இல்லையா என்று நீதிமன்றம் தீர்ப்பு வழங்குவதற்கு முன்னரே கொடூரமான தண்டனைகளை எல்லாம் காவல்துறையே வழங்கிவிடுகிறது. பிகே-16 வழக்கில் கைதானவர்களில் பெரும்பாலானோர் 2018ஆம் ஆண்டிலிருந்தே சிறையில் இருக்கிறார்கள்.

எரிந்துகொண்டிருக்கும் நகரம்

2020ஆம் ஆண்டு பிப்ரவரி மாதம் 23ஆம் தேதியன்று, வடகிழக்கு டெல்லியில் வாழும் முஸ்லிம்களை ஒரு கும்பல் கடுமையாகத் தாக்கியது. முஸ்லிம் மக்களின் சொத்துக்களை அழித்து, அவர்களது மசூதிகளைச் சேதப்படுத்தி, கல்லறைகளையும் விட்டுவைக்காமல் இடித்தது அந்தக் கலவர கும்பல். முஸ்லிம் மக்களின் வீடுகளையும் வியாபாரக் கடைகளையும் குறிபார்த்து குண்டுவீசி இடித்துத் தரைமட்டமாக்கியது அந்த ஆயுதந்தாங்கிய கும்பல். ஒரு மசூதிக்குத் தீ வைக்கும்போது, 'ஜெய் ஸ்ரீ ராம்'[44] என்று உரக்க முழக்கமிட்டதுடன், மிச்சமிருந்த கட்டிடத்தில் காவி இந்துக் கொடியை நட்டது அந்தக் கும்பல். முதலில் கோகுபுரியில்தான் வன்முறை வெடித்தது. அங்கிருந்து அப்படியே சீலம்பூர், சிவபுரி மற்றும் ஜாஃப்ராபாத் உள்ளிட்ட பல அருகாமைப் பகுதிகளுக்கும் வன்முறை பரவி, அடுத்த நான்கு நாட்களுக்கு அது தொடர்ந்தது.

தெருக்களில் எவரும் தடுக்கமுடியாதபடி அந்த வன்முறை கும்பல் வலம்வந்தது. கலவரம் நடந்த அடுத்த சில நாட்களுக்கு அந்தக் கும்பலைக் காவல்துறையால்கூட தடுக்கமுடியவில்லை. அதுவும் இந்தியாவின் தலைநகரான டெல்லியில் ஒரு ஜெய் ஸ்ரீராம் கும்பல் நினைத்ததைச் செய்யமுடிவதைப் பார்க்கையில் எவருக்கும் அது அதிர்ச்சியைத்தான் கொடுக்கும். தங்கள் கைகளால் கொலை செய்த உடல்களையும் வெட்டியெறிந்த கை, கால்களையும் ஓடையில் தூக்கி வீசியது அந்தக் கும்பல். உயிரற்ற உடல்கள் எல்லாம் தண்ணீரில் ஊதிப்போய் பெரிதாக மிதந்துகொண்டிருந்தன. 53 பேர் கொல்லப்பட்ட அந்த வன்முறை வெறியாட்டத்தில், இன்னும் குழந்தைகள் உள்பட ஏராளமானோரைக் காணவில்லை. அவர்கள் என்னவானார்கள் என்கிற தகவல்கூட யாருக்கும் தெரியாமல் காணாமல் போயினர். வன்முறை துவங்கிய மூன்றாவது நாளில் மட்டுமே காவல்துறை கட்டுப்பாட்டு அறைக்கு சுமார் 7500 அவசர அலைபேசி அழைப்புகள் வந்தன. ஆனால், ஒரேயொரு காவலர்கூட

அந்த அழைப்பின் அவசரத்தையும் தேவையையும் புரிந்துகொண்டு வன்முறை நடந்துகொண்டிருந்த இடத்திற்கு செல்லவே இல்லை[45].

அதேவேளையில் காவல்துறையோ கலவரக்காரர்களுக்கு உதவி செய்ததோடு மட்டுமல்லாமல், அவர்களை மேலும் தீவிரமாக வன்முறை செய்யத் தூண்டவும் செய்தது. சில நேரங்களில் கலவரக்காரர்களுடன் இணைந்துகொண்டு முஸ்லிம் மக்களைத் தாக்கவும் செய்தது காவல்துறை. இருபத்தி மூன்று வயதான ஃபைசான் மற்றும் மேலும் மூன்று பேரைத் தேசிய கீதம் பாடச்சொல்லி கட்டாயப்படுத்தி அடித்துத் துன்புறுத்தியது அந்தக் கும்பல். அந்த நால்வரைச் சுற்றி நின்றுகொண்டு, உரக்கப் பாடுமாறு காவல்துறையினர் மிரட்டியும் உதைத்தும் லத்தியால் அடித்தும் கொடுமைப்படுத்திய வீடியோ ஆதாரத்தைப் பார்த்தால் எவருக்கும் மனம் பதறும். அந்த வீடியோவைப் பார்த்தால், காவல்துறையினரின் அடிதாங்க முடியாமல் துடித்துக்கொண்டிருந்தவர்களின் வலி நமக்கும் தொற்றும் அளவுக்குக் கொடூரமான தாக்குதலாக இருந்தது. அதன்பிறகு, ஃபைசானை 36 மணி நேரத்திற்கும் மேலாக தடுப்புக்காவலில் வைத்து, அவருக்கு மருத்துவ உதவியையும் மறுத்திருக்கிறது காவல்துறை. அதனால் அவர் சரியான நேரத்தில் சிகிச்சை அளிக்கப்படாமல் அப்படியே உயிரிழந்துவிட்டார். சீருடை அணிந்த காவல்துறை அதிகாரிகளே எங்கு பார்த்தாலும் வன்முறை வெறியாட்டத்தில் பங்கெடுத்ததோடு மட்டுமல்லாமல், ஆதாரங்கள் இருக்கக்கூடாது என்பதற்காகக் கண்காணிப்புக் கேமராக்களையும் அடித்து உடைத்திருக்கின்றனர்.

"ஒவ்வொரு முறையும் காவல்துறையின் வாகனம் கடந்துசெல்லும் போதெல்லாம், ஆயுந்தாங்கிய ஜெய் ஸ்ரீராம் கும்பலே உரக்கக்குரல் எழுப்பி காவல்துறையினரை உற்சாகப்படுத்தியது. அந்த கும்பலைச் சேர்ந்தவர்கள் ஆயுதங்களைக் கையில் வைத்துக்கொண்டே காவல்துறையினரிடம் இயல்பாகவும் அச்சமின்றியும் பேசிக்கொண்டிருந்தனர். காவல்துறையைப் பார்த்து அந்த ஆயுதந்தாங்கிய கலவரக் கும்பல் கொஞ்சமும் பயப்படவில்லை என்பது தெளிவாகவே தெரிகிறது"

என்கிறார் செய்தியாளர் சாகர்[46].

"பதட்டமே ஆகாதீங்க. எல்லாம் நம்ம ஆட்கள்தான். எல்லாரும் இந்துக்கள்தான். இன்றைக்கு இந்த முஸ்லிம்களை நாம் ஒன்றுமில்லாமல் ஆக்கிவிடலாம்" என்று காவல்துறையைப் பார்த்துப் பயப்பட வேண்டாம் என்று இந்துத்துவக் கும்பலைச் சேர்ந்தவர்கள் டெல்லி

தெருக்களில் பேசிக்கொண்டதை ஆதாரத்துடன் ஊடகவியலாளர் கௌஷல் ஷரோஃப் பதிவு செய்திருக்கிறார்[47].

"இது நம்ம பிரச்சினை. காவல்துறை நம்மோடுதான் இருக்கிறது" என்று 2002ஆம் ஆண்டு முஸ்லிம்களுக்கு எதிராக குஜராத்தில் நடத்தப்பட்ட கலவரத்தின்போது இந்துத்துவக் கும்பல் பேசிய வெறுப்புப் பேச்சை ஒத்ததாகவே இருந்தது டெல்லி கலவரத்தின்போது இந்தக் கும்பலின் உரையாடல்களும்[48].

"அரசின் ஆதரவோ அனுமதியோ இல்லாமல் எந்தவொரு கலவரமும் 24 மணி நேரத்திற்குமேல் நீடிக்கவே முடியாது" என்று மனித உரிமை ஆர்வலரான தீஸ்டா செதல்வாடிடம் 1995ஆம் ஆண்டில் வழங்கிய ஒரு நேர்காணலில் விபுதி நரைன் ராய் என்கிற மூத்த காவல்துறை அதிகாரி தெரிவித்திருக்கிறார்[49].

அப்படிப் பார்த்தால், டெல்லி படுகொலைகளையும் கலவரத்தையும் நான்கு நாட்களாக அதிதீவிரமாக நடத்துவதற்கு முழு சுதந்திரமும் கலவரக்காரர்களுக்கு இருந்திருக்கிறது. அதன்பிறகுமே கூட அவர்களால் பல இடங்களுக்குத் திரும்பத் திரும்ப வந்து தாக்குதல் நடத்த முடிந்திருக்கிறது. அந்தக் கலவரத்தின்போது அங்கிருந்து துரத்தப்பட்ட மக்கள் மூன்றாண்டுகள் கழித்தும் வீடற்றவர்களாகத்தான் எங்கெங்கோ வாழ்ந்துகொண்டிருக்கிறார்கள்.

இந்திய ஒன்றிய அரசு கொண்டுவந்த குடியுரிமை திருத்தச் சட்டத்தை எதிர்த்து நடைபெற்ற அமைதிப் போராட்டத்தைக் காவல்துறை கலைக்கவில்லையென்றால், தானே களத்தில் இறங்கி அதனைச் செய்யப்போவதாக பாஜக தலைவரான கபில் மிஷ்ரா ஒரு வீடியோ வெளியிட்டார். அதன் பிறகுதான் வன்முறை பெரிதாக வெடித்தது[50]. அந்த வீடியோ வெளியிடுவதற்கு முன்னரே, ஒரு கூட்டத்தின் மேடையில் ஏறி நின்றுகொண்டு, "சிஏஏ சட்டத்தை எதிர்ப்பவர்களை சுட்டு வீழ்த்த வேண்டும்" என்றும் அவர் பேசினார். வடகிழக்கு டெல்லியில் ஷாஹீன் பாக் என்கிற பகுதியில் நடைபெற்ற சிஏஏ எதிர்ப்புப் போராட்டத்தில் கலந்துகொண்ட மக்கள் மீது மிகக்கொடூரமான வெறுப்புப் பேச்சினை பாஜகவின் பல தலைவர்கள் உதிர்த்துக்கொண்டே இருந்தனர். போராடும் மக்கள் மீது வன்முறையை ஏவுவதற்கு தன்னுடைய ஆதரவாளர்களைத் தூண்டிக்கொண்டே இருந்தனர் பாஜக தலைவர்கள்.

"உங்கள் வீடுகளுக்குள் நுழைந்து, உங்கள் சகோதரிகளையும் மகள்களையும் வன்புணர்ந்து முடித்துவிட்டு கொன்று போடுவோம்"

என்று பாஜக தலைவரான பர்வேஷ் வர்மா எச்சரித்தார்[51].

"சக இந்துக்களே, வெளியே வாருங்கள். நாம் சாகவேண்டும். இல்லையென்றால் அவர்களைக் கொல்லவேண்டும்"

என்று இந்துத்துவ வெறுப்புப் பிரச்சாரத் தலைவரான ராகினி திவாரி பேஸ்புக் நேரலையில் வந்து பேசினார். சிஏஏ சட்டத்தை எதிர்த்துப் போராடுபவர்களை எல்லாம் வெட்டி வீசியெறிய வேண்டும் என்று தன்னுடைய ஆதரவாளர்களிடம் அந்த வீடியோவில் கோரினார். பெரிய துப்பாக்கிகளை ஏந்திக்கொண்டு வானை நோக்கிச் சுட்டுக்காட்டி, கூடியிருந்த மக்களை எல்லாம் பதறவைத்து ஓடவைத்தவரைப் பார்த்த சாட்சிகளும் இருக்கிறார்கள்[52].

2020ஆம் ஆண்டு பிப்ரவரி 26ஆம் தேதியன்று, அனுராக் தாகூர், கபில் மிஷ்ரா, பர்வேஷ் வர்மா மற்றும் அபய் வர்மா உள்ளிட்ட வெறுப்புப் பேச்சை வெளிப்படுத்திய எவர்மீதும் வழக்குப் பதிவு செய்யாதது ஏன் என்று டெல்லி காவல்துறையைப் பார்த்து டெல்லி உயர்நீதிமன்ற நீதிபதியான முரளிதர் கேள்வி எழுப்பினார்[53].

"தீவைப்பு சம்பவங்கள் மீதெல்லாம் வழக்குப் பதிவு செய்கிறீர்கள். ஆனால், வெறுப்புப் பேச்சுக்கு ஏன் வழக்குப் பதிவு செய்ய தயக்கம் காட்டுகிறீர்கள்?" என்று நீதிபதி வினவினார்.[54] அரசு சார்பாக வாதாடிய வழக்கறிஞர் துஷார் மேத்தாவோ, அதற்கான சாதகமான சூழல் அமையாததால்தான் வழக்குப் பதிவு செய்யவில்லை என்று பதில் கூறினார்.

"சாதகமான நேரம் எப்போது வரும் மேதா? இப்போதே நகரம் எரிந்துகொண்டிருக்கிறது" என்று சுட்டிக்காட்டினார் நீதிபதி முரளிதர். எந்த நடவடிக்கையும் எடுக்காமல் வேடிக்கை பார்த்துக்கொண்டிருந்ததாக டெல்லி காவல்துறையை விமர்சித்த சில மணி நேரங்களிலேயே நீதிபதி முரளிதரைப் பணியிட மாற்றம் செய்துவிட்டது அரசு. இப்படியாக முரளிதரை இடமாற்றியது தண்டனைக்குரிய குற்றமாகும் என்றார் உச்சநீதிமன்ற பார் அசோசியேனின் தலைவரான துஷ்யந்த் தேவ். நீதிபதி முரளிதருக்குப் பதிலாக நீதிபதி சிங் வந்து சேர்ந்தார். புதிதாக நியமிக்கப்பட்ட சிங்கோ, முழுக்க அரசுக்கும் காவல்துறைக்கும் உடன்பட்டே பேசினார். ஆண்களையும் பெண்களையும் கொன்று கலவரத்தை

இன்னும் எத்தனை காலத்திற்கு நிலவைக் கூண்டிலேயே

அடைத்து வைக்கமுடியும்? | 109

நடத்தியவர்கள் மீது வழக்குப் பதிவு செய்வதற்கான சூழல் சரியில்லாததாகக் கூறிய கலவரக்காரர்களுடன் ஒத்துப்போனார் நீதிபதி சிங்.

வெறுப்புப் பேச்சை உதிர்த்தவர்களுக்கு எதிராக ஏதாவதொரு நடவடிக்கை எடுக்கக் கோரி ஹர்ஷ் மந்தர் என்கிற செயல்பாட்டாளர் உச்சநீதிமன்றத்தில் ஒரு வழக்குத் தொடுத்தார். அரசின் சார்பாக வாதாடிய வழக்கறிஞரோ, ஹர்ஷ் மந்தர் மீதே குற்றஞ்சாட்டி அவரையே கைது செய்யச்சொல்லிக் கோரினார். அத்துடன், அமைதி வழிப் போராட்டங்கள் குறித்தும், மத முரண்பாட்டு சண்டைகள் குறித்தும், உச்சநீதிமன்ற உத்தரவை மதிக்காமல் இந்த வழக்கைத் தொடுத்திருக்கிறார் என்று சொல்லி ஹர்ஷ் மந்திர் மீதே குற்றஞ்சாட்டினார் அரசு தரப்பு வழக்கறிஞர். பொய்கள் உண்மையாகிவிடும் போது, உண்மையான உண்மைகளுக்கு காலமும் மதிப்பும் இல்லாமல் போய்விடுகிறது. ஒரு நாட்டின் இறையாண்மை கொண்ட அரசே புனைவுக் கதைகளை உண்மைபோலப் பேசினால், ஆதாரமே தேவைப்படாமல் அவை உண்மைகளாகவே மாற்றப்பட்டுவிடும் என்பதற்கு இதுதான் மிகச்சரியான உதாரணமாகும்.

வடகிழக்கு டெல்லியில் நடத்தப்பட்ட வன்முறையில் பாதிக்கப்பட்டவர்களாக முஸ்லிம்கள் இருந்தபோதிலும், அவர்களே டெல்லி காவல்துறையால் குற்றவாளிகளாகச் சித்திரிக்கப்பட்டனர். அதாவது, தன் சொந்த சமூகத்து மக்களின் வீடுகளையும் சொத்துகளையும் இடித்துத்தள்ளிவிட்டு, சக முஸ்லிம்களைக் கொன்றுவிட்டு, மசூதிகளையும் கொளுத்திவிட்டு, சிஏஏ எதிர்ப்புப் போராட்டத்தை முஸ்லிம்கள் நடத்தினார்கள் என்று கொஞ்சமும் ஏற்றுக்கொள்ளமுடியாத பொய்க்கதைகளை டெல்லி காவல்துறை அவிழ்த்துவிட்டது. மதினா மசூதியை எரித்ததாக ஹாஜி ஹசிம் அலி மீது டெல்லி காவல்துறை வழக்குப் பதிவுசெய்தது. ஆனால், அந்த மசூதியின் மேற்பார்வையாளரே அவர்தான். அந்த மசூதியைக் கலவரக்காரர்கள் எரித்துவிட்டதாகக் காவல்துறையில் மனு கொடுத்தவரும் அவர்தான். அதாவது, வழக்குக் கொடுத்தவரையே குற்றவாளியாக்கி இருக்கிறது டெல்லி காவல்துறை.

பல இடங்களில் முஸ்லிம்கள் வழக்குக் கொடுக்க வந்தால், அதனை ஏற்காமல் திருப்பி அனுப்பியிருக்கிறது டெல்லி காவல்துறை. இன்னும் சில இடங்களில் கலவரத்திற்குக் காரணமே முஸ்லிம்கள்தான் என்று தாமாகவே முன்வந்து டெல்லி காவல்துறை வழக்குப் பதிவு செய்திருக்கிறது. உதாரணத்திற்கு, 32 வயதான முகமது ஃபர்கான்

என்பவர் அவரது குழந்தைகளுக்கு உணவு வாங்குவதற்காக அவரது வீட்டில் இருந்து வெளியே வந்தார். அவர் வாசலைத் தாண்டியவுடனேயே, டெல்லியின் ஓக்லா காவல்நிலையத்தின் துணை ஆய்வாளரான ஹர்வீர் சிங் பாத்தி என்பவர், கைக்கெட்டும் தூரத்தில் நின்றுகொண்டே முகமது ஃபர்கானை சுட்டுக் கொலைசெய்திருக்கிறார். இதனை நேரில் பார்த்த மூன்று சாட்சிகளும் இருந்திருக்கின்றனர். 'தி கேரவன்' பத்திரிகையில், ஃபர்கானை ஹர்வீர் சிங் பாத்திதான் சுட்டுக்கொன்றார் என்று ருக்சானா கத்தூன், மால்க்கா மற்றும் ஷெனாஸ் ஆகியோர் வாக்குமூலம் கொடுத்திருக்கின்றனர்[55]. இவ்வளவு உறுதியான நேரடி சாட்சியங்கள் இருந்தபோதிலும், அதே பகுதியைச் சேர்ந்த நான்கு முஸ்லிம் ஆண்கள் அங்கே வந்து ஃபர்கானை சுட்டுக் கொன்றதாகக் குற்றப்பத்திரிகையில் டெல்லி காவல்துறையினர் எழுதிவைத்திருக்கின்றனர்.

முதல் தகவல் அறிக்கை - 59

டெல்லி கலவரம் நடைபெற்று ஒரு சில நாட்கள் கழித்து, அதாவது 2020ஆம் ஆண்டு மார்ச் 6ஆம் தேதியன்று, 59/2020 என்கிற எண்ணைக் கொண்ட ஒரு முதல் தகவல் அறிக்கையைக் காவல்துறை பதிவு செய்தது. அது சுருக்கமாக 'எஃப்ஐஆர்-59' என்றும் 'டெல்லி கலவர சதிவழக்கு' என்றும் அழைக்கப்படுகிறது. அன்றில் துவங்கி, அந்த வழக்கு முழுவதுமே கண்ணில்படுகிறவர்களை எல்லாம் இணைத்து அவ்வழக்கில் கோர்த்துவிட்டுக்கொண்டே இருந்தது காவல்துறை. பிகே-16 வழக்கின் மூலமாக அரசுடன் முரண்படும் கருத்தைப் பேசுபவர்களின் குரல்வளையை நெரித்தது போல, எஃப்ஐஆர்-59 இன் மூலமாக ஜனநாயக முறைப்படி தங்களது எதிர்ப்பைத் தெரிவித்துப் போராடுவதும் பெருங்குற்றமென்று சித்திரிக்க அரசு முடிவு செய்திருப்பது தெளிவாகவே தெரிகிறது. சிஏஏ சட்டத்தை எதிர்த்துப் போராடியவர்களால்தான் மதமுரண்பாடுகள் மக்களிடையே விதைக்கப்பட்டு, அதனால் தூண்டப்பட்டவர்கள்தான் பிப்ரவரி மாதத்தில் நடைபெற்ற கலவரத்திற்குக் காரணமாக இருந்திருக்கிறார்கள் என்று காவல்துறை குற்றச்சாட்டு வைத்துவிட்டது. ஆக, போராட்டங்களின் தொடர்ச்சியாகத்தான் கலவரமே நிகழ்ந்திருக்கிறது என்று காவல்துறை ஏறத்தாழ தீர்ப்பே எழுதிவிட்டது.

துவக்கத்தில் மாணவர் தலைவரான உமர் காலித்தும், வடகிழக்கு டெல்லியில் வசிப்பவரான டேனிஷும்தான் முக்கியமான குற்றவாளிகள் என்று குற்றப்பத்திரிகையில் எழுதப்பட்டிருந்தது.

அவர்கள்தான் மிகக்கொடூரமான ஆயுதங்களை ஏந்திக்கொண்டு சட்டவிரோதமாகப் பொது இடங்களில் கூடி கலவரத்தை நிகழ்த்தி பல சதித்திட்டங்களையும் தீட்டியிருக்கின்றனர் என்று குற்றஞ்சாட்டி டெல்லி காவல்துறை அவர்கள் மீது உபா விலும் வழக்குப் பதிவுசெய்துவிட்டது. 2020ஆம் ஆண்டு மார்ச் மாதம் 9ஆம் தேதியன்று டேனிஷ் கைது செய்யப்பட்டு, நான்கு நாட்களுக்குப் பின்னர் விடுவிக்கப்பட்டார். உமர் காலித்தோ கைது செய்யப்பட்டு தடுப்புக்காவலிலேயே வைக்கப்பட்டார். இப்போதுவரையிலும் உமர் காலித்தை அவர்கள் விடுவிக்கவே இல்லை. சிறைக்குள்தான் இருக்கிறார். அவருக்குப் பிணை கூட வழங்கப்படவில்லை. அதே ஆண்டின் இறுதிக்குள், மேலும் 18 பேர்வரையிலும் எஃப்ஐஆர்-59 வழக்கில் கைது செய்யப்பட்டிருக்கிறார்கள். ஃபைசன் கான், ஷர்ஜீல் இமாம், நடாஷா நர்வால், தேவங்கனா கலீதா, இஷ்ரத் ஜஹன், குல்ஃபிஷா ஃபாத்திமா, மீரான் ஹைதர், சஃபூரா சர்கர், ஆசிஃப் இக்பால் தன்ஹா, தாஹீர் உசைன், முகமது பர்வேஸ் அகமது, முகமது இல்யாஸ், காலித் சைஃபி, ஷாதாப் அகமது, தஸ்லிம் அகமது, சலீம் மாலிக், முகமது சலீம் கான் மற்றும் அத்தார் கான் ஆகிய அனைவருமே கைது செய்யப்பட்டுச் சிறையில் அடைக்கப்பட்டார்கள். அவர்களில் கைது செய்யப்படும்போது மூன்று மாத கர்ப்பிணியாக இருந்தார் சஃபூரா சர்கர். ஷர்ஜீல் இமாமோ ஜனவரி 28ஆம் தேதியன்றே, அதுவும் டெல்லி கலவரத்திற்கு முன்பே கைது செய்யப்பட்டவர். அவரையும் இந்த வழக்கில் இணைத்து தேசத் துரோக வழக்கும் போடப்பட்டிருக்கிறது. ஒட்டுமொத்தமாகக் கைது செய்யப்பட்ட 19 பேரில் 16 பேர் முஸ்லிம்களாக இருந்தனர். கலவரம் நடைபெற்று மூன்றாண்டுகளுக்குப் பின்னரும், அந்த வழக்கைப் பயன்படுத்தியே முஸ்லிம் மாணவர்களையும் களச் செயல்பாட்டாளர்களையும் கண்காணிப்பது, கைது செய்வது, சித்திரவதை செய்வதென மனித உரிமை மீறலை நிகழ்த்திக்கொண்டேதான் இருக்கிறது காவல்துறை.

கிரிமினல் சட்டத்தைப் பொறுத்தவரையிலும் மக்களை ஒடுக்குவதற்குச் சமீபத்தில் கண்டுபிடிக்கப்பட்ட ஒரு புதிய வழிமுறைதான் இதெல்லாம் என்கிறார் உள்ளூர் தலைவரும் சமூக ஆர்வலருமான மீரான் ஹைதரின் வழக்கறிஞரான நாவித். இந்த வழக்கென்பது தொகை குறிப்பிடப்படாமல் கையெழுத்து மட்டுமே போடப்பட்ட ஒரு காசோலைக்குச் சமம் என்கிறார் அவர். இந்த ஒரு வழக்கை வைத்துக்கொண்டு, எவரை வேண்டுமானால் எப்போது வேண்டுமானாலும் இணைத்துக்கொள்ளலாம் என்பதுதான் அதன் சிறப்பம்சம் என்கிறார் அவர்[56]. இப்படியான தொடர்ச்சியான கைதுகளும்

குற்றச்சாட்டுகளும் மக்களிடையே ஒரு பதட்டத்தை உண்டாக்கியது என்பது மறுப்பதற்கில்லை. போராட்டத்தில் கலந்துகொள்கிற எவரும் இந்தச் சிறைத் தூண்டிலில் சிக்கிக்கொள்வார்கள் என்பது போலாகிவிட்டது. இது அடுத்த கட்டத்திற்கு நகர்ந்து, எந்தப் போராட்டத்திலும் கலந்துகொள்ளவில்லை என்றாலுமே, அரசு நினைத்தால் எவரையும் எதிலும் சிக்கவைத்து கைது செய்யலாம் என்பதும் தெளிவாகிறது.

வழக்கு பதிவுசெய்து ஆறு மாதங்கள் ஆனபின்னர், செப்டம்பர் 16ஆம் தேதியன்று 17000 பக்க குற்றப்பத்திரிகையை ஒரு பெரிய இரும்புப் பெட்டியில் வைத்து நீதிமன்றத்தில் கொண்டுவந்து சமர்ப்பித்தது டெல்லி காவல்துறை. ஆனால், இந்த வழக்கில் காவல்துறைக்குத் தகவல் கொடுக்கும் ஒருவரின் வாக்குமூலத்தைத் தவிர வேறு ஒரு ஆதாரமோ சாட்சியோ இல்லை. சிஏஏ சட்டத்திற்கு எதிராக மாணவ செயல்பாட்டாளரான ஷர்ஜீல் இமாம் எழுதிய ஒரு துண்டுப்பிரசுரத்தையே முழுமையான ஆதாரமாகக் குறிப்பிட்டு இந்தக் குற்றப்பத்திரிகை எழுதப்பட்டிருக்கிறது. அதைத்தாண்டி, மாணவர்களும் சமூக ஆர்வலர்களும் வாட்சப்பில் பேசிக்கொண்ட உரையாடல்களையும் பேஸ்புக் பதிவுகளையும்கூட ஆதாரம் என்று சொல்லப்பட்டிருக்கிறது. சதி செய்ததற்கான ஆதாரம் என்று இவர்கள் சுட்டிக்காட்டியது முழுவதுமே போராட்டங்கள் குறித்த தகவல் பரிமாற்றத்தைத் தாண்டி வேறு எதுவுமில்லை. அதுவும், அதெல்லாம் மறைமுகமாக எங்கும் பேசிக்கொண்டவை கூட இல்லை. பொதுவெளியில் பரவலாகப் பகிரப்பட்ட செய்திகள்தான். கலவரத்திற்குப் பின்னர், அந்தச் சுற்றுவட்டாரத்தில் வாழ்ந்துவந்த முஸ்லிம் சிறுவர்களைச் சுற்றிவளைத்து கடத்திக்கொண்டுபோய் விசாரித்தும் மிரட்டியும் இருக்கிறது காவல்துறை. மனித உரிமை ஆர்வலர்கள்தான் போராடத் தூண்டியதாகவும், அவர்களால்தான் பிப்ரவரி மாதத்தில் கலவரங்கள் நடந்ததாகவும் முஸ்லிம் சிறுவர்களைச் சொல்லச் சொல்லி மிரட்டியிருக்கிறார்கள். இப்படியான அச்சுறுத்தலின் காரணமாகத்தான் பொய்யாகச் சாட்சி சொல்லியதாக இருவர் பின்னர் ஒப்புக்கொண்டனர். அதிலும், அவர்களில் ஒருவரை உமர் காலித்துக்கு எதிராகப் பேசச்சொல்லி காவல்துறை வற்புறுத்திய உண்மை வெளிவந்திருக்கிறது[57].

கூட்டங்களும் போராட்டங்களும் ஊர்வலங்களுமே வன்முறையைத் தூண்டும் சதியைத் தீட்டியதற்கான ஆதாரங்கள் என்று காவல்துறை தரப்பில் வாதிடப்பட்டது. சாலை மறியல்கள், ஷாகின் பாகைப் போன்று ஓரிடத்தில் அமர்ந்து நடத்தப்பட்ட போராட்டங்கள்,

மத்திய டெல்லியில் இருக்கும் வரலாற்று சிறப்புமிக்க போராட்ட மைதானமான ஜந்தர் மந்தரில் நடத்தியதைப் போன்ற ஆர்ப்பாட்டங்கள், ஜாமியா மில்லியா இஸ்லாமியா பல்கலைக்கழகத்தில் துவங்கி நடைபெற்றதைப் போன்ற ஊர்வலங்கள் ஆகிய அனைத்துமே வன்முறையையும் கலவரத்தையும் தூண்டியவைதான் என்று காவல்துறை முடிவு செய்துவிட்டது. சிஏஏ எதிர்ப்புப் போராட்டத்தில் கலந்துகொண்ட அனைவருமே இந்தச் சதியைச் செய்த குற்றவாளிகள் என்று குற்றஞ்சாட்டப்பட்டுவிட்டனர்.

தங்கள் உரிமைக்காகப் போராடுபவர்களையும் கலவரக்காரர்களாக முத்திரை குத்திவிட்டது எஃப்ஐஆர்-59 வழக்கு. அரசியலமைப்புச் சட்டம் வழங்கியிருக்கும் கூட்டம் கூடும் உரிமையைக்கூட குற்றமாக்கிவிட்டது அந்த வழக்கு. குற்றப்பத்திரிகை முழுவதுமே ஆதாரமற்ற குற்றச்சாட்டுகளாலும் அடிப்படை உரிமைகளைக் கூட மறுக்கும்விதமாகவுமே எழுதப்பட்டிருந்தது. பெண்களைப் போராடத் தூண்டியதாகவும் நிறைய கட்டுரைகள் வைத்திருப்பதாகவும் அந்தக் குற்றப்பத்திரிகையில் குற்றச்சாட்டுகள் என்று குறிப்பிட்டு எழுதப்பட்டிருந்தன. போராட்டத்தை ஒருங்கிணைத்ததற்கான ஆதாரத்தை எடுத்துக்கொண்டு, அதனையே வன்முறையைத் தூண்டியதற்கான ஆதாரமாக மடைமாற்றியிருந்தனர். பயங்கரவாத நடவடிக்கையில் ஈடுபட்டதற்கோ அல்லது அதற்கான சதித்திட்டத்தைத் தீட்டியதற்கோ இதையெல்லாம்தான் ஆதாரமாகக் குற்றப்பத்திரிகையில் எழுதியிருந்தனர். அந்த அறிக்கையைப் பொறுத்தவரையிலும்,

எந்தவொரு குற்றத்தையும் யாரும் நிகழ்த்தியதாக எங்கும் குறிப்பிடப்படவில்லை. அதற்குப் பதிலாகச் சதித்திட்டங்கள் குறித்தான பொத்தாம்பொதுவான வரிகளே எழுதப்பட்டிருந்தன. அவற்றுக்கெல்லாம் சட்டத்தில் இடமே இல்லை.

ஆதாரங்கள் ஏதுமில்லாத சதித்திட்டங்கள்

மிக அதிக எண்ணிக்கையிலான பக்கங்களில் தயாரிக்கப்பட்ட குற்றப்பத்திரிகையால் பல்வேறு புதிய பிரச்சினைகளும் வந்து சேர்ந்தன. எந்தவொரு வழக்காக இருந்தாலும், குற்றஞ்சாட்டப்பட்டவர்களுக்கும் அவர்களது வழக்கறிஞர்களுக்குமம் குற்றப்பத்திரிகையின் பிரதிகளைச் சட்டப்படி வழங்க வேண்டும். ஆனால், இத்தனை ஆயிரம் பக்கங்களைக் கொடுப்பது கடினம் என்பதால் யாருக்கும் பிரதிகள் வழங்கப்படவில்லை. பயங்கரவாதச் சட்டங்களில் கைது செய்யப்பட்டு, பிணை மறுக்கப்பட்டு, விசாரணைகூட முடியாமல் காலவரையின்றி தடுப்புக்காவலில் வைத்து, குற்றஞ்சாட்டப்பட்டவர்களுக்கு வழக்கை நடத்துவதற்கும் முறையான உரிமை மறுக்கப்பட்டால் அவர்கள் என்னதான் செய்வார்கள்.

"[டெல்லி காவல்துறையினர்] எல்லாவற்றையும் கடினமாக்குகிறார்கள். அவர்கள் சட்டத்தையோ விதிகளையோ அல்லது நீதிமன்ற ஆணைகளையோ கூட பின்பற்றுவதில்லை. வழக்கில் தொடர்புடைய அனைவருக்கும் குற்றப்பத்திரிகையின் நகலை வழங்கச்சொல்லி நீதிமன்றமே உத்தரவிட்டும், அவர்கள் இதுவரை வழங்கவே இல்லை. டெல்லி காவல்துறையினர் எப்போதுமே அளவில்லாத அதிகாரத்தை அனுபவித்துக்கொண்டேதான் வந்திருக்கின்றனர். ஆனாலும், குற்றப்பத்திரிகையின் நகலைக் கூட வழங்கமுடியாது என்றெல்லாம் சொல்லி விடாப்பிடியாக அடம்பிடிப்பதை இப்போதுதான் முதல்முறையாகப் பார்க்கிறேன்"

என்று அந்த வழக்கில் வாதாடும் வழக்கறிஞர்களில் ஒருவர் எங்களிடம் தெரிவித்தார்[58].

அது மட்டுமில்லாமல், குற்றப்பத்திரிகையும் அவ்வப்போது திருத்தப்பட்டுக்கொண்டே வந்தது. அதனால், அதன் முக்கியப் புள்ளிகளில் இருந்து முழு அறிக்கையும் விலகிச் சென்று குழப்பத்தை ஏற்படுத்தியது. குற்றப்பத்திரிகையில் திருத்தங்கள் செய்வதற்கு உபா சட்டத்தில் அனுமதி உண்டென்றாலும், இந்த வழக்கில் அனுதினமும் செய்யப்பட்டுக்கொண்டிருந்த ஏராளமான

இன்னும் எத்தனை காலத்திற்கு நிலவைக் கூண்டிலேயே அடைத்து வைக்கமுடியும்? | 115

திருத்தங்களால் குற்றஞ்சாட்டப்பட்டவர்களுக்கு வழக்கின் திசையும் நோக்கமுமே புரிந்துகொள்ளக்கூடிய வகையில் எளிதாக இல்லை. காவல்துறையினரால் கொண்டுவரப்பட்ட சாட்சிகளும் அவ்வப்போது முன்னுக்குப்பின் முரணாக வாக்குமூலங்கள் கொடுத்துக்கொண்டிருக்க, அதனால் ஏற்பட்டுக்கொண்டே இருந்த குழப்பங்களால் குற்றஞ்சாட்டப்பட்ட வழக்கில் வாதாடி வெளிவருவது குற்றஞ்சாட்டப்பட்டவர்களுக்குக் கடினமாக இருந்தது. அது மட்டுமின்றி, பிணை பெறுவதற்கான வாய்ப்புமே மறுக்கப்படும் சூழல் உருவானது.

"உங்கள் கண்களைக் கருப்புத் துணியால் மறைத்துவிட்டு, கைகளைக் கயிற்றால் கட்டிவிட்டு, ஒரு குத்துச்சண்டை வளையத்திற்குள் இறக்கிவிட்டது போலத்தான் இது. எங்கிருந்து, யார் உங்களைக் குத்துகிறார்கள் என்றுகூடத் தெரியாது. ஆனால், அவர்களுடன்

मैं एक xxxxxxx चलाता हूँ । मैं xxxxxxxx का स्टूडेंट हूँ । मेरा आजमी (Alumini Association of Jamia Milia Islamia) मे आना जाना था । मैं शफ़ाउल रहमान, अरीब हसन और दानिश को जानता था । लॉकडाउन शुरू होने के बाद अरीब ने मुझसे बोला "मुझे खाली xxxxxxxx चाहिए" । मैंने नहीं दिए । अरीब मेरे ऊपर दबाव बनाता रहा । अप्रैल के फ़र्स्ट वीक मे मैंने अपने दोस्त xxxxxxx से बात करी । मैंने अपने xxxxx की xxxxxx और xxxxxxxxxx अरीब को दी थी । अरीब ने xxxxxxxxxxxx (दोनों) मुझे शाम को वापिस कर दी ।

मुझे स्पेशल सेल से एक दिन फोन आया । मुझे स्पेशल सेल ने मुझे दो xxxxx दिखाये । एक मुसाब की xxxxxxxx का था । दूसरा मेरी xxxxxxxx का था । मुसाब की xxxxxx का xxxxxxxxxxx रुपए का था । मेरी xxxxxxx का xxxxxxxxxxxxxxx रुपए का था । इन xxxxxxx से मेरा कोई लेना देना नहीं है । मैंने ये xxxxxxx दबाव मे दिए थे । अरीब ने बताया था की xxxxxx उसे आजमी का पैसा एडजस्ट करने के लिए चाहिए ।

Xxxxxxxxx पर मेरी राइटिंग या साइन नहीं है ।

சண்டையிட்டு வெல்லாவிட்டால் நீங்கள் குற்றவாளி என்று தீர்ப்பு எழுதிவிடுவார்கள்"

என்றார் அவ்வழக்கில் வாதாடும் வழக்கறிஞர்.

கைது செய்யப்பட்டவர்களில் எவருமே எந்தக் குற்றமும் நிகழ்த்தியதாகவோ அல்லது குற்றங்கள் நடந்த இடத்தில் இருந்ததாகவோ குற்றப்பத்திரிகையில் எங்கேயும் குறிப்பிடப்படவே இல்லை.

காவல்துறை தரப்பில் தாக்கல் செய்யப்பட்ட சிசிடிவி வீடியோக்களில் கூட குற்றஞ்சாட்டப்பட்டவர்களில் பெரும்பாலானோர் இல்லவே இல்லை. அப்படியே ஓரிருவர் இருந்தாலும், அவர்கள் ஆயுதங்கள் வைத்திருந்ததற்கோ அல்லது வன்முறையைத் தூண்டியதற்கோ எவ்வித ஆதாரமும் இல்லை[59].

2021ஆம் ஆண்டு ஜூன் மாதத்தில் பிஞ்ச்ரா தோட் என்கிற பெண்கள் அமைப்பைச் சேர்ந்த நடாஷா நர்வால், தேவங்கானா கலீதா மற்றும் ஜாமியா பல்கலைக்கழக மாணவியான ஆசிப்ஃ இக்பால் தன்ஹா ஆகியோர் கைது செய்யப்பட்டனர். அவ்வழக்கில் அவர்களுக்குப் பிணை வழங்கி அமர்வு நீதிமன்றம் உத்தரவிட்டது. அப்போது, "அரசுக்கு எதிரான குரலை ஒடுக்கும் சாக்கில், உரிமைக்காகப் போராடுவதற்கும் பயங்கரவாதச் செயல்பாட்டுக்கும் இடையில் வேறுபாடே இல்லையென்பதாக மாற்றுவது மிகப்பெரிய ஆபத்தாகும். அப்படிச் செய்யும் நாளை ஜனநாயகத்தின் கருப்பு தினம் என்றும் அழைக்கலாம்" என்றார் வழக்கறிஞர்[60].

அவர்களின் மீது வைக்கப்பட்ட குற்றங்களுக்கு எவ்வித ஆதாரமும் முன்வைக்கப்படவில்லை என்பதை நீதிமன்றமே வெளிப்படையாகக் கூறியது. நர்வாலின் வழக்கில், "சட்டப்படி அனுமதி பெறாத ஒரு கூட்டத்தில் நர்வால் பங்கெடுத்திருப்பது வீடியோ ஆதாரத்தில் தெரிகிறது என்றாலும், சட்டவிரோதமான எந்த செயலையும் அவர் செய்ததாகவோ அல்லது வன்முறையைத் தூண்டியதாகவோ அதில் இல்லை" என்று நீதிபதியே கருத்து கூறினார்.

அதேபோல, ஒரு அமைதியான போராட்டத்தில் கலந்துகொண்டதற்காகக் கைது செய்யப்பட்டு வழக்குப் போடப்பட்டிருந்த தேவங்கனா கலீதாவுக்கு, அரசியலமைப்புச் சட்டத்தின் பிரிவு 19 வழங்கியிருக்கும் உரிமையின்படி பிணை வழங்கி நீதிமன்றம் உத்தரவிட்டது. மேலும், ஒரு குறிப்பிட்ட சமூகத்துப் பெண்களை வன்முறைக்குத் தூண்டிய விதமாகவோ, ஒரு அப்பாவி இளைஞனின் உயிர் பறிக்கப்பட்டுச் சொத்துகள் சேதப்படுத்தப்பட்டதற்கோ, தேவங்கனாவின் வெறுப்புப் பேச்சே காரணமென்று அவர்மீது வைக்கப்பட்ட குற்றச்சாட்டிற்கு எந்த ஆதாரத்தையும் காவல்துறையினர் தாக்கல் செய்யவில்லை என்றும் பிணை வழங்குகையில் நீதிமன்றம் குறிப்பிட்டது.

சிஏஏ எதிர்ப்புப் போராட்டங்கள் எல்லாமே மிகப்பெரிய பயங்கரவாதத் தாக்குதலுக்கான சதித் திட்டத்தின் ஒரு பகுதிதான் என்று குற்றஞ்சாட்டியதற்கும் எவ்வித ஆதாரமும் காவல்துறையினரால் வழங்கப்படவில்லை என்றுகூறி தன்ஹாவுக்குப் பிணை வழங்கினார்

நீதிபதி. குற்றப்பத்திரிகையில் சொல்லப்பட்டது போன்ற பயமுறுத்தும் நடவடிக்கைகளாகவோ செயல்பாடுகளாகவோ குற்றங்களாகவோ எதுவுமே தெரியவில்லை என்றும் நீதிபதி தெளிவாகவே அவரது தீர்ப்பில் குறிப்பிட்டார். இந்த வழக்கில் முன்வைக்கப்பட்டிருக்கிற குற்றச்சாட்டுகள் எல்லாமே அரசு தரப்பில் எடுக்கப்பட்ட முன்முடிவுகளின் அடிப்படையில் இருக்கின்றவே தவிர, உண்மையான ஆதாரங்களின் அடிப்படையில் இல்லை என்றும் நீதிபதி கூறியிருந்தார்.

அரசு தரப்பில் செய்யப்பட்ட இப்படியான மிகமோசமான தவறுகளை நீதிமன்றம் சுட்டிக்காட்டியபோதும், டெல்லி சதிவழக்கில் கைது செய்யப்பட்டவர்களில் ஒருசிலரைத் தவிர பெரும்பாலானோர், பிணைகூட வழங்கப்படாமல் சிறையிலேயேதான் அடைத்து வைக்கப்பட்டிருக்கின்றனர். உறுதியான ஆதாரங்கள் இல்லையென்றாலுமே நீண்ட காலமாக விசாரணைக் கைதிகளாகவே வைத்திருப்பதற்குத் தேவையான வசதிகள் உபா சட்டத்தில் இருப்பதாலேயே பலரையும் அந்தச் சட்டத்தின்படி கைது செய்து வைத்திருக்கிறது காவல்துறை என்பது தெளிவாகவே தெரிகிறது.

நடாஷா, ஆசிஃப், தேவங்கனா ஆகியோருக்கு மட்டும் பிணை கிடைத்தது. அவர்கள் சிறைக் கதவைத் திறந்துகொண்டு வெளியே வரும்போது, உற்சாகமாகக் கைகளை உயர்த்தினர்.

"எங்கள் மீது இன்னும் எவ்வளவு அடக்குமுறையைத்தான் உங்களால் கட்டவிழ்த்து விடமுடியும்? எங்கள் மீதான உங்கள் ஒடுக்குமுறைகளை எல்லாம் பார்த்துவிட்டோம். இனியும் பார்க்கத் தயாராகத்தான் இருக்கிறோம். உங்களுடைய சிறைகளில் இன்னும் எவ்வளவு இடம் மிச்சம் இருக்கிறது? நாங்கள் பார்க்காததா? தைரியமாக எதிர்கொள்வோம்? எங்களுக்குப் பயமில்லை"

என்று உரக்க முழக்கம் எழுப்பியபடியே வெளியே வந்தனர்.

அவர்களுக்கு மட்டும்தான் அபூர்வமாகப் பிணை கிடைத்திருக்கிறது. மற்றவர்கள் இன்னமும் சிறைக்குள்தான் இருக்கிறார்கள்.

மனுதாரரே குற்றவாளியாக இருக்கையில்

சட்டத்தினால் குற்றவாளி என்று நிரூபிக்கப்படாமலேயே பல்லாயிரக்கணக்கானவர்களைச் சிறைக்குள்ளேயே வைத்திருக்கும்

நாடாகவே ஆண்டாண்டு காலமாக இந்தியா இருந்து வந்திருக்கிறது. இருப்பினும், நீதிவேண்டி நாடியதற்காக ஒருவரை இந்த நாட்டின் மிக உயர்ந்த நீதிமன்ற அமைப்பே குற்றவாளியாகப் பழிசுமத்துவதென்பது மிகக்கொடூரமான நிலைக்கு நாம் சென்றுகொண்டிருப்பதைக் காட்டுவதாகவே தெரிகிறது.

எஹ்சான் ஜாஃபி என்பவர் குஜராத் மாநிலத்தில் இருந்து தேர்ந்தெடுக்கப்பட்ட பாராளுமன்ற உறுப்பினராக இருந்தவர். அவர் கொடூரமாகத் தாக்கப்பட்டு உயிருடன் எரித்துக் கொல்லப்பட்டார். குஜராத்தில் அகமதாபாத்துக்கு அருகில் முஸ்லிம்கள் வாழ்ந்துவந்த குல்பர்க் சொசைட்டி என்கிற பகுதியில் 2002ஆம் ஆண்டு சுமார் 68 பேரை இந்துத்துவக் கும்பலொன்று தீவைத்துக் கொளுத்தியது. மனித உரிமை ஆர்வலரான தீஸ்டா செதல்வாடின் உதவியுடன் 2006ஆம் ஆண்டு முதலே கொல்லப்பட்ட எஹ்சான் ஜாஃபியின் மனைவியான சாகியா ஜாஃப்ரி தொடர்ச்சியாக நீதிக்காகப் போராடிக் கொண்டிருக்கிறார். இந்தக் கொடூர வன்முறை தொடர்பான வழக்கில், அப்போதைய குஜராத் மாநில முதல்வரும், தற்போதைய இந்தியப் பிரதமருமான நரேந்திர மோடியையும் காவல்துறையினர் ஏன் இணைக்கவில்லை என்கிற கேள்வியைக் கேட்டு நீதிமன்றத்தில் ஒரு மனுவைத் தாக்கல் செய்திருந்தார்.

16 ஆண்டுகள் நடைபெற்ற அவரது கோரிக்கை மனுவினைத் தள்ளுபடி செய்து, 2022இல் உச்சநீதிமன்ற நீதிபதியான கன்வில்கர் உத்தரவிட்டார். சாகியா ஜாஃப்ராவின் மனு விசாரிப்பதற்கே தகுதியற்றது என்றும், இத்தனை ஆண்டுகளாகியும் அந்தப் பிரச்சினையை அப்படியே கொதிநிலையிலேயே வைத்திருக்க சாகியா ஜாஃப்ரி விரும்புவதாகவும் நீதிபதி தனது தீர்ப்பில் குற்றஞ்சாட்டினார். அதிகாரத்தில் இருந்த ஒவ்வொருவரையும் கேள்விக்குள்ளாக்கும் துணிச்சலைக் கொண்டிருந்த சாகியா ஜாஃப்ரியையும் செதல்வாடையும் நீதிபதி கடுமையாகக் கண்டித்தார்[61].

இந்த வழக்கில் தீர்ப்பு சொல்வதைத் தாண்டி, வழக்கைத் தாக்கல் செய்த இரு பெண்களையும் அவதூறு செய்ததோடு மட்டுமல்லாமல், பொதுவெளியில் அவர்களை அவமானப்படுத்தும் வேலையையும் தீர்ப்பு என்கிற பெயரில் செய்திருக்கிறார் நீதிபதி கன்வில்கர். அதே வேளையில், இந்தக் குற்றச்சாட்டில் இருந்து தங்களை நிரூபித்து நல்லவர்களாகவும் அப்பழுக்கற்ற கரங்களுக்குச் சொந்தக்காரர்களாகவும் வெளியேவந்த அரசுக்குத் தன்னுடைய பாராட்டை அதே தீர்ப்பில் வழங்கினார் நீதிபதி கன்வில்கர்.

இன்னும் எத்தனை காலத்திற்கு நிலவைக் கூண்டிலேயே அடைத்து வைக்கமுடியும்? | 119

இருபெண்களின் நற்பெயருக்குக் களங்கம் விளைவிக்கும்படியாக இந்தியாவின் மிகஉயரிய ஒரு நீதித்துறை அமைப்பே தீர்ப்பளிப்பதை நாம் எதிர்பார்க்க மாட்டோம்தான். ஆனாலும் என்ன செய்வது, இதையெல்லாம் எதிர்கொள்ள வேண்டிய நிலைக்கு நாம் வந்து சேர்ந்திருக்கிறோம்.

2004ஆம் ஆண்டில் இது தொடர்பான வழக்கில் இதே உச்சநீதிமன்றம் கூறிய கருத்தோ இதற்கெல்லாம் முற்றிலும் மாறுபட்டதாக இருந்திருக்கிறது.

> *ரோம் நகரம் பற்றி எரியும்போது பிடில் வாசித்துக்கொண்டிருந்த நீரோ மன்னனைப் போல, அப்பாவிக் குழந்தைகளும் ஆதரவற்ற நிலையில் இருந்த பெண்களும் எரிந்துகொண்டிருந்தபோது, நவீன கால நீரோ மன்னர்களாக அமைதியாக வேறெங்கோ வேடிக்கை பார்த்துக்கொண்டு இருந்திருக்கிறார்கள். ஒருவேளை, அந்தக் குற்றத்தை இழைத்துக்கொண்டிருந்த குற்றவாளிகளை எப்படிக் காப்பாற்றுவது என்றோ அல்லது எப்படிப் பாதுகாப்பது என்றோ ஆலோசித்துக் கொண்டிருந்தார்கள் போல. சட்டமும் நீதியும் இவர்கள் கையில் வெறுமனே கோப்புகளாக மட்டுமே மாறியிருக்கின்றன... நீதியை இவர்கள் கடத்திக்கொண்டுபோய் திரித்து, தவறாகப் பயன்படுத்தி, சூழ்ச்சியால் சிதைக்க அனுமதித்திருக்கிறார்களோ என்கிற ஒரு உணர்வு நமக்கு ஏற்படுகிறது. உண்மையைக் கண்டறிவதற்கும் இக்குற்றத்தை நிகழ்த்தியவர்களை வழக்கின் அதிகாரப்பூர்வ பக்கங்களில் கொண்டுவருவதற்கும் எவ்வித முயற்சியும் எடுப்பதற்கான விருப்பமே இல்லாமல் பாரபட்சமான முறையிலேயே வழக்கின் விசாரணையை நடத்துவது போலத்தான் தெரிகிறது.*

என்று 2004ஆம் ஆண்டில் இதே குல்பர்க் சொசைட்டி படுகொலை வழக்கில் உச்சநீதிமன்றம் கருத்துத் தெரிவித்திருந்தது[62].

இப்படியாக, ஒரு படுகொலையை நிகழ்த்தியதாகவும், நிகழ்த்தியவர்களுக்குத் துணை போனதாகவும், சரியான நீதியை வழங்குவதற்குத் தடையாக இருந்ததாகவும் அரசின் அதிகார அமைப்புகளை 2004 இல் விமர்சித்துவிட்டு, பிற்காலத்தில் 2022ஆம் ஆண்டில், அதே அரசின் அமைப்புகளுக்கெல்லாம் தலைவணங்கிப் பாராட்டுப் பத்திரமும் வழங்குவது ஒரு உச்சநீதிமன்றத்தின் தகுதிக்குச் சரியான செயலல்ல.

தீர்ப்பு வழங்கப்பட்ட மறுநாளே, 2022ஆம் ஆண்டு ஜூன் மாதம் 25ஆம் தேதியன்று, தீஸ்டா செதல்வாடையும், முன்னாள் மூத்த காவல் அதிகாரியான ஆர்.பி.ஸ்ரீகுமாரையும் உச்சநீதிமன்ற தீர்ப்பை ஆதாரமாகக் காட்டி குஜராத் காவல்துறை கைது செய்தது. குஜராத்தில் முஸ்லிம்களுக்கு எதிராக நடத்தப்பட்ட படுகொலை தொடர்பான ஆதாரங்களையும் உண்மைகளையும் மக்களிடையே கொண்டுசென்று வெளிப்படுத்தியதில் ஆர்.பி. ஸ்ரீகுமார் முக்கியமான பங்குவகித்தார் என்பது குறிப்பிடத்தக்கது.

அடுத்த சில நாட்களில், சட்டீஸ்கர் மாநிலத்தில் பழங்குடி மக்களைச் சட்டவிரோதமாக அரசே கொன்றுபோட்ட கொம்பாட் படுகொலையை விசாரிக்கும் மற்றொரு வழக்கில் தீர்ப்பு சொல்லும் தலைமைப் பொறுப்பை நீதிபதி கன்வில்கர் ஏற்றிருந்தார். 2009ஆம் ஆண்டில் சட்டீஸ்கர் மாநிலத்தில் பெண்கள், குழந்தைகள் மற்றும் முதியவர்கள் உட்பட 16 பேர் கொடூரமாக படுகொலை செய்யப்பட்டது தொடர்பான வழக்கு அது. அதில் முறையிட்டு, மனு கொடுத்து, வாக்குமூலம் கொடுத்த ஒவ்வொரு பழங்குடியினத்தவரும் காவல்துறையில் யாரெல்லாம் அப்படுகொலையைத் திட்டமிட்டு நடத்தினார்கள் என்று அடையாளம் காட்டி வாக்குமூலம் கொடுத்தனர்[63]. இருப்பினும், காவல்துறைக்கு எதிராக எவ்வித ஆதாரங்களும் இல்லையென்று சொல்லி அந்த வழக்கைத் தள்ளுபடி செய்ததுடன், அந்த வழக்கைத் தாக்கல் செய்திருந்த மனித உரிமை ஆர்வலரான ஹிமான்சு குமார் என்பவர் நக்சலைட்டுகளுக்கு உதவுவதாகச் சொல்லி அவரையே குற்றஞ்சாட்டியது நீதிமன்றம். அத்துடன் ஹிமான்சு குமாருக்கு 50000 ரூபாயை அபராதமாக விதித்தார் நீதிபதி கன்வில்கர். இறந்துபோனவர்களின் உடல்களைக் கூட பரிசோதனை செய்ய உத்தரவிடாமல், இப்படியான ஒரு முடிவிற்கு வந்திருக்கிறார் நீதிபதி. அத்துடன் ஹிமான்சு குமார் மீது வழக்கு போடுவதற்கான உரிமைகளை விசாரணை அதிகாரிகளுக்கும் விசாரணை அமைப்புகளுக்கும் வழங்கினார் நீதிபதி.

சட்டீஸ்கர் படுகொலையில் குற்றஞ்சாட்டப்பட்டிருந்த காவல்துறை அதிகாரிக்கே, இப்போது ஹிமான்சு குமாரை விசாரிப்பதற்கான அதிகாரம் வழங்கப்பட்டிருக்கிறது என்பது எவ்வளவு பெரிய முரண். எந்தக் குற்றத்தையும் செய்யாதபோதும், அபராதத்தை எதற்காக செலுத்த வேண்டும் என்றுகூறி, தனக்கு விதிக்கப்பட்ட அபராதத்தை ஹிமான்சு குமார் செலுத்த மறுத்தார்.

"நீதியைக் கோருவது இந்நாட்டில் குற்றமில்லை... ஒரு விசாரணைக் குழுவை உச்சநீதிமன்றமே நியமித்து, அதன் விசாரணையைக் கண்காணித்து, அதன்பின்னர் முடிவை எடுக்காமல், குற்றச்சாட்டைப் பொய்யென்று எப்படிச் சொல்ல முடியும்?"

என்று கேள்வி எழுப்பினார் ஹிமான்சு குமார்[64].

இந்த இரண்டு உதாரணங்களிலும், விசாரணையே செய்யாமல் நீதிமன்றம் அவ்வழக்குகளைத் தள்ளுபடி செய்துள்ளன. அதே வேளையில், மனுக்களைத் தாக்கல் செய்தவர்களையே எவ்வித ஆதாரமும் இல்லையென்றாலும் தண்டிப்பதற்கு, அதே நீதிமன்றம் தாமாகவே முன்வந்திருக்கிறது. நீதிமன்றத்தில் காவல்துறையினருக்கு எதிராக ஹிமான்சு குமார் தாக்கல் செய்த மனுவென்பது, நக்சலைட்டுகளுக்கு உதவுவதற்காகத்தான் என்கிற அரசு தரப்பு வாதத்தை எவ்வித விசாரணையும் இன்றி அப்படியே அமைதியாக ஏற்றுக்கொண்டிருக்கிறது நீதிமன்றம்.

நீதிமன்றங்களின் இப்படியான செயல்பாடுகளை, 'இந்திய அரசியலமைப்புச் சட்டத்தின் இறுதி ஊர்வலம்' என்று அரசியல் செயல்பாட்டாளரான கவிதா கிருஷ்ணன் விமர்சித்துள்ளார்[65]. 'இந்தத் தீர்ப்பு அதிர்ச்சியளிப்பதாக இருக்கிறது' என்று நீதிபதி ஏ.பி. ஷா கூறினார். தன்னுடைய எல்லையைத் தாண்டி நீதிமன்றம் செயல்பட்டிருக்கிறது என்பது மட்டுமல்லாமல், உரிமைகளை நிலைநாட்டுவதற்காக உச்சநீதிமன்றத்தை நாடும் உரிமையை உறுதிசெய்யும் அரசியலமைப்புச் சட்டத்தின் இதயமாகவும் ஆன்மாவாகவும் பிரிவு 32 இருக்கும் என்று அம்பேத்கரால் அழைக்கப்பட்டதையே இடித்துத் தள்ளியிருக்கிறது இந்தத் தீர்ப்பு. இனிவரும் காலங்களில் நீதிவேண்டி நீதிமன்றத்தை அணுகுபவர்களைத் தண்டிப்பதற்கான ஒரு முன்னுதாரண வழக்காக இது மாறிவிடக்கூடும்.

"ஆக, நீதிவேண்டி உச்சநீதிமன்றத்திற்கு வரும் அனைத்து மனித உரிமை ஆர்வலர்களும் குற்றவாளிகள் என்றும் அவர்கள் சிறையில் அடைக்கத் தகுதியானவர்கள் என்றும் இந்த வழக்கின்மூலம் ஒரு தோற்றம் உருவாகிவிடுகிறது" என்கிறார் ஹிமான்சு குமார்.

3

பொய்கள் உற்பத்தியாகும் தொழிற்சாலை

"2017ஆம் ஆண்டு டிசம்பர் மாதம் 31ஆம் தேதியன்று நடைபெற்ற எல்கர் பரிக்ஷத் நிகழ்வினால் தூண்டப்பட்டுதான் மறுநாள் ஜனவரி 1ஆம் தேதியன்று கலவரம் வெடித்தது என்று சொல்வதற்கு எவ்வித ஆவணமோ அல்லது ஆதாரமோ நம்மிடம் இல்லை"

என்று 2022ஆம் ஆண்டு டிசம்பர் மாதத்தில் காவல்துறை அதிகாரி கணேஷ் மூர் ஒரு அறிக்கை மூலமாகத் தெரிவித்தார்[1].

புனே காவல்துறையும் அதன்பின்னர் என்ஐஏ என்கிற தேசியப் புலனாய்வு அமைப்பும் பிகே-16இல் குற்றஞ்சாட்டப்பட்டவர்களுக்கு எதிராக வைத்த குற்றச்சாட்டுகளை விசாரிப்பதற்கு அமைக்கப்பட்ட இருநபர் விசாரணைக்குழுவின் முன்னர்தான் கணேஷ் மூர் தன்னுடைய விசாரணை முடிவுகளை வழங்கினார். அந்த வழக்கில் முக்கியமான விசாரணை அதிகாரியாகச் செயல்பட்ட கணேஷ் மூர், தற்போது பணி ஓய்வுபெற்றுவிட்டார். எல்கர் பரிக்ஷத் நிகழ்வில் பேசிய பேச்சுக்களால்தான் மறுநாள் நடைபெற்ற பீமா கோரேகானின் நினைவு நாளில் கலவரம் வெடித்தது என்கிற அரசின் வாதத்திற்கு எவ்வித ஆதாரமும் இல்லை என்பதை ஒரு அரசு அதிகாரி ஒப்புக்கொண்டது இதுதான் முதல்முறை. இன்னும் சொல்லப்போனால், பீகே-16 வழக்கில் சிக்கவைக்கப்பட்டவர்களைச் சிறையில் அடைப்பதற்காக சொல்லப்பட்ட காரணங்களை நியாயப்படுத்த எந்த ஆதாரமும் இல்லை என்பதே அவரது வாக்குமூலத்தின் மையப்புள்ளி.

உலகின் மிகப்பெரிய ஜனநாயக நாடு என்று பெருமைப்பட்டுக்கொள்ளும் இந்தியாவில் இப்படியானதொரு உண்மை வெளியான பிறகு, அரசின் அடித்தளமே ஆட்டங்கண்டிருக்க வேண்டும். ஆனால், இந்தச் செய்தி பெரியளவுக்கு எவ்வித தாக்கத்தையும் ஏற்படுத்தவில்லை. மிகச்சிறிய வட்டத்தில் மட்டும் இச்செய்திக்கு முக்கியத்துவம் கொடுக்கப்பட்டது. அதுவுமே வந்த வேகத்திலேயே காணாமல் கரைந்து போய்விட்டது. இதற்கெல்லாம் கொஞ்சமும் பதட்டப்படாமல், மதத்தை

அடிப்படையாகக் கொண்ட இந்துத்துவக் கொள்கையை விடாமல் பிடித்துக்கொண்டு ஆட்சி நடத்துகிறார் நரேந்திர மோடி. மூரின் வாக்குமூலத்தை அரசும் அதிகார அமைப்புகளும் இன்றுவரையிலும் கண்டுகொள்ளவே இல்லை.

"மக்களுக்காக மக்களுடன் இணைந்து பணியாற்றும் அரசல்லாத சிவில் சமூக அமைப்புகளையும் ஆயுதமேந்தி நிற்கும் பயங்கரவாதக் குழுக்களையும் ஒரேதட்டில் சமமாக வைத்துப் பார்ப்பது இப்போதைக்கு முதிர்ச்சியற்ற ஒரு செயலாகும்"

என்று ஓய்வுபெற்ற இராணுவ மேஜர் ஜெனரலான இராஜன் கோச்சார் எழுதிய ஒரு கட்டுரையில் குறிப்பிட்டிருக்கிறார்².

அரசு சாராத தன்னார்வ அமைப்புகள், மனித உரிமை அமைப்புகள், இலாப நோக்கற்ற அமைப்புகள் உள்ளிட்ட மக்களுக்காக உழைக்கும் அமைப்புகளைத்தான் சிவில் சமூக அமைப்புகள் என்கிறோம். ஓய்வுபெற்ற இராணுவ மேஜர் கோச்சாரின் வாதப்படி, சிவில் சமூக அமைப்புகளையும் பயங்கரவாதக் குழுக்களையும் இன்றைக்குத்தான் சமமாகப் பார்க்கக் கூடாது என்றாரே தவிர, அப்படி ஒப்பிடுவதே தவறு என்றெல்லாம் அவர் அந்தக் கட்டுரையில் சொல்லவே இல்லை. ஆக, இன்றைக்கு இல்லையென்றாலும், விரைவிலோ அல்லது வேறெப்போதோ அது உண்மையாக வாய்ப்பிருப்பதை அவர் சொல்லாமல் சொல்லியிருக்கிறார். அவருடைய இந்த அறிக்கையென்பது, ஏதோ ஒரு ஓய்வுபெற்ற அதிதீவிர பழமைவாத இராணுவ அலுவலரின் கருத்து என்று மட்டும் கருதிவிடமுடியாது. இந்திய அரசின் தேசியப் பாதுகாப்பு ஆலோசகரான அஜித் தோவலின் கருத்தும் ஏறக்குறைய இதே மாதிரிதான் இருக்கிறது.

2021ஆம் ஆண்டு நவம்பர் மாதத்தில் ஹைதராபாத்தில் சர்தார் வல்லபாய் பட்டேல் பெயரில் இயங்கும் தேசியக் காவல் பயிற்சிப் பள்ளியில் பயிற்சி எடுத்துக்கொண்டிருந்த அதிகாரிகளிடம் தோவல் உரையாற்றினார்.

"நமக்கு மக்கள் மிகவும் முக்கியமானவர்கள். ஆனால், இப்போது 'நான்காம் கட்ட போர்' என்று அழைக்கப்படுகிற போரை எதிர்கொள்ள வேண்டிய நிலையில் அரசுகள் இருக்கின்றன. அரசுக்கு அப்பாற்பட்ட சிவில் சமூக அமைப்புகளுடனான போராக அது இருக்கும்" என்றார் அஜித் தோவல்³.

இராணுவப் போர்களெல்லாம் இன்றைய காலகட்டத்தில் முடிவே இல்லாதவையாகவும், அதிகமான செலவைக் கோருபவையாகவும்,

ஏறத்தாழ பயனற்றவையாகவும்தான் இருக்கின்றன. இந்தச் சூழலில், சிவில் சமூக அமைப்புகள் மீதான போர்கள்தான் அரசின் நோக்கங்களை அடைவதற்கான எளிய வழியாக இருக்கின்றன. சிவில் சமூக அமைப்புகளால் அரசுக்கு எதிரான கருத்தை மக்களிடம் கொண்டுசெல்ல முடியும் என்று அரசுகள் அஞ்சுவதைப் பார்க்க முடிகிறது.

பொதுவாகப் போர்கள் என்றால் இரு நாடுகளுக்கு இடையில் நடப்பவையாக இருக்கும். ஆனால், நான்காம் தலைமுறைப் போர்முறை என்பது ஒரு நாட்டின் அரசுக்கும் அரசு சாராத அமைப்புகளுக்கும் நேரடியாகவோ அல்லது மறைமுகமாகவோ நடக்கும் போராகும். மக்களோடு தொடர்புடைய அமைப்புகளைத் தேசத்திற்கு எதிரானவர்களாக அரசுகள் பார்க்கத் துவங்கும் காலத்தில் இத்தகைய போர்முறைகள் செயல்பாட்டுக்கு வருவதைப் பார்க்கலாம். அரசுகளின் எல்லைகளில் இருந்த போரை, சொந்த மக்களுக்கு எதிராகவே நேரடியாகக் கொண்டுவரும் தொனியைத் தோவலின் பேச்சில் பார்க்கமுடிந்தது. அரசியல் எதிரிகளையும் மாறுபட்ட கருத்தைக் கொண்டவர்களையும் அரசின் போர் எதிரிகளாக சித்திரிப்பதுடன் அது சரிதான் என்கிற பொதுக்கருத்தையும் அவர் உருவாக்க முயன்றார். ஜனநாயக நாட்டின் முக்கியமான ஆன்மாவாகச் செயல்படக்கூடிய சிவில் சமூக அமைப்புகளை அரசின் நேரடி எதிரியாகப் பார்ப்பது மிகப்பெரிய ஆபத்தில்தான் போய் முடியும். அரசின் குறிக்கோளுக்கு அவர்கள் எதிரானவர்கள் என்று காட்டி, அழிக்கப்படவேண்டியவர்கள் அவர்கள் என்கிற முடிவையும் இந்த நான்காம் தலைமுறைப் போர்முறை உருவாக்கிவருகிறது.

உண்மையான நோக்கங்களுக்கும் செயல்பாடுகளுக்கும் இடையிலான இடைவெளி அதிகரித்துக்கொண்டே இருக்கிற இந்தக் காலகட்டத்தில், வார்த்தைகளாலேயே கொடுக்கப்படுகிற வாக்குறுதிகளுக்கு எவரும் பொறுப்பேற்பதெல்லாம் இல்லை. மாற்றுக்கருத்துடையோரைக் கொல்லும்போதும், குறைந்தபட்ச குற்றவுணர்ச்சிகூட இல்லாமல்தான் அரசுகள் செய்கின்றன. அதேவேளையில், மக்களிடமோ இதுகுறித்தெல்லாம் வேறுவிதமாக அரசுகள் விளக்குகின்றன. தேசப் பாதுகாப்பை உறுதிசெய்வதற்காகவும், சட்டம் ஒழுங்கை நிலைநாட்டுவதற்காகவுமே இதெல்லாம் செய்வதாகச் சொல்லி மக்களிடமிருந்து பாராட்டுகளை எதிர்பார்க்கிறது அரசு. முன்னுரையில் ஏற்கெனவே குறிப்பிட்டதைப் போல, இந்தியப் புலனாய்வு அமைப்புகளின் செயல்பாடுகளையும், மக்களின் வரிப்பணத்தைச் செலவிடும் விதத்தையும் அதிக

இன்னும் எத்தனை காலத்திற்கு நிலவைக் கூண்டிலேயே

கண்காணிப்பிற்குள் கொண்டுவரவேண்டும் என்று 2016ஆம் ஆண்டில் உச்சநீதிமன்றத்தில் தொடுத்த பொதுநல வழக்கு அப்போதே உடனடியாக நிராகரிக்கப்பட்டது. அதன்மூலம், உலகிலேயே மக்களின் வரிப்பணத்தினால் மக்களுக்காக இயங்குவதாகச் சொல்லிக்கொள்ளும் புலனாய்வு அமைப்புகள், தங்களது செயல்பாடுகளுக்கும் செலவிடும் பணத்திற்கும் பொறுப்பேற்கமுடியாது என்று சொன்ன ஒரே ஜனநாயக நாடு இந்தியாவாகத்தான் இருக்கமுடியும். பாராளுமன்றத்திற்கோ அல்லது மக்களுக்கோ அல்லது வேறு எவருக்குமோ பதில் சொல்லத் தேவையில்லாத அமைப்புகளாக அவை மாறியிருக்கின்றன. அதனால் பிழைகளைச் சுட்டிக்காட்டவோ, தவறுகளுக்குத் தண்டனை அளிக்கவோ முடியாத இடத்தில் இந்தியப் புலனாய்வு அமைப்புகள் வைக்கப்பட்டிருக்கின்றன.

இந்த சூழலில், கிரிமினல் குற்றவாளியைப் போல ஒருவர் நடத்தப்பட வேண்டுமென்றால், அவர் குற்றமேதும் செய்திருக்க வேண்டிய அவசியமெல்லாம் இல்லை. 2022ஆம் ஆண்டு அக்டோபர் மாதத்தில் பேராசிரியர் ஜி.என்.சாய்பாபா உள்ளிட்ட ஆறுபேரை விடுதலை செய்து நாக்பூர் அமர்வு நீதிமன்றம் அளித்த தீர்ப்பை நிறுத்தி வைப்பதற்காகச் சனிக்கிழமை என்றும்கூட பாராமல், அன்றைய நாளே விடியாத அதிகாலைப்பொழுதில் உச்சநீதிமன்ற நீதிபதிகள் ஓடோடிவந்து, விடுதலையைத் தடுத்து நிறுத்தும் தீர்ப்பை எழுதினர். அப்போது நீதிபதி அளித்த தீர்ப்பில் குறிப்பிட்ட வார்த்தைகள் மிகவும் முக்கியமானவை. நவீன இந்தியாவின் நிலைமை இப்படித்தான் இருக்கப்போகிறது என்பது மிகத் தெளிவாகவே தெரிந்தது.

> *“மூளைதான் மிகவும் பயங்கரமானது. அதனால் ஒருவருக்கு தண்டனை கொடுப்பதற்கு, அவர் எந்தவொரு குற்றத்தையும் செய்திருக்க வேண்டியதில்லை. குற்றம் செய்ய நினைத்தாலே குற்றம்தான். அதற்குத் தண்டனை வழங்கித்தான் ஆகவேண்டும்”*

என்று நீதிபதி எம்.ஆர்.ஷா உச்சநீதிமன்றத்தில் கொஞ்சமும் தயக்கமோ குற்றவுணர்ச்சியோ இல்லாமல் தீர்ப்பின்போது தெரிவித்தார்.

இப்படியான வார்த்தைகளினால் ஏற்படும் பின்விளைவுகளைக் கவனமாக நாம் ஆய்வுசெய்ய வேண்டும். இந்திய நீதி அமைப்பின் அடித்தளத்தையே இது அசைத்துப் பார்க்கிறது. ஆதாரங்களை வைத்து ஒருவரை குற்றவாளி என்று தீர்மானிப்பதற்குப் பதிலாக, சந்தேகத்தினாலோ அல்லது ஊகங்களின் அடிப்படையிலோ அல்லது அரசை விமர்சிக்கிறார்கள் என்பதாலோ குற்றவாளியாக்கி தண்டனை வழங்கிவிடும் அபாயம் இருக்கிறது. அறிவார்ந்தவர்களாகவோ,

சிறுபான்மையினராகவோ, ஒடுக்கப்பட்ட சாதியைச் சேர்ந்தவர்களாகவோ, அரசியல் எதிரிகளாகவோ இருந்தால், அவர்களைக் கைது செய்து, குற்றவாளி என்று முத்திரைகுத்தி, எண்ணற்ற ஆண்டுகள் சிறையிலேயே வைத்திருக்க வேறெந்த காரணமும் தேவையில்லை என்பதாகிவிடும்.

ஆக, நீதிபதி எம்.ஆர்.ஷாவின் அறிவிப்பென்பதும் ஏதோ தனிப்பட்ட ஒரு நபரின் தற்செயலான கருத்து கிடையாது. அவர் தீர்ப்பளித்து மூன்று நாட்கள் கழித்து 2022ஆம் ஆண்டு அக்டோபர் 18ஆம் தேதியன்று, அவருடைய கருத்தை ஒத்ததொரு வாதம் டெல்லி உயர்நீதிமன்றத்தில் முன்வைக்கப்பட்டு நீதிபதிகளால் ஏற்கப்பட்டும்விட்டது.

கலவரம் செய்ததாகவும் (பிரிவு 147 மற்றும் 148) கொலை செய்ததாகவும் (பிரிவு 302) சட்டவிரோதமாகக் கூடியதாகவும் (பிரிவு 149) குற்றஞ்சாட்டி சிறையில் அடைத்த எஃப்.ஐ.ஆர்-59 என்கிற வழக்கில் பிணையில் வெளியே வருவதற்கு மனுதாக்கல் செய்திருந்தார் உமர் காலித். சட்டவிரோத மற்றும் பயங்கரவாத நடவடிக்கைகளில் ஈடுபட்டதாகவும் அரசுக்கு எதிராகச் சதித்திட்டம் தீட்டியதாகவும் உபா சட்டத்தில் அவர் மீது வழக்குப் போடப்பட்டிருக்கிறது. அதுமட்டுமின்றி, ஆயுதங்களைப் பயன்படுத்தினார் என்று குற்றஞ்சாட்டப்பட்டு, 1959இல் உருவாக்கப்பட்ட ஆயுதச் சட்டத்தின் படியும் அவர் மீது வழக்கு இருக்கிறது. ஆனால், அவர் மீது சுமத்தப்பட்டிருக்கும் எந்தக் குற்றச்சாட்டிற்கும் எவ்வித ஆதாரமும் இல்லை என்கிறார் உமர் காலித்தின் சட்ட ஆலோசகரான வழக்கறிஞர் திரிதீப் பயஸ். இருப்பினும் டெல்லி உயர்நீதிமன்றமோ உமர் காலித்தின் கோரிக்கையை நிராகரித்து அவருக்குப் பிணை வழங்க மறுத்துவிட்டது.

சிஏஏ எதிர்ப்புப் போராட்டத்தில் உமர் காலித்தின் பேச்சு அருவருப்பாகவும் வெறுப்பைக் கொடுப்பதாகவும் இருப்பதாகக் கருதியே அவருக்குப் பிணை வழங்க நீதிமன்றம் மறுத்திருக்கிறது என்பது கவனிக்கத்தக்கது. அதற்குப் பதில் கொடுக்கும்விதமாக, தனிப்பட்ட விருப்பு வெறுப்புகளுடன் இவ்வழக்கை அணுகாமல் சட்டரீதியாக அணுகவேண்டும் என்பதை உமர் காலித்தின் வழக்கறிஞர் பயஸ் நீதிமன்றத்திலேயே வலியுறுத்த முயன்றார்.

> "பயங்கரவாத நடவடிக்கைகளைத் தூண்டும் வகையிலான வெறுப்புப் பேச்சை அவர் உதிர்த்திருக்கிறாரா இல்லையா என்று ஆய்வு செய்யவே இங்கே நாம் கூடியிருக்கிறோம்.

அவருடைய பேச்சு வெறுப்பாகவும் அருவருக்கத்தக்கதாகவும் ஒருவருக்குத் தோன்றுகிறதா இல்லையா என்பது குறித்து விவாதிக்க அல்ல. உபா வழக்கில் கைது செய்யப்படும் அளவிற்கா அவருடைய பேச்சு இருக்கிறது என்பதைத்தான் நாம் ஆய்வு செய்ய வேண்டும்"

என்றார்[4].

சித்தார்த் மிருதுள் மற்றும் இராஜ்னேஷ் பத்நகர் ஆகிய இரு நீதிபதிகளும் இதற்கான விளக்கத்தைப் பின்னாளில் நடைபெற்ற மற்றொரு விசாரணையின்போது மேலும் தெளிவாக விளக்கினர். அதன்படி,

"தேசத்தின் ஒற்றுமையையும் ஒருமைப்பாட்டையும் குலைக்கும் நடவடிக்கைகளில் ஈடுபட்டிருக்க வேண்டுமென்பதில்லை. தேச ஒற்றுமைக்கும் ஒருமைப்பாட்டுக்கும் ஒருவரால் அச்சுறுத்தல் ஏற்படும் என்றாலே அது ஆபத்துதான்" என்கிறார்கள் அவ்விரு நீதிபதிகளும்[5].

ஆக, ஒருவர்மீது குற்றவாளியெனப் பழியைப் போடுவதற்கு, அவர் எந்தவொரு குற்றத்தையும் செய்திருக்கவோ அல்லது செய்யப்போவதாகக் காட்டிக்கொள்ளவோ கூட வேண்டியதில்லை. வெறுமனே அவர்மீது அரசுக்கு சந்தேகம் இருந்தாலே போதுமானது அல்லது, எவ்விதக் காரணமும் இல்லாமலேயே கூட ஒருவரை சிறைக்குள் தள்ள வேண்டும் என்று அரசு நினைத்தால்கூட அதுவே போதும் என்பதைத்தான் இவர்கள் சொல்லாமல் சொல்லவருகிறார்கள்.

ஆக, இன்றைக்கு நமக்குக் கிடைத்திருக்கிற தகவல்களின் அடிப்படையில் பார்த்தால், பிகே-16, உமர் காலித் உள்ளிட்ட வேறுபல அரசியல் கைதிகளெல்லாம் கைது செய்யப்பட்டதற்கான காரணமே அவர்களின் இருப்புதான். இப்படியான மனிதர்களின் இருப்பே தனக்கு அச்சுறுத்தலாக இருப்பதாகக் கருதியே அவர்களை கைது செய்து சிறையில் அடைத்துவைத்திருக்கிறது அரசு. இயல்பு வாழ்க்கையில் மக்களுக்கு எந்தவிதத்திலும் எதிராகச் செயல்படாதவர்கள் அவர்கள் என்பது குறிப்பிடத்தக்கது.

நீதிமன்றத்தில் இரு நீதிபதிகளும் வழங்கிய கருத்தின் ஒரு பகுதியைப் பார்த்தால், அவர்கள் விமர்சனக் குரலையே வன்முறையாகப் பார்க்கிற நிலையில் இருக்கிறார்கள் என்பது தெளிவாகப் புரியும். அவர்கள் நீதிமன்றத்தில் பேசிய சிறிய உரையை இங்கே பார்ப்போம்.

"புரட்சிக்கான அழைப்பென்பது புரட்சியில் பங்கெடுப்போரை மட்டும் பாதிக்காமல், அதற்குச் சற்றும் தொடர்பற்று வாழும் பொதுமக்களையும் சேர்த்தேதான் அது பாதிக்கும். அதனால்தான் பிரெஞ்சுப் புரட்சியில் முன்னணியில் இருந்து செயல்பட்ட மாக்சிமிலியன் ரோபெஸ்பியர் என்பவரை இங்கே இந்த நீதிமன்றம் குறிப்பிட விரும்புகிறது. பிணைக்காக மேல்முறையீடு செய்திருக்கும் உமர் காலித், மாக்சிமிலியன் கூறியதைப் போல பயங்கரவாதமும் ஆயுதமும்தான் புரட்சியென்கிற பார்வையில் பார்க்கிறாரா அல்லது இந்தியாவின் முதல் பிரதமரான ஜவஹர்லால் நேருவின் பார்வையில் புரட்சியைப் பார்க்கிறாரா என்பது தெரியவில்லை. இந்தியா விடுதலை பெற்றபிறகு புரட்சி என்கிற வார்த்தையே தேவைப்படாத நிலையை ஜனநாயகம் உருவாக்கிவிட்டது என்றார் நேரு. ஜனநாயகம் என்பது புரட்சிக்கு எதிர்மாறான, கத்தியின்றி இரத்தமின்றி நடத்தப்படும் மேலானதொரு ஆட்சிமுறை என்பதே அவரது பார்வையாகும். புரட்சி என்பது இரத்தமில்லாமல் மட்டுமே எப்போதும் சாத்தியமாகும் என்று சொல்லிவிடமுடியாது. இரத்தம் சிந்தவேண்டிய புரட்சிகளும் உண்டென்பதால்தான், 'இரத்தமில்லாப் புரட்சி' என்கிற வார்த்தையும் பயன்பாட்டில் இருக்கிறது. ஆகவே, புரட்சி என்கிற தனிவார்த்தையைப் பயன்படுத்தி மக்களுக்கு அழைப்பு விடுக்கையில், அது இரத்தம் சிந்தாப் புரட்சி என்று மட்டும் பொருள் கொள்ளமுடியாது. ஆனால், இங்கே பிணை கேட்டு மனு தாக்கல் செய்திருப்பவரோ, புரட்சி வேண்டி மக்களுக்கு அழைப்பு விடுத்திருக்கிறார் என்பது குறிப்பிடத்தக்கது"

என்று நீதிபதிகள் மிருதுளும் பரத்நகரும் நீதிமன்றத்தில் தெரிவித்தனர்.

நீதிமன்றத்தில் நடந்ததையெல்லாம் பார்த்தால், அது ஏதோ 'ஃபேமிலி மேன்' தொலைக்காட்சித் தொடர் போலத்தான் தெரிகிறது என்கிறார் வழக்கறிஞர் பயஸ்[6].

இருவேறு காலகட்டத்தையும் இருவேறு மனிதர்களையும் திறமையாக இணைத்துப்பேசி, உமர் காலித்தைச் சூழ்ச்சிகரமாக வன்முறையைத் தூண்டிய குற்றவாளியாக்கினார்கள் நீதிபதிகள் மிருதுளும் பரத்நகரும். 'புரட்சிக்கான அழைப்பு' விடுத்ததாக உமர் காலித்தைப் பயங்கரவாதி என்று முத்திரை குத்தப் பார்க்கிறார்கள். ஆனால், புரட்சிக்கான அழைப்பென்பது, இந்திய விடுதலைப் போராட்ட காலத்திலிருந்தே 'இன்குலாப் சிந்தாபாத்' (புரட்சி ஓங்குக) என்று

எப்போதும் அநீதிகளை எதிர்த்துப் போராடுவதற்கு மக்களைத் திரட்டும்போதெல்லாம் இயல்பாக எழுப்பப்படும் முழக்கம். விடுதலைப் போராட்ட இந்தியாவில் துவங்கி, விடுதலை பெற்ற இந்தியா வரைக்குமான காலகட்டத்தில் பயன்பாட்டில் உள்ள ஒரு முழக்கத்திற்குப் பயங்கரவாத சாயத்தைப் பூச நினைக்கிறார்கள். 1921ஆம் ஆண்டு உருது மொழிக் கவிஞரும் இந்திய விடுதலைப் போராட்ட வீரருமான மௌலானா ஹஸ்ரத் மொஹானி என்பவர் உருவாக்கிய 'இன்குலாப் சிந்தாபாத்' என்கிற இம்முழக்கத்தைப் பிரபலமாக்கியவர் பகத்சிங் ஆகும். அன்றிலிருந்து இன்றுவரை நம் போராட்டப் பாரம்பரியத்தின் ஒரு அங்கமாகவே மாறிவிட்ட முழக்கமாகும்.

சர்வாதிகாரிகளும் வரலாற்றின் உண்மைகளை மறைத்து அதனைத் திருத்தி எழுதுபவர்களும் எப்போதும் கைகோர்த்து வருகிறார்கள் என்பது வருந்தத்தக்க உண்மையாகும். அரசின் அனைத்து அமைப்புகளையும் நிறுவனங்களையும் ஒருங்கிணைத்துச் செயல்பட வைத்து, இந்தியாவின் வரலாற்றைத் திருத்தியெழுதும் முயற்சி அதிவேகமாக நடைபெற்றுக் கொண்டிருக்கிறது. இந்தியாவின் சிக்கலான வரலாற்றை மிகச்சரியாக மீட்டெடுக்கும் அனைவரின் குரலையும் நெறித்துத் தடுப்பதை முக்கியமான பணியாகத் திட்டமிட்டு செய்துவருகிறார்கள் அவர்கள். அதன் ஒரு பகுதியாகத்தான், அரசின் தவறுகளை விமர்சிப்பதற்காகப் பயன்படுத்திய 'இன்குலாப் சிந்தாபாத்' என்கிற மக்களின் முழக்கத்திற்குப் பயங்கரவாத சாயம்பூசி, வன்முறையைத் தூண்டுவதற்குப் பயன்படுத்துவதாகச் சித்திரிக்கப்படுகிறது.

வரலாற்றையும் உண்மையையும் சர்வாதிகார அரசுகள் எப்போதுமே வார்த்தைகளைத் திரித்து, கருத்துகளையும் வாதங்களையும் அமைப்புகளையும் விமர்சனக் குரல்களையும் ஒடுக்கி, வரலாறு, உண்மை, யதார்த்தம் என்றெல்லாம் சொல்லிக்கொண்டே, ஒடுக்குமுறைத் தத்துவத்தை மக்கள் மீது திணிப்பதுதான் இவர்களின் திட்டமாக இருக்கிறது. செய்யாத குற்றத்திற்கு ஆதாரமாகப் பொய்கள் முன்வைக்கப்படுகின்றன. அவற்றை எதிர்த்து வாதாடினாலும், பொய்களுக்கே முக்கியத்துவம் தரப்படுகின்றன. இதையெல்லாம் பார்த்தால், சட்டத்தின் முன்பு ஆதாரங்களாக உண்மைகள் இனி எப்போதும் ஏற்றுக்கொள்ளப்படமாட்டாதோ என்கிற சந்தேகமே ஏற்படுகிறது.

2021ஆம் ஆண்டு பிப்ரவரி மாதத்தில், பாஜக தலைவரான கபில் மிஷ்ராவிடம் ஊடகவியலாளர் இஸ்மத் அரா ஒரு நேர்காணல் நடத்தினார். கபில் மிஷ்ராவின் வெறுப்புப் பேச்சுகள் குறித்தும், டெல்லியில் நடத்தப்பட்ட கலவரத்தில் அவரது பங்கு குறித்தும் கேள்விகளைக் கேட்டார் இஸ்மத் அரா. நேர்காணலின் துவக்கத்தில், அந்தக் கலவரத்தில் பங்கெடுக்கவே இல்லையென்றும், தனது பங்கை நிரூபிக்க விரும்பினால் ஆதாரத்தைக் காட்டச் சொல்லியும் கேட்டு தன்மீது வைக்கப்படும் குற்றச்சாட்டைக் கபில் மிஷ்ரா மறுத்துப் பேசியிருக்கிறார். அப்போது, கபில் மிஷ்ரா கலவரத்தில் கலந்துகொண்ட வீடியோ ஆதாரத்தை இஸ்மத் அரா அவரிடம் காட்டியதும், தன்னுடைய பேச்சின் தொனியை மாற்றிக்கொண்டு, அந்தக் கலவரத்தில் பங்கெடுத்தது தனக்குப் பெருமையே என்று பேசத் துவங்கிவிட்டார் கபில் மிஷ்ரா. 'துரோகிகளைச் சுட்டு வீழ்த்துவோம்' என்கிற பொருளில் அன்று அந்தக் கலவரத்தின்போது எழுப்பப்பட்ட வன்முறையைத் தூண்டும் வெறுப்பு முழக்கத்தை ஆதரித்துப் பேசியதுடன், இனியொருமுறை சிஏஏ போராட்டங்கள் நடைபெற்றால், அப்போதும் அம்முழக்கத்தை நிச்சயமாக எழுப்புவேன் என்றார் கபில் மிஷ்ரா.

முதலில் பொய் சொல்லியது, பின்னர் ஆதாரங்களைக் காட்டியதும் குழம்பிப்போய் உளறியது, இறுதியில் வன்முறையைத் தூண்டியதை வேறுவழியின்றி ஒப்புக்கொண்டது என கபில் மிஷ்ராவின் வாக்குமூலங்கள் எல்லாம் சமூக ஊடகங்களில் பரவலாகப் பகிரப்பட்டும், இப்போது வரையிலும் எந்த சிறைச்சாலைக்குள்ளும் அவர் அடைக்கப்படவில்லை. மாறாக, அவர் தொடர்ந்து சுதந்திரமாகப் பொதுவெளியில் வெறுப்பைப் பரப்பிக்கொண்டுதான் இருக்கிறார்.

பாஜகவின் தேசியக் தகவல் தொழில்நுட்பப் பிரிவின் ஒருங்கிணைப்பாளரான அமித் மால்யாவெல்லாம் வன்முறையைத் தூண்டுவதைத் தாண்டி, அந்தக் கலவரத்திற்கு உறுதுணையாகவும் பலவற்றைச் செய்திருக்கிறார். பொய்களையும் தவறான தகவல்களையும் வதந்திகளையும் உண்மையென்கிற போர்வையில் பரப்பியதில் அவருக்கு நிகர் அவர்தான் என்கிற அளவிற்குப் பரப்பினார். அவர் பரப்பிய அத்தகைய பொய்களால்தான் உமர் காலித் கைது செய்யப்பட்டுச் சிறையில் தள்ளப்பட்டிருக்கிறார்.

"இந்தியாவுக்கு டொனால்ட் ட்ரம்ப் வரும்போது இந்தியத் தெருக்களில் ஏராளாமானோர் இறங்கிப் போராடவேண்டும்" என்று முஸ்லிம்களுக்கு மாணவத் தலைவரும் களச் செயல்பாட்டாளருமான

உமர் காலித் அழைப்பு விடுத்ததாகப் பொய்யான ஒரு வீடியோவை 2020ஆம் ஆண்டு மார்ச் மாதத்தில் அமித் மால்வியா டிவிட்டரில் பகிர்ந்தார். உமர் காலித் பேசாத ஒரு பேச்சைப் பகிர்ந்துவிட்டு, அதனால்தான் டெல்லியில் கலவரம் நடந்ததாகவும், அதில் 53 பேர் கொல்லப்பட்டார்கள் என்றும் பொய்யைப் பரப்பி, உமர் காலித் மீது மக்களுக்கு வெறுப்பு வரவைக்க முயன்றார். அக்கலவரத்தில் இறந்தவர்களில் பெரும்பாலானோர் முஸ்லிம்கள்தான் என்கிற உண்மையைக்கூட மறைத்துவிட்டு, முஸ்லிம்கள்தான் கலவரத்தை நடத்தியதாக அமித் மால்வியா சொல்வது பெரிய முரணாக இருக்கிறது. அமித் மால்வியா பொய்யாக உருவாக்கிப் பரப்பிய அந்த வீடியோ, டிவிட்டரோடு நிற்கவில்லை. அங்கிருந்து எடுக்கப்பட்டு, ரிபப்ளிக் டிவி, நியூஸ்18, ஜீ நியூஸ், டைம்ஸ் நவ் உள்ளிட்ட பாஜகவுக்கு நெருக்கமாகவும் தேசிய அளவில் மிகப்பிரபலமாகவும் இருக்கிற தொலைக்காட்சி செய்தி ஊடகங்களில் தொடர்ச்சியாக ஒளிபரப்பப்பட்டன. இந்த வஞ்சகமான வீடியோ குறித்த செய்தியை தி டைம்ஸ் ஆஃப் இந்தியா, இந்துஸ்தான் டைம்ஸ் மற்றும் இந்தியா டுடே உள்ளிட்ட பெரும்பாலான வெகுமக்கள் செய்தி ஊடகங்களும் பரப்பின.

பாஜக தலைவர்களிடம் குறிப்பெடுத்துக்கொண்டு, உமர் காலித்தின் பேச்சுதான் வன்முறையைத் தூண்டியது என்று டெல்லி காவல்துறையும் கூறியது. ஒருபுறம், பொய்களை ஆதாரமாக வைத்துக்கொண்டு உமர் காலித் ஒரு குற்றவாளி என்று தீர்ப்பளிக்கும் நீதிபதிகளாக தொலைக்காட்சித் தொகுப்பாளர்கள் மாறினார்கள். மறுபுறமோ, உமர் காலித் ஒரு குற்றவாளிதான் என்று அவருக்குத் தெரிந்த ஒரு நபரை மிரட்டி வாக்குமூலம் கொடுக்கக் கட்டாயப்படுத்தி ஏற்பாடு செய்துவிட்டது டெல்லி காவல்துறை.

2021ஆம் ஆண்டில் பிணை கோரி உமர் காலித் நீதிமன்றத்தில் மனு தாக்கல் செய்திருந்தார். அதன் விசாரணை நடக்கையில், பாஜகவின் அமித் மால்வியா வெளியிட்ட பொய்யான வீடியோவை ரிபப்ளிக் டிவி மற்றும் நியூஸ் 18 உள்ளிட்ட செய்தித் தொலைக்காட்சிகள் ஒளிபரப்பிய ஆதாரத்தை உமர் காலித்தின் வழக்கறிஞரான திரிதீப் பயஸ் நீதிமன்றத்தில் காட்டினார். எந்தச் செய்தித் தொலைக்காட்சிகளிடமும் உமர் காலித் உண்மையிலேயே பேசிய வீடியோவே இல்லையென்றும், அமித் மால்வியா பரப்பிய வீடியோவின் உண்மைத்தன்மையைக் கூட இந்த ஊடகங்களெல்லாம் சரிபார்க்கவில்லை என்றும் அவர் நீதிமன்றத்தில் வாதாடினார். உமர் காலித் பேசிய உண்மையான வீடியோவை நீதிமன்றத்திலேயே

போட்டுக்காட்டினார். அதில் தேசத்துரோகமாகவோ அல்லது வன்முறையைத் தூண்டும் விதமாகவோ எதுவுமே இல்லை என்பதையும் அவர் குறிப்பிட்டார்.

உமர் காலித்துக்கு எதிரான ஆதாரங்கள் ஏதுமில்லை என்றாலும், வழக்கில் நிறைய முறைகேடுகள் செய்யப்பட்டிருந்தாலும், கற்பனைக் கதைகளை நிரப்பிய ஒரு குற்றப்பத்திரிகை தாக்கல் செய்யப்பட்டிருந்தபோதும், மூன்றாண்டுகளுக்கும் மேலாக இன்றைக்கும் சிறையில்தான் வைக்கப்பட்டிருக்கிறார் உமர் காலித். இந்தியாவில் இன்றைக்கு அரசியல் கைதிகளின் எண்ணிக்கை அதிகரித்துக் கொண்டே இருக்கிறது. அவர்களில் பெரும்பான்மையானோர் பொய்யான வழக்குகளினாலோ அல்லது பொய்யான ஆதாரங்களினாலோதான் சிறைக்குள் அவதிப்பட்டுக் கொண்டிருக்கின்றனர். அதில், அரச வன்முறையின் உச்சமாக மாறியிருப்பதென்றால், பாதிரியார் ஸ்டான் சுவாமியை சிறைக்குள்ளேயே நிறுவனக் கொலை செய்திருப்பதைச் சொல்லலாம்.

பிகே-16 அரசியல் கைதிகளில் முக்கியமானவராக பாதிரியார் ஸ்டான் சுவாமி கைது செய்யப்பட்டார். இந்திய வரலாற்றிலேயே பயங்கரவாத குற்றத்திற்காகக் கைது செய்யப்பட்டவர்களில் மிக அதிக வயதைக் கொண்டவர் அவராகத்தான் இருப்பார். ஆதாரங்கள் ஏதுமில்லாமல் கொரோனா தொற்றுநோய்ப் பரவலின்போது கைது செய்யப்பட்டு, உடல்நிலை மோசமானபோதும் மருத்துவ உதவிகள் மறுக்கப்பட்டு, பிணை கோரிக்கைகளும் நிராகரிக்கப்பட்டு, சிறைக்குள்ளேயே அடைத்து வைக்கப்பட்டிருந்தார். அவர் பார்க்கின்சன் என்கிற நோயால் அவதிப்பட்டுக் கொண்டிருந்தார். அந்த நோயைப் பொறுத்தவரையில், கைகளுக்கு வலுவில்லாமல்போய், நடுங்கிக்கொண்டே இருக்கும் என்பதால், தண்ணீர் குடிக்கக்கூட கோப்பையைப் பிடிக்கமுடியாத நிலையில் பாதிரியார் ஸ்டான் சுவாமி இருந்தார். அதனால், தண்ணீர்க் கோப்பையைக் கீழே வைத்துவிட்டு, உறிஞ்சி குடிப்பதற்கு ஒரு ஸ்ட்ரா கிடைக்குமா என்று கேட்டுப் பார்த்தார். ஆனால், அதெல்லாம் தரமுடியாது என்று சிறை நிர்வாகம் மறுத்துவிட்டது. இவ்வளவு மோசமாகவும் மனிதநேயமற்ற முறையிலும் கொடூரமாகவும் நடந்துகொண்ட பின்னரும் கூட, இவையெல்லாம் சட்டத்தின் விதிகளுக்கு உட்பட்டுத்தான் செய்யப்பட்டன என்று அரசு முட்டுக்கொடுத்தது.

அவருடைய உடல்நிலை மிகவும் மோசமாகிக் கொண்டிருந்தது. அதனால் அவரது உடல்நிலையைக் கருத்தில்கொண்டு, மருத்துவப்

பிணையாவது வழங்குமாறு நீதிமன்றத்தில் அவரது வழக்கறிஞர்கள் கோரினார்கள். ஆனால், அதற்கு என்ஐஏ என்கிற தேசியப் புலனாய்வு அமைப்பு கடுமையாக எதிர்ப்பு தெரிவித்துவிட்டது. அவருடைய உடல்நிலை சரியில்லை என்பதற்கான எவ்வித ஆதாரமும் இல்லை என்று கொஞ்சமும் மனசாட்சியே இல்லாமல் பொய்களை அள்ளிவீசியது என்ஐஏ[8]. அதனை அப்படியே ஏற்றுக்கொண்டு, உயிருக்குப் போராடிக்கொண்டிருந்த ஒரு மனிதர் மீது எந்தக் கருணையும் காட்டாமல், அவரது மருத்துவப் பிணை கோரிக்கையை நிராகரித்துவிட்டது நீதிமன்றம்.

பாதிரியார் ஸ்டான் சுவாமியின் பிணை மனுக்களைத் தொடர்ச்சியாக நிராகரித்துக் கொண்டே வந்த மும்பை உயர்நீதிமன்ற நீதிபதியான எஸ். எஸ்.ஷிண்டே, ஸ்டான் சுவாமியின் மறைவுக்குப் பின்னர் அவரைப் புகழ்ந்து பேசியிருந்தார். "இப்போது பாதிரியார் ஸ்டான் சுவாமியைப் புகழ்ந்தால், அது தேசியப் புலனாய்வு அமைப்பின் பெயருக்குக் களங்கத்தை ஏற்படுத்தும்" என்று என்ஐஏ ஆட்சேபம் தெரிவித்து அழுத்தம் கொடுத்ததால், நீதிபதி ஷிண்டே தனது கருத்தைத் திரும்பப் பெற்றுக்கொண்டார். இதில் முக்கியமாக கவனிக்க வேண்டியது என்னவென்றால், குறைந்தபட்ச பரிதாபத்தையும் உண்மையையும் கூட நீதித்துறையில் இருக்கிற எவரும் காட்டிவிடக்கூடாது என்பதில் என்ஐஏ கவனமாக இருக்கிறது என்பதுதான்.

பொய்கள் பல்வேறு விதமாக வேலை செய்யும். கடந்தகால வரலாற்றையும், நம் கண்முன்னே நடந்துகொண்டிருக்கிற நிகழ்காலத்தையும் ஒருசேர திருத்தியெழுதுவதற்கு அவர்களுக்குப் பொய்கள் பயன்படுகின்றன.

பாதிரியார் ஸ்டான் சுவாமி மரணமடைந்து 18 மாதங்கள் கழித்து, ஆர்சனல் கன்சல்டிங் என்கிற தடயவியல் நிறுவனம் சில அதிர்ச்சியான உண்மைகளைக் கண்டறிந்து அறிக்கை வெளியிட்டது. அதன்படி, ஸ்டான் சுவாமியின் கணினிக்குள் வைரஸ் மூலமாகச் சில போலியான ஆவணங்கள் பதிவேற்றப்பட்டது தெரியவந்திருக்கிறது. அவரும் மாவோயிசத் தலைவர்களும் தொடர்ச்சியாக உரையாடிக் கொண்டிருந்தது போன்று போலியாகத் தயாரிக்கப்பட்ட கடிதங்கள், அவருக்கே தெரியாமல் அவரது கணினியில் வைக்கப்பட்ட உண்மை வெளிவந்திருக்கிறது[9].

> *"பாதிரியார் ஸ்டான் சுவாமியின் கணினியைச் சுமார் ஐந்தாண்டுகளாக இலக்காக்கி மால்வேர் என்கிற வைரஸ் மென்பொருளை அதில் நிறுவி இருக்கிறார்கள். அதன்மூலமாக,*

பல்வேறு ஆவணங்களை அவருக்குத் தெரியாமல் அவருடைய கணினியில் வைத்திருக்கிறார்கள்... இதெல்லாம் 2019ஆம் ஆண்டு ஜூன் மாதத்தில் அவரது கணினியைக் காவல்துறையினர் கைப்பற்றும்வரை நடந்திருக்கிறது"

என்று அந்த அறிக்கையில் கூறப்பட்டுள்ளது[10].

2017 ஜூலை முதல் 2019 ஜூன் வரையிலான காலகட்டத்தில் மட்டும், பாதிரியார் ஸ்டான் சுவாமியின் கணினியில் இருந்து சுமார் 24000 கோப்புகளைப் படித்தும் பிரதியெடுத்ததும் மட்டுமல்லாமல், 50 புதிய கோப்புகளை அவரது கணினிக்குள் அவருக்குத் தெரியாமல் வைத்திருக்கிறார்கள் ஊடுருவிய ஹேக்கர்கள்[11]. காவல்துறையினர் அவரது கணினியைக் கைப்பற்றுவதற்குச் சில மணி நேரத்திற்கு முன்னர்தான், ஸ்டான் சுவாமியின் கணினியில் ஊடுருவியதற்கான அனைத்துத் தடயங்களையும் அழிக்கும் முயற்சியில் ஈடுபட்டிருக்கிறார்கள் ஹேக்கர்கள். இதன்மூலம் விசாரணை அமைப்புகளுக்கும் ஹேக்கிங் செய்தவர்களுக்கும் இடையிலான மறைமுகத் தொடர்பினை நம்மால் புரிந்துகொள்ளமுடியும். இதற்கு முன்னர் வரலாற்றில் இப்படியானதொரு முன்னுதாரணமே இல்லாத அளவிற்கான இப்படிப்பட்ட ஒரு ஊடுருவலைப் பார்த்ததே இல்லை என்கிறார் ஆர்சனல் தடயவியல் நிறுவனத்தின் தலைவரான மார்க் ஸ்பென்சர்.

பாதிரியார் ஸ்டான் சுவாமியின் கணினியில் ஊடுருவல்கார ஹேக்கர்களால் வைக்கப்பட்ட ஆவணங்களை அடிப்படையாக வைத்துத்தான் அவரையே காவல்துறை கைது செய்தது. இன்னும் சொல்லப்போனால், மற்ற பிகே-16 அரசியல் கைதிகளுக்கு எதிரான ஆதாரங்களாகவும் அவைதான் பயன்படுத்தப்படுகின்றன. பாதிரியார் ஸ்டான் சுவாமிக்கான மரண தண்டனையை அவரைக் கைது செய்த நாளிலேயே முடிவுசெய்துவிட்டார்கள் என்றும், சிறையிலிருந்து உயிரோடு அவரை வெளியே விடக்கூடாது என்று உறுதியாக இருந்திருக்கிறார்கள் என்றும் பத்திரிகையாளர் சந்திப்பு ஒன்றில் மூத்த வழக்கறிஞரான மிஹிர் தேசாய் கூறினார்[12].

தன் மீதான குற்றச்சாட்டுகள் அனைத்தையும் மறுத்ததுடன், அவருக்கு எதிராக அரசு தரப்பில் வைக்கப்பட்ட ஆதாரங்கள் எல்லாமே புனையப்பட்டவை என்றும் அவர் தொடர்ச்சியாகச் சொல்லிக்கொண்டேதான் இருந்தார். ஆனால், என்ஐஏ வோ,

“பொய்யை மறைக்கவும், உண்மையின் மீதும் ஆதாரங்களின் மீதும் ஒரு நம்பிக்கையற்றதன்மையை ஏற்படுத்திவிட வேண்டும் என்பதற்காகவுமே நாங்கள் முன்வைத்திருக்கும் ஆதாரங்களை எல்லாம் புனையப்பட்டவை என்று பொய் சொல்லித் திசைதிருப்பப் பார்க்கிறார் ஸ்டான் சுவாமி” என்று என்ஐஏ மறுத்து வாதாடியது[13].

அரசு தரப்பில் செய்யப்பட்ட அனைத்து தகிடுதத்தங்களையும் வெளிப்படுத்திய பின்னரும்கூட, வழக்கில் எவ்வித மாற்றமும் நிகழவில்லை. தடயவியல் நிறுவனத்தால் வழங்கப்பட்ட அறிக்கையை என்ஐஏவால் முறையாக ஆதாரத்துடன் மறுக்கக்கூட முடியவில்லை. இருப்பினும், அரசு தரப்பில் செய்யப்பட்டிருக்கிற அநீதிகளுக்கு எதிராக நீதிமன்றங்கள் எதுவுமே பேசாமல் அமைதி காத்தன. பாதிரியார் ஸ்டான் சுவாமியின் பெயருக்கு நீதிமன்றத்தின் மூலமாக உருவாக்கப்பட்டிருக்கிற களங்கத்தைத் துடைத்தெறிய வழக்கறிஞர்களும் செயல்பாட்டாளர்களும் இப்போதும் போராடிக்கொண்டுதான் இருக்கின்றனர்.

ஹிட்லரின் ஆட்சியில் அவரது பிரச்சார அமைச்சராக இருந்த கோயபல்ஸ் குறித்தான ஒரு வாழ்க்கை வரலாற்று நூலை ஜெர்மனியைச் சேர்ந்த வரலாற்று ஆசிரியர் பீட்டர் லொங்கரிச் எழுதியிருக்கிறார். அதில், சுமார் 30000 பக்கங்களுக்கு மேலான நாட்குறிப்புகளைக் கோயபல்ஸ் எழுதியிருப்பதைக் குறிப்பிட்டிருக்கிறார். உதாரணத்திற்கு, தன்னைக் கொல்ல முயற்சி நடந்ததாக அவரே கற்பனையாக ஒரு நிகழ்வை யோசித்து எழுதி வைத்திருக்கிறார். அதனை விரிவான செய்தியாக்கி, உண்மையிலேயே நடந்ததைப் போல ‘தர் ஆங்க்ரிஃப்’ என்கிற ஹிட்லரின் நாஜிப் பத்திரிகையில் தலைப்புச் செய்தியாக முகப்புப் பக்கத்தில் வெளியிடப்பட்டது. அது பொய்யான செய்திதான் என்றும், அப்படியொரு கொலை முயற்சியே நடக்கவில்லை என்றும் பல ஆதாரங்கள் பல்வேறு வழிகளில் வெளியிடப்பட்ட பிறகும்கூட, கோயபல்ஸ் குறித்த அப்பொய்ச் செய்தியானது எப்போதும் அரசு சார்பாக மறுக்கப்படவோ நீக்கப்படவோ திரும்பப்பெறப்படவோ இல்லை. அதேவேளையில் கோயபல்ஸோ அந்த கொலைமுயற்சி என்பது உண்மையான அச்சுறுத்தல்தான் என்று தன்னுடைய நாட்குறிப்பில் எழுதியிருக்கிறார்[14]. ஒரு பொய்யை உருவாக்கி, அதனைப் பொதுவெளியில் அனைவரையும் நம்பவைத்து, பின்னர் அது உண்மையான வரலாற்று நிகழ்வுதான் என்று நம்பவைப்பதற்காக தன்னுடைய நாட்குறிப்பிலும் எழுதிவைத்திருக்கிறார் கோயபல்ஸ் என்கிறார் நூலை எழுதிய பீட்டர் லொங்கரிச்[15].

உண்மைக்கும் புனைகதைக்கும், உண்மைக்கும் பிரச்சாரத்திற்கும் இடையிலான வேறுபாட்டை திட்டமிட்டு மறைத்தவராக வாழ்ந்திருக்கிறார் கோயபல்ஸ். பொய்களை உருவாக்கி உண்மையாக்கிய கோயபல்ஸின் இந்த மோசமான முன்னுதாரணத்தை இன்றைக்கு இந்தியாவிலும் பார்க்கமுடிவது எத்தனை பெரிய கொடூரம். கோயபல்ஸின் வஞ்சகத்தனத்திற்கும் போலித்தனத்திற்கும் வரலாறு என்றால் பிடிக்கவே பிடிக்காது. அதனால்தான் வரலாற்றை மறைக்கிற பணியை கோயபல்ஸின் வாரிசுகள் இன்றைக்கும் செய்துகொண்டே இருக்கிறார்கள்.

4
விமர்சனக்குரல் எழுப்பும் சமூகம்

1920-30களில் போராட்டங்களையும் அரசியல் எதிரிகளின் செயல்பாடுகளையும் தடுப்பதற்காக, காவல்துறையை வைத்து ஒடுக்குவதையும் கட்டாயமாக நாடு கடத்துவதையும் இத்தாலிய பாசிச அரசு வழக்கமாகக் கொண்டிருந்தது. 1863ஆம் ஆண்டு உருவாக்கப்பட்ட மன்னராட்சி சட்டத்தில் சில திருத்தங்கள் கொண்டுவரப்பட்டு, அதற்கு ஒரு பாசிச முகம் கொடுக்கப்பட்டது. அதன்படி, தேச ஒற்றுமையைப் பாதுகாப்பதற்காகவும் பொது அமைதியை நிலைநாட்டுவதற்காகவும், அரசுக்கு எதிரான கருத்துகளைக் கொண்டிருக்கிற எவருக்கும் வாழ்நாள் அரசியல் தடைவிதிக்கும் அதிகாரம்கொண்ட சட்டத்தைப் பாசிச அரசு கொண்டுவந்தது. இதனை அமல்படுத்துவதற்கு எவ்வித வழக்கு விசாரணையுமே தேவையில்லை. வெறுமனே ஒரு தனிநபர் கொடுக்கும் புகாரை வைத்துக்கொண்டு, காவல்துறையே முடிவெடுக்கலாம். அரசின் கருத்துக்கு மாறுபட்ட கருத்தைக் கொண்டோர் எல்லாம் கைது செய்யப்பட்டு வேறெங்காவது கண்காணாத தீவுக்கோ அல்லது சிறிய மலை கிராமத்திற்கோ அடுத்த பல ஆண்டுகள் விரட்டியடிக்கப்பட்டார்கள். பாசிச எதிர்ப்பு அறிஞர்களும் செயல்பாட்டாளர்களும் பாலியல் சிறுபான்மையினரும் பொது அமைதிக்கும் பாதுகாப்புக்கும் ஆபத்து விளைவிப்பவர்கள் என்றுகூறி, அவர்கள் வாழும் சமூகத்திலிருந்து முற்றிலுமாகப் பிரித்தெடுக்கப்பட்டுத் தனிமைப்படுத்தப்பட்டனர்[1].

பழங்காலத்து ஆதிக்க முறைகளாகத் தெரிகிற அவையெல்லாம், இன்றைய அரசியல் சூழலிலும் உயிர்ப்புடன் இருப்பதைப் பார்க்க முடிகிறது. அதனால், மக்களின் ஜனநாயகப் பங்களிப்பைக் கொஞ்சம் கொஞ்சமாகத் தவிர்க்கிற மாதிரியான சூழலும், பேச்சுரிமை ஒடுக்கப்படுவதும், மாறுபட்ட விமர்சனக் குரல்களை நெறிப்பதும் உலகளவில் நடந்துகொண்டிருக்கிறது. அரசியல் கைதிகள் என்கிற வார்த்தையின் ஆதிகாலப் பொருள் காலாவதியானது போலத் தோன்றினாலும், மாறுபட்ட கருத்துடையோரையும் அறிஞர்களையும் கள செயல்பாட்டாளர்களையும் பொய்வழக்குத் தொடுத்து சிறையில்

அடைத்து, அடிப்படை மனித உரிமைகள் கூட மறுக்கப்பட்டு விசாரணைக் கைதிகளாகவே சிறைக்குள் பூட்டிவைக்கிற வழக்கம் இன்றைக்கும் தொடரத்தான் செய்கிறது.

பாசிச எதிர்ப்புப் போராளியான கார்லோ லெவி என்பவர் அரசியல் கைதியாக நாடுகடத்தப்பட்டதை 'கிருஸ்து எபோலியில் நின்றார்' என்கிற தன்னுடைய சுயசரிதை நூலில் எழுதியிருக்கிறார். அந்த நூலின் பகுதியில், அரசியல் கைதிகளுக்கு எதிராக அரசு செய்துவரும் நியாயமற்ற கொடூரத்தையும், அதற்கெதிராக சிறிதளவேனும் என்றாலும் ஒன்றாகக் கைகோர்த்து மக்கள் போராடியதையும் மன்னர் பார்த்துக்கொண்டிருப்பார்.

தெற்கு இத்தாலின் கிராசானோ என்கிற சிறிய கிராமத்தில் லெவியுடன் சேர்த்து வேறுபலரும் 'முன்னெச்சரிக்கை நடவடிக்கை' முறையில் கைது செய்யப்பட்டு அரசியல் கைதிகளாக வைக்கப்பட்டு இருந்தனர். அவர்களில் பெரிய பொருளாதாரப் பின்னணி இல்லாத இளைஞர்கள் இருவர் இருந்தனர். இயல்பாக அவர்கள் வாழ்ந்துவந்த சமூகத்தில் இருந்து பிரித்தெடுத்து வேறொரு கிராமத்தில் அடைத்துவைத்த அரசு, அச்சிறைவாசிகளுக்கு எந்த நிதி உதவியும் அளிக்கவில்லை. ஆக, அந்த இளைஞர்களே அந்தச் சிறை கிராமத்தில் மற்றவர்களுக்கு சமைத்துப்போட்டு அதனால், தங்களுக்குக் கிடைத்த வருமானத்தை இருவரும் பகிர்ந்து காலம் தள்ளினர். அந்தச் சட்டப்படி, கிராமத்தின் பொதுவெளியில் நடமாடும் சிறைவாசிகளாக இருந்தாலும், அவர்கள் ஒருவருக்கொருவர் பேசவோ பழகவோ கூடாது. அதை யாராவது மீறுவதுபோலத் தெரிந்துவிட்டால், உடனே கைது செய்யப்பட்டு சிறைச்சாலைக்குள்ளேயே அடைத்துவிடுவார்கள். அதாவது திறந்தவெளி கிராமச் சிறையிலிருந்து நான்கு சுவர்களுக்குள் அடைத்துவைக்கப்படும் சிறைக்கு மாற்றப்பட்டுவிடுவார்கள். அதனால், அந்த இரண்டு இளைஞர்களும் பொருளாதாரத் தேவைக்காக ஒருவருக்கொருவர் உதவிக்கொண்டு வாழ்ந்துவந்தாலும், அதிகாரிகளிடம் சிக்கிக்கொள்ளாமல் மிகவும் கவனமாக இருக்கவேண்டி இருந்தது. எல்லோரும் உறங்கியபின்னர்தான், ஒருவருக்குக் கிடைக்கும் உணவை எடுத்துக்கொண்டுவந்து ஒரு மைதானத்தின் சிறிய மேடையில் ஒரு தட்டில் வைத்துவிட்டுப் போகமுடிந்தது.

'தோழமையும் ஒற்றுமையும்' என்கிற பகுதியில் லெவி குறிப்பிட்டதைப் போன்ற ஒடுக்குமுறைகளைப் போல, இந்திய அரசியல் கைதிகளின் குடும்பத்தினருடன் உரையாடியபோது இன்றைய காலத்து அரசியல் கைதிகளுக்கும் நடந்துவருவதைத் தெரிந்துகொள்ளமுடிகிறது.

அதிதீவிரமாகக் கண்காணித்தும் அதிகாரத்தைத் தவறாகப் பயன்படுத்தியும் மக்களைத் தன்கட்டுக்குள்ளேயே அடக்கிவைக்க ஒரு அரசு நினைத்தாலும், அவர்களின் மனிதநேயத்தை மட்டும் தடுத்துநிறுத்திவிடவே முடியாது. அப்படியான கொடூரமான சூழலிலும் ஒருவருக்கொருவர் உதவிக்கொள்வதுதான் அவர்களை உயிர்ப்புடன் வைத்திருக்கும். ஒரு சமூகமாக மக்கள் இணைந்து வாழ, அதன் தேவை குறித்தான ஒரு விழிப்புணர்வு அவர்களுக்குத் அவசியம். அதனைப் பெறுவதற்கு அவர்களுக்கு இடையிலான உரையாடலும் ஒரு மிகமுக்கியமான வழியாகும். அதனைத்தான் அன்றைக்கு அத்தகைய ஒடுக்குமுறைக்குள் இருந்தும் மக்கள் இறுகப்பற்றிக்கொண்டார்கள்[2].

சிறையில் அடைக்கப்பட்டவர்கள் எதிரிகள் என்று ஒரு தரப்பும், பாதிக்கப்பட்டவர்கள் என்று மற்றொரு தரப்புமாக, இருவேறு வாதங்கள் இருக்கையில், அவர்கள் உண்மையில் யார்தான் என்கிற கேள்விக்கு வேறுவிதமாகத்தான் பதில் தேட வேண்டும். எவரொருவர் தன்னுடைய கருத்தையே வெளிப்படையாகச் சொல்லமுடியாமல் அடைத்துவைக்கப்பட்டிருக்கிறாரோ, அவருக்காக வெளியில் இருந்து ஒருவர் பேசவேண்டும். அதாவது குரலற்றவர்களின் குரலாக ஒலிக்க வேண்டும். குரலற்றவர்களுக்காகப் பேசுகிறவர்கள் எல்லோரும் ஒருவருக்கொருவர் உரையாடி, அரசியல் அதிகாரத்தின் உண்மையான நோக்கத்தைக் கேள்வி கேட்கவேண்டும். இப்படியாகப் பேசுவதன்மூலம், எல்லோருக்கும் பொதுவான அரசியல் களத்தையும் அமைப்பையும் மீட்டெடுக்கவும் முடியும். குடிமக்கள் அனைவரும் சமமாக நடத்தப்பட வேண்டும் என்பதையும் அரசியலமைப்பு வழங்கியிருக்கும் அடிப்படை உரிமைகளை மீட்டெடுப்பதையும் இலக்காகக் கொண்டு இந்திய அரசியல் கைதிகளுக்காகக் குரல் கொடுப்போர் இலக்காக வைத்து உழைக்கின்றனர். ஆக, அரசியல் கைதிகள் குறித்து அரசு உருவாக்கிப் பரப்பும் கருத்திற்கு எதிரானதொரு உண்மையினைப் பேச வேண்டிய அவசியம் இருக்கிறது. அதனை பொதுச்சமூகத்திடமும் கொண்டுபோக வேண்டியிருக்கிறது. அதற்கு உரையாடல் மிகவும் அவசியமாகும். எளிய மனிதர்களையும் அவர்களுக்காகக் குரல் கொடுப்போரையும் குற்றவாளிகளாக சித்திரிப்பதையும் இந்திய அரசின் நச்சுத்தன்மை வாய்ந்த மாதிரியான பேச்சுகளையும் அது செய்துவரும் தவறுகளையும் குறித்தெல்லாம் ஒரு சமூகமாக உரையாடல் நடத்துவதன் மூலம்தான் எதிர்கொள்ளமுடியும். அதுதான் இந்த நூலின் மைய நோக்கமுமாகும்.

இந்திய அரசியல் கைதிகள் குறித்தான பொதுக்கருத்தென்பது அரசின் கருத்தை ஒத்ததாகவே பக்கச்சார்புடையதாக இருக்கிறது. அதற்கு 'கோடி-மீடியா'[3] என்றழைக்கப்படுகிற பாஜக அரசின் ஊதுகுழலாகச் செயல்படும் பெரும்பாலான ஊடகங்கள்தான் காரணம். மக்களுக்கு எதிரானவையாகவே இருந்தாலும், மோடி அரசின் குரலையும் நிலைப்பாடுகளையும் அப்படியே பிரதியெடுத்து வெளியிடும் ஊடகங்களைத்தான் கோடி-மீடியோ என்று அழைக்கிறோம். மோடியின் இந்திய அரசுக்கு யாரெல்லாம் எதிரிகளாகத் தெரிகிறார்களோ, அவர்களையெல்லாம் கொடூரமான வில்லன்களாகச் சித்திரித்து, மக்களின் மனதில் அவர்கள் மீது பயத்தையும் அச்சத்தையும் வெறுப்பையும் விதைக்க வைத்துக்கொண்டிருப்பதில் இந்த 'கோடி-மீடியா' ஊடகங்களுக்குத்தான் பெரும்பங்குண்டு. 'பயங்கரவாதிகள்', 'அர்பன் நக்சல்கள்', 'தேச விரோதிகள்' போன்ற வார்த்தைகளைக் கொண்டு, இந்தச் சமூகத்தில் ஒடுக்கப்பட்ட மக்களுக்காகக் குரல்கொடுத்து அனுதினமும் உழைக்கும் தனிமனிதர்களை மோசமானவர்களாக அடையாளப்படுத்தி, பொதுமக்களிடம் சொல்வதெல்லாம் அதே 'கோடி-மீடியாக்கள்'தான்.

இந்திய அரசியல் கைதிகளில் மாணவர்களும் அறிஞர்களும் வழக்கறிஞர்களும் கலைஞர்களும் மனித உரிமைப் பாதுகாவலர்களும் அடங்குவர். ஒடுக்கப்பட்ட மக்களின் மீது நடத்தப்படும் தாக்குதல்களையும் அவர்களுக்கு இழைக்கப்படும் அநீதிகளையும் ஒடுக்குமுறைகளையும் அவற்றை நிகழ்த்திவிட்டு அரசியல் அமைப்புச் சட்டத்தையே புறந்தள்ளிவிட்டு எவ்வித தண்டனைகளையும் பெறாமல் தப்பிக்கும் அரசு மற்றும் அதனோடு தொடர்புடைய நிறுவனங்களின் அதிகாரத் திமிரையும் கேள்வி கேட்பதையே வழக்கமாகக் கொண்டிருப்பவர்கள்தான் இந்தியாவில் அரசியல் கைதிகளாக இருக்கிறார்கள். மாறுபட்ட கருத்துடையோரையும் களச் செயல்பாட்டாளர்களையும் மோசமான அடையாளங்களுக்குள் அடைத்து, அரசுக்கும் சமூகத்திற்கும் அவர்கள் எதிரானவர்கள் என்று முத்திரைக்குத்தி, அவர்களைப் பொதுச்சமூகத்தில் இருந்து விலக்கி வைப்பதுதான் இந்த ஊடகங்கள் பயன்படுத்தும் வார்த்தைகளின் நோக்கமாக இருக்கிறது.

இப்படியான பல்வேறு கதைகளை ஒன்றாக கண்முன்னே பரப்பிவைத்துப் பார்க்கையில், அன்பு, கனிவு, நீதிக்கான வேட்கை, நம்பிக்கை, அர்ப்பணிப்பு, தியாகம், அன்பு, கருணை உள்ளிட்ட அனைத்தையும் அரசியல் கைதிகளாக இருப்பவர்களிடம் ஒருசேரப் பார்க்கமுடிகிறது. அன்றாட இயல்பு வாழ்க்கையில் இருந்து

வெளியேறி, அரசியல் தளத்தில் மக்களுக்காக நிற்கும் இவர்களை மக்களிடத்தில் உண்மையான மனிதநேயம் மிக்கவர்களாகக் காட்டுவது மிகவும் அவசியமானதாகும்.

“இவர்களெல்லாம் மனிதருள் மாணிக்கங்கள்தான் என்பதை ஒப்புக்கொள்ளாமல் இருக்கமுடியுமா? தங்களுடைய கொள்கைக்காகவும் சிந்தனைகளுக்காவும் எல்லாவற்றையும் தியாகம் செய்துவிட்டு சிறையில் கிடக்கிறார்களே, அவர்களின் மனிதநேயத்தை எவரால் சந்தேகிக்கமுடியும்?”

என்கிறார் ஷோமா சென்னின் மகளான கோயல்.

தேவங்கனா கலீதாவுக்கு இது அவர் இதுவரை பார்த்திராத ஒரு புதிய சூழலாக இருந்தது. மக்களின் உரிமைகளுக்குக் குரல் கொடுத்ததற்காக அவரை எதிர்ப்பவர்கள் அவர்மீது கல்லெறிவதை விடவும், அவரை ஒரு தனிமனிதப் போராளியாகப் பாராட்டிக் கொண்டாடும் அவரது நண்பர்களின் செயலும் அவருக்கு நெருடலாகவே இருக்கிறது.

> *“அரசியல் கைதிகளுக்கு பொதுவில் அரசு வழங்கும் துரோகிகள் பட்டத்தை உடைக்க வேண்டுமென்றால், அவர்களைத் தனிமனித நாயகர்களாகக் காட்டுவது சரியான வழிமுறையாக இருக்காது. அவர்களுக்கான தைரியமும் வலிமையும் இந்தச் சமூகத்திடமிருந்தும் போராட்டங்களில் இருந்தும்தான் அவர்கள் பெற்றார்கள் என்கிற உண்மையை உரக்க சொல்லவேண்டும். அப்போதுதான் போராட்டம் முன்னிலை பெறும்”*

என்கிறார் தேவங்கனா. அவரைப் பொறுத்தவரையிலும் இது சிறைசென்றிருக்கிற சில தனிமனிதர்களின் விடுதலைக்கான போராட்டமல்ல. மாறாக, அவர்கள் சிறை சென்றதற்கான காரணங்களாக இருந்த பிரச்சினைகளின் போராட்டம்.

2021ஆம் ஆண்டு ஜனவரி மாதம் 15ஆம் தேதியன்று பாதிரியார் ஸ்டான் சுவாமி சிறையில் அடைக்கப்பட்டு நூறு நாட்கள் நிறைவடைந்திருந்தது. அப்போது அவர் ஒரு குறிப்பெழுதினார்.

> *“நான் சிறையில் இருக்கிற கடந்த நூறு நாட்களாகவே எனக்காகக் குரல் கொடுத்திருக்கும் எண்ணிலடங்கா உள்ளங்களை முதலில் நான் மனதாரப் பாராட்டுகிறேன். சிலநேரங்களில், சிறைக்குள் இருக்கும் நிச்சயமற்ற தன்மைக்கு நடுவே இப்படியான பேராதரவு தரும் செய்திகளைக் கேள்விப்படுகையில்தான் எனக்கு மிகப்பெரிய பலமும் தைரியமும் நம்பிக்கையும்*

வந்துசேர்கிறது. இங்கே சிறைக்குள் அடுத்து என்ன நிகழப்போகிறது என்றெல்லாம் தெரியாமல், எதிர்காலத் திட்டமிடல் எதுவும் செய்யமுடியாமல் ஒவ்வொரு நாளாகத்தான் வாழ்க்கை நகர்கிறது. இங்கிருக்கும் விசாரணை கைதிகளைப் பார்க்கையில் எனக்கு அதிர்ச்சியாக இருக்கிறது. அவர்களிடம் இருந்துதான் எனக்கான இரண்டாவது பலம் கிடைக்கிறது. அவர்களில் பெரும்பான்மையானோர் பொருளாதார ரீதியாகவும் சமூகரீதியாகவும் பின்தங்கிய மக்களாகத்தான் இருக்கிறார்கள். அவர்களில் பலருக்கும் அவர்கள் மீது என்ன வழக்குகள் போடப்பட்டிருக்கின்றன என்றோ என்னமாதிரியான குற்றச்சாட்டு அவர்கள் மீது வைக்கப்பட்டிருக்கின்றன என்றோ கூட அறியாத எளிய அப்பாவி மனிதர்களாக இருக்கிறார்கள். வழக்கின் குற்றப்பத்திரிகையைக் கூட பார்த்திருக்காதவர்கள்தான் அவர்களில் அதிகம்பேர். சட்ட உதவியோ அல்லது வேறெந்த விதமான உதவியோ கிடைக்கப்பெறாமல் பல ஆண்டுகளாகச் சிறையிலேயே வாழ்க்கையைக் கழித்துக்கொண்டிருக்கிறார்கள். எந்த அடிப்படை வசதிகளும் இல்லாமல்தான் பெரும்பாலான விசாரணை கைதிகள் இங்கே வாழ்கிறார்கள். ஒருவருக்கொருவர் இயன்றளவிற்கு உதவிக்கொள்வதற்கான சூழலையும் சகோதரத்துவத்தையும் அவர்களிடம் பார்க்கமுடிகிறது. அதேவேளையில், பிகே-16 அரசியல் கைதிகளான நாங்கள் பதினாறு பேரும் இங்கே சந்திக்கவே முடியாதபடி சிறைநிர்வாகம் செய்திருக்கிறது. எங்களை வெவ்வேறு சிறைகளிலோ அல்லது ஒரே சிறையாக இருந்தாலும் வெவ்வேறு சிறைவட்டங்களிலோ பிரித்து அடைத்துவைத்திருக்கிறார்கள். ஆனால், நாங்கள் தொடர்ந்து பாடுவோம். தனித்தனி சிறையில் அடைக்கப்பட்டிருந்தாலும், ஒரே நேரத்தில் ஒரே மாதிரியாக ஒரே சேர்ந்திசையைப் பாடுவோம். கூண்டில் அடைபட்டாலும் பறவையால் எப்போதும் பாட முடியும்"

என்றார் பாதிரியார் ஸ்டான் சுவாமி[4].

தற்போது சிறையில் இருக்கிற அரசியல் கைதிகளின் குடும்பத்தினரையும் சிறையில் இருந்து வெளியே வந்திருக்கிற முன்னாள் அரசியல் கைதிகளையும் சந்திக்கிறபோதெல்லாம், தங்களைவிடவும் மற்றவர்களின் நிலைபற்றியும் வழக்கு நிலவரம் குறித்தும்தான் அதிகமான அக்கறையுடன் அவர்கள் விசாரிப்பதை எங்களால் பார்க்கமுடிந்தது. அவர்கள் எல்லோரின் பேச்சிலும் அடி ஆழமாக இருக்கிற மனிதநேயத்தையும் அன்பையுமே அது காட்டுவதாகப்

புரிந்துகொள்கிறோம். எவருடன் பேசினாலும், மற்ற அரசியல் கைதிகள் மற்றும் அவர்கள் குடும்பங்கள் எதிர்கொள்கிற பிரச்சினைகள் குறித்தான மிக நீண்ட உரையாடலை நடத்தாமல் எங்களுடைய சந்திப்பு முடிவுபெறுவதே இல்லை. நாங்கள் பிகே-16 வழக்கில் தொடர்புடைய பலரையும் சந்தித்துக்கொண்டு இருக்கிறோம் என்று கேள்விப்பட்டு, வழக்கில் சிக்கவைக்கப்பட்ட மற்றவர்கள் குறித்த விவரங்களை எங்களிடம் எல்லோரும் கேட்கத் துவங்கிவிட்டனர். இப்படியாக எங்களிடம் பல தகவல்களும் வந்து சேரத் துவங்கின. அதற்கு முன்னர் ஒருவரை ஒருவர் அறிந்திராதவர்கள் கூட, இதன்மூலம் நெருக்கமாகி நண்பர்களாகிவிட்டனர். பிகே-16 அரசியல் கைதிகளின் உறவினர்களும் நண்பர்களும் ஒரேமாதிரியான சூழலில் வாழ்கிற காரணத்தால், ஒரு தொடர்புக்குள் அவர்களால் வரமுடிந்திருக்கிறது.

இந்த வழக்கு தொடர்பான மனிதர்களை நாங்கள் சந்திக்கத் துவங்கும் முன்னரே, 83 வயதான புரட்சிகர கவிஞரான வரவர ராவ், பீமா கோரேகான் வழக்கில் கைதாகி மருத்துவ உதவிகூட மறுக்கப்பட்டு, அல்லல்படும் சக பிகே-16 அரசியல் கைதிகள் குறித்து பேசத் துவங்கிவிட்டார். அதே சிறைச்சாலையில் அவதிப்படும் இன்னபிற ஒடுக்கப்பட்ட சமூகத்திலிருந்து வந்திருக்கும் கைதிகளின் பிரச்சினைகளை எடுத்துரைக்க ஆரம்பித்துவிட்டார். அவருடைய மோசமான உடல்நிலையின் காரணமாக அவரால் நடமாடக்கூட முடியாத சூழலில், உள்ளே இருக்கும் மற்ற கைதிகள் அவருக்காகச் செய்த உதவிகள் குறித்தும் பேசினார்.

அநீதிக்கும் சமகாலப் பிரச்சினைகளுக்கும் எதிர்த்து எப்போதும் குரல் கொடுப்பவராக இருந்துவந்ததால், அவருக்கும் அவருடைய குடும்பத்தினருக்கும் சிறை என்பது அவர்களது வாழ்க்கையில் முக்கியப் பங்குவகிக்கும் ஒரு இடமாக இருந்துவருகிறது[5]. அவர் 1970களிலும் 1980களிலும் அவ்வப்போது சிறை சென்றுவந்தது குறித்தெல்லாம் சக தோழர்களிடம் பகிர்ந்திருக்கிறார். சிலநேரம் அவர் சிறையில் இருப்பார். சிறையில் இல்லையென்றால், சிறையில் இருந்த தன்னுடைய சக நண்பர்களைப் பார்க்க சிறைச்சாலைக்குச் சென்று, வெளியில் நடந்துவரும் அரசியல் மாற்றங்களையும் சூழல்களையும் செய்திகளையும் அவர்களுக்குச் சொல்லிவிட்டு வருவார். இப்போதெல்லாம் முலாக்கத் என்கிற வழிமுறைதான் சிறையில் இருப்போரை வெளியாட்கள் சந்திப்பதற்குப் பின்பற்றப்படுகிறது. இம்முறையில் சிறைக்கைதிகளைச் சந்திப்பதற்கான அனுமதி பெறுவதில் இருந்து, சந்திப்பு நிகழும் வரையிலான சட்டத்திட்டங்கள்

மிகவும் கடினமானதாக இருக்கிறது என்றும், முன்பெல்லாம் முலாக்கத் அளவிற்கு வழிமுறைகள் மோசமாக இல்லை என்றும் வரவர ராவ் நினைவுகூர்ந்திருக்கிறார்[6]. பழைய முறையில், அதிகமான நேரம் சந்திக்கவும் நேருக்கு நேராக ஒரே மேசையில் அமரவும் ஒன்றாக சாப்பிடவும் வாய்ப்பு வழங்கப்பட்டிருக்கிறது. கைதிகளுக்கும் சந்திக்க வருபவர்களுக்கும் இடையில் கண்ணாடித் திரைகூட இருக்கவில்லையாம். இப்போதெல்லாம் கண்ணாடித் திரைகளால் பிரித்துவைப்பது மட்டுமல்லாமல், இருவரும் நேருக்கு நேராகப் பேசாமல், வெளியில் இருப்பவரும் உள்ளே கைதியாக இருப்பவரும் இன்டர்காம் என்றழைக்கப்படுகிற தொலைத்தொடர்பு சாதனம் வழியாகத்தான் பேசமுடிகிறது. சிறைக்கைதிகளை ஒட்டுமொத்தமாக இந்தச் சமூகத்தில் இருந்தும் குடும்பத்தில் இருந்தும் பிரித்துத் தனிமைப்படுத்தும் கொடூர நோக்கம் கொண்டதாகத்தான் இருக்கிறது இந்த வழிமுறைகளெல்லாம் என்று குறிப்பிடுகிறார் வரவர ராவ். எதற்காக ஒரு அரசியல் கைதி சிறைக்கு வந்தாரோ, அந்தப் பிரச்சினைக்காகத் தொடர்ந்து சிறைக்கு வெளியே ஒரு குழு போராடிக்கொண்டும் உழைத்துக்கொண்டும் இருக்கிறது என்பதை சிறையில் இருக்கும் அரசியல் கைதிக்குத் தெரியப்படுத்துவதும் மிகவும் அவசியமானது என்கிறார் வரவர ராவ்[7].

அதேபுள்ளியில்தான் சூசன் ஆபிரகாம் என்பவரும் இணைந்து உழைத்துவருகிறார். அரசியல் கைதிகளுக்கான நீதியைப் பெற்றுத்தருவதே தன்னுடைய வாழ்நாள் இலக்கு என்கிறார் அவர். அதிலும் குறிப்பாக பிகே-16 அரசியல் கைதிகளுக்கான விடுதலையைப் பெறுவதற்காக அர்ப்பணிப்புடன் செயல்பட்டு வருகிறார். வரவர ராவ், சுரேந்திர காட்லிங் மற்றும் அருண் ஃபெரைரா உள்பட பல பிகே-16 கைதிகளின் சட்டரீதியான பிரதிநிதியும் சூசன் ஆபிரகாம்தான். அவர் மற்றொரு பிகே-16 கைதியான வெர்னன் கொன்சால்சின் இணையராக இருந்தபோதும், ஒரு பாதிக்கப்பட்டவரின் குடும்ப உறுப்பினராக மட்டுமே தன்னை எங்கேயும் காட்டிக்கொள்ள அவர் விரும்பவில்லை. ஒட்டுமொத்தமாக அனைத்து அரசியல் கைதிகளின் பிரதிநிதியாகவும் அவர்களின் உரிமைக்காகக் குரல் கொடுப்பவராகவுமே அவர் எங்கேயும் தன்னை முன்னிறுத்திப் பேசுகிறார்.

தன்னுடைய கணவரை மீட்டெடுப்பதற்காகப் போராடும் தனிநபர் இலக்கைத் தாண்டியதொரு பயணமாக இருக்கிறது அவரது வாழ்க்கை. அரசியல் களம் மற்றும் வழக்கறிஞர் பணி என இரண்டிலுமாக அவரது அர்ப்பணிப்பு ஆச்சர்யப்பட வைக்கிறது.

இன்னும் எத்தனை காலத்திற்கு நிலவைக் கூண்டிலேயே

அடைத்து வைக்கமுடியும்? | 145

பொதுமக்களிடம் ஒரு விழிப்புணர்வை ஏற்படுத்துவதற்கு அயராத உழைப்பைச் செலுத்தி பிரச்சாரங்கள் செய்ய வேண்டியது அவசியம் என்று ஒரு சமூக ஆர்வலரின் கண்ணோட்டத்தில் கூறுகிறார் சூசன் ஆபிரகாம். அரசியல் கைதிகள் குறித்தான செய்திகளெல்லாம் பெரியளவுக்கு ஊடக கவனம் பெறுவதில்லை. அப்படியே பெற்றாலும், அதிவேகமாக ஓடிக்கொண்டிருக்கும் அன்றாட அதிரடிச் செய்திகளால் இவை காணாமல் போய்விடுகின்றன. நீதிமன்றத்தில் அவர்களின் வழக்கு, விசாரணைக்கு வருகிற நாளில் ஒருசில மணிநேரங்களில் ஊடகங்களில் அச்செய்திகள் வலம்வருகின்றன. அப்போது மட்டும் ஆங்காங்கே சில குரல்கள் கேட்கின்றன. ஆனால், சிறிது நேரத்திலேயே அச்செய்தி மங்கிப்போய் வேறுசெய்திகளுக்கு எல்லோரும் தாவிவிடுகின்றனர். அதன்பிறகு அரசியல் கைதிகளுடைய குடும்பத்தினரோ இப்பிரச்சினைகளை யாருடைய உதவியுமின்றி தனியாகக் கையாளவேண்டிய நிலைக்குத் தள்ளப்பட்டுவிடுகின்றனர். நடுநிலை என்று சொல்லிக்கொண்டு அவர்களுக்கு எதிராகப் பேசுபவர்களையும், அரசுக்கு ஆதரவான அதிகாரவர்க்க நடைமுறைகளையும், சட்ட சிக்கல்களையும் அதிகாரமும் ஆதரவுமற்ற அம்மக்கள் தனியாக எதிர்கொள்ள வேண்டியிருக்கிறது. அதனால்தான் அரசாங்கம் விளைவிக்கும் இப்படியான குழப்பங்களை எதிர்த்து நிற்கவும், ஊடகங்களையும் அதன் பார்வையாளர்களையும் கவனிக்கவைக்கவும் பொதுமக்களை ஒருங்கிணைத்துக்கொண்டு உரக்கக் குரல் எழுப்பும் போராட்டங்களை நடத்துவதும் அடிப்படைத் தேவையென்று சூசன் சொல்கிறார். அதுமட்டுமில்லாமல், எந்த மக்களுக்காகவும் சமூகத்திற்காகவும் உழைத்ததினால் சிறைக்குள் இருக்கிறோமோ, அந்த மக்கள் தங்களை இன்னமும் மறக்கவில்லை என்கிற உணர்வையும் நம்பிக்கையையும் சிறைக்குள் இருக்கும் அரசியல் கைதிகளுக்கும் அதுவே கொடுக்கும் என்று உறுதியாக நம்புகிறார் அவர்.

இந்திய நீதித்துறையின் இன்றைய பரிதாபகரமான சூழலைப் பார்த்து மனச்சோர்வு அடைவதற்கான எல்லா வாய்ப்புகளும் இருக்கிறது என்று ஒரு வழக்கறிஞர் பார்வையில் கூறுகிறார் சூசன். இருப்பினும், சிறைக்குள் அடைத்து வைக்கப்பட்டிருக்கிற அரசியல் கைதிகளை மீட்டெடுத்து வெளியே கொண்டுவருவதற்குச் சட்டப்பூர்வமான வழிகளைத்தவிர வேறெந்த மாற்று வழிகளும் தற்போது இல்லை. அதனால், சட்ட ஆலோசகர்களாக இருக்கிறவர்கள் அரசியல் சூழலை மிகவும் உன்னிப்பாகக் கவனித்து, அதற்கேற்ப திட்டங்களையும் யூகங்களையும் வகுத்துக்கொண்டு நிகழ்கால மாற்றங்களுடன்

சரியாகப் பயணிக்க வேண்டும் என்கிறார். தன்னுடைய கணவர் உள்ளிட்ட இன்னபிற அரசியல் கைதிகளுக்காகக் கவனத்தைச் சிதறவிடாமல் உழைத்துக்கொண்டிருப்பதே சூசனுக்குத் தனிப்பட்ட முறையிலும் ஆறுதலாக இருக்கிறது. பகுத்தறிவோடு இவ்வழக்குகளை அணுகவேண்டிய தேவை இருப்பதால், இப்படியான வழக்கில் தன்னுடைய கணவர் உள்ளிட்ட பலரும் சிக்கிக்கொண்டார்களே என்று உணர்ச்சிவயப்பட்டு உடைந்துபோகாமல் இருப்பதற்கு இப்பணி சூசனுக்கு உதவுகிறது.

ஒருசில நேரங்களில் மெல்லிய புன்னகையுடனும், மற்ற நேரங்களில் வெள்ளப்பெருக்கென ஓடத்தயாராக இருக்கும் கண்ணீருடனோ, "ஒன்றாக ஒருங்கிணைந்து செயல்படுவோம்" என்று அவ்வப்போது நடக்கிற உரையாடல்களில் பேசப்பட்டுக்கொண்டேதான் இருக்கும். நம்பிக்கை என்பது அனைவரும் ஒருங்கிணைந்து உருவாக்க வேண்டிய ஒரு அரசியல் முயற்சி என்றும் சமூக மாற்றத்திற்கான பயிற்சி என்றும் கூறுகிறார் பாவ்லோ பிரையர். நம்பிக்கையை வளர்ப்பதும் ஊக்குவிப்பதும் நம் அனைவரின் தேவை மட்டுமல்லாமல் கடமையும்தான். நம்மை நாமே பாதுகாத்துக் கொள்வதற்கும் நம்முடைய அன்புக்குரியவர்கள் மீதான அக்கறையைக் காட்டுவதற்கும் நம்பிக்கைதான் முக்கியமான ஆயுதம்.

"நிலவை நிரந்தரமாகக் கூண்டில் அடைத்தே வைக்கமுடியுமா?" என்று கோபமும் விரக்தியும் கலந்தவொரு மனநிலையில் கேட்கிறார் நடாஷா நர்வால்.

> *"சிறைச்சாலையின் சன்னல்கள் வழியாகக் கூட என்னால் நிலவைக் கொஞ்சமேனும் பார்க்க முடியும். இங்கிருந்து பார்க்கையில் அது சிறைக்கம்பிகளுக்குப் பின்னால் இருப்பது போலத் தோன்றும். ஆனால், அந்தக் கம்பிகளுக்கு நடுவிலான சிறிய இடைவெளியில் புகுந்து எங்களை அது வந்து அடைகிறது. எங்கள் அறைக்குள் வருவதற்கு முன்னர் அந்த நிலாவுடன் சில நட்சத்திரங்களும் கரம்கோர்த்து துணைக்கு வந்ததைப் பார்த்தேன். இந்தக் கம்பிகளும் சன்னல்களும் இல்லாத வானத்தை என்றைக்கு நாங்கள் பார்க்கப் போகிறோம் என்று தெரியவில்லை. இன்னும் எவ்வளவு காலத்திற்குத்தான் நிலவைக் கூண்டிலேயே அடைத்துவைக்க முடியும் என்பதை நாங்கள் பார்க்கத்தானே போகிறோம்"*

என்றார் நடாஷா நர்வால்[8].

பிணையில் வெளிவந்தபிறகுதான் நம்பிக்கையும் விரக்தியும் சம அளவிற்கு இருப்பதைப் போன்ற மனநிலைக்கு வந்திருக்கிறார் நடாஷா. சிறைக்குச் செல்வதற்கு முன்னர் இருந்த அவருடைய வாழ்க்கையில் எவ்விதத்திலும் ஒத்ததாக இப்போது பிணையில் இருக்கிற அவரது புதிய வாழ்க்கை இல்லை. அவர் என்றைக்கும் அறிந்திடாத, வாழ்ந்திடாத ஒரு வாழ்க்கை இது. அன்பும் நட்பும் கலந்த பாதுகாப்பான வலையினால் இறுகப்பற்றிக்கொள்வதற்கு மனிதர்கள் இருப்பதால் தானொரு பாக்கியசாலி என்கிறார் அவர். இதை அவர் குறிப்பிட்டுச் சொல்வதற்கும் ஒரு காரணம் இருக்கிறது. பிணையில் வெளிவந்த பலருக்கு நடாஷாவைப் போன்ற நிலை இல்லை. அவர்களது குடும்பத்தினரும் நண்பர்களும் அவர்களைக் கைவிடுவதும் உறவைத் துண்டிப்பதும் முரண்பட்டுத் தள்ளிநிற்பதும் அல்லது அப்படியே ஏற்றுக்கொண்டாலும் வீட்டுக்குள்ளேயே அடைந்துகிடக்க வேண்டுமென்று கட்டளையிடுவதும் பழைய தோழர்களுடன் பேசக்கூடாது என்று தடைவிதிப்பதுமாக இருந்திருக்கிறார்கள்.

எடுத்துக்காட்டாக, அமுல்யா லியோனை அவரது வீட்டுக்குள்ளேயே தனிமைப்படுத்தி, குடும்பத்தினரைத் தவிர வேறு எந்த வெளியாட்களையும் சந்திக்கவே கூடாதென்று சொல்லி அனுமதி மறுத்திருக்கின்றனர் அவரது குடும்பத்தினர்[5]. அதேபோல, பீமா கோரேகான் வழக்கின் அரசியல் கைதிகளில் ஒருவரும் கேகேஎம் அமைப்பின் உறுப்பினருமான ஜோதி ஜக்தப்பிற்குப் பிணை கிடைக்காமல் அவர் இன்னமும் சிறையிலேயே வைத்திருக்கப்படுகிறார் என்பதால், நிச்சயமாக அவர் ஒரு தேசவிரோதியாகவும், ஏதோ பெரிய தவறு செய்திருக்கவும்கூடும் என்று அவரது குடும்பத்தினர் நம்புகின்றனர். அவர் சிறையில் அடைக்கப்பட்டு பல ஆண்டுகளாகியும் அவரைச் சிறைக்குச் சென்று அவரது உறவினர்கள் சந்திக்கக்கூட இல்லை. அவரால்தான் குடும்பத்திற்கே அவமானம் என்றும் நினைத்தனர் அவரது குடும்பத்தினர். மிகச்சமீபத்தில்தான் அவரைச் சிறையில் சென்று பார்க்கலாம் என்கிற மனமாற்றத்தை அவரது குடும்பத்தினர் அடைந்திருக்கின்றனர்.

இதுபோன்ற பாதிப்புகளும் தாக்கங்களும் கடுமையானதாக இருந்தாலும், புரிந்துகொள்ள முடியாதவை அல்ல. இருப்பினும், கடந்தகால செயல்பாடுகளால்தான் இந்தப் பாதிப்புகளெல்லாம் ஏற்படுகின்றன என்று அவ்வப்போது நினைத்துப் பார்த்துக்கொண்டாலும், தன்னுடைய நிலைப்பாட்டை அவர் மறுபரிசீலனை செய்வதற்கு அவருக்கு ஒருபோதும் விருப்பம் இருந்ததே இல்லை. அவருடைய வாழ்க்கையின் தற்போதைய கட்டமென்பது, மெல்லிய அலைகளும்

அதிவேகப் புயலும் மாறிமாறி வரும் கடலின் நடுவில் இருப்பதைப் போன்றதே என்கிறார் நடாஷா. அதில் தத்தளித்துப் போராடி நீந்துவதே அவரது தற்போதைய இலக்காகி இருக்கிறது என்கிறார்.

இப்படியான சூழலில், சாகரின் கடிதமொன்று அரசியல் கைதியாக இருக்கும் வெர்னன் கொன்சால்சுக்குச் சற்று ஆறுதலைக் கொடுத்திருக்கிறது. சூசன் ஆபிரகாம் மற்றும் வெர்னன் கொன்சால்சின் மகனான சாகர், சிறையில் இருக்கும் தன்னுடைய அப்பாவிற்கு ஒரு கடிதம் எழுதினார். சமூகத்திற்காகத் தன்னுடைய அப்பாவின் உழைப்பையும் பணியையும் பாராட்டி பலரும் சாகரிடம் சொன்னதையெல்லாம் குறிப்பிட்டு இக்கடிதத்தை சாகர் எழுதியிருந்தார்.

24/5/2022

அன்புள்ள அப்பா,

உங்கள் முதுகைத் தட்டிக்கொடுத்தபடியே இந்தக் கடிதத்தைத் துவங்க வேண்டும் என்று நினைத்திருந்தேன். இலண்டனில் இருக்கும் எஸ்ஓஏஎஸ் பல்கலைக்கழகத்தில் இந்தியாவில் இருந்து வழக்கறிஞர் படிப்பைப் படித்துக்கொண்டிருக்கும் ஒருவர் எனக்குப் புதிய நண்பராகக் கிடைத்திருக்கிறார். அவர், இந்தியாவில் ஏர்வாடா சிறையில் மரண தண்டனைக் கைதிகளுடன் உரையாடியது குறித்த பல தகவல்களை என்னிடம் பகிர்ந்துகொண்டார். மரண தண்டனைக் கைதிகளுக்குச் சட்டப்பூர்வ உதவிகளைச் செய்யும் பிராஜக்ட்-39ஏ என்கிற ஒரு அமைப்பில் அவர் பணிபுரிந்திருக்கிறார். அங்கே அவர் சந்தித்த பல குற்றவாளிகள், சிறைக்குள் இருக்கும் நீங்கள் நடத்திய பயிற்சி வகுப்புகளில் கலந்து கொண்டிருந்தவர்களாக இருந்திருக்கிறார்கள். உங்களுடைய வகுப்புகளால் அவர்களுடைய மனங்களில் ஏற்பட்டிருந்த மாற்றங்களை என்னுடைய நண்பரால் உணரமுடிந்ததை என்னிடம் விளக்கினார். உங்களைச் சந்தித்த பிறகுதான், அவர்களுடைய வழக்குகளின் நிலைபற்றியெல்லாம் கேள்விகேட்கவே அவர்களுக்குத் தைரியமும் விழிப்புணர்வும் வந்திருக்கிறது. அந்தச் சிறைவாசிகளுக்கு நீங்கள் கொடுத்த ஆதரவும் மனத்தைரியமும் பாராட்டுக்குரியது என்றார் என்னுடைய நண்பர். இதைக் கேட்டபோது நான் ஒரு மகனாகப் பெருமிதம் கொண்டேன். நீங்கள் எடுத்த முயற்சிகளினால் உங்களைச் சுற்றிவாழும் மக்களின் வாழ்க்கையில் உறுதியான மாற்றங்கள் நிகழ்வதைப்

கேள்விப்படுகையில், மகிழ்ச்சியாகவும் மனதிற்கு இதமாகவும் இருந்தது. இவ்வளவு மோசமான சூழலில் வாழ்ந்து கொண்டிருக்கும்போதும், பலருக்கு உதவிக்கொண்டும் வழிகாட்டிக்கொண்டும் நீங்கள் இருப்பதைப் பார்க்கையில் அது எனக்கு உற்சாகமாகவும் ஊக்கமளிப்பதாகவும் இருக்கிறது. உங்கள் முதுகில் நான் தட்டிக்கொடுத்துவிட்டேன்...

என்று வெர்னன் கொன்சால்சின் மகன் ஒரு கடிதத்தைச் சிறையில் இருக்கும் தன்னுடைய தந்தைக்கு எழுதினார்[10].

கடிதங்கள் எழுதுவதும் கடிதங்களின் வருகைக்காகக் காத்திருப்பதும் இருமுனையிலும் கூராக இருக்கிற கத்தியைக் கையாள்வதைப் போன்றதாகும். கடிதம் என்பது நம்பிக்கையைத் தக்கவைப்பதற்கும், சிறைவாசிகளுக்கும் அவர்களது குடும்பத்தினருக்கும் இடையிலான அன்பைப் பரிமாறிக்கொள்வதற்குமான ஒரு கருவியாக இருக்கிறது. அதனாலேயே, அதனைப் பயன்படுத்தி அவர்களை ஒடுக்குவதற்கும் சுரண்டுவதற்கும் கொடூர மனம்படைத்த அரசு எப்போதும் தயாராகவே இருக்கிறது. சிறைவாசிகளின் உயிர்நாடியே அவர்களது அன்புக்குரியவர்களிடம் இருந்துவரும் கடிதங்கள்தான். அவை சரியாகக் கிடைக்கவேண்டுமானால், சிறைக் காவலர்கள் சொல்லும் எதையும் கேட்டு நடக்கவேண்டும் என்றும், அடங்கிப் போகவேண்டும் என்றும் எழுதப்படாத உத்தரவைச் சிறைக்குள்ளே போட்டு வைத்திருப்பார்கள். அலைபேசி அல்லது காணொளி அழைப்புகளை மறுப்பது அல்லது பேசிக்கொண்டிருக்கும் போதே பாதியில் துண்டிப்பது, கடிதங்களை தணிக்கை செய்வது அல்லது தாமதப்படுத்துவது அல்லது அப்படியே நிறுத்திவைப்பது போன்ற பலவற்றையும் சிறை அதிகாரிகள் செய்வார்கள்.

"வாரமொருமுறை அனுமதிக்கப்பட வேண்டிய ஐந்து நிமிட அலைபேசி அழைப்பிற்காகவும், இருவாரத்திற்கு ஒருமுறை கிடைக்கவேண்டிய பத்துநிமிட காணொளி அழைப்பிற்காகவும் நான் அனுதினமும் காத்துக்கொண்டேதான் இருப்பேன். ஆனால், நாங்கள் பேசத் துவங்கியதுமே நேரத்தைக் கணக்கிடும் கருவியைத் துவங்கிவிடுவார்கள். இடையில் அவர்களுக்குத் தோன்றிய நேரத்தில் எங்களுடைய அழைப்பைத் துண்டித்துவிடுவார்கள். ஒரு வினாடியின் முக்கியத்துவத்தை இதற்கு முன்னர் எப்போதும் நான் இந்தளவுக்கு உணர்ந்ததே இல்லை. ஆனால், இப்போது என் வீட்டில் இருப்போரிடம் பேசுவதற்காகப் பல நாட்கள் காத்திருந்து, சில வினாடிகள்தான்

கிடைக்கின்றன என்பதால், அந்த ஒவ்வொரு வினாடியுமே எனக்கு மிகமுக்கியமானதாகப்படுகிறது"

என்கிறார் உமர் காலித்[11].

சிறைக்குள் இருந்தபோது ஷர்ஜீல் உஸ்மானிக்குக் கடிதம் எழுதுவதுகூட முடியாமல் போனது. அவருக்குப் பென்சிலோ அல்லது காகிதமோ அல்லது பேனாவோ கொடுக்கப்படாமல் மறுக்கப்பட்டது. எழுதுவதற்குத் தேவையான எழுதுகோலையும் காகிதத்தையும் அவரது தலையணைக்கு உள்ளே மறைத்துவைத்து எழுதிக்கொண்டு இருந்தார். எழுதியதை அவருக்கு வேண்டியவர்களிடம் கொடுத்து சிறைக்கு வெளியே கொண்டு போகச் சொன்னார். அப்படிக் கிடைத்த கடிதத்தைத்தான் 'இந்திய அரசியல் கைதிகளின் குரல்கள்' என்கிற இந்நூலின் ஆறாவது பகுதியில் வெளியிட்டிருக்கிறோம். பின்னர் சிறையில் அவர் வைத்திருந்த எழுதுகோலையும் காகிதத்தையும் கண்டறிந்து சிறை அதிகாரிகள் கைப்பற்றினர். நோதீப் கௌருக்கோ காகிதம் வைத்துக்கொள்ள அனுமதி வழங்கப்படவில்லை. ஆனால், அவரிடம் ஒரு பேனா இருந்தது. அதனால், சிறைச்சாலை நூலகத்தில் எடுத்த நூல்களின் முதல் பக்கத்திலெல்லாம் குறிப்புகளை எழுதிவைத்தார். காலித் சைஃபியின் மனைவியான நார்கிஸ் சொன்ன நிகழ்வு மனதை உலுக்கும்விதமாக இருந்தது. அவர்களுடைய மகள் மரியம் வரைந்துகொடுத்த ஓவியத்தை காலித் சைஃபியிடம் கொடுக்கக் கூட சிறைத்துறை அதிகாரிகள் மறுத்துவிட்டனர். அப்படியாக மறுத்ததற்கு எவ்விதக் காரணமும் அவர்கள் தெரிவிக்கவும் இல்லை. அதன்பிறகு சிறையில் தனது அப்பாவைச் சந்திக்கச் சென்ற அம்மாவின் கைகளில் மருதாணியுடன் சேர்த்து ஒரு செய்தியையும் எழுதி, சிறையில் அவரைச் சந்திக்கையில் காட்டுமாறு அவளது அம்மாவிடம் மரியம் கேட்டுக்கொண்டாள்.

கௌதம் நவ்லகாவின் வாழ்க்கைத் துணையான சாபா உசைனுக்கு இதைவிடவும் மோசமான பிரச்சினை வந்தது. தனது இணையரைச் சந்திக்கக்கூட அவரை அனுமதிக்கவில்லை. பலமுறை நீதிமன்றத்தில் கோரிக்கை வைத்தும்கூட அவருக்கு அனுமதி மறுக்கப்பட்டுக்கொண்டேதான் இருந்தது. அவர்கள் இருவரும் சட்டப்படி திருமணம் செய்துகொள்ளவில்லை என்பதால், அதையே ஆயுதமாகப் பயன்படுத்தி அவரது கோரிக்கையை நிராகரித்து, அவர்களது முயற்சியின் ஒவ்வொரு படியிலும் நெருக்கடி கொடுத்துக்கொண்டே இருந்தார்கள் அதிகாரிகள். அவர் கைது செய்த நாளில் இருந்தே, இரத்த உறவோ அல்லது திருமணம்

செய்துகொண்ட துணையோ மட்டும்தான் சந்திக்கமுடியும் என்கிற உத்தரவு பிறப்பிக்கப்பட்டு இருந்தது. அதைமீறி வேறு யாராவது சந்திக்க வேண்டுமென்றால், ஒவ்வொரு முறையும் சிறப்பு நீதிமன்றத்தை அணுகவேண்டும். அந்த அனுமதி கிடைத்தபோதும், மற்ற கைதிகளுக்கு இருக்கும் வாரமொருமுறை தொலைபேசி அழைப்பு வசதியையோ அல்லது கடிதப் போக்குவரத்தையோ அல்லது முலாக்கத் சந்திப்பு நிகழ்வுகளையோ கூட சிறைத்துறை அதிகாரிகள் நிராகரித்தே வந்தனர். அதற்கும் அனுமதி கேட்டு, சிறப்பு நீதிமன்றத்திற்குச் செல்ல வேண்டிய கட்டாயம் சாபாவுக்கு ஏற்பட்டது.

நிர்வாகக் கட்டுப்பாட்டு முறையினால் ஏற்படுகிற தாமதமும் நிராகரிப்புகளும் மிகப்பெரிய உணர்ச்சிகரமான மனக்குமுறலை ஏற்படுத்துகிறது. ஒவ்வொரு சட்டவிதியையும் கடந்துகொண்டே போவதற்கு ஏராளமான பணமும் நேரமும் உழைப்பும் செலவிடவேண்டி இருக்கிறது. ஒருபுறம் பார்த்தால், இதன் மூலம் காசிருந்து, இந்த அமைப்புமுறையுடன் போராடி உரிமைகளைப் பெறமுடிகிறவர்களுக்கும் காசில்லாமல் எதையுமே செய்யமுடியாமல் பரிதவிக்கிறவர்களுக்கும் இடையிலான இடைவெளி மிகப்பெரியதாக இருப்பதைப் பார்க்கலாம். அதேபோல மற்றொரு புறம், தங்களுடைய அன்புக்குரியவர்களிடம் இருந்து எந்தவொரு செய்தியும் கிடைக்காமல் வாரக்கணக்கில் பதட்டத்துடன் காத்திருக்க வேண்டியிருக்கிறது. செய்ய வேண்டிய கடமைகளை வேண்டுமென்றே மெதுவாகச் செய்வது அல்லது எந்தக் கோரிக்கை மீதும் முடிவெடுப்பதைத் தாமதப்படுத்துவது என அதிகாரிகள் அலட்சியமாக இருக்கிறார்கள். அதுவே, சிறைவாசிகளுக்கும் அவர்களது குடும்பங்களுக்கும் மற்றொரு மிகப்பெரிய தண்டனையாகவே மாறிவிடுகிறது.

நீதியும், அடிப்படை உரிமைகளுக்கான அங்கீகாரமும் பெறுவதற்குச் சமூக, பொருளாதார, கலாச்சார சலுகைகளைக் கொண்டவர்களாக இருப்பவர்களுக்கு மட்டுமே இந்த அமைப்புமுறை வளைந்துகொடுக்கிறது என்பதை சாபா கோடிட்டுக் காட்டினார்[12]. அவர்களுடைய வீடு டெல்லியில் இருந்தபோதும், கௌதமை மும்பையில் இருக்கும் சிறையில்தான் அடைத்துவைத்தார்கள். ஆக, ஒவ்வொரு முறையும் டெல்லியில் இருந்து விமானத்தில் பறந்து, மும்பையில் ஏதோவொரு விடுதியில் தங்கிவிட்டுத்தான் கௌதமைச் சாபா சந்திக்க முடியும். தலோஜா சிறையில் சிறைவாசிகளைச் சந்திப்பதற்கு வாரத்திற்கு ஒருமுறை அனுமதிப்பார்கள் என்பதால், சாபா வெள்ளிக்கிழமை மும்பை சென்று, சனிக்கிழமை கௌதமைச்

சந்தித்துவிட்டு, ஞாயிற்றுக்கிழமை ஏதேனும் ஒரு விடுதியில் தங்கிவிட்டு, திங்களன்று சிறைச்சாலை சென்று மீண்டும் ஒருமுறை கௌதமை சந்திப்பார். சனிக்கிழமை சந்திப்பதென்பது முதல் வாரத்தின் அனுமதியாகவும், அதன்பிறகு வரும் திங்களன்று சந்திப்பதென்பது அடுத்த வாரத்தின் அனுமதிக் கணக்காகவும் இருக்கும் என்பதால் இப்படியொரு வழக்கத்தை வைத்திருக்கிறார் சாபா. ஒருமுறை பயணித்து, இருமுறை சந்தித்துவிட்டு, திங்கள் இரவு மீண்டும் டெல்லிக்குத் திரும்பிவிடுவார் சாபா. எழுபத்தியோரு வயதான சாபாவுக்கு உடல்ரீதியாகவும் பொருளாதார ரீதியாகவும் இது மிகப்பெரிய சவால்தான் என்றாலும், மாதம் ஒருமுறையாவது இணையரைச் சந்திக்காமல் இருக்கவே முடியாது என்கிறார் சாபா. கௌதமின் வீடும் சிறைச்சாலையும் ஒரே ஊரில் இல்லாத காரணத்தால், வாரமொருமுறை அவர்களை வீடியோ அழைப்பில் பேசிக்கொள்ள அனுமதி தரவேண்டும் என்று அவரது வழக்கறிஞர்கள் வேண்டுகோள் விடுத்தனர். ஆனால், அதற்கான போதிய வசதிகள் அந்தச் சிறைச்சாலையில் இல்லையென்று கூறி கோரிக்கையைச் சிறை அதிகாரிகள் நிராகரித்துவிட்டனர். கொரோனா தொற்றுக் காலத்தில் வீடியோ அழைப்புகள் அனுமதிக்கப்பட்டிருந்தபடியால், அந்த வசதி இல்லவே இல்லை என்று அதிகாரிகள் சொல்வதில் உண்மையில்லை என்றுகூறி வழக்கறிஞர்கள் முறையிட்டனர். ஆனால், தங்களுடைய முடிவினை மாற்றிக்கொள்ளவோ தவறான பதிலைக் கொடுத்துவிட்டதற்கு வருத்தப்படவோ சிறை அதிகாரிகள் எப்போதும் தயாராக இருப்பதே இல்லை.

சிறை அதிகாரிகளின் இப்படியான மெத்தனமான போக்கினால் இந்த அமைப்புமுறையே ஒரு தண்டனையாகத் தெரியும் அளவிற்கு எளிய மக்களை இது கொடுமைப்படுத்துகிறது. இதனை மேலும் உறுதிசெய்வதற்கு சாபாவிடம் பல அனுபவங்களும் உதாரணங்களும் இருக்கின்றன. அதில் ஒன்றை அவர் நினைவுகூர்ந்தார். ஒருமுறை மும்பைக்குச் சென்றபோது, சிறைச்சாலைக்கு அதிகாலைக்கே சென்றுவிட்டார். அங்கே ஒரு டோக்கன் சீட்டை வாங்கிக்கொண்டு அவருடைய வரிசைக்காக வெளியே காத்திருந்தார். தலோஜா சிறையைப் பொறுத்தவரையில் இப்படியாகக் காத்திருப்பவர்களுக்கு அறைவசதி கூட இல்லை. அதனால் மழையோ வெயிலோ அமர்வதற்குக் கூட வசதியில்லாமல் திறந்தவெளியில்தான் எவ்வளவு நேரமானாலும் காத்திருக்க வேண்டும். பல மணி நேர காத்திருப்பிற்குப் பின்னர், அவருடைய வரிசை எண் அழைக்கப்பட்டது. வரிசையில் போய் விசாரித்தால், அன்றைக்கு கௌதமுக்கு உடல்நிலை சரியில்லை

என்றும், ஏதோ அவசர பரிசோதனைக்கு அவர் மருத்துவமனைக்கு அழைத்துச்செல்லப்பட்டிருக்கிறார் என்றும், அதனால் அவரைப் பார்க்கமுடியாது என்றும் அங்கிருந்த அதிகாரிகள் கூறினர். எந்த மருத்துவமனைக்குக் கொண்டு சென்றிருக்கிறார்கள் என்று கேட்ட சாபாவுக்கு, அதையெல்லாம் கூறமுடியாது என்று மறுத்திருக்கிறார்கள். ஆக, வேறு வழியின்றி அதற்கு மேலும் அங்கே நிற்கமுடியாமல் கிளம்பத் தயாராகும்போது, வாசலில் வெளியேறிய அவசர ஊர்திக்குள் இருந்த கௌதமை ஒரு நொடிக்கும் குறைவான நேரத்தில் இலேசாகப் பார்த்தார் சாபா. உடனே வேறொரு காரில் ஏறி, அந்த அவசர ஊர்தியைப் பின்தொடர்ந்தார். சுமார் 40 கிலோமீட்டர் பயணத்திற்குப் பின்னர், தெற்கு மும்பையில் இருக்கும் ஜே.ஜே. மருத்துவமனையில் போய் நின்றது அந்த அவசர ஊர்தி.

இப்படிச் சுற்றவிடப்பட்டாலும், அன்றைய தினம் அந்த அலைச்சலுக்கெல்லாம் ஒரு பலன் இருந்ததாக சாபா கூறினார். அங்கே கௌதமுக்குப் பாதுகாப்பாக வந்திருந்த காவலர் கொஞ்சம் பரிதாபப்பட்டு கௌதமைப் பார்க்க சாபாவுக்கு அனுமதி கொடுத்திருக்கிறார். இருவரும் கட்டியணைத்துக்கொண்டனர். அதற்கு முன்னர் அவர்கள் கடைசியாகக் எப்போது கட்டிப்பிடித்தார்கள் என்பதுகூட அவர்களுக்கு நிச்சயமாக நினைவில் இருந்திருக்காது. மருத்துவப் பரிசோதனை எடுப்பதற்கு மாடியேறிச் செல்லவேண்டும் என்றபோது, இருவரும் கைகோர்த்துக்கொண்டு படிகளில் மெதுவாக ஒவ்வொரு அடியாக எடுத்துவைத்து நடந்தனர். எப்போதும் நடுவில் கண்ணாடிச் சுவரால் பிரிக்கப்பட்டே சிறைச்சாலை சந்திப்புகளில் பேசிவந்த அவர்களுக்கு, அருகருகே நின்றுகொண்டு பேசுவதற்கான வாய்ப்பு அன்றுதான் கிடைத்தது.

“உலகில் எல்லாவற்றிற்கும் ஏதோவொரு நுழைவாயில் இருக்கத்தான் செய்கிறது. அதன் வழியாகவே வெளிச்சம் உள்ளே நுழையத்தான் செய்யும்” என்கிற லியோனார்ட் கோஹனின் வரிகளை கௌதம் அப்போது கூறியதாக சாபா தெரிவித்தார்.

சிறை அதிகாரிகளின் கொடுமைகளைக் கிண்டல் செய்து நகைச்சுவையாக சாபாவும் கௌதமும் அவ்வப்போது பேசிக்கொள்வார்களாம். தங்களைப் போன்றவர்கள் சிறை அதிகாரிகளாக வேலை பார்க்க வேண்டும் என்றும், அப்போதுதான் சிறைக்கைதிகளைக் கண்ணியத்துடன் நடத்தவும், அவர்களது குடும்பத்தினருக்கு மரியாதை கொடுக்கவும் முடியும் என்று பேசிக்கொண்டனர்.

இத்தகைய சூழலிலும் இவர்களின் பகுத்தறிவும் அறம் சார்ந்து சிந்திக்க முடிவதும் நம்மை ஆச்சர்யப்படுத்துகிறது. அரசியல் கைதிகள் மற்றும் அவர்களது குடும்பத்தினருக்கு இழைக்கப்படும் கொடுமைகளை அவ்வளவு எளிதாகக் கடந்துவிட முடியாது. இருப்பினும் அவர்கள் கருணையோடும் மனிதநேயத்தோடும் நடந்துகொள்கிறார்கள்.

கைதிகள் மீது உடல்ரீதியாகத் தாக்குதல் நடத்துவது, அவமானப்படுத்துவது, இழிவாக நடத்துவது மற்றும் துன்புறுத்துவதெல்லாம் சிறைகளில் வழக்கமானதாகும். இதுகுறித்து விரிவான தகவல்களைத் தெரிவிக்க நோதீப் கௌர் விரும்பவில்லை என்றாலும், அவரே இதையெல்லாம் அனுபவித்ததாக மட்டும் அழுத்தமாகக் குறிப்பிட்டார். சிறைக் கைதிகள் எவ்வளவு மோசமாக நடத்தப்படுகிறார்கள் என்பதற்கு அவரே சாட்சியாக இருப்பதாகவும் தெரிவித்தார். அதிலும், முஸ்லிம்கள் மற்றும் தலித்துகளின் நிலைமை மிகவும் மோசம். தலித் தொழிற்சங்க செயல்பாட்டாளரான சிவகுமாரின் முகம் முழுவதும் துணியைக் கட்டி, வாயிலும் மூக்கிலும் அதிவேகமாக தண்ணீரை ஊற்றி, தண்ணீரில் மூழ்குவதைப் போன்ற அச்சுறுத்தல் மனநிலையைக் கொடுத்து, கொடூரமாகக் கொடுமைப்படுத்தி இருக்கின்றனர். அத்துடன் தொடர்ச்சியாக எப்போதும் கடுமையான வார்த்தைகளாலும், சாதிய வன்மத்தைக் கக்கும் வகையிலான வார்த்தைகளாலும் அவரைக் காயப்படுத்திக்கொண்டே இருந்திருக்கின்றனர். இது குறித்தெல்லாம் யாரும் எங்கேயும் பேசுவதே இல்லை என்கிறார் ஷர்ஜீல் உஸ்மானி. காலித் சைஃபியை இருந்த இடத்திலேயே சிறுநீர் கழிக்க வைக்கிற அளவிற்கு லத்திக் கம்பால் அடித்து, பின்னர் சிவகுமாரைப்போலவே தண்ணீரில் மூழ்குவது போன்ற உணர்வைக் கொடுக்கும் தண்டனையையும் கொடுத்திருக்கின்றனர். ஒருமுறை அத்தார் கானை அடித்த அடியில் அவரது காலணியே உடைந்து துண்டாகியிருக்கிறது. அரசியல் விசாரணை கைதிகளாக இருக்கும் இவர்கள் மீதெல்லாம் நிகழ்த்தப்படுகிற இந்த வன்முறை எல்லாம் ஏதோ அபூர்வமாக இங்கொன்றும் அங்கொன்றுமாக நடப்பவை அல்ல. உள்ளிருக்கும் பெரும்பான்மையானோர் மீது நடத்தப்படும் கொடூரம்.

உடல்ரீதியான துன்புறுத்தலைச் செய்யமுடியாத நேரத்தில் எல்லாம், சிறைக் கைதிகளைத் துன்புறுத்துவதற்கு வேறு சில வழிகளைச் சிறை நிர்வாகம் கையாளும். ஏற்கெனவே மலேரியாவால் பாதிக்கப்பட்டிருந்த கௌதம் நவ்லகாவுக்கு மீண்டும் அது

தாக்குவதற்கான அதிக வாய்ப்பிருந்தபடியால், கொசுக்கள் அதிகமிருந்த சிறையில் கொசுவலை வேண்டுமென்று கோரினார். ஆனால், பலமுறை தொடர்ச்சியாகக் கேட்டபோதும் அவருக்குக் கொசுவலை வழங்கப்படவில்லை. கண்பார்வை கோளாறு காரணமாகக் கண்ணாடி அணியும் பழக்கமுடைய உமர் காலித்துக்கு அவரது கண்ணாடியை நீண்ட நெடுங்காலமாக வழங்காமல் தடுத்துவிட்டனர். பேராசிரியர் ஜி.என். சாய்பாபாவுக்கோ சக்கர நாற்காலியே மறுக்கப்பட்டது. சிறையில் செய்தித்தாள்கள் தொடர்பானதொரு நிகழ்வினைத் தயக்கத்துடன் ஆசிஃப் இக்பால் தன்ஹா பகிர்ந்துகொண்டார். ஆங்கிலம் அல்லது இந்தியில் வெளியாகும் செய்தித்தாள்களை மிக அதிகமான ‘சிறை விலையில்’ சிறைக்குள்ளே கொண்டுவருவதற்கு அனுமதி வழங்கப்பட்டிருந்தது என்றாலும், மற்ற மொழிகளைச் சிறை அதிகாரிகளால் புரிந்துகொள்ளமுடியாது என்கிற காரணத்தைக்கூறி வேறெந்த மொழி செய்தித்தாள்களும் அனுமதிக்கப்படவில்லை என்றார் ஆசிஃப். அதுவும், செய்தித்தாள்கள் வெளியாகும் தேதியில் எல்லாம் சிறைக்கு வந்துசேராது. சிறை அதிகாரிகளின் ஆய்வுக்கும் தணிக்கைக்கும் கொண்டு செல்லப்பட்டு, தேவையற்றதாக அவர்கள் நினைப்பவை எல்லாம் நீக்கப்பட்டபின்னர் சிறைக்குள் வரும். ஆசிஃபின் வழக்கு விசாரணை நீதிமன்றத்தில் வந்தது குறித்த தகவல்களோ அல்லது வழக்கு தொடர்பாக வேறெந்த செய்தியோ அந்தச் செய்தித்தாளில் வந்திருந்தால், செய்தித்தாளின் அந்த இடம் மட்டும் கிழிக்கப்பட்டு இருக்கும் என்றார் ஆசிஃப். இதனைச் செய்வதற்காகவே தனியாக ஒரு சிறைக் காவலரை நியமித்திருக்கிறார்கள். அவர்தான் அனைத்தையும் வாசித்துவிட்டு, தேவையற்றதென அவர் நினைக்கும் பத்திகளையும் வரிகளையும் வார்த்தைகளையும் கத்தரிக்கோலை வைத்து வெட்டிவிடுவார்.

துன்புறுத்துதலும் கொடுமைப்படுத்துதலும் இயல்பான இயக்கமுறையாக மாறி, அது அரசியல் கைதிகளின் குடும்பங்களை வாட்டிவதைத்து அவர்களுக்கான தண்டனையுமாக மாறும் அளவிற்கு வந்து சேர்ந்திருக்கிறது.

மூன்று குழந்தைகளின் தந்தையான காலித் சைஃபி சிறையில் இருக்க, தனியொரு ஆளாக அவரது இணையர் நார்கிஸ் சைஃபி அபரிமிதமான தன்னம்பிக்கையுடனும் தைரியத்துடனும் குழந்தைகளை வளர்ப்பதை அவரது பேச்சில் இருந்து தெரிந்துகொள்ள முடிந்தது. வடகிழக்கு டெல்லி கலவரம் மற்றும் சிஏஏ எதிர்ப்புப் போராட்டங்களைக் காரணம்காட்டி, கைது செய்யப்பட்டு, 2020ஆம் ஆண்டுமுதல் சிறையிலேயே அடைத்து வைக்கப்பட்டிருக்கிறார் காலித் சைஃபி.

முஸ்லிமாக இருப்பதால் கைது செய்யப்பட்டது முதலே 'பயங்கரவாதி' என்று ஊடகங்களால் முத்திரை குத்தப்பட்டு கொடூரமான ஊடகப் பிரச்சாரங்களும் அவருக்கு எதிராக நிகழ்த்தப்பட்டிருக்கின்றன. அதனாலேயே, வீட்டில் தொலைக்காட்சியில் செய்திகளைப் பார்ப்பதை முற்றிலும் நிறுத்திவிட்டார் நார்கிஸ். அச்செய்திகளைப் பார்த்தால் மனதளவில் தன்னுடைய குழந்தைகள் பாதிக்கப்படக்கூடும் என்கிற அச்சமே அதற்குக் காரணமென்கிறார். தன்னுடைய கணவர் அருகில் இல்லாத காரணத்தால் சோகமும் தனிமையும் அவரை வாட்டினாலும், அதனால் துவண்டுவிடாமல் தைரியமான ஒரு மனிதராகத் தலைநிமிர்ந்து வாழ்வதற்கு அவர் எடுத்துக்கொண்டிருக்கும் முயற்சிகளை எல்லாம் விரிவாக விளக்கினார்.

காலித் உடனிருக்கும்வரை வீட்டின் முக்கிய வருமானம் ஈட்டும் நபராகவும், காய்கறிகள், துணிமணிகள் மட்டுமில்லாமல் நார்கிஸுக்கு அழகுசாதனப் பொருட்கள் வரையிலும் வாங்கிவருபவராகவும் அவர்தான் இருந்திருக்கிறார். அருகில் இருப்பவர்களையும் தொற்றிக்கொள்ளும் அளவிற்கான சிரிப்பு அந்த வீட்டை எப்போதும் நிறைத்திருந்தது என்று நினைவுகூர்கிறார் நார்கிஸ். ஆனால், அவர் இல்லாத இந்த நாட்களில் வீடே அமைதியான இடமாகத்தான் மாறியிருக்கிறது. எப்போதும் அப்பாவைக் கட்டிப்பிடித்துக்கொண்டே உறங்கும் அவர்களது மகளுக்குத்தான் காலித்தின் சிறைவாசம் மனதளவிற்கு மிகப்பெரிய அளவிலான பாதிப்பைக் கொடுத்திருக்கிறது. அப்பா இல்லாத இரவுகளில் தூக்கம் வராமல் அவள் தவித்ததைப் பார்க்க முடியாமல் கண்ணீர்விட்டிருக்கிறார் நார்கிஸ். காலித் கைது செய்யப்பட்ட ஆரம்ப நாட்களில் எதையுமே சமாளிக்க முடியாமல் அவதிப்பட்டிருக்கிறார். கைது செய்யப்பட்டு சிறையில் அடைத்து வைக்கப்பட்டிருக்கும் தனது கணவர் காலித் திரும்ப வந்துவிடமாட்டாரா என்று வீட்டின் சன்னலையே எப்போதும் வெறித்துப் பார்த்துக்கொண்டே இருந்திருக்கிறார் நார்கிஸ். எதிலும் கவனம் செலுத்தமுடியாத அந்த மனநிலையில் இருந்து மீண்டுவருவதற்குக் கொஞ்ச காலமும் அதிக உறுதியும் அவருக்குத் தேவைப்பட்டிருக்கிறது. குழந்தைகளை நன்றாகக் கவனித்துக்கொள்ள வேண்டும் என்கிற உந்துதல் அதற்கு உதவியாக இருந்திருக்கிறது.

காலித்தின் வழக்கு நீதிமன்றத்தில் விசாரணைக்கு வந்தது. அப்போது, தன்னுடைய மூத்த மகனை நீதிமன்றத்திற்கு நார்கிஸ் அழைத்துச் சென்றார். படிப்பிற்காக வேறொரு நகரத்திற்கு அவன் செல்லப்போகிற நேரம் அது. அதனால், அதற்கு முன்னர் அப்பாவை அவன் நீதிமன்றத்திலாவது பார்க்கட்டுமே என்கிற

ஆசையில்தான் மகனை அழைத்துச் சென்றிருக்கிறார் நார்கிஸ். நீதிமன்றத்தில் அப்பாவின் வருகைக்காக அம்மாவைப் போலவே அவனும் ஆவலோடு காத்திருந்தான். அப்போது காலித்தைக் காவலர்கள் அழைத்துவந்தார்கள். அப்பாவைப் பார்த்த ஆர்வத்திலும், தன்னுடைய அப்பாதானே என்கிற உரிமையிலும் ஓடிப்போய் அவரது கைகளைத் தொடுவதற்குத் தன்னுடைய கைகளை நீட்டி மிக அருகில் சென்றுகொண்டிருந்தான். ஆனால், அதற்குள் 'பாதுகாப்பு காரணங்களுக்காக' அங்கிருந்த காவலர்கள் பலமாக அவனைத் தள்ளிவிட்டனர். அதில் சரிந்து அவன் கீழே விழுந்துவிட்டான். அப்பா சிறைசென்ற நாள் முதலாக மனமுடையாமலும் அந்த நாள் வரையிலும் கண்ணீர்கூட சிந்தாமல் எதையும் தைரியமாகவும் கையாண்ட மகன், அன்றைக்குத்தான் முதன்முதலாக உடைந்து அழுதான் என்கிறார் நார்கிஸ். அவனால் அழுகையைக் கட்டுப்படுத்தவே முடியவில்லை. நீதிமன்றத்தில் எத்தனை பேர் சுற்றி நின்றுகொண்டிருக்கிறார்கள் என்றெல்லாம் அவன் கவனிக்கவில்லை.

"என்னுடைய அப்பாவிற்கு நான் எப்படி ஆபத்தாக இருக்க முடியும்?" என்கிற ஒரே கேள்வியை அழுகைக்கு நடுவே திரும்பத்திரும்ப கேட்டுக்கொண்டே இருந்தான்.

"அவனுடைய இந்த கேள்விக்கு யார் பதிலளிக்கப் போவது?" என்று தன்னுடைய மனதிற்குள்ளேயே கேட்டுக்கொண்டார் நார்கிஸ். இதுபோன்ற கேள்விகளெல்லாம் பதிலளிக்கப்படாமலேதான் இருந்துவருகின்றன. குடிமக்களைப் பாதுகாப்பதற்காக உருவாக்கப்பட்ட இந்தச் சட்டங்களும் அதிகார அமைப்புகளும், தனக்குக் கிடைத்திருக்கிற அதிகாரத்தை வைத்துக்கொண்டு அதே மக்களைக் கொடுமைப்படுத்தி மகிழ்ச்சி காண்கிறது என்பதை என்னவென்று சொல்வது.

அத்தார் கானை நீதிமன்றத்தில் வழக்கின் விசாரணைக்கு அழைத்துவரும்போதும், அவரது தாய் நூர்ஜஹானும் அதேபோலத்தான் நினைத்தார். அந்த நீதிமன்றத்தில் மகனை எந்த வரிசையில் அமரவைக்கிறார்கள் என்று பார்த்துக்கொண்டே இருந்தார். ஒரு குறிப்பிட்ட வரிசையில் அத்தார் கானை அமரவைத்துவிட்டு பக்கத்தில் காவலர்கள் அமர்ந்தார்கள். அதைப்பார்த்த நூர்ஜஹான், ஓடிப்போய் மகன் அமர்ந்திருக்கும் வரிசைக்குப் பின்வரிசையில் மகனுக்கு நேராகப் பின்னால் அமர்ந்தார். மகனுடன் நெருக்கமாகப் பக்கத்தில் கொஞ்ச நேரமாவது இருக்கலாமே என்கிற ஆசை ஒன்றைத் தவிர அதற்கு வேறென்ன காரணமாக இருக்கமுடியும். கையில் ஒரு தண்ணீர்

பாட்டிலை வைத்துக்கொண்டு, தனக்கு முன்னால் அமர்ந்திருக்கும் மகனையே பார்த்துக்கொண்டிருந்தார் நூர்ஜஹான். இவ்வளவு பக்கத்தில் இருந்தும் அம்மாவின் அரவணைப்பையோ தொடுதலையோ பெறமுடியாத சூழலில், அம்மாவின் கைப்பட்ட அந்த தண்ணீர் பாட்டிலைத் தொடும்போது, அம்மாவின் அன்பைத் தொட்டதுபோல இருக்குமே என்று நினைத்தார் அத்தார் கான். அம்மாவிடம் குடிக்கத் தண்ணீர் கேட்டார். அந்த நொடியில் நூர்ஜஹானின் இதயமே உருகிப் போயிருந்தது. தண்ணீர் பாட்டிலை மகனிடம் கொடுக்க கையை நீட்டியபோது, அதனை வாங்கிக்கொள்ள அத்தார் கானும் தன்னுடைய கையைப் பின்வரிசை நோக்கி எடுத்துக்கொண்டு போனார். அந்த நொடியில் அத்தார் கானின் கையை ஒட்டுமொத்த பலத்துடன் அடித்து, அம்மாவின் அன்பைப் பெறப் போன அத்தார் கானின் கைகளையும் மனதையும் காயப்படுத்தினார் ஒரு காவலர். தன்னுடைய உயிரும் ஆன்மாவும் ஒருசேர உடைந்து நொருங்கியதாக உணர்ந்தார் நூர்ஜஹான்.

மற்றொரு அரசியல் கைதியான மீரான் ஹைதரின் மூத்த சகோதரியான ஃபர்சானாவை சந்தித்து உரையாடினோம். அவருடன் நடத்திய இதயத்தை நொறுக்கும் உரையாடலின் மூலமாக, அன்றாட வாழ்க்கையை நடத்துவதற்கு அரசியல் கைதிகளின் குடும்பத்தினர் எதிர்கொள்ளும் துன்பத்தையும் வலியையும் மேலும் ஆழமாகப் புரிந்துகொள்ள முடிந்தது. அது எங்களுடைய மனதையும் பாரமாக்கியது. தேவையற்ற கேள்விகள் கேட்டு ஏதோவொரு பதிலைப்பெற்று அதனைத் திரித்து செய்தி வெளியிட்டு விடுவார்களோ என்று அஞ்சியே, ஊடகங்களிடம் பேசுவதற்கு அவர் தொடர்ந்து மறுத்தே வந்திருக்கிறார். எங்களை நம்பிப் பேசலாம் என்று அவருடைய நட்பு வட்டத்தில் இருக்கும் ஒரு நம்பிக்கையான மனிதர் உறுதிகொடுத்ததாலேயே அவர் எங்களிடம் பேசவே ஒப்புக்கொண்டார். கடுமையான வலியும் நேர்மையான முயற்சிகளும் அவரிடம் தெளிவாகத் தெரிந்தன. அவருடைய வீட்டிற்கு அதிகாலை வேளையில் நாங்கள் சென்றோம். அவருடைய வீட்டின் சன்னல் இல்லாத ஒரு அறையில் நாங்கள் அமர்ந்தோம். அவ்வப்போது மின்சாரம் வந்தும் போய்க்கொண்டும் இருந்தது. அவர் பேச ஆரம்பித்தபோது, அதிகாலையென்றாலும் இருள் சூழ்ந்தே இருந்தது. மெல்லிய குரலில் அழுகையும் வலியுமாக அவர் பேசத்துவங்கியபோது, பேரண்டம் உருவாகும்போது நடைபெற்ற பெருவெடிப்பினால் வெளிவந்தபோது நினைத்துப் பார்க்கவே

முடியாத வலியின் ஒலியைப் போலத்தான் அவரின் வார்த்தைகள் வந்துவிழுந்தன.

அவரிடம் மேலும் பல கேள்விகளைக் கேட்டும் அதிகநேரம் உரையாடியும் அவரது மன அழுத்தத்தை அதிகரிக்க வேண்டாமே எனக்கருதி நாங்கள் நீண்டநேரம் அங்கே இருக்கவில்லை. ஒன்பதாம் வகுப்பு படித்தது முதலே தனது மூத்த சகோதரியான ஃபர்சானாவின் வளர்ப்பில்தான் இருந்திருக்கிறார் மீரான். தற்போது சிறைச்சாலையின் கண்காணிப்பில் கம்பிகளுக்குப் பின்னால் இருக்கிறார். இங்கே என்ன நடக்கிறது என்பதைப் புரிந்துகொள்வதே ஃபர்சானாவுக்கு பெரும் போராட்டமாகவே இருந்தது. மிகவும் நல்ல பையனாகவும் விடாமுயற்சியுடன் படிக்கும் மாணவனாகவும் மற்றவர்களுக்கு உதவும் பழக்கம்கொண்ட சுயநலமற்றவனாகவுமே எப்போதுமே மீரான் இருந்துவந்திருக்கிறான் என்றார் ஃபர்சானா. இப்போது மீரான் சிறையில் இருக்கிறார். ஃபர்சானாவின் வாழ்க்கையே தலைகீழாக மாறிவிட்டிருக்கிறது. அவர்கள் வாழ்ந்த பகுதியில் மீரான் எல்லோருக்கும் பிடித்தவராக இருந்தார் என்றும், தன்னை அவரது சகோதரி என்று பெரும்பாலானோருக்குத் தெரியும் என்பதால் இப்போதெல்லாம் அக்கம்பக்கத்தில் நடந்து செல்லவே கடினமாக இருக்கிறது என்றார் ஃபர்சானா. முனைவர் பட்டத்திற்கான ஆய்வில் மீரான் ஈடுபட்டிருந்த ஜாமியா மில்லியா இஸ்லாமியப் பல்கலைக்கழக வளாகத்தை கடக்கிற ஒவ்வொரு முறையும் தானாகவே கண்கள் குளமாவதைத் தடுக்கவே முடியவில்லை என்றார் ஃபர்சானா.

யாரையெல்லாம் கைது செய்ய வேண்டும் என்று திட்டமிட்டு இலக்காக்கி கடத்திக்கொண்டுபோய் சிறையில் அடைப்பதன் மூலமாகக் குடும்பங்கள் மட்டுமல்லாமல் அவர்கள் சார்ந்திருக்கும் ஒட்டுமொத்த சமூகத்தையும் அது அதிர்வடையச் செய்கிறது. சமூகத்தின் முன்னோடிகளாகவும் முன்னுதாரணங்களாகவும் இருப்பவர்களின் உழைப்பும் பெயரும் வேரோடு பிடுங்கி எறியப்படுகின்றன. சமூகத்தின் நிலையான வாழ்க்கை தடைபட்டுப் போவதுடன், ஒட்டுமொத்தமாகக் குழம்பியும் போய்விடுகிறது.

ஊடகவியலாளர் ரூபேஷ் குமார் சிங் கைது செய்யப்படும்போது, அவரது மகன் அப்போதுதான் மழலையர் பள்ளியில் சேர்க்கப்பட்டிருந்தான். அவர் இல்லாத இந்த நாட்களில் பள்ளிக்குச் செல்லவே அவன் அடம்பிடிக்கிறான். தினந்தோறும் தன்னை பள்ளிக்குத் தயார்ப்படுத்தி, வண்டியில் கொண்டுபோய் பள்ளியில் விடும் தன்னுடைய அப்பா எங்கே என்று கேட்டு அழுகிறான். ஹத்ராஸ் வழக்கில் ராஃப்

ஷரீஃப் கைது செய்யப்பட்டபோது, அவரது மனைவி ஃபாத்திமா பத்தோல் ஐந்து மாத கர்ப்பிணியாக இருந்தார். அந்த முதல் குழந்தை பிறந்துவிட்டபோதும், இன்று வரையிலும் ராஃபால் பார்க்கவே முடியவில்லை. அவருடைய குடும்பத்தினருக்காக அவர் கட்டிக்கொண்டிருந்த வீட்டின் கட்டுமானப் பணிகள் முடிவடைந்துவிட்ட போதும், அவரால் இன்னமும் அவரது சொந்த வீட்டைப் பார்க்க முடியவில்லை.

வரவர ராவுக்குப் பிணை வழங்கப்பட்டிருந்தாலும் அவரை மும்பையிலேயே தங்கியிருக்குமாறு கட்டளை இடப்பட்டிருப்பதால், அவருடன் அவரது மனைவியும் மும்பைக்கு வந்து மிகவும் குறைவான வசதிகளுடன் குடியேற வேண்டிய சூழல் உருவானது.

"நான் பிணையில் இருக்கிறேன். ஆனால், என்னால் என் மனைவி சிறையில் இருக்கிறாள்" என்று அவருடைய மனைவியைப் பார்த்துக்கொண்டே எங்களிடம் தெரிவித்தார் வரவர ராவ்.

அரசு அதிகாரிகள் அவ்வப்போது சட்டத்தைப் பின்பற்றுவதற்கும் பின்பற்றாமல் இருப்பதற்கும் இடையிலான ஒரு மாயப் பகுதியில் இருந்துகொண்டு செயலாற்றுவார்கள். சட்டத்தைப் பற்றி அவர்களுக்கு இருக்கும் அறிவைப் பயன்படுத்தி, வெளியே தெரியாத மாதிரியாக அச்சட்டத்தைத் தங்களது விருப்பத்திற்கேற்ப வளைத்து நெளித்து, அரசியல் கைதிகள் மற்றும் அவர்களது குடும்பங்களின் வாழ்க்கையை ஒருசேர நாசமாக்குவார்கள். அரசியல் கைதிகளுக்கு இருக்கிற அடிப்படை உரிமைகளைக் கூட தங்களது அதிகாரத்தை வைத்துக்கொண்டு அடக்கியாண்டு மகிழ்வார்கள். இதனால், சிறைக்கு உள்ளே இருக்கிற அரசியல் கைதிகளின் உடல்நலன் குறித்து கவலைகொள்வதாக வெளியே இருக்கிற அவர்களின் உறவினர்கள் எங்களிடம் பேசும்போது தெரிவித்தனர். ஒரு கைதிக்கு உடல்நிலை சரியில்லாமல் போனால் உடனடியாகத் தேவையான மருத்துவ உதவி செய்திட வேண்டும் என்று வலியுறுத்தும் விதமாகப் பல்வேறு சர்வதேச ஒப்பந்தங்கள் உருவாக்கப்பட்டிருக்கின்றன. ஆனால், அவற்றுக்கெல்லாம் உண்மையில் முக்கியத்துவம் கொடுக்கப்படுவதே இல்லை. சைவ உணவை மட்டுமே வழங்கவேண்டும் என்கிற அரசியல் அதிகாரத்தின் அழுத்தமும், கோவிட்-19 தொற்றுக்காலத்தின் சிக்கல்களும், சிறிய சிறைச்சாலைக் கட்டமைப்புகளில் அதிகமான கைதிகளை அடைத்துவைப்பதுமாகச் சேர்த்து சிறைச்சாலைகளை ஆரோக்கியமற்ற ஒரு இடமாக மாற்றி வைத்திருக்கிறது. பெரும்பாலான சிறை

வளாகங்களில் போதுமான மருத்துவ வசதிகளே இருப்பதில்லை. அப்படியே இருந்தாலும் ஒருசில ஆயுர்வேத மற்றும் ஹோமியோபதி மருத்துவர்கள் மட்டுமே நியமிக்கப்பட்டிருக்கிறார்கள். சிறைகளில் பெரும்பாலான சிறைவாசிகளுக்குக் கிடைக்கிற ஒரே அலோபதி மருந்தாக பேராசிட்டமல் மட்டுமே இருக்கிறது என்கிறார்கள் நாங்கள் உரையாடிய சிறைவாசிகளின் குடும்பத்தினர் பலரும்.

2020ஆம் ஆண்டு அக்டோபர் மாதம் 5ஆம் தேதியன்று, உத்தரப்பிரதேசத்தின் மத்துராவில் செயல்பாட்டாளர் அடிக்கூர் ரஹ்மானுடன் சேர்த்து ஊடகவியலாளர் சித்திக் கப்பனும், செயல்பாட்டாளர் மசூத் அகமதுவும், வாகன ஓட்டியான முகமது ஆலமும் கைது செய்யப்பட்டனர். ஹத்ராஸ் என்னுமிடத்தில் ஆதிக்கச் சாதி ஆண்களால் கூட்டுப்பாலியல் வன்புணர்வு செய்யப்பட்டு கொல்லப்பட்ட ஒரு தலித் பெண்ணின் குடும்பத்தைச் சந்திக்கச் சென்றுகொண்டிருந்தபோதுதான் அவர்கள் கைது செய்யப்பட்டனர். தேசத் துரோகம், மத உணர்வுகளைப் புண்படுத்தியது, குற்றமிழைக்க சதித்திட்டம் தீட்டியது, பயங்கரவாதச் செயல்களுக்காக நிதிதிரட்டியது, பயங்கரவாதச் செயல்களைத் திட்டமிட்டது ஆகிய குற்றச்சாட்டுகளை முன்வைத்து அடிக்கூர் ரஹ்மான் உள்ளிட்ட அனைவரின் மீதும் உபா சட்டத்தில் வழக்குப் பதிவுசெய்யப்பட்டது.

சிறையில் அடிக்கூர் ரஹ்மானின் உடல்நிலை மோசமாகப் பாதிக்கப்பட்டது. அவருக்கு அவசரமாக இதய அறுவை சிகிச்சை செய்தே ஆகவேண்டும் என்ற நிலை வந்தபோது, அலகாபாத் உயர்நீதிமன்றத்தின் உதவியை அவரது குடும்பத்தினர் நாடினர். நீதிமன்றமே உத்தரவிட்ட பிறகுதான், 2021ஆம் ஆண்டு நவம்பர் மாதத்தில் டெல்லி எயிம்ஸ் மருத்துவமனையில் அவர் அனுமதிக்கப்பட்டார். 2022 மார்ச் மாதம் துவங்கி, தொடர்ச்சியாக அவர் பலமுறை மருத்துவமனைக்கு அவசர அவசரமாகக் கொண்டு செல்லப்பட்டு அங்கேயே தங்க வைக்கப்பட்டிருக்கிறார். அவரது உடலின் இடதுபக்கம் முழுவதும் செயலிழந்து போனதுடன், நினைவாற்றல் இழப்பினாலும் அவர் அவதிப்பட்டார். தொடர்ச்சியாக மருத்துவ கண்காணிப்பு செய்வதற்கான வசதிகொண்ட இடத்திற்கு அவரை மாற்றக்கோரி பலமுறை கேட்டுப்பார்த்தும், இந்திய அரசு அவரை மீண்டும் மீண்டும் அதே சிறைச்சாலையிலேயே அடைத்துவைத்தது. அவருடைய உடல்நிலைக்கு அதே சிறையில் இனிமேலும் தொடர்ந்து இருந்தால், உயிருக்கே ஆபத்து என்று அவரது உறவினர்கள் அஞ்சினர். 2022ஆம் ஆண்டு செப்டம்பர் மாதத்தில் அவரது குடும்பத்தினரிடம் இருந்து எங்களுக்கு ஒரு செய்தி

வந்தது. அதன்படி, அவருடைய உடம்பில் ஒருபக்கம் செயலிழந்தது மட்டுமல்லாமல், இடது கண்ணின் பார்வையையும் அவர் முழுமையாக இழந்திருக்கிறார் என்று எங்களுக்குத் தெரியவந்தது. அவர் சக்கர நாற்காலியில் இருப்பதாகவும் சொல்லப்பட்டது. அவருக்குப் பிணை வழங்கக் கோரி நீதிமன்றத்தில் தாக்கல் செய்யப்பட்ட மனுவின் விசாரணையைத் தொடர்ச்சியாகத் தள்ளிப்போட்டுக்கொண்டே இருந்தனர். அதன்பிறகு அவருடைய உடல்நிலை குறித்த எந்தத் தகவலையும் எங்களால் பெறமுடியாமல் போனது.

2021ஆம் ஆண்டு ஏப்ரல் மாதத்தில் சித்திக் கப்பானின் மனைவியான ரைஹானாத், அப்போது புதிதாக நியமிக்கப்பட்டிருந்த தலைமை நீதிபதியான என்.வி.ரமணாவிடம் தன்னுடைய கணவர் குறித்த எவ்விதத் தகவலும் இல்லையென்று கோரி ஓர் ஆட்கொணர்வு மனுவைத் தாக்கல் செய்தார். தன்னுடைய கணவருக்குக் கொரோனா வந்ததும், அவரை மதுரா மருத்துவக் கல்லூரி மருத்துவமனையில் அனுமதித்து, அங்கே மிகமோசமான மனிதநேயமற்ற முறையில் மருத்துவம் பார்க்கப்பட்டதாக அம்மனுவில் ரைஹானாத் குற்றஞ்சாட்டினார். அவருடைய உடல்நிலை மிகவும் மோசமான சூழலிலும் அவரை அந்த மருத்துவமனைக் கட்டிலோடு இணைத்து விலங்கிட்டு இருந்ததையும் அந்த மனுவில் குறிப்பிட்டார். சங்கிலியின் பிணைப்பால், அவரால் உணவு உண்ணவோ, கழிவறைக்குச் சென்றுவரவோ கூட முடியாத சூழலில், அவரிடம் ஒரு ப்ளாஸ்டிக் பாட்டிலைக் கொடுத்து அதிலேயே சிறுநீர் கழிக்குமாறு கூறிவிட்டுச் சென்றிருக்கின்றனர் என்றும் அடுக்காகக் குற்றச்சாட்டுகளை அந்த மனுவில் குறிப்பிட்டிருந்தார்.[13]

பாதிரியார் ஸ்டான் சுவாமியின் இறப்புக்கு மிகமுக்கியமான காரணமே அவரது உடல்நிலை மோசமாகிக் கொண்டே இருந்த போதும், வேண்டுமென்றே அவருக்கு மருத்துவ உதவியை மறுத்துவந்த அரசுதான் அவரைக் கொலைசெய்திருக்கிறது என்கிறார் அவரது அடுத்த அதிகாரப்பூர்வ வாரிசாக அறிவிக்கப்பட்டிருந்த பாதிரியார் பிராசர் மஸ்கரனாஸ். அக்கருத்தை ஐநா சபையின் 'சட்டவிரோத தடுப்புக்காவல் பணிக்குழு'வும் உறுதிசெய்தது. 2022ஆம் ஆண்டு பிப்ரவரி மாதத்தில் அவரைத் தடுப்புக்காவலில் வைத்திருந்ததே அனைத்து வகையிலும் சட்டவிரோதமானது என்றும், அவருடைய மரணமே முற்றிலும் தடுத்திருக்கக்கூடியது என்றும் ஐநா சபையின் அப்பணிக்குழு அறிவித்தது.[14] 2020ஆம் ஆண்டு அக்டோபர் மாதத்தில் பாதிரியார் ஸ்டான் சுவாமி கைது செய்யப்பட்டார். அப்போது அவரது வயது 83. அப்போதே அவர்

நடுக்குவாதம் என்று சொல்லப்படுகிற பார்க்கின்சன் நோயால் பாதிக்கப்பட்டிருந்தார். 2021ஆம் ஆண்டு ஜூலை மாதம் 5ஆம் தேதியன்று அவர் விசாரணை கைதியாகக் காவல்துறையின் தடுப்புக்காவலிலேயே இறந்துபோனார். அவருக்குப் பார்க்கின்சன் நோய் இருந்ததால் அவருடைய கைகள் நடுங்கிக்கொண்டே இருக்கும். அதனால், அவரால் ஒரு கோப்பையைச் சரியாகப் பிடித்து தண்ணீர் குடிக்கவே முடியாது. ஆகவே ஸ்ட்ரா வைத்த கோப்பையில்தான் உறிஞ்சியபடியே தண்ணீர் குடிக்கமுடியும். அப்படியொரு ஸ்ட்ரா வைத்த கோப்பையைத் தன்னுடன் எப்போதும் அவர் வைத்திருப்பார். சிறைக்குள் போகும்போதும் அதனைக் கொண்டுபோனார். ஆனால், சிறை அதிகாரிகள் அதனைப் பறித்துக்கொண்டனர். எப்போதும் கைகள் நடுங்கிக்கொண்டே இருக்கும் அவரால், தண்ணீரைக்கூட குடிக்கமுடியாமல் சிறையில் தவித்திருக்கிறார். சிறையில் அவருடன் இருக்கிற யாராவதுதான் கோப்பையைப் பிடித்துக்கொண்டு தண்ணீர் குடிக்க அவருக்கு உதவமுடியும் என்கிற நிலை இருந்தது. எப்போதும் எல்லாவற்றுக்கும் மற்றவர்களைச் சார்ந்தே சிறைக்குள்ளும் வாழ வேண்டியிருந்தது. அதனால், ஒரு ஸ்ட்ரா கேட்டு பல வாரங்கள் தொடர்ச்சியாக அவர் முறையிட வேண்டியிருந்தது.

> *"... அருண் ஃபெரைராதான் எனக்கு காலை உணவையும் மதிய உணவையும் உண்பதற்கு உதவிசெய்வார். நான் குளிப்பதற்கு வெர்னன் கொன்சால்வ்ஸ் தான் எனக்கு உதவிசெய்வார். இரவு உணவு உண்பதற்கும், எனது துணிகளைத் துவைப்பதற்கும், எப்போதும் வலிக்கும் மூட்டுகளுக்கு ஒத்தடம் கொடுக்கவும் என்னுடைய சிறை அறையிலேயே இருக்கும் இரண்டு சக சிறை கைதிகள் உதவுகின்றனர். அவர்கள் ஏழ்மையான குடும்பங்களில் இருந்து வந்தவர்கள். என்னுடைய அறையில் இருக்கும் சக சிறைவாசிகளுக்காகவும் என்னுடைய வழக்கில் சிக்கிக்கொண்டு சிறையில் இருக்கும் சக நண்பர்களுக்காகவும் நீங்கள் பிரார்த்தனை செய்யுங்கள். ஆயிரம் துயரங்கள் இருந்தபோதிலும், இங்கே தலோஜா சிறையில் மனிதநேயம் தழைக்கிறது"*

என்று அவர் எழுதிய கடிதமொன்றில் தெரிவித்திருந்தார்[15].

பாதிரியார் ஸ்டான் சுவாமி மீது சுமத்தப்பட்டு நிரூபிக்கப்படாத குற்றச்சாட்டுகள் அனைத்தையும் திரும்பப் பெறவைப்பதற்காக பாதிரியார் பிராசர் இப்போதும் போராடிக்கொண்டு இருக்கிறார். மேலும், ஸ்டான் சுவாமிக்கு மருத்துவ உதவி மறுக்கப்பட்டு

வேண்டுமென்றே அவரை மோசமாக நடத்தி, அவரது மரணத்திற்குக் காரணமாக இருந்தவர்கள் குறித்து ஒரு பொது விசாரணையை நடத்தவேண்டியும் வாதிட்டுக்கொண்டு இருக்கிறார்.

பாதிரியார் ஸ்டான் சுவாமியை நினைவுகூரும் வேளையில், மருத்துவ உதவி மறுக்கப்பட்டுத் தன்னையும் மரணத்தின் விளிம்பிற்குச் சிறை அதிகாரிகள் கொண்டு சென்ற அனுபவத்தைப் பகிர்ந்துகொண்டார் வரவர ராவ். நிராயுதபாணியாகவும் ஆதரவற்ற நிலையிலும் சிறைக்குள் அவர் அனுபவித்த கொடூரங்களை நினைவுகூர்ந்தார். அவருக்குச் சிறுநீரகப் பிரச்சினை இருப்பதால் கத்தீடர் எனப்படும் சிறுநீர் வடிகுழாய் பொருத்தப்பட்டிருந்தது. அந்த வடிகுழாயினை இரண்டு வாரங்களுக்கு ஒருமுறை மாற்றியே ஆகவேண்டும். ஆனால், சிறை அதிகாரிகளோ அதே வடிகுழாயை இரண்டு மாதங்களாக மாற்ற அனுமதிக்காமல் அவரது கோரிக்கையை நிராகரித்துக்கொண்டே இருந்தனர். அதனால், அவருக்கு நோய்த்தொற்று உடல்முழுவதும் பரவியது. அதனைத் தொடர்ந்து அவர் அரைமயக்கத்திலும், சுற்றி என்ன நடக்கிறதென்று புரியாத வகையிலான பிரமையிலுமே இருந்தார். கொஞ்சம் கொஞ்சமாக நினைவுகளையும் இழக்கத் துவங்கி இருந்தார். அவரது உடல் அவருடைய கட்டுப்பாட்டில் இல்லாமல் போய்க்கொண்டிருந்தது. அதனால், சிறுநீர் உள்ளிட்ட எந்தக் கழிவையும் அவரால் கட்டுப்படுத்தமுடியாமல், எல்லாமே தன்னாலே வெளியேறத் துவங்கி இருக்கிறது. டயபர் அணிந்தாக வேண்டிய கட்டாயத்திற்கும் தள்ளப்பட்டுவிட்டார். அவரது உடல்நிலை இவ்வளவு மோசமான பிறகும், அதுகுறித்து அவரது குடும்பத்திற்கு எந்தத் தகவலும் சொல்லப்படவே இல்லை. மருத்துவமனைக்குக் கொண்டுசென்ற பிறகுதான், குடும்பத்தினருக்கே தெரிந்திருக்கிறது.

ஹைதராபாத் நகரின் தெற்கில் வாழ்ந்துவந்த அவரது குடும்பத்தினர், பதறியடித்துக்கொண்டு 700 கிலோமீட்டர் தள்ளியிருக்கும் மும்பை மருத்துவமனைக்கு ஓடினர். அங்கே அவர்கள் பார்த்த காட்சி கொடூரமானதாக இருந்தது. ஒரு படுக்கையில் மிகமோசமாக அழுக்கடைந்த ஒரு விரிப்பின் மேலே அவர் படுக்க வைக்கப்பட்டிருந்தார். முழுமையான நினைவு இல்லாமல், மனைவியைக் கூட அடையாளம் தெரியாத நிலையில் அவர் இருந்திருக்கிறார். எவ்விதத் தயக்கமும் இல்லாமல் கூனிக்குறுகாமல் தைரியமாக இதையெல்லாம் எங்களிடம் பகிர்ந்துகொண்டார். தனக்கு இழைக்கப்பட்ட இப்படியான கொடுமைகளெல்லாம் தன்னுடைய சுயமரியாதையையும் தன்மானத்தையும் மட்டும் எவ்வகையிலும்

விட்டுக்கொடுக்கவில்லை என்று அவர் கூறினார். மாறாக, அது அரசின் கொடுமைகளுக்கு எதிரான கோபமாகவும் கண்டனக் குரலாகவும் மாறியது என்றார்.

தங்களுடைய கருத்துகளுக்காகவும் கொள்கைக்காகவும் உறுதியாக நின்ற காரணத்தாலேயே இவ்வளவு கொடூரமாக நடத்தப்படுகிறார்கள் என்பதை அரசியல் கைதிகளுடன் சிறையில் இருந்த மற்ற கைதிகளெல்லாம் புரிந்துகொண்டனர். இதனை ஏற்றுக்கொள்ளமுடியாத சிறை அதிகாரிகளோ, அரசியல் கைதிகளின் தைரியத்தையும் தன்னம்பிக்கையையும் சுயமரியாதை எண்ணத்தையும் உடைப்பதற்காக எந்த எல்லைக்கும் போகத் தயாராக இருந்தனர். ஆனால், அவையெல்லாம் அரசியல் கைதிகளின் உடலைப் பாதித்த அளவிற்கு அவர்களது மன உறுதியைச் சிதைக்கவே முடியவில்லை என்கிறார் வரவர ராவ்.

காலித்தின் இணையரான நார்கிஸ் சைஃபி வாழ்ந்துகொண்டிருக்கும் வீட்டின் கதவை ஒருநாள் யாரோ தட்டும்சத்தம் அவருக்குக் கேட்டிருக்கிறது. கதவைத் திறந்தால், முரட்டுத்தனமான தோற்றம் கொண்ட மூன்று ஆண்கள் வாசலில் நின்றிருக்கிறார்கள். நார்கிஸ் கொஞ்சம் பயத்தில் நடுங்கிப் போய்விட்டார். ஆனால், அவர்களோ மிகவும் அன்பாகவும் கண்ணியமாகவும் பேசியிருக்கின்றனர். முன்னறிவிப்பின்றி திடீரென்று வந்திருப்பதால், நார்கிஸைச் சங்கடத்தில் ஆழ்த்திவிடக்கூடாது என்று வீட்டிற்குள் வரவும் அவர்கள் மறுத்து, வாசலிலேயே நின்று பேசியிருக்கின்றனர். அவர்கள் அப்போதுதான் சிறையில் இருந்து விடுதலையாகி, வெளியே வந்திருப்பதாகவும், சிறைக்குள் நார்கிஸின் கணவரான காலித்தைச் சந்திக்கும் எவருக்கும் அவருடைய நல்ல குணம் தெரிந்துவிடும் என்றும் நார்கிஸிடம் தெரிவித்தனர். உதவிகள் ஏதும் தேவைப்பட்டால் காலித்துக்காக எதையும் செய்யத் தயாராக இருப்பதாகவும் கூறிவிட்டு அவர்கள் அங்கிருந்து கிளம்பினர்.

சிறை வாழ்க்கையில் கிடைத்த விசித்திரமான அனுபவங்கள், எதிர்பாராத மனிதர்களின் சந்திப்பு, தோழமையும் ஆதரவும் கலந்த புதிய நட்பு எனச் சிறை வாழ்க்கை குறித்த அனுபவத்தினை ஷர்ஜீல் உஸ்மானியும் சுதா பரத்வாஜும் வெளிப்படையாகப் பேசினர். தற்போது பிணையில் வெளிவந்திருக்கிறார் சுதா. என்ஐஏ எனப்படுகிற தேசியப் புலனாய்வு அமைப்பு வழக்குத் தொடுத்திருப்பதால், பிணையில் வெளியே வந்திருந்தாலும் அவரால் மும்பை நகரத்தை விட்டு எங்கேயும் வெளியே போகமுடியாது.

"நான் இதற்கு முன்னரும் பலமுறை இடம்பெயர்ந்துள்ளேன். முதலில் என்னுடைய மாநிலமான சட்டீஸ்கரில் இருந்தும், பின்னர் கைது செய்யப்பட்டதும் என்னுடைய வீட்டில் இருந்தும், தற்போது விடுதலையானதும் சிறையில் இருந்தும் எனப் பலமுறை புதிய இடத்திற்கு இடம்பெயர்ந்துகொண்டே இருக்கிறேன்"

என்றார் சுதா.

சிறையில் இருந்து வெளியே வந்ததும், நண்பர்களின் உதவியுடன் ஒரு சிறிய அறையை வாடகைக்கு எடுத்து அதில் தனியாகவே தங்கிவருகிறார். வேறொரு நகரில் பல்கலைக்கழக மாணவராக இருக்கும் அவரது மகள் மட்டும் அவ்வப்போது வந்து அவரை சந்தித்துவிட்டுப் போவார். எங்கு வாழ்ந்தாலும் எப்போதும் சமூகத்தோடு இணைந்து வாழவே சுதா விரும்பியிருக்கிறார். அப்படித்தான் வாழ்ந்தும் இருக்கிறார். சட்டீஸ்கரில் சக செயல்பாட்டாளர்களாலும் தொழிற்சங்கவாதிகளாலும் சூழப்பட்டே இருந்திருக்கிறார். அதேபோல, சிறைக்குள் இருந்தபோதும் 'சுதா அத்தை' என்று அன்போடு மற்ற சிறைவாசிகளால் அழைக்கப்பட்டிருக்கிறார். ஷோமா சென்னுடன் இணைந்து, மற்ற சிறைவாசிகளின் வழக்குகளில் சட்ட உதவிகள் செய்வதும், வெளியே இருக்கும் அவர்களது உறவினர்களுடன் தொடர்பு ஏற்படுத்திக்கொடுப்பதும் எனப் பல உதவிகளைச் செய்து அவர்களது அன்புக்குரியவராக இருந்திருக்கிறார் சுதா.

சிறையில் இருந்து விடுதலையான பிறகு, தனக்கு கொஞ்சமும் தொடர்பில்லாத ஒரு நகரில் முதன்முதலாக யாருமே அருகில் இல்லாத சூழலில் தனியாக வாழவேண்டியிருந்தது. தனிமையை எப்படிக் கையாள்வது என்றும், வாழ்க்கையின் இந்தப் புதிய கட்டத்தை அணுகவேண்டிய வழிமுறை குறித்தும் அவர் இன்னமும் யோசித்துக்கொண்டுதான் இருக்கிறார். முதல் சில வாரங்களெல்லாம் மிகமிகக் கடினமாக இருந்ததாகவும் அவர் ஒப்புக்கொள்கிறார். அதன்பின்னர் சிறையில் இருக்கும் வெர்னன் கொன்சால்ஸின் இணையரான சூசன் ஆபிரகாம், தன்னுடைய அலுவலகத்தில் கொஞ்சம் இடத்தைச் சுதாவுக்கு அவர் ஒதுக்கிக் கொடுத்தார். அந்த இடத்தில் தன்னுடைய வழக்கறிஞர் பணியைத் துவங்கி, அதன்மூலம் சமூகத்துடன் மீண்டும் தன்னை இணைத்துக்கொள்ளும் முயற்சியைத் துவங்கினார்.

இன்னும் எத்தனை காலத்திற்கு நிலவைக் கூண்டிலேயே அடைத்து வைக்கமுடியும்? | 167

சுதா போன்றவர்களின் தனிப்பட்ட சொந்த வாழ்க்கையென்பதே சமூகத்துடன் இணைந்து அவர்களுக்கு உழைப்பதுதான். அதனால், அந்தப் பணிக்குத் திரும்புவதும் களச் செயல்பாடுகளில் தன்னை இணைத்துக்கொள்வதுமே அவர்களுடைய வாழ்க்கையை இனிதாக மாற்றும். இதில் சுதா மட்டுமல்லாமல் அவரைப் போன்ற பலரும் இருக்கின்றனர். ஷர்ஜீல் உஸ்மானியோ, சிறையில் இருந்து வெளியே வந்த நாள் முதலாக, காரணமே இல்லாமல் நாடு முழுவதிலும் அரசின் அதிகார ஆதிக்கத்தினால் கைது செய்யப்பட்டு சிறைப்படுத்தப்பட்டிருக்கும் முஸ்லிம்கள் குறித்த மிகவிரிவான தகவல்களைச் சேகரித்து ஆவணப்படுத்தத் துவங்கிவிட்டார். அதேபோல, சிறையில் இருந்து வெளியே வந்த நோதீப் கௌரும், தினக்கூலித் தொழிலாளர்களின் கண்ணியமான வாழ்க்கைக்கான போராட்டத்தில் தன்னை இணைத்துக்கொண்டுவிட்டார். சிறையில் இருந்து மிகச்சமீபத்தில் வெளியே வந்திருக்கும் அவருக்கு, இதனால் ஏற்பட வாய்ப்பிருக்கும் பின்விளைவுகள் குறித்து கொஞ்சமும் பயமில்லையா என்று அவரிடம் கேட்டோம். தனது கடந்தகாலப் பணிகளை ஆதரித்தவர்களுக்கும், சிறைக்குள் இருந்தபோது தன்னுடைய விடுதலைக்காகக் குரல் கொடுத்தவர்களுக்கும் நன்றிக்கடன் பட்டிருப்பதாகவும், சிறை சென்று வந்திருப்பதால் புதியதொரு பலம் கிடைத்திருப்பதாகவும் அவர் கூறினார். அதனால், மேலும் அதிக உற்சாகத்துடன் போராட முடிகிறது என்றார். அவரை இயங்கவிடாமல் தடுக்கத்தான் இந்த அரசு மிகப்பெரிய முயற்சிகளை எடுத்து சிறைக்கெல்லாம் அனுப்பியது. ஆனால், அதில் ஒரு துளியும் அதிகாரவர்க்க அரசினை வென்றுவிடவே அவர் அனுமதிக்கவில்லை. இருப்பினும் அவருடைய இணையர் மற்றும் குடும்பத்தினரின் பாதுகாப்பு கருதி, அவர்களிடம் இருந்து தள்ளியே இருக்க வேண்டிய நிலை ஏற்பட்டுவிட்டது. சமூகத்திற்காகத் தொடர்ந்து உழைக்க வேண்டிய முடிவினை எடுத்திருப்பதால், குடும்பத்துடனான நெருக்கத்தை இழக்க நேரிட்டபோதும், அதிகார வர்க்கத்திடம் அவர் தோற்காமல் இப்போதும் பயணிக்கிறார்.

பயம், கோபம், நம்பிக்கை மற்றும் விரக்தி எனப் பல்வேறு விதமான உணர்வுகள் மாறிமாறி வந்துகொண்டிருக்கையில், அரசியல் கைதிகளையும் அவர்களது போராட்டத்தையும் விடுதலையையும் சுற்றி இயல்பாகவே கூட்டுச் செயல்பாட்டின் வழியாக ஒரு புதிய சமூகக் கூடமும் உருவாகித்தான் வருகிறது. முன்பைவிடவும் காத்திரமாக இந்த வளர்ந்துவரும் பாசிச அரசின் கொடூரங்களை எதிர்க்கும் தன்மையை அது கொண்டிருக்கிறது.

அரசியல் கைதிகளின் விடுதலைக்காகவும் விடுதலையான பின்னர் அவர்களுடன் கைகோர்த்து அவர்கள் முன்வைக்கும் போராட்டத்திற்காகவும் அரசியல் அடையாளங்களைத் தாண்டி பல்வேறு விதமான மக்கள் இணைந்து ஒருவருக்கொருவர் அன்பைப் பகிர்ந்து ஒரு கூட்டு முயற்சியினை மேற்கொண்டிருக்கின்றனர்.

தங்களது கருத்துக்கு எதிர்க்கருத்தைப் பேசும் எவரையும் விட்டுவைக்க மாட்டோம் என்றும், எந்த எல்லைக்கும் துரத்திச்சென்று துன்புறுத்துவோம் என்கிற தன்னுடைய நிலைப்பாட்டை வெளிப்படையாகக் காட்டி, ஒட்டுமொத்த சமூகத்தையும் அச்சுறுத்துவதற்காகவே அரசியல் கைதிகளை மிகவும் மோசமாக நடத்துகிறது இந்த இந்துத்துவ அரசு. இதற்குச் சரியான பதிலடி கொடுப்பதற்கு ஒரேயொரு வழிதான் இருக்கிறது. மக்களிடமும் இயக்கங்களிடம் இருக்கிற சின்னச்சின்ன கருத்து வேறுபாடுகளையும் முரண்பாடுகளையும் அங்கீகரித்து ஏற்றுக்கொண்டு, சமூகநீதியும் சமத்துவமான குடியுரிமையும் வேண்டிப் போராடும் ஒரு பொது இலக்கினை நிர்ணயித்து, அதனை அடைவதற்காக அனைவரும் கூட்டாக இணைந்து செயல்படுவதுதான் ஒரே தீர்வு.

சாதி, மதம், வர்க்க அடையாளங்களைத் தாண்டி மக்கள் ஒருங்கிணைந்து செயல்படுவதைப் பார்த்து இந்த அரசு அஞ்சுகிறது என்பதைத்தான் பிகே-16 வழக்கு நமக்குத் தெளிவாக எடுத்துக்காட்டுகிறது. அந்த ஒற்றுமையினையும் வலிமையினையும் உடைத்தெறிவதற்கு, தனக்குத் தெரிந்த ஒரே வழிமுறையான வன்முறையைக் கையிலெடுத்து அதிகளவிலான அடக்குமுறைகளைக் கட்டவிழ்க்கிறது இந்த அரசு. ஒருபுறம் இதன்மூலம் பல செயல்பாட்டாளர்களின் வாழ்க்கையில் அதிக அழுத்தம்கொடுத்து அவர்களது நம்பிக்கைகளை உடைக்க முயற்சி செய்கிறது. மறுபுறமோ இதையெல்லாம் செய்வதன்மூலம் ஜனநாயக அரசென்று காட்டிக்கொள்ள முற்படுவதெல்லாம் முழுப்பொய்யென்று மக்களிடம் அம்பலப்பட்டுப் போகிறது அதே சர்வாதிகார அரசு.

எந்த அரசும் இப்படியாகச் சொந்த குடிமக்களையே கொடுமைப்படுத்தக் கூடாது என்றாலும், மக்களின் நம்பிக்கையையும் போராட்ட குணத்தையும் உடைக்க நினைத்து அவர்கள் செய்யும் அட்டூழியங்களெல்லாம் அவர்களுக்கே எதிராகத்தான் முடியும் என்று உறுதியாக நம்புகிறோம்.

5

சின்னச் சின்ன அன்பில்தானே...

அரசின் கருத்தில் இருந்து மாறுபட்டக் கருத்தைப் பொதுத்தளத்தில் பேசுகிறார்கள் என்பதாலேயே அநியாயமாகச் சிறைக்கம்பிகளுக்குப் பின்னால் அடைத்துவைக்கிற கொடூரத்தன்மைக்கு எதிராக, ஒருபுறம் சட்டப் போராட்டங்களும் பிரச்சாரங்களும் நடத்தப்பட்டு வருகின்றன. அதேவேளையில், மறுபுறம் அரசியல் கைதிகளுக்கு நம்பிக்கையளிக்கும் விதமாக அன்பைக் காட்டும் சின்னச்சின்ன முயற்சிகளும் நடந்துகொண்டே இருக்கின்றன.

பிணையில் வெளியே வந்திருக்கும் அரசியல் கைதிகளையும் அவர்களது குடும்பத்தினரையும் தொடர்புகொண்டு, சிறைவாச அனுபவக்காலத்தில் அவர்களுடைய அன்புக்குரியவர்கள் கொடுத்த மிகவும் நெருக்கமான நம்பிக்கையளித்த பொருட்கள் ஏதும் இருக்கின்றனவா என்று கேட்டோம். அவர்களுக்கும் வாழ்வதற்கு ஒரு அழகான வாழ்க்கை இருக்கிறது என்பதை உலகிற்கு காட்டுவதே அதன் நோக்கமாகும். இந்த அரசு அவர்களை உடைத்தெறிய நினைத்தபோதெல்லாம், எது அவர்களுக்கு நம்பிக்கையையும் பலத்தையும் கொடுத்தது என்பதையும் அவர்களிடம் கேட்டோம். அவர்களுடைய அன்புக்குரியவர்களை நினைக்கும்போதெல்லாம் எதனைப் பொருத்திப்பார்த்து சிறைக்குள்ளே நாட்களைக் கடத்தினார்கள் என்பதையும் கேட்டறிந்தோம்.

அரசியல் கைதிகளையும் அவர்களது குடும்பத்தினரையும் சந்தித்தபோது அந்த அறையில் சூழ்ந்திருந்த இருள்கலந்த சோகச்சூழலை உடைத்தெறிந்து பேச்சைத் துவங்குவதற்கும் இக்கேள்வி மிகப்பெரிய உதவியாக இருந்தது. சின்னச்சின்னப் பொருட்களையும் கடிதங்களையும் நினைக்கத் துவங்கியதும் அவர்களது முகங்களில் மெல்லிய புன்னகை படர்ந்தது. அந்த நொடியில் அவர்களது அன்புக்குரியவர்கள் அவர்களின் முன்தோன்றியது போல அவர்கள் உணர்ந்ததைப் பார்க்கமுடிந்தது. அவர்களுடைய மனதுக்கு நெருக்கமான பல விவரங்கள் அந்த

உணர்வுப்பூர்வமான உரையாடலில் வெளிவந்தன. இணையருடனும் பெற்றோருடனும் குழந்தைகளுடனும் நண்பர்களுடனும் மற்றும் இன்னபிற தோழர்களுடனுமான பல கதைகளை அவர்கள் கூறினார்கள். ஒரு சில கதைகள் வேடிக்கையாகவும், இன்னும் சில கதைகள் கண்கலங்க வைப்பவையாகவும் இருந்தன.

இவையெல்லாமும்தான் அரசியல் கைதிகளும் அவர்களது குடும்பங்களும் அவர்கள் சார்ந்த சமூகத்தினரும் எல்லோரையும் போல மனிதர்களே என்றும், அவர்களுக்கும் ஓர் அழகான வாழ்க்கை இருக்கிறது என்பதையும் பொதுமக்களிடம் எடுத்துச் செல்ல துணையாக இருக்கின்றன. பொதுப்புத்தியில் அவர்களைப் பற்றி உருவாக்கப்படும் தவறும் போலியுமான பிம்பத்தை உடைக்கவும் அவை உதவியாக இருக்கின்றன.

நூர்ஜகான், அத்தார் கானின் தாய்:

"அத்தார் கைது செய்யப்படுவதற்கு முன்னர் அவனுக்கு முதன்முறையாக ஓரிடத்தில் முழுநேர வேலை கிடைத்தது. அவனுக்குக் கிடைத்த முதல் மாத ஊதியத்தில், எனக்கும் அவனுடைய அப்பாவிற்கும் புதிய துணிகள் வாங்கிக் கொடுத்தான். அதை நாங்கள் இருவரும் தையல்காரரிடம் கொடுத்து அளவெடுத்துத் தைத்துவிட்டோம். ஆனால், இப்போது அவன் சிறையில் இருக்கிறான். அதனால் அவன் சிறையில் இருந்து வெளியே வரும்வரையிலும், அவன் வாங்கிக் கொடுத்த இந்த புதிய துணியை நாங்கள் அணிய மாட்டோம். அவன் வந்தபிறகுதான் முதல்முறையாக அணிவோம்."

- நூர்ஜகான், அத்தார் கானின் தாய்

ஜென்னி ரோவேனா, ஹனி பாபுவின் மனைவி:

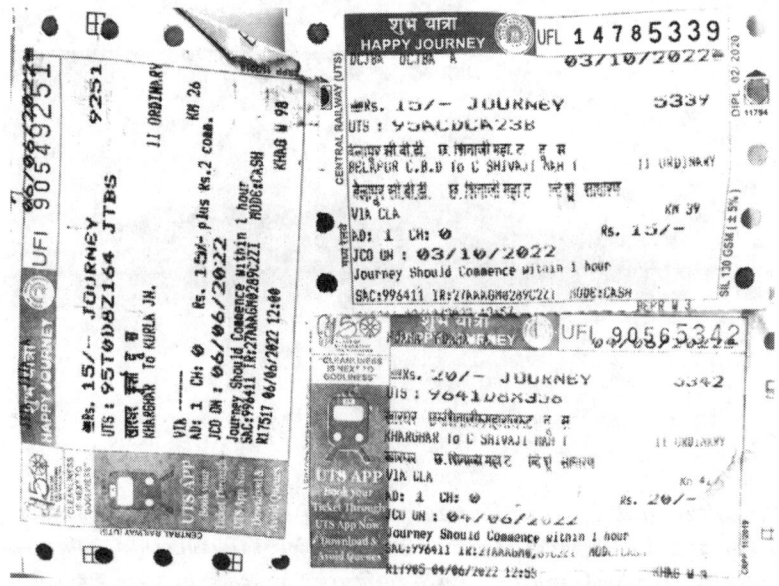

"இந்த இரயில் பயணச்சீட்டுகள் இப்போதெல்லாம் பெரும்பாலான நேரங்களில் என்னுடைய கைப்பையில் இருக்கின்றன. சிறையில் அவரைப் பார்த்துவிட்டு வீட்டிற்குத் திரும்பும்போது, நான் இரயிலில்தான் வருவேன். அவர் சிறைக்குச் செல்வதற்கு முன்னர் மும்பைக்கு அவருடன் இரயிலில் சென்றிருக்கிறேன். நாங்கள் குடும்பத்துடனும் மும்பையைச் சுற்றிப்பார்க்க இரயிலில் சென்றிருக்கிறோம். இதே இரயிலில் சுற்றுலாப் பயணிகளாக அப்போது நாங்கள் பயணித்திருக்கிறோம். எப்போதும் என் கணவருடன்தான் இந்த இரயிலில் முன்பெல்லாம் சென்று வந்திருக்கிறேன். ஆனால், இப்போதோ ஒரு கைதியின் மனைவியாக என்னுடைய கணவர் இல்லாமல் தனியாக இதே இரயிலில் வந்துகொண்டிருக்கிறேன்."

- ஜென்னி ரோவேனா, ஹனி பாபுவின் மனைவி

பாதிரியார் பிராசர் மஸ்கரானஸ்,
பாதிரியார் ஸ்டான் சுவாமியின் அதிகாரப்பூர்வ வாரிசு:

"அவர் காதுகேட்புக் கருவியைப் பயன்படுத்தி வந்தார். அவருடைய பழைய கருவி சரியாக வேலை செய்யவில்லை என்பதால், புதிதாக வாங்கி மாற்றினோம். அந்த புதியக் கருவியை அதிகளவில் பயன்படுத்தக்கூட இல்லை. அதற்குள் இறந்துவிட்டார். காது கேட்புப் கருவிகள் அவருக்கு மிகவும் முக்கியமானதாகவும் நெருக்கமானதாகவும் இருந்திருக்கின்றன. அவைதான் அவரையும் அவரைச் சுற்றியுள்ள மனிதர்களையும் இணைக்கும் கருவியாக இருந்துவந்தன. அதனால் இவற்றைக் கவனமாக வைத்திருக்கிறேன்."

- பாதிரியார் பிராசர் மஸ்கரானஸ், பாதிரியார் ஸ்டான் சுவாமியின் அதிகாரப்பூர்வ வாரிசு

நோதீப் கௌர்:

"நான் கைது செய்யப்படுவதற்குச் சற்று முன்னர், கைது செய்யப்படுவேன் என்றெல்லாம் தெரியாமல், என்னுடைய இணையரின் கையைப் பற்றிக்கொண்டு, அவரிடம் ஏதோ ஒன்றைச் சொல்ல வேண்டும் என்று கூறினேன். என்னவென்று அவர் கேட்டபோது, 'இன்றைய போராட்டம் முடிந்தபின்னர் அதுகுறித்து இன்று இரவு பேசுவோம்' என்றேன். ஆனால், அதற்குள்ளாகவே என்னைக் காவல்துறை கைது செய்து சிறையில் அடைத்துவிட்டது. நான் அவரிடம் என்ன சொல்ல வேண்டும் என்று நினைத்தேனோ, அதைச் சொல்லவே முடியாமல் போனது" என்றார் நோதீப் கௌர்.

"நீங்கள் இருவரும் கைகோர்த்திருப்பது போல ஒரு புகைப்படம் எடுத்துத் தரமுடியுமா? அதையே இந்தப் பகுதிக்கான நினைவுப் படமாக வைத்துகொள்ளலாம்?" என்று அவரிடம் கேட்டோம்.

"அப்படி ஒரு புகைப்படத்தை எடுப்பதற்கு நீண்ட காலம் காத்திருக்க வேண்டியிருக்கும்" என்றார்.

"ஏன்?" என்று கேட்டோம்.

"ஏனென்றால் அவர் இப்போது எங்கே இருக்கிறார் என்பதே எனக்குத் தெரியாது. அவர் மீது பல பொய் வழக்குகளைத் தொடுத்து, அவரைக் காவல்துறை தேடிக்கொண்டிருக்கிறது. அவர்களிடம் இப்போது சிக்கினால் என்னாகுமோ தெரியாது. அதனால், அவர் எங்கோ மறைவாக ஓடிக்கொண்டிருக்கிறார். அவர் எங்கே இருக்கிறார் என்பதோ அல்லது எப்போது அவரை மீண்டும் சந்திப்பேன் என்றோகூட எனக்குத் தெரியாது" என்றார் நோதீப் கௌர்.

இன்னும் எத்தனை காலத்திற்கு நிலவைக் கூண்டிலேயே

நார்கிஸ், காலித் சை:.பியின் மனைவி:

“சிறையில் இருக்கும் அப்பாவிற்காக ஒரு அட்டையில் ஓவியம் வரைந்தாள் என் மகள் மரியம். நான் சிறைக்குச் சென்று அவரைச் சந்திக்கும்போது அதனைக் கொடுக்க வேண்டும் என்றுசொல்லி என்னிடம் கொடுத்தாள். ஆனால், நான் அவரைச் சந்திக்க சிறைச்சாலைக்குச் செல்லும்போது வாசலிலேயே அதனை அனுமதிக்க சிறைக்காவலர்கள் மறுத்துவிட்டனர். இது தெரிந்ததும் அவள் மனமுடைந்து போய்விட்டாள். அடுத்தமுறை சிறைக்குப் போகும்போது வேறொரு வழியை அவள் கண்டுபிடித்துவிட்டாள். அட்டையில் வரைந்ததையும் எழுதியதையும் போல என் கையில் மருதாணியில் வரைந்தும் எழுதியும்விட்டாள். இப்போது என்னுடைய கையை எந்தக் காவலராலும் தடுக்கமுடியாதுதானே. அப்படித்தான் நான் அடுத்தமுறை சிறைக்குச் சென்று, என் கையில் மரியம் எழுதியதையும் வரைந்ததையும் அவருக்குக் காட்டினேன்.”

- நார்கிஸ் சைஃபி, காலித் சைஃபியின் மனைவி

நார்கிஸ், காலித் சை:.பியின் மனைவி:

"அப்பாவைப் பார்க்க ஆசைப்பட்ட என் மகனை ஒருமுறை சிறைக்கு அழைத்துச் சென்றேன். நாங்கள் வந்திருக்கிறோம் என்று தெரிந்ததும், நீண்ட காலத்திற்குப் பிறகு பார்க்கப் போகும் மகனுக்குக் கொடுக்க எதுவுமே இல்லையே என்று அவர் வருத்தப்பட்டிருக்கிறார். அதனால், உடனே ஓடிப்போய் சிறைக்குள் இருக்கும் கடைக்குச் சென்று, சிறையிலேயே கைதிகளால் செய்யப்படும் இனிப்புப் பலகாரங்களில் சிலவற்றை வாங்கிக்கொண்டு எங்களைப் பார்க்க வந்தார்."

- நார்கிஸ் சைஃபி, காலித் சைஃபியின் மனைவி

இன்னும் எத்தனை காலத்திற்கு நிலவைக் கூண்டிலேயே

இப்சா ஷதாக்ஷி, ரூபேஷ் குமார் சிங்கின் மனைவி:

"எங்களுடைய கிராமத்தில் பல்வேறு வகையான காளான்களைப் பார்க்கலாம். அவை எல்லாமே மிகவும் சுவையாக இருக்கும். ஜார்கண்டில் இந்தப் பகுதியில் அவைதான் மிகவும் முக்கியமான அன்றாட உணவாகும். ரூபேஷுக்குச் சுவையான உணவை உண்பதென்றால் மிகவும் பிடிக்கும். அதிலும் அவருக்கு மிக அதிகமாகப் பிடித்த உணவுகளில் காளானும் ஒன்றாகும். அவர் கைது செய்யப்பட்டதில் இருந்து, எங்களுடைய வீட்டில் எவருமே காளான் சாப்பிடுவதே இல்லை. அவர் இல்லாமல் சாப்பிடுவது ஏனோ எங்களுக்குச் சரியாகப் படவில்லை. நாங்கள் எல்லாம் ஒன்றாகக் கூடி, 'இனி காளான் சாப்பிட வேண்டாம்' என்றெல்லாம் முடிவெடுத்துவிட்டு இப்படிக் காளான் சாப்பிடாமல் இல்லை. அதுவே தானாக அப்படியே நிகழ்ந்துவிட்டது. எங்களுடைய வீட்டில் மட்டுமல்ல. என்னுடைய மாமியார் வீட்டிலும், என்னுடைய அம்மா வீட்டிலும், என்னுடைய சகோதரி வீட்டிலுமே கூட யாரும் காளான் சமைப்பதில்லை. ரூபேஷ் என்றைக்குச் சிறையில் இருந்து திரும்ப வருகிறாரோ, அன்றில் இருந்து நாங்கள் அனைவரும் காளான் சாப்பிடுவோம்"

- இப்சா ஷதாக்ஷி, ரூபேஷ் குமார் சிங்கின் மனைவி

தேவங்கனா கலீதா:

"என்னுடைய வீட்டின் சுவற்றில் மாட்டப்பட்டிருக்கும் ஓவியம் இது. நான் சிறையில் இருக்கும்போது, 2021ஆம் ஆண்டு ஜனவரி 3ஆம் தேதியன்று சாவித்ரிபாய் புலேவின் பிறந்தநாளை நினைவுகூரும் விதமாகச் சக சிறைத்தோழி ஒருவரால் சிறையிலேயே வரையப்பட்ட ஓவியம் இது. பிஞ்ரா தோட் என்கிற பெண்ணிய அமைப்புத் தோழர் ஒருவர் எனக்கு அனுப்பிய ஒரு அஞ்சலட்டையில் இருந்த சாவித்ரிபாய் புலேவின் படத்தைப் பார்த்துதான், அந்தச் சிறைத்தோழி இதனை வரைந்தார். இந்த ஓவியம் எங்களுக்குள்ளே ஒரு உரையாடலைத் துவக்க உதவியது. சாவித்ரிபாய் புலேவில் துவங்கி ஒரு நீண்ட நெடிய வரலாற்று அரசியல் போராட்டத்தின் ஒரு அங்கமாக எங்களை நாங்களே உணர்வதற்கும், எப்போதும் நினைத்துப்பார்ப்பதற்கும் இந்த ஓவியம் ஒரு நெருக்கமான பொருளாக இருக்கிறது"

- தேவங்கனா கலீதா

ஷர்ஜீல் உஸ்மானி:

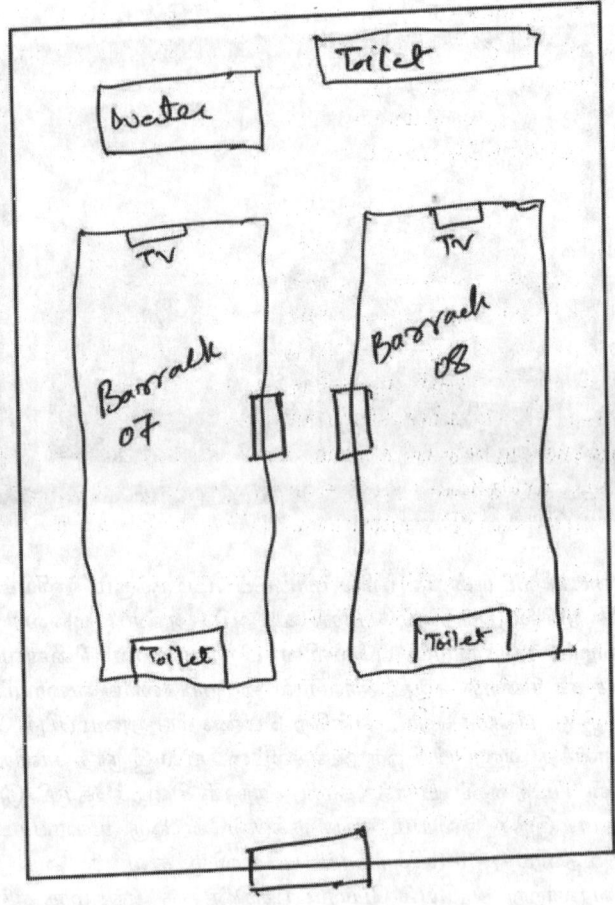

"சிறைக்குள்ளேயும் படிநிலை இருக்கிறது. கழிவறைக்கு அருகில் சிறை அறை வழங்கப்பட்டிருப்பவர்கள் தாழ்த்தப்பட்டவர்களாகக் கருதப்படுவார்கள். ஒருவரை மோசமாக நடத்த வேண்டுமென்று முடிவுசெய்துவிட்டால், கழிவறைக்கு அருகில்தான் அறை ஒதுக்குவார்கள். அதேபோல, தொலைக்காட்சிக்கு மிக அருகில் யாரெல்லாம் இருக்கிறார்களோ, அவர்களெல்லாம் படிநிலையின் மேலே இருக்கிற சலுகைபெற்றவர்களாவர்."

- ஷர்ஜீல் உஸ்மானி

தேவங்கனா கலீதா:

"நாங்கள் மிகவும் அதிர்ஷ்டசாலிகள். நடாஷாவும் குல்ஃபிஷாவும் நானும் ஒரே சிறை அறையில் அடைக்கப்பட்டோம். எங்களுடைய சன்னல் வழியாக எங்களால் நிலா வருவதைப் பார்க்கமுடியும். எங்கள் மூவருக்குமே நிலா என்றால் மிகவும் பிடிக்கும். ஆக, நாங்கள் மூவரும் ஒன்றாக அருகருகே நின்றுகொண்டு, அமைதியாக நிலாவின் வருகைக்காகக் காத்திருப்போம். மற்ற சிறைகைதிகளெல்லாம் நாங்கள் செய்வதைப் பார்த்து கேலி செய்து சிரிப்பார்கள். நாங்கள் சிறையில் இருந்தபோது ஒரு சிறை அறையின் சன்னலை ஓவியமாக வரைந்து, வெளியில் இருந்த எங்கள் நண்பர்களுக்கு அனுப்பினாள் நடாஷா."

- தேவங்கனா கலீதா

சாபா உசைன், கௌதம் நவ்லகாவின் இணையர்:

"கௌதம் எனக்கு ஒவ்வொரு வாரமும் பூக்கள் வாங்கித்தருவார். அவர் கைது செய்யப்பட்டபிறகு, அன்றாடம் சந்தித்து வந்த நபர்களிடமெல்லாம் அவர் இப்போதைக்கு இங்கே இல்லையென்று சொல்வதே எனக்குக் கடினமாக இருந்தது. அவர் வாராவாரம் பூக்கள் வாங்கிக்கொண்டிருந்த பூக்கடைக்காரரிடம் என்ன சொல்வேன்? கௌதம் இல்லையென்பதற்கான உண்மையான காரணத்தைச் சொல்லாமல் பொய் சொல்ல வேண்டுமா? நான் உடைந்து நொறுங்கியே போய்விட்டேன். ஒருநாள், 'கௌதம் சிறையில் இருக்கிறார்' என்று உண்மையைச் சொல்வதென்று முடிவெடுத்துவிட்டேன். கருத்தியலுக்காகவும் கொண்ட கொள்கைக்காகவும் சிறையில் அவர் இருக்கிறார் என்பதில் அவமானப்பட என்ன இருக்கிறது? தைரியமாகச் சொல்வதென்று உறுதியெடுத்துக்கொண்டேன்."

- சாபா உசைன், கௌதம் நவ்லகாவின் இணையர்

சாபா உசைன், கௌதம் நவ்லகாவின் இணையர்:

"பூக்களின் படத்தை நீங்கள் பயன்படுத்திக் கொள்ளலாம். ஆனால், இந்தச் சுற்றும் நாற்காலி படத்தையும் சேர்த்தேதான் நீங்கள் வெளியிடவேண்டும். இந்த நாற்காலியும் அது வைக்கப்பட்டிருக்கிற இடமும்தான் இந்த வீட்டிலேயே கௌதமுக்கு மிகவும் பிடித்த இடம் என்று, கௌதமை அறிந்த எல்லோருக்கும் தெரியும். இங்கே அமர்ந்துகொண்டு, படிப்பார், பாட்டுக் கேட்பார், இடையிடையே திரும்பி என்னிடம் பேசுவார். அவருக்குப் பின்னாடிதான் நான் எப்போதும் அமர்ந்திருப்பேன்."

- சாபா உசைன், கௌதம் நவ்லகாவின் இணையர்

ஆசி:ப் இக்பால் தன்ஹா:

"நான் சிறையில் இருந்தபோது என் வழக்கின் குற்றப்பத்திரிகையை டிஜிட்டல் பதிப்பாக என்னுடைய வழக்கறிஞர் காட்டியபோது மட்டும்தான் பார்க்க முடிந்தது. பல்லாயிரக்கணக்கான பக்கங்களைக் கொண்ட குற்றப்பத்திரிகையை எல்லாம் வைப்பதற்கான இடமெல்லாம் சிறை அறைக்குள் இல்லை. அதனால் அச்சிடப்பட்ட குற்றப்பத்திரிகை மிகமுக்கியமானதாக இருக்கிறது எனக்கு."

- ஆசிஃப் இக்பால் தன்ஹா

குல்ஃபிஷா ஃபாத்திமாவின் நண்பர்:

"சிறையில் இருந்து குல்ஃபிஷா எப்போது கடிதம் எழுதினாலும், அவை கவிதை வடிவிலோ அல்லது ஓவியக் கலைவடிவிலோதான் இருக்கும். அவள் யாரென்பதை இந்த ஒரு ஓவியம் நமக்குப் புரியவைத்துவிடும். அதில் - 'ஆசாதி எனப்படுகிற சுதந்திர வேட்கை எங்களுடைய இரத்தத்திலேயே இருக்கிறது' என்கிற பொருள்பட வரைந்த ஒரு ஓவியம் இது."

- குஃல்பிஷா ஃபாத்திமாவின் நண்பர்

ஜென்னி ரோவேனா, ஹனி பாபுவின் மனைவி:

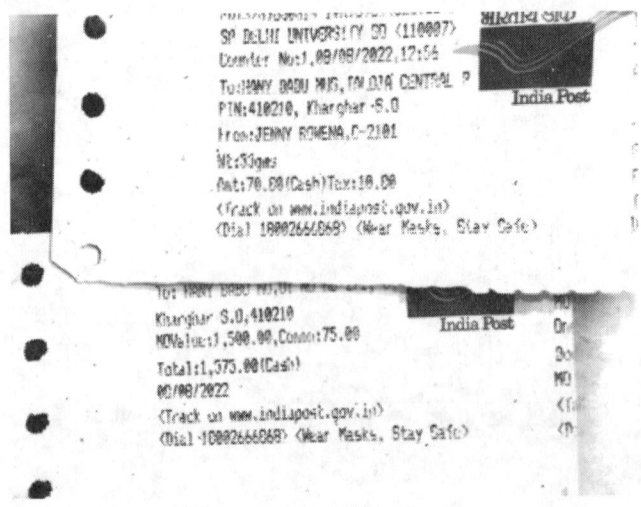

“அஞ்சல் அலுவலத்திற்குச் சென்று ஒரு பதிவுத் தபால் அனுப்பினால் இப்படியான ரசீதைக் கொடுப்பார்கள். அதில் ஒரு எண் இருக்கும். அதனை வைத்து அஞ்சல் துறையின் இணைய தளத்திற்குப் போய் பார்த்தால், நாம் அனுப்பிய தபால் எந்த இடத்தில் இருக்கிறது என்பதைத் தெரிந்துகொள்ளலாம். கொரோனா காலத்தில் நாங்கள் அனுப்பிய கடிதங்களெல்லாம் மிகவும் தாமதமாகச் சென்றுகொண்டிருந்தன. அதன் பின்னர், எந்தக் கடிதம் அனுப்பினாலும், அது எந்த இடத்தில் இருக்கிறது என்பதை நாங்கள் இணையத்தில் பார்த்துக்கொண்டே இருப்போம். அஞ்சல் துறை இணையதளத்தில் அது சிறைச்சாலையைச் சென்றடைந்துவிட்டதாகக் காட்டினாலும், பாபுவின் கைகளுக்குக் கிடைப்பதற்கு மேலும் பல நாட்கள் ஆகின்றன என்பதைத் தெரிந்துகொண்டோம். அதே வழக்கில் கைது செய்யப்பட்ட வேறு சிலரின் உறவினர்கள் இந்தத் தாமதம் குறித்து உயர்நீதிமன்றத்தில் மனு கொடுத்தனர். வெளியில் இருந்து கடிதங்கள் அனுப்பினால் தாமதமாகக் கைதிகளுக்கு வழங்கப்படுவது குறித்தும், கைதிகள் எழுதும் கடிதத்தை மிகத்தாமதமாகவே அஞ்சல்பெட்டியில் போடப்படுவது குறித்தும் நீதிமன்றத்தில் குற்றச்சாட்டு வைத்தனர். அதன்பிறகு, நாங்கள் அனுப்பும் கடிதங்கள் ஓரளவுக்குக் குறைவான தாமதத்துடன் ஹனிபாபுவின் கைகளில்

போய்ச்சேருகின்றன. ஆனால், பாபு அனுப்பும் கடிதங்களெல்லாம் எங்களுக்கு வந்துசேர, பத்து நாட்களுக்கும் மேலாகிறது. அவர் ஒரு கடிதத்தை எழுதி சிறைக்காவலர்களிடம் கொடுத்தால், அவர்கள் விருப்பப்படி எப்போது தோன்றுகிறதோ அப்போதுதான் வெளியே அஞ்சல் பெட்டியில் போடுவார்கள்.

அதனால், நானும் எனது மகளும் பெரும்பாலான நேரங்களில் பழைய கடிதங்களைத்தான் படிக்க வேண்டியிருக்கும். இருப்பினும் பாபு அனுப்பிய கடிதங்களும், நாங்கள் அனுப்பிய கடிதங்களுக்கான ரசீதுகளும் நாங்கள் பேசிக்கொள்வதற்கான மிகமுக்கியமான கருவிகளாகும். ஏனெனில் கடிதங்களில்தான் எங்கள் மனதில் தோன்றியதை அப்படியே எழுதமுடியும். சிறையில் சந்திக்கப் போனால், 20 நிமிடங்கள்தான் எங்களுக்குத் தருவார்கள். அதுவும் எங்கள் இருவருக்கும் நடுவில் ஒரு கண்ணாடித்திரை இருக்கும். அத்துடன் நேருக்கு நேராகக்கூட பேசமுடியாது. இன்டர்காம் வழியாகத்தான் பேசவேண்டும். அதையும் தாண்டி, நம்மைச் சுற்றி ஏராளமானோர் நின்றுகொண்டு இருப்பார்கள். அவர்கள் முன்னால் நம்மால் மனசுவிட்டுப் பேசவே முடியாது. அதிகளவிலான சத்தமும் அங்கே இருக்கும். நாம் பேசவேண்டும் என்று நினைத்துப் போகிறவற்றில் பலவற்றைப் பேசமுடியாமல்தான் திரும்பி வரவேண்டி இருக்கும். நாங்கள் கடிதம் எழுதினாலும், அதனைச் சிறைக்காவலர்களும் அதிகாரிகளும் வாசிப்பார்கள்தான் என்றாலும், எழுதும்போது அதையெல்லாம் யோசிக்காமல் அந்தக் கடிதத்தில் இருக்கிற காலியான இடம் முழுக்கவே நமக்கானதுதான் என்கிற நினைப்பு கொஞ்சம் ஆறுதலைத் தரும். அதனால், இந்த ரசீதுகள் எல்லாம் மிகவும் விலைமதிப்பற்றவை. அதனால்தான், நான் அனுப்பிய கடிதம் பாபுவின் கைகளுக்குக் கிடைத்துவிட்டது என்று தெரிந்தபின்னரும் இந்த ரசீதுகளைத் தூக்கியெறிய மனமே இல்லாமல் வைத்திருக்கிறேன்.”

- ஜென்னி ரொவேனா, ஹனி பாபுவின் மனைவி

6

இந்திய அரசியல் கைதிகளின் குரல்கள்[1]

27 ஜூன் 1974

வரவர ராவ்

சிறைச் சுவர்களுக்கு அப்பால்,
முள்வேலிக்குள் சிக்கிக்கொண்டது நிலா - நாங்களோ
பாடியும் பேசியும் முடித்தபின்னர்,
புரட்சிக் கனவுகளுக்குள் கரைந்தே போனோம்

1974 மே மாதம் முதல் 1977 மார்ச் மாதம் வரையிலான காலகட்டத்தில் செக்கந்தராபாத், வாரங்கல் மற்றும் ஹைதராபாத் சிறைச்சாலைகளில் வரவர ராவ் எழுதி 1978ஆம் ஆண்டு ஹைதராபாத்தில் வெளியிடப்பட்ட 'ஸ்வேச்சா' (விடுதலை) என்கிற கவிதைத் தொகுப்பில் இருந்து எடுக்கப்பட்டது.

★★★

1 நவம்பர் 2019
ஷோமா சென்

ஏர்வாடா சிறை, புனே மார்ச் 8

'இந்தப் பொண்ணுங்களுக்கு எல்லாம் என்னதான் வேணுமாம்?' என்று கேட்டுக்கொண்டே தனது அலுவலகச் சன்னலைத் திறந்து மாடியில் இருந்து கீழே தெருவை எட்டிப் பார்த்தான் அஸ்தானா. சர்வதேசச் பெண்கள் தினத்திற்கான பதாகைகளை ஏந்திக்கொண்டு, 'நாங்கள் மலர்கள் அல்ல, தீப்பிழம்புகள்' என்பன போன்ற உற்சாக முழக்கங்களை எழுப்பிக்கொண்டே காந்தி சௌக் என்னும் இடத்தை நோக்கி ஊர்வலமாகத் தெருவில் பெண்கள் சென்று கொண்டிருந்தனர். இன்று மாடிக்கு லிஃப்டில் வரும்போதே பல பெண்கள் சூழ்ந்திருந்த வேளையில் அவர்கள் யார்மீதும் மூச்சுக்காற்றுகூட பட்டுவிடக்கூடாதென்று மிகவும் கவனமாக வந்திருக்கிறான். அவனுடைய வீட்டில்

தயாரிக்கப்படும் தேநீரைக் குடிப்பதைத் தவிர்ப்பதற்காகவே, அவன் இப்போதுதான் அவனுக்கு மிகவும் பிடித்த உடுப்பி ஓட்டலுக்குச் சென்றுவிட்டுத் திரும்பி இருக்கிறான்.

அஸ்தானாவின் வீட்டில், அவனது மனைவி அப்போதுதான் காலை வேலைகளை எல்லாம் செய்து முடித்திருந்தாள். பனாரஸில் இருந்து மும்பைக்கு இடம்பெயர்ந்து வந்ததில் இருந்தே வீட்டு வேலைக்கு உதவிக்கு யாரையும் அழைக்காமல், அனைத்தையும் அவளே செய்து, செலவினைக் குறைக்க முடிவு செய்திருந்தாள். சுற்றிலும் வாழும் இல்லத்தரசிகளின் ஆடைக் கலாச்சாரமாக அவள் பார்த்த நைட்டி என்கிற உடைக்கு அவளும் மாறுவதற்காக, இரவில் அணிவதற்கு இரண்டும், பகலில் அணிவதற்கு இரண்டுமாக நான்கு நைட்டிகள் வாங்கினாள். சமீபத்தில் நடந்துமுடிந்திருக்கும் அவளது திருமணத்திற்கு, அவளுக்குப் பரிசாகக் கிடைத்த புடவைகள் அனைத்தையும் ஏதாவது விசேச நிகழ்ச்சிகளுக்கு மட்டுமே அணிவதென்று முடிவெடுத்துப் பத்திரமாக எடுத்து வைத்துவிட்டாள். இன்றைக்கு வறுத்த அவல் சாப்பிட்டுவிட்டு, பாத்திரங்களைக் கழுவத் துவங்கினாள். பதினைந்து நிமிடங்களுக்குப் பின்னர் வீட்டைப் பெருக்குவதற்குத் துடைப்பத்தைக் கையிலெடுத்தாள். அவள் பெருக்கிக் கொண்டே இருக்கையில், ஒரு சுருள்முடி அவளையும் அவளது துடைப்பத்தையும் ஏமாற்றிவிட்டு சுருண்டு தப்பித்து ஓடிக்கொண்டே இருந்தது. அதன் பின்னாலேயே துரத்திக்கொண்டு அவளும் சென்றாள். அந்த நொடியில் அவளை நினைத்து அவளுக்கே கொஞ்சம் பரிதாபமாகத்தான் இருந்தது. பனாராஸ் இந்து பல்கலைக்கழகத்தில் முதல் வகுப்பில் தேர்ச்சிப் பெற்று முதுகலைப் பட்டம் பெற்றவள். இப்போது தினந்தோறும் ஒரே மாதிரியான வேலைகளை மட்டுமே வீட்டில் செய்துகொண்டிருக்கிற நிலையில் சிக்கியிருக்கிறாள். இளங்கலை முடித்ததும் ஓவிய வகுப்பில் சேர்ந்ததையும் பின்னர் இசை வகுப்புக்குப் போனதையும் அதன் பிறகு யோகா ஆசிரியர் வகுப்பு முடித்ததையும் ஓட்டுநர் பயிற்சி முடித்து உரிமம் பெற்றதையும் நினைத்துப் பார்த்தாள்.

தனக்காக ஒரு கோப்பை தேநீரைத் தயார்செய்துவிட்டு, செய்தித்தாளைக் கையிலெடுத்தாள். அலுவலகம் செல்வதற்கு முன்னர் அவளது கணவர் ஆங்காங்கே வீசியெறிந்து சென்றிருக்கும் ஆடைகளை ஒரு ஓரமாகத் தள்ளிவிட்டு சோபாவில் அமர்ந்தாள். அவளுக்கு அருகில் சிறிய மேசையில்

இருந்த விளக்கின் நிழல் தொட்டுக்கொண்டிருக்க அவர்களது கல்யாணத்தில் எடுத்த படமொன்று இருந்தது. அதில் பென்சில் போன்ற மீசையும் சதைப்பற்றுள்ள மொழுமொழு கன்னமும் கொண்ட கணவன் சிரித்துக்கொண்டிருந்தான். மேலும், காதுகளின் பின்னாலிருந்து ஒரு சிறிய கொத்துமுடி எட்டிப் பார்த்து, சுருளாக மேலேழுந்து நின்றது. அவனை அவளுக்குப் பிடித்தமாதிரியாக அழகாக்குவதற்கு அவள் எவ்வளவு முயன்றிருப்பாள் என்று யோசித்துப் பார்த்துக்கொண்டாள். இருப்பினும் நீலநிற ஜீன்சும் மேல்சட்டையும் பெரிதாக அதற்கு உதவவில்லை என்றுதான் அவளுக்குத் தோன்றியது. அவளோடு இருக்கும்போது கொஞ்சம் அமைதியாகவும், இல்லாதபோது உரக்கப் பேசுபவனாகவும் இருந்ததைக் கவனித்தாள். வெளியே கடைகளுக்குப் போனால் அவன் செய்யும் சேட்டைகளையும் நகைச்சுவைப் பேச்சுகளையும் கடையில் வேலைசெய்யும் பெண்கள் ரசித்தார்கள். இருவரும் ஒன்றாக வெளியே சாப்பிடப் போகும்போது, அவன் ரொட்டியும் ஏதோவொரு சைவக் குழம்பும் வாங்கிச் சாப்பிடுவான். இதைப்போய் வெளியே ஓட்டலில் சாப்பிட வேண்டுமா என்று அவள் நினைப்பாள். கடையில் செய்வதை விடவும் சுவையாக வீட்டிலேயே செய்வேனே என்று மனதிற்குள் நினைத்துக்கொள்வாள். படுக்கையறையில் அவளை மகிழ்விப்பதற்கு என்ன செய்யவேண்டுமென்பது குறித்து அவனுக்கு இன்னும் சரியாகப் புரியவில்லை என்றாலும், தொடர்ந்து அவனால் முடிந்த முயற்சிகளை செய்துகொண்டு இருந்தான்.

கையிலெடுத்த செய்தித்தாளில் தலைப்புச் செய்திகளைப் படிக்காமல் தவிர்த்துவிட்டுப் பக்கங்களைப் புரட்டினாள். வானிலை அறிக்கையைப் பார்த்தாள். பின்னர், அன்னை தெரசாவின் உடல்நிலை மீண்டும் மோசமாகி இருக்கிற செய்தி அவள் கண்ணில் பட்டது. அதனருகே மற்றொரு சிறிய செய்தி கண்ணில்பட்டு அவளது கவனத்தை ஈர்த்துப் படிக்கவைத்தது. ஆறு வயதுப் பெண் குழந்தையைப் பாலியல் வன்புணர்வு செய்த தந்தையைக் கைது செய்த தகவலை அச்செய்தி அறிவித்தது. படித்துப் பார்க்கையில்தான், அது நடந்தது அவள் தங்கியிருக்கும் அடுக்குமாடிக் குடியிருப்பில் என்கிற உண்மை தெரிந்தது அவளுக்கு. அவளது நரம்புகளில் ஏதோவொரு அசௌகரியம் ஓடிக்கொண்டிருப்பதாக உணர்ந்தாள். சற்றே ஒல்லியாகவும் அமைதியாகவும் தலையை எப்போதும் துணியால் மூடி

முக்காடு போட்டுக்கொண்டு பழைய பழுப்பேறிய சேலைகள் அணிந்தவராகப் பலமுறை பார்த்திருந்த அந்தக் குழந்தையின் தாய் அவளது நினைவுக்கு வந்தார். சில நேரங்களில் தெருவில் காய்கறி வண்டி வருகையில், காய்கறி வாங்கும்போது அந்தக் குழந்தையின் அம்மாவைப் பார்த்திருக்கிறாள் சுவேதா.

ஒரு குழப்பமான நிலைக்கு அவளது உடலும் மனதும் சென்று கொண்டிருந்த வேளையில், அப்போது என்ன செய்வதென்றே அவளுக்குத் தெரியவில்லை. பாதிக்கப்பட்ட அந்தக் குழந்தையின் அம்மா அதே குடியிருப்பில் இருப்பதால், நேரில் சென்று ஆறுதல் சொல்லித் தேற்றி, அவருக்கு உதவிகள் தேவையென்றால் செய்யலாம் என்று அவளது மனம் ஒருபுறம் சொல்கிறது. ஆனால், அதேவேளையில் அந்தக் குழந்தையின் குடும்பத்திற்கு ஏற்பட்டிருக்கிற பிரச்சினையென்பது வெளியே பெரிதாகப் பேசிக்கொள்ள முடியாத பிரச்சினையாக இருப்பதால், அதுகுறித்துப் பேசி அவர்களைச் சங்கடப்படுத்த வேண்டாமென்றும் அவளுக்குத் தோன்றியது.

அவளது தேநீர் கோப்பை அவளுக்கு அருகிலும், மடிக்கப்படாத செய்தித்தாளோ அவளது மடியில் பச்சை நிற நைட்டியின்மீதும் அப்படியே இருந்தன. அப்போது அவளது பழைய கல்லூரித் தோழி ஹர்ஷா நினைவுக்கு வந்தாள். ஹர்ஷா ஒரு பெண்ணிய செயல்பாட்டாளர். மும்பையைச் சேர்ந்த ஹர்ஷா, பொறியியல் படிப்பதற்காக சுவேதா படித்த அதே பனாரஸ் இந்து பல்கலைக்கழகத்திற்கு வந்திருந்தாள். படிக்கிற போதே கல்லூரி மாணவ அரசியலில் ஹர்ஷா தீவிரமாக இயங்கிவந்தாள். சுவேதா புதிதாகக் குடிவந்திருக்கிற மும்பையில்தான் ஹர்ஷாவும் இருக்கிறாள் என்பதால், இப்போது ஹர்ஷாவிடம் பேச வேண்டும் போல இருந்தது சுவேதாவுக்கு. தொலைபேசியின் அருகே சென்று ஹர்ஷாவின் எண்ணுக்கு அழைத்தாள்.

சுவேதாவின் அழைப்பை ஏற்று, ஹர்ஷா அவளது வீட்டுக்கு வந்தாள். அப்போதுதான் சுவேதா அவளது மதிய உணவைச் சாப்பிட்டு முடித்திருந்தாள். சாப்பிட்ட தட்டைக் கழுவிக்கொண்டிருந்தபோது வீட்டில் அழைப்பு மணியோசை கேட்டது. கதவைத் திறந்தால், சுருள் முடியுடனும் ஒருபக்க உதட்டின் வழியே வெளிவந்த மெல்லிய புன்னகையுடனும் அழகான பெண்ணாக வாசலில் நின்றிருந்தாள் ஹர்ஷா. அவளது ஒருபக்க தோளில் ஒரு ஜோல்னா பையொன்று

தொங்கிக்கொண்டிருந்ததால், அந்தப் பக்கத் தோளில் அவளது ப்ரா பட்டை வெளியே தெரிந்தது. நீண்ட நாட்களுக்குப் பிறகு சந்தித்த பழைய நெருங்கிய நண்பர்களாக மகிழ்ச்சியில் உரக்கக்குரல் எழுப்பிக்கொண்டே இறுகக் கட்டிப்பிடித்து அன்பைப் பரிமாறினர்.

"நான் இப்போதுதான் சாப்பிட்டேன். நீ சாப்பிடுகிறாயா?" என்று கேட்டாள் சுவேதா.

"ஏதாவது இருந்தால் கொடு. எனக்கு அதிகமாகப் பசிக்கிறது. காலையில் சீக்கிரமே கிளம்பி, அச்சடித்த துண்டுப்பிரசுரங்களை வாங்குவதற்கு அச்சகத்திற்குச் சென்றுவிட்டேன். சாப்பிட நேரம் கிடைக்கவில்லை. இன்று மார்ச் 8 இல்லையா. சர்வதேசப் பெண்கள் தினமாச்சே. இன்று மாலை ஒரு கூட்டம் இருக்கிறது. அதுசரி, நீயும் அந்தக் கூட்டத்திற்கு ஏன் வரக்கூடாது?" என்று கேட்டாள் ஹர்ஷா.

அன்று செய்தித்தாளில் படித்த செய்திக்குறித்தும், அதனால் அவளுக்கு ஏற்பட்டிருக்கும் நடுக்கத்தையும் கவலையையும் ஹர்ஷாவிடம் கூறினாள். அப்படியே பேசிக்கொண்டே ஹர்ஷாவும் சாப்பிட்டு முடித்தாள். தட்டில் இறுதியாக ஆங்காங்கே வழிந்தோ ஒட்டிக்கொண்டோ மிச்சமாக இருந்தவற்றை எல்லாம் விரல்களால் வழித்தெடுத்துச் சாப்பிட்டாள் ஹர்ஷா. அதன்பிறகு அந்தச் செய்தியில் தொடர்புடைய பெண்ணின் வீட்டிற்குச் செல்வதற்காக அதே குடியிருப்பின் முதல் மாடிக்கு இறங்கிப் போனார்கள். ஆனால், அந்த வீட்டின் முன்பு ஒரு பூட்டுப் போடப்பட்டிருந்தது.

"இப்போது என்ன செய்யலாம்?" என்று ஹர்ஷா கேட்டாள்.

"ஒருவேளை பத்திரிகையாளர்களின் பார்வையில் இருந்தும் கேள்விகளில் இருந்தும் தப்பிப்பதற்காக அந்தப் பெண் அவளது அம்மா வீட்டிற்குப் போயிருக்கலாம்" என்றாள்.

"ம்ம்... சரி, பேசாமல் உன்னுடைய கூட்டத்திற்கே போகலாம்" என்றாள் சுவேதா.

"ஓ, நீ வரியா? மகிழ்ச்சி" என்ற பரவசத்துடன் கூறினாள் ஹர்ஷா.

"நான் வேறு உடை மாற்றிக்கொண்டு வரணுமா?" என்று கேட்டாள் சுவேதா.

"இல்ல, அதெல்லாம் வேண்டாம். இதுவே நல்லாதான் இருக்கு. வா போலாம்" என்றாள் ஹர்ஷா.

பேருந்தில் பயணித்துக்கொண்டே, அவர்கள் தொடர்பில் இல்லாத கடந்த பல ஆண்டுகளில் நடந்தவற்றையெல்லாம் ஒருவருக்கொருவர் மாறிமாறி பகிர்ந்துகொண்டே சென்றனர்.

"எனக்குச் சட்டப்படி கல்யாணமெல்லாம் ஆகவில்லை. என்னுடைய இணையருக்குத் திருமணத்தில் எல்லாம் நம்பிக்கை இல்லை. திருமணம் என்பதே ஒரு முதலாளித்துவ ஒடுக்குமுறைதான் என்கிற கருத்து அவருக்கு இருப்பதால் நாங்கள் திருமணமே செய்துகொள்ளவில்லை. சட்டப்பூர்வமான கல்யாணச் சான்றிதழெல்லாம் சொத்துக்களைப் பிரித்துக்கொள்ளத்தான் தேவை என்றும் அவர் சொல்கிறார். அத்துடன் தனிச்சொத்தின் மீதே அவருக்கு நம்பிக்கை இல்லாதபோது, சொத்து பற்றி அவர் ஏன் கவலைப்படப் போகிறார். ஆனால்..." என்று இழுத்துகொண்டே...

"ஆனால், அவருடைய அப்பாவின் தனிச்சொத்தில் மட்டும் அவருக்கு நம்பிக்கை இருக்கிறது. ஏனென்றால் அதில்தான் இப்போது நாங்கள் தங்கியிருக்கிறோம்" என்று சிரித்துக்கொண்டே கூறினாள் ஹர்ஷா.

"உங்களுக்குக் குழந்தைகள் பிறந்தால், முறைகேடான குழந்தைகள் ஆகிடுவாங்களே?" என்று உண்மையான அக்கறையுடன் கவலைப்பட்டுக் கேட்டாள் சுவேதா.

"குழந்தைகள் பிறக்கும்போது பார்த்துக்கொள்ளலாம்" என்றாள் ஹர்ஷா. அப்படியே அவர்களது திருமணம் செய்யாத காதல் வாழ்க்கை குறித்து சிறிதுநேரம் கேள்விகள் கேட்டுக்கொண்டே இருந்தாள் சுவேதா. ஹர்ஷா காய்கறி வெட்டினால், அவளது இணையரான திலிப் சமைப்பார் என்றும், அவர் சப்பாத்தி மாவு பிசைந்து உருட்டினால் அவள் சப்பாத்தியைச் சுட்டு எடுப்பாள் என்றும் ஹர்ஷாவும் கேள்விகளுக்கேற்ப பதில்கள் சொல்லிக்கொண்டே வந்தாள்.

"சரி, உன் வாழ்க்கை எப்படி போகுது?" என்று சுவேதாவிடம் கேட்டாள் ஹர்ஷா.

இன்னும் எத்தனை காலத்திற்கு நிலவைக் கூண்டிலேயே

“பெருசா சொல்லிக்கொள்வதற்கு ஒன்றுமில்லை. வீட்டில் பார்த்துச் செய்துவைத்த வழக்கமான திருமணம்தான். அவர் எம்பிஏ படித்திருக்கிறார்” என்றாள் சுவேதா.

பேருந்தில் இருந்து இறங்கி, அப்படியே நடந்து உழைக்கும் வர்க்க மக்கள் வாழும் பகுதிக்குள் நுழைந்து, அங்கிருந்த ஒரு தொடக்கப் பள்ளிக்குள் நுழைந்தனர். பள்ளி வளாகம் முழுக்க சுவரொட்டிகளாலும் பதாகைகளாலும் அலங்கரிக்கப்பட்டிருந்தது. ஒரு புத்தகக் கடையும் போடப்பட்டிருந்தது. புத்தகங்கள் மட்டுமல்லாமல், அங்கே பெண்ணிய முழக்கங்கள் பொறித்த சட்டைகளும் பைகளும் விற்பனைக்கு வைக்கப்பட்டிருந்தன. மாலை ஐந்து மணியளவில், வண்ணமயமான ஆடைகள் அணிந்த பெண்களும் குழந்தைகளும் வரத் துவங்கியதும் அந்த இடமே பளிச்சென்று ஆனது. அங்கே மேடையோ நாற்காலியோ எல்லாம் போடப்படவில்லை. எல்லோரும் வட்ட வடிவில் சுற்றி அமர்ந்துகொண்டனர். அந்த மாலை நிகழ்வினை வீட்டு வேலை செய்யும் தொழிலாளியான சுசீலா ஒருங்கிணைத்து நடத்தத் துவங்கினார். 1908ஆம் ஆண்டில் ஆடைத் தயாரிப்புப் பணியில் ஈடுபட்ட தொழிலாளர்கள் எல்லாம் தங்களது கோரிக்கைகளுக்காக ஒன்றுகூடி ஊர்வலம் சென்று, உரக்கக் குரல் எழுப்பிய மகளிர் தினத் தோற்றத்தின் வரலாற்றை சுசீலா சுவாரசியமாக அங்குக் கூடியிருந்த கூட்டத்திற்கு எடுத்துக் கூறினார்.

சுவேதாவுக்கு அங்கு நடக்கும் அனைத்தும் புதிய அனுபவமாகவே இருந்தது. அதற்கு முன்னர் பொதுவாகக் கலந்துகொள்ளும் மத நிகழ்வுகள் மற்றும் கலாச்சார நிகழ்வுகள் ஆகியவற்றில் இருந்து இது முற்றிலும் மாறுபட்டதாகத் தெரிந்தது அவளுக்கு. ஓரிடத்தில் போய் அமர்ந்தாள் சுவேதா. அந்தக் கூட்டத்தில் இருப்பவர்கள் பேசும் கதைகள், பகிரப்பட்ட பலரின் தனிப்பட்ட அனுபவங்கள் எல்லாம் அவளுக்குள் வெகுவேகமாக ஊடுருவத் துவங்கிவிட்டன. சிறிய வயதிலேயே பாலியல் துன்புறுத்தலுக்கு ஆளாகியிருந்த ஷீலா என்கிற பெண்ணின் கதையும் அங்கே பகிரப்பட்டது. அந்தக் கொடுமையினால் அவர் எதையும் யாரிடமும் பேசுவதையே நிறுத்திக்கொண்டிருக்கிறார். சுயவெறுப்பும் அவருக்கு வந்துசேர்ந்திருக்கிறது. ஒருநாள் மதியவேளையில் மேற்குவங்கத்தின் ஒரு கிராமத்தில் அவரது வீட்டில் தனியாகத் தூங்கிக்கொண்டிருந்தபோது, அவரது தாய்மாமாவால் அவர் பாலியல் வன்புணர்வு

செய்யப்பட்டுவிட்டார். பிற்காலத்தில் ஒரு மனநல மருத்துவர் வீட்டில் அவர் வேலை செய்துகொண்டிருந்தார். அந்த மருத்துவர்தான் மனதளவில் பாதிக்கப்பட்டிருந்த ஷீலாவை குணப்படுத்தி மீட்டெடுத்திருக்கிறார். அதேபோல, அந்த கூட்டம் நடைபெற்றுக்கொண்டிருந்த காலனிப் பகுதியில் வாழும் செவிலியரான மார்கரட்டும் அவர் கதையைக் கூறினார். குடிகாரக் கணவனின் கொடுமையைப் பொறுத்துக்கொள்ள முடியாமல் வீட்டைவிட்டு வெளியேறி தனியாளாக உழைத்து, மகனையும் சிறப்பாக வளர்த்தெடுத்திருக்கிறார். அவர் தனியாக வாழ்வதைத் தெரிந்துகொண்டு, அவர் வேலை பார்த்துவந்த மருத்துவமனையில் அவ்வப்போது சிலர் தவறாக நடக்க முயற்சி செய்தும், எதிலும் சிக்காமல் தைரியமாக வாழ்ந்திருக்கிறார். அதேவேளையில் தன்னுடைய சொந்த பாலியல் ஆசைகளையும் அடக்கிக்கொண்டே அவர் வாழ்க்கையை நகர்த்திவிட்டார் என்பதையும் அறியமுடிந்தது. "என் மகன் இப்போது விமானியாக இருக்கிறான்" என்று பெருமையுடன் கூறினார். அவரது எல்லா கடந்தகாலத் துன்பங்களையும் அந்த ஒற்றைப் பெருமை உடைத்தெறிந்து விட்டதாக அவர் உணர்கிறார்.

அடுத்ததாக மற்றொரு பெண் பேசத் துவங்கினார். அவர் கதையைச் சொல்கிற வேகத்தில் பெயரைக்கூட சொல்லாமல் விட்டுவிட்டார். பேசிக்கொண்டிருக்கும்போதே தன்னுடைய புடவை முந்தானையைக் களைந்து, அடிவயிற்றுப் பகுதியைக் காட்டினார். அங்கே ஏராளமான காயங்கள், வெட்டுகள், கீறல்கள், சூடுபோட்ட தழும்புகள் இருந்தன. அவருடைய கணவரின் தம்பியுடன் அவருக்குப் பாலியல் தொடர்பு இருப்பதாக அவரது கணவர் சந்தேகப்பட்டு செய்த துன்புறுத்தல்கள்தான் அவை என்று விளக்கினார் அந்தப் பெண்.

அடுத்தபடியாக சுவேதாவை சில வார்த்தைகள் பேசுமாறு ஹர்ஷா கேட்டுக்கொண்டாள். அப்போது அந்தக் கூட்டத்தின் ஒட்டுமொத்த கவனமும் சுவேதாவின் மீது வந்துவிழுந்ததால், அவளது தொண்டை வரண்டுபோனது, வெட்கத்தில் முகமும் சிவந்துபோனது.

"நீங்கள் எல்லோரும் மிகவும் தைரியமான பெண்கள்" என்று சொல்லித் துவங்கினாள் சுவேதா.

"இன்று என்னுடைய அடுக்குமாடிக் குடியிருப்பில் ஒரு மிகக்கொடூரமான நிகழ்வு நடந்திருக்கிறது. நாம் நம்முடைய

இன்னும் எத்தனை காலத்திற்கு நிலவைக் கூண்டிலேயே

பெண் குழந்தைகளைப் பாதுகாக்க வேண்டும்" என்று பேசினாள் சுவேதா. அத்துடன் குழந்தைகள் மீது நடத்தப்படும் பாலியல் வன்கொடுமை குறித்து இந்தியில் எளிமையான பேச்சுமொழியில் சரளமாகப் பேசினாள் சுவேதா.

நிகழ்வு முடிந்ததும் அவளாகவே தனியாக வீட்டிற்கு வந்து சேர்ந்தாள். பேருந்தில் வரும்வழியெல்லாம், அந்தக் கூட்டத்தில் பேசிய பெண்களின் அனுபவங்களை மனதில் அசைபோட்டுக்கொண்டே வந்தாள். தன்னுடைய குடியிருப்பில் நுழைந்ததும், அவளுடைய வீட்டிற்குச் செல்லாமல், நேராக முதலாம் மாடிக்குத்தான் சென்றாள். அப்போதும் அந்த வீடு பூட்டியே கிடந்தது. அதன்பிறகு அவளுடைய வீட்டிற்குச் சென்றாள். ஒரே மாதிரியான சலிப்பான திருமண வாழ்க்கையில் இருந்து மாறுபட்ட அனுபவத்தை அன்றைய நிகழ்வு கொடுத்ததை எண்ணி, நிம்மதியாக உணர்ந்தாள் சுவேதா. அந்தச் சூழலில் கணவர் மீதும் மென்மையான அன்பு பெருகியது அவளுக்கு. அன்று இரவுக்கு, ஏதாவது சிறப்பான உணவை சமைக்கலாமா என்று யோசிக்கத் துவங்கினாள். அப்போது வீட்டு அழைப்பு மணியோசை ஒலித்தது. வாசலில் ரோஜாப் பூக்களுடன் கணவன் அஸ்தானா நின்றுகொண்டிருந்தான்.

"மகளிர் தின வாழ்த்துகள்" என்று சொல்லிவிட்டு, "இன்று வெளியே சாப்பிடப் போலாமா? புதிதாக சைனீஸ் உணவைச் சாப்பிட்டுப் பார்ப்போமா?" என்று கேட்டான்.

★★★

12 August 2020
ஷர்ஜீல் உஸ்மானி

அஸ்ஸலாம் அலைக்கும்,

மாஹியாவுக்கும் உசைத் பாய்க்கும் எனது வணக்கங்கள். உங்களுடைய கடிதம் இன்று எனக்குக் கிடைத்தது. மிக்க நன்றி. அங்கே எல்லாம் நல்லபடியாக இருக்கிறது என்பதை அறிந்து மகிழ்கிறேன். நானும் இங்கே நலமாக இருக்கிறேன். இங்கே செய்வதற்கும் பெரிதாக ஒன்றும் இல்லை. பெரும்பாலான நேரங்களில் சிறை நூலகத்தில் இருந்து குரானை எடுத்து நான் வாசித்துக்கொண்டு இருக்கிறேன். அத்துடன் என்னுடைய உடல்நலத்திலும் நான் கவனம் செலுத்திவருகிறேன். சிறையில் இருந்து வெளியே வருவதற்குள் கொஞ்சமேனும் என் உடல்

எடையை அதிகரிக்க வேண்டும் என்று திட்டமிட்டிருக்கிறேன். இன்ஷா அல்லா. இதைக் கேட்டால் அம்மா மகிழ்ச்சியடைவார் என்று எனக்குத் தெரியும். அம்மா, அப்பா, முஜ்தாபா பாய், அஃப்ரீன், தாஹிர் பாய், மாமு, அமிர் பாய் ஆகியோரை நான் நலம் விசாரித்ததாகச் சொல்லவும்.

இங்கிருக்கிற பல முஸ்லிம் இளைஞர்களிடம் உரையாடி, நம் இயக்கத்தில் இணைய சம்மதிக்க வைத்திருக்கிறேன். நம் தலைமை ஒருநாள் மலரும். இன்ஷா அல்லா. அம்மாவைப் பார்க்க வேண்டும் போலத்தான் இருக்கிறது. சிறைக்குள் வந்ததற்காக நான் ஒரு நொடிகூட வருத்தப்படவில்லை என்பதை எல்லோரும் தெரிந்துகொள்ள வேண்டும். இது என்னை வலிமையானவனாகத்தான் மாற்றுகிறது. நம்முடைய இயக்கத்திற்காக ஒரு சிறிய பங்கைச் செய்ய முடிந்ததற்குப் பெருமை கொள்கிறேன். இன்னும் நிறைய பங்களிக்கவும் கற்றுக்கொள்ளவும் விரும்புகிறேன். இன்ஷா அல்லா. எனக்குக் கடிதம் எழுதும்போதெல்லாம் வெளியே என்னவெல்லாம் நடந்துகொண்டிருக்கிறது என்பதையும் சேர்த்தே எழுதவும். அத்துடன், முடிந்தால் எனக்கு ஒரு குர்த்தாவும், பைஜாமாவும், ஒரு லுங்கியும் அனுப்பவும். அவை எனக்கு மிகவும் உதவியாக இருக்கும்.

இங்கே, ஒருநாள்விட்டு ஒரு நாளில் பர்ஃஹான் சுபேரியை சுமார் 5 முதல் 7 நிமிடங்கள் வரையிலும் சந்தித்துப் பேசுவேன். நேற்று கூட அவரைச் சந்தித்தேன். 'சிறைக்கு வந்தால், அந்த நேரத்தைச் சரியாகப் பயன்படுத்திக்கொள்' என்று அவர் என்னிடம் கூறினார். அவர் எதற்காக அப்படிச் சொன்னார் என்று தெரியவில்லை. ஆனாலும், இந்த அனுபவத்தை வீணாக்கமாட்டேன் என்பதை மட்டும் உறுதியாகச் சொல்லமுடியும். இங்குள்ள வாழ்க்கை குறித்து வெளியே வந்ததும் விரிவாக எழுத ஆசைப்படுகிறேன். இன்ஷா அல்லா. என்னைப் பற்றி கவலைப்படாதீர்கள். என்னை இன்னும் ஒன்றிரண்டு ஆண்டுகள் சிறைக்குள் அடைத்துவைத்தாலும், தைரியமாக இருப்பதற்கான மனநிலையைப் பெற்றுவிட்டேன்.

ஷர்ஜீல் இமாம், ஆசிஃப் பாய், கஃபீல் சாஹிப், மீரான் உள்ளிட்ட மற்றவர்களுக்கு வெகுவிரைவில் பிணை கிடைத்து அவர்கள் வெளியே செல்ல வேண்டும் என்று விரும்பிப் பிரார்த்திக்கிறேன். நம்முடைய நோக்கமும் இலக்கும்

இவர்களால் வலுவடையும் என்று நம்புகிறேன். இனிவரும் காலங்களில் என்னவெல்லாம் எதிர்கொள்ள வேண்டியிருக்கும் என்று நினைத்து என்னைத் திடப்படுத்திக் கொண்டிருக்கிறேன். இந்தத் தேசத்தில், சம உரிமையுடனும் முழு கண்ணியத்துடனும் முஸ்லிம்கள் வாழ்கிற மாதிரியான சமூக அரசியல் மாற்றங்களை நாம் ஏற்படுத்தப் போகிறோம் என்பது உறுதி. இன்ஷா அல்லா. என்னை உத்தரப் பிரதேசக் காவல்துறைதானே கைது செய்திருக்க வேண்டும். ஆனால், குஜராத்தின் பயங்கரவாதத் தடுப்புக்குழு வந்து என்னைக் கைது செய்தது. ஊடகங்களில் என்னைப் பயங்கரவாதி என்று சொல்லியிருக்க மாட்டார்கள் என்று நம்புகிறேன்.

கவனமாக இருங்கள். உங்களுடைய துஆவில் (தொழுகை) என்னையும் நினைத்துக்கொள்ளுங்கள்.

கடவுள் உங்களுக்கு வெகுமதி அளிக்கட்டும்

ஷர்ஜீல் உஸ்மானி
12-08-20

★ ★ ★

12 அக்டோபர் 2020
ஹனி பாபு

சச்சிதானந்தனுக்காக்

அன்புள்ள சச்சிதானந்தன்,
சிறை சன்னல் வழியே தெரிகிற மழை,
வெளியே பெய்வதைப் போன்று அழகாக இல்லை - அத்துடன்
நீ விவரிப்பதைப் போன்று,
கண்ணாடிக் குழாய் வழியாக,
வானிலிருந்தெல்லாம் இத்துளிகள் வரவில்லை
இங்கே மரமென்று ஒன்றுகூட இல்லை
இருப்பினும் இந்த மழையின் இசையை
என்னிடமிருந்து எவராலும் பிரிக்கமுடியவில்லை
காதைக் கிழிக்கும் இடியின் ஓசையையும் பறிக்கமுடியவில்லை
அப்படியே படுத்து அந்தத் தாள இசையை இரசிக்கிறேன்
புழுக்களும் பூச்சிகளும் ஊர்ந்து செல்லும் இத்தரையில்
கிழிந்த விரிப்பொன்றின் மேலே படுத்திருக்கிறேன்

என் அடிப்படை உரிமை குறித்தோ
என் சுதந்திரம் குறித்தோவெல்லாம் இப்போது சிந்திக்கவில்லை
என் சிறிய மகளைப் பற்றி யோசித்துக் கொண்டிருக்கிறேன்
என் வருகைக்காக அனுதினமும் இரவில் அவள் காத்திருப்பாள்
என் மனைவியும்
வீட்டின் முழுபாரமும் அவள் மீதுதானே இப்போது
எங்கள் அடிப்படை உரிமைகளும் விடுதலையும்
எங்களிடம் இருந்து பறிக்கப்படாமல் - வானிலிருந்து
கண்ணாடிக் குழாயில் மழை பெய்வதை ரசிக்கமுடிகிற சூழலுடன்
வாழும் ஒரு தேசத்தைக்
கனவு கண்டுகொண்டே
இப்போது இச்சிறையில் தூங்கச் செல்கிறேன்

(மலையாளத்தில் இருந்து அனுமதி பெற்று மொழிபெயர்க்கப்பட்டுள்ளது)

★ ★ ★

டிசம்பர் 2020-ஜனவரி 2021
ஆசிஃப் இக்பால் தன்ஹா

பெறுநர்,
 சிறை அதிகாரி,
 மத்திய சிறைச்சாலை,
 4, திஹார், புதுடெல்லி - 64

பொருள்: தனிச்சிறை அறைக்கு மாற்றக்கோரும் விண்ணப்பம்

மதிப்பிற்குரிய ஐயா,

என் பெயர் ஆசிஃப் இக்பால். என்னுடைய தந்தை பெயர் முஜீபுல்லா. நான் தற்போது உங்களுடைய கட்டுப்பாட்டில் இருக்கும் வார்ட் 9/2 இல் தங்கி இருக்கிறேன். அந்த அறையின் சூழல் எனக்கு ஏற்புடையதாக இல்லை. என்னுடைய வழக்குப்பற்றி தெரிந்துகொள்கிற எவரும் என்னிடம் விசித்திரமாக நடந்துகொள்கிறார்கள். நான் ஒரு மாணவன். என்னால் சரியாகப் படிப்பிலும் கவனம் செலுத்தமுடியவில்லை. என்னைச் சுற்றியிருக்கும் அனைவரும் பெரிய கிரிமினல் குற்றங்களைச் செய்த குற்றவாளிகளாக இருக்கிறார்கள். என்னைப் பற்றி ஏராளமான விவாதங்களும் விசாரணைகளுமே

ஊடகங்களில் நடத்தப்பட்டு, என்னுடைய பெயர் அனுதினமும் செய்தித்தாள்களிலும் வந்துகொண்டிருக்கிறது.

என்னுடைய வழக்கில் குற்றஞ்சாட்டப்பட்டிருக்கும் மற்றொருவரான அத்தார் கான் (தந்தை பெயர்: அஃப்சல் கான்) என்பவரும் அதே பிரச்சினையை எதிர்கொள்கிறார். அவருடைய கையெழுத்தும் இக்கடிதத்தில் இணைக்கப்பட்டிருக்கிறது.

என்னுடைய கோரிக்கையைப் பரிசீலித்து தகுந்த நடவடிக்கைகளை எடுக்குமாறு கேட்டுக்கொள்கிறேன். நாங்கள் உங்களுக்குக் கடமைப்பட்டவர்களாக இருப்போம்.

நன்றியுடனும்,
தாழ்மையுடனும்,

ஆசிஃப் இக்பால்
த/பெ முஜீபுல்லா
வார்ட் - 9/2

★★★

14 மார்ச் 2021

நடாஷா நர்வால்

அன்புள்ள சகோதரிகளே...

உங்களுக்குக் கடிதம் எழுதி சில காலம் ஆகிவிட்டது. எனக்கு இங்கு நிறைய வேலைகள் இருந்ததும், கொஞ்சம் சோம்பேறித்தனத்துடன் இருந்ததுவும்தான் அதற்குக் காரணம்.

சமீபத்தில் ஜோ மற்றும் மெதாவி ஆகியோர் எழுதிய கடிதங்கள் எனக்குக் கிடைத்தன. அவர்கள் இருவரும் அவர்களுடைய பாணியில் அழகாகவும் அன்பாகவும் எழுதியதைப் பார்த்ததும் பெருமகிழ்ச்சியையும் நெருக்கத்தையும் நான் உணர்ந்தேன்.

இறுதியாகக் காலந்தாழ்த்தி இக்கடிதத்தை நான் எழுதும்போது ஒரு பருவகாலமே முடிந்துவிட்டது. நாம் எதிர்பார்த்துக்கொண்டிருந்த வசந்தகாலமும் இப்போது வந்துவிட்டது. அதிகமாக முள்ளிருக்கும் ரோஜா செடி பெரிதாக வளர்ந்துவிட்டபடியால், பூப்பூக்கத் துவங்கியிருந்தபோதும் வெட்ட வேண்டியதாகிவிட்டது. செண்பகப் பூ மலரும் செடியோ பெரிதாக வளரவே இல்லை. வெள்ளை சாமந்திப் பூச்செடி இங்குமங்குமாக சின்னச் சின்னதாக

வளர்ந்துகொண்டிருக்கிறது. மேலும் சில பூச்செடிகளும் வளர்கின்றன.

இந்த வசந்த காலத்தில், எங்குப் பார்த்தாலும் வண்ணமயமான பூக்கள் பூத்துக்குலுங்கும் ஜவஹர்லால் நேரு பல்கலைக்கழக வளாகத்தை அவ்வப்போது நினைத்து, அங்கேயே மனம் சுற்றிவந்து கொண்டிருக்கிறது. அந்த நகரம் முழுக்கவே ஆங்காங்கே வளர்ந்திருக்கும் இலவம் மரமும் இப்போது பளிச்சென்று சிவப்பு நிறத்தில் காட்சியளிக்கும் என்று நினைக்கிறேன். ['டி' இதையெல்லாம் அவள் எழுதும் கடிதத்தில் குறிப்பிட்டிருக்கவும் வாய்ப்பிருக்கு என்று நினைக்கிறேன். அவள் இருக்கிறாளே…. பெரிய தொல்லை அவள். கடந்த மாதம் உங்களுக்கு அவள் கடிதம் எழுதினாள்தானே. அதனால், இந்த மாதம் அவளை எழுதக்கூடாது என்றும், நான் எழுதப்போகிறேன் என்றும் அவளிடம் கூறினேன். நாங்கள் இருவரும் ஒரே மாதிரிதான் எழுதுவோம் என்று எனக்குத் தெரியும்...]

மின்விசிறி வேண்டுமா வேண்டாமா என்று குழப்பமான ஒரு மனநிலையைக் கொடுக்கும் பருவகாலம் இது. அதனால் எங்கள் சிறை அறைக்குள் என்ன செய்வதென்று தெரியாத நிலையில் நாங்கள் இருக்கிறோம். 'டி' க்கு எப்போதும் மின்விசிறி சுற்றிக்கொண்டே இருக்க வேண்டும். ஆனால், மற்றவர்களோ குளிர் அதிகமாக இருப்பதாக சொல்கிறார்கள். அதனால், சிலர் மின்விசிறியைச் சுற்றவிடவேண்டும் என்றும் வேறுசிலரோ அணைத்துவைக்க வேண்டும் என்றும் சொல்கிறார்கள்.

அதேபோல, இது 'சிறைதிரும்பும் காலம்' போலிருக்கிறது. கொரோனா உச்சத்தில் இருந்த காலத்தில் பிணையில் சென்றவர்கள் எல்லாம், இப்போது பிணை முடிந்து சிறைக்குத் திரும்பிக் கொண்டிருக்கிறார்கள். இதுவொரு வினோதமான உணர்வாக இருக்கிறது. மீண்டும் திரும்பிவருபவர்களைச் சிலகால இடைவெளிக்குப் பின்னர் பார்ப்பதால், கட்டியணைத்து அன்பு பரிமாறும் அதே வேளையில், அவர்கள் மீண்டும் சிறைக்குள் அடைபடப் போகிறார்களே என்கிற சோகமும் சேர்ந்துகொள்கிறது. கல்லூரி காலத்தில் விடுதியில் தங்கிப் படிப்பவர்கள், விடுமுறை நாட்களுக்கு வீட்டுக்குச் சென்றுவிட்டு, கல்லூரி துவங்கும்போது விடுதிக்குத் திரும்ப வருவார்களே, அப்படியான உணர்வைத்தான் இது கொடுக்கிறது.

சிறைச்சாலை என்பது நட்பைப் பேணுவதற்கு ஒரு விசித்திரமான இடமாகும். நீண்டகாலம் நம்முடைய சிறையில் இருக்கிற ஒருவர் விடுதலையாகும் போது அவரை இனியெப்போதும் சந்திக்கமுடியாது என்கிற கவலை வரும். ஆனால், அதேவேளையில் அவர் இன்னும் சிலகாலம் சிறையில் இருக்கவேண்டும் என்றும் நாம் ஆசைப்படமுடியாது. ஒருமுறை நானும் 'டி'யும் இதுகுறித்து பேசிக்கொண்டிருந்தோம். ஒருவர் சிறையில் இருந்து விடுதலையாகிப் போகும்போது, பிரிவு தொடர்பான எந்தப் பாடலையும் பாடமுடியாது. அதனால் ஒருவர் வெளியே செல்லும்போது என்ன பாடலைப் பாடுவது என்றே குழப்பமாக இருக்கும் எங்களுக்கு. அதிலும் ஒருசில இளம் வயதுடையோர் வெளியே செல்வதற்கு மிகுந்த ஆர்வத்தோடு இருக்கும்போது, சோகமான பிரிவுப் பாடலைப் பாடுவது சரியாக இருக்காதுதானே. அவர்களில் பெரும்பாலானோரின் பெரும்பான்மையான வாழ்க்கை சிறைக்குள்ளேயே இருந்திருக்கும் என்பதால், சிறைக்கு வெளியே இருக்கும் உலகம் பற்றிய பெரிய கனவு அவர்களுக்கு இருக்கும். அவர்களுடன் ஒருசில வினாடிகள் மட்டுமே கம்பிகளுக்கு அப்பால் கைகோர்க்க முடியும். சிறைக்குள் இருந்த 'எல்' என்கிற சிறுவனுக்கு பெரிய ஆண்களைப் பார்த்தால் எப்போதும் பயம். சிறைக்கு வெளியே சென்றால், இதுபோன்று எண்ணற்ற பெரிய ஆண்களைப் பார்க்க வேண்டியிருக்கும். அப்போது என்ன செய்வாய் என்று வேடிக்கையாகக் கேலிசெய்துகொண்டே கேட்டிருக்கிறோம். 'வெளியே சென்றால் விருப்பப்படும் நேரத்தில் சாக்லேட்டும் ஐஸ் க்ரீமும் சாப்பிடுவேன்' என்று அவன் சொன்னது நிறைவேறினால் நல்லதுதான் என்று நாங்கள் நினைத்துக்கொண்டோம். இப்போதைக்கு இரண்டு சிறுவர்கள் இந்தச் சிறைச்சாலையில் தங்கி இருக்கிறார்கள். அவர்கள் விடுதலையாகி வெளியே சென்றால், அவர்கள் இல்லாமல் நாங்கள் உள்ளே வாழக் கற்றுக்கொண்டாக வேண்டும். எங்களுடைய சுயநலனுக்காக அவர்கள் இங்கேயே தங்கிவிட வேண்டும் என்றெல்லாமும் விருப்பப்பட்டு விடக்கூடாது. எது எப்படியோ இது குழப்பமான நிலைதான்.

இன்னொரு மிகவும் சுவாரசியமான நிகழ்வு குறித்து உங்களுக்கு நான் சொல்லியே ஆக வேண்டும். நாங்கள் சிறையில் சர்வதேச மகளிர் தினத்தைக் கொண்டாடினோம். சிறைக்குள்ளே இருந்துகொண்டு சர்வதேச மகளிர் தினத்தைக்

கொண்டாடியபடியே, “அடிமைச் சங்கிலிகளை உடைத்து எறிவோம்” என்று பாடிக் கொண்டிருந்தது மிகவும் உற்சாகமாக இருந்தது. இருப்பினும் உங்களை எல்லாம் பார்க்க முடியாமல் போவதுதான் கவலையளிப்பதாக இருக்கிறது. இங்கே எங்கள் மூன்று பேருக்கும் ஒரு வேலை கொடுக்கப்பட்டது. நாங்கள் மார்ச் 8 தொடர்பாக ஒரு சிறிய நாடகம் தயார் செய்ய வேண்டும். இதற்கு முன்னர் அதெல்லாம் செய்ததே இல்லை என்பதால் கொஞ்சம் பதட்டமாகவே இருந்தது. அத்துடன் நாங்கள் நாடகத்தின் திரைக்கதையையும் அதில் பேசப்படும் வசனங்களையும் முழுவதுமாக எழுதி சிறைத்துறை அதிகாரிகளிடம் கொடுத்து, அனுமதி வாங்க வேண்டும். இது எங்களது கற்பனைக்கு எல்லைக்கோடு போடுவதாகவும் இருந்தது. எங்களுடைய பரந்துபட்ட சிந்தனைகளை எல்லாம் மூட்டைக் கட்டிவைத்துவிட்டு, எளிய கதையைத் தயார் செய்தோம். ‘ஜி’ ஏற்கெனவே படித்திருந்த ஒரு உருது நாடகத்திலிருந்து ஒரு சிறிய பகுதியை நாங்கள் எடுத்துக்கொண்டோம்.

பெண்கள் மீது செலுத்தப்படும் அடக்குமுறையினாலும் சுரண்டலினாலும் கிடைத்த இரத்தத்தின் உதவியோடு ‘சிக்கா’ என்கிற ஒரு பாம்பு செழித்து வளர்கிறது. அந்தப் பாம்பு உயிரோடு இருப்பதாலேயே ஒரு வயதான மன்னரின் ஆட்சி அதிகாரம் உயிர்ப்புடன் இருக்கிறது. ஆனால், போகப்போக அந்தப் பாம்புக்குத் தேவையான இரத்தம் முன்புபோல கிடைப்பதில்லை. அதனால், பாம்பின் உடல்நிலை மோசமாகிறது. ஆத்திரமடைந்த மன்னர், பாம்புக்குத் தேவையான இரத்தம் கிடைக்க வழிசெய்யுமாறு மந்திரிக்கு ஆணையிடுகிறார். இரத்தத்தைத் தேடி மந்திரி வெளியே செல்கிறார். அப்போது மூன்று மாறுபட்ட சூழ்நிலைகளில் வாழும் பெண்களுக்கு இருக்கும் தடைகளைப் பார்க்கிறார்.

முதலாவதாக, ஒரு வீட்டின் சமூக மற்றும் பொருளாதாரக் காரணங்களினால், மகளைப் படிக்கவைக்க முடியாமல் போகிற ஒரு தாய், அவருடைய மகளிடம் அதனைச் சொல்லிக்கொண்டு இருக்கிறார். அதனைப் பார்த்து மகிழ்ச்சியுடன் அந்தப் பெண்ணிடம் இருந்து இரத்தத்தை எடுக்க முடிவு செய்கிறார் மந்திரி. அப்போது சாவித்திரிபாய் புலேவும், ஃபாத்திமா ஷேக்கும் அங்கே வந்து, அந்தத் தாயிடம் மகளின் படிப்பை நிறுத்துவதற்கான காரணத்தைக் கேட்டறிகிறார்கள். உடனே அவர்களை யாரென்று அந்தத் தாய் கேட்க, தாங்கள் யாரென்றும்

பெண் கல்விக்காகவும் சாதிய ஒடுக்குமுறைக்கு எதிராகவும் என்னவெல்லாம் செய்திருக்கிறார்கள் என்றும் இருவரும் சொல்கிறார்கள்.

அங்கிருந்து இரண்டாவது இடத்திற்குப் போகிறார் மந்திரி. அங்கே தன்னுடைய இரண்டு மகள்களை வேலைக்கெல்லாம் போகக்கூடாது என்கிறார் ஒரு தந்தை. போரிலேயே பங்குபெற்று பெண்கள் வெற்றிபெறும் இக்காலத்தில், அவர்கள் ஏன் வேலைக்குப் போகக்கூடாது என்று அந்தத் தந்தையுடன் சண்டைபோடுகின்றனர் அங்கு வந்த இராணி லட்சுமிபாயும் ஜல்காரி பாயும். அதனால் அங்கிருந்து மந்திரி வெளியேறுகிறார்.

மூன்றாவது இடத்தில், ஒரு இளம்பெண்ணிடம் யாரையும் காதலிக்கக் கூடாது என்றும் அவளுக்குப் பிடித்தவரைத் திருமணம் செய்யக்கூடாது என்றும் சொல்லப்படுகிறது. அங்கே, சரோஜினி நாயுடுவும் பிபி ஃபாத்திமாவும் தலையிட்டு, பெண்களுக்குத் தன்னிச்சையாக அவர்களின் வாழ்க்கையை முடிவுசெய்ய உரிமை இருக்கிறது என்கிறார்கள். மந்திரியால் அங்கேயும் இரத்தம் எடுக்கமுடியவில்லை.

இதையெல்லாம் கேள்விப்பட்ட மன்னர் கோபமடைந்து, சமூகத்தில் பெண்களின் மனமாற்றத்திற்குக் காரணமாக இருக்கிற அந்தப் பெண்கள் அனைவரையும் அழைத்துவரச் சொல்கிறார். அப்போது அப்பெண் போராளிகள் அனைவரும், "அடிமைச் சங்கிலிகளை உடைத்தெறிவோம்" என்று உரக்க பாடிக்கொண்டே மேடைக்கு மீண்டும் வருவார்கள். எல்லோரும் வந்து நின்றபிறகு, "பெண்கள் வலிமை ஓங்குக" என்கிற முழக்கத்துடன் நாடகம் முடிவடையும். அதற்குப் பதிலாக, "பெண் விடுதலை ஓங்குக" என்று சொல்ல முடிந்திருந்தால் இன்னும் சிறப்பாக இருந்திருக்கும்.

நாங்கள் நடித்த அந்த நாடகம் எல்லோராலும் பாராட்டப்பட்டது. அன்றைக்குச் சிறப்பு விருந்தினராக வந்திருந்தவருக்கும் நாடகம் மிகவும் பிடித்திருந்தது. அந்தப் பாராட்டுக்களை எல்லாமும்விட, நாடகத்திற்காக ஒருவாரமாக நாங்கள் பயிற்சி செய்ததும் ஒத்திகை பார்த்ததுமான காலம்தான் மிகவும் முக்கியமானதாக எனக்குத் தோன்றியது. அதில் நடித்த பெரும்பாலான பெண்கள் ஆரம்பத்தில் நடிக்க முன்வரவில்லை. பின்னர் மெதுமெதுவாக ஒவ்வொரு கதாபாத்திரத்திற்கும் ஒவ்வொருவராக நடிக்க வந்தார்கள். போகப்போக அந்தக் கதாபாத்திரங்களைப் புரிந்துகொண்டு

மிகுந்த ஈடுபாட்டுடன் நடிக்க ஆரம்பித்துவிட்டார்கள். பெரும்பாலானவர்களுக்கு இதுதான் முதல் மேடை என்பது மட்டுமல்லாமல், பல வரலாற்றுப் பெண் போராளிகளையும் அவர்களது போராட்டங்களையும் இப்போதுதான் முதன்முதலாக அவர்கள் கேள்விப்படுகிறார்கள்.

அந்த ஒரு வாரத்திற்கு, எங்களைச் சுற்றியிருந்த சுவர்களும் பூட்டுகளும் இரும்புக் கம்பிகளும் காணாமல் போனது போலவும், வரலாற்றின் வேறேதோ இடத்தில் நாங்கள் இருப்பது போலவும், எதிர்காலத்தின் மீதான நம்பிக்கை கிடைத்திருப்பது போலவும் நாங்கள் உணர்ந்தோம். "அடிமைச் சங்கிலிகளை உடைத்தெறிவோம்" என்கிற முழக்கத்தையும் நாடகத்தின் வசனங்களையும் ஒப்பித்து ஒத்திகைப் பார்க்கிற குரல்களை இரவுகளில் கூட பல சிறை அறைகளில் இருந்து கேட்க முடிந்தது. சாவித்திரிபாய் கதாபாத்திரத்தில் நடித்த பெண், எங்களுடைய சிறை அறைக்கு எதிரே உள்ள அறையில் இருப்பவள் தான். அவளோ ஒரு நாள் இரவில், "நீங்கள் மூவரும்தான் சிறையின் பாதிப்பை உணர்த்தினீர்கள்" என்று உரக்க சொல்லிக்கொண்டிருந்தாள். மிகச்சிறிய வயதிலேயே பெண்களுக்கெல்லாம் படிப்பு தேவையில்லாதது என்று சொல்லி, அவளது படிப்பை நிறுத்தியிருக்கின்றனர். சிறைக்கு வந்தபின்னர் சிறுவயதில் விட்ட இடத்தில் இருந்து எழுதவும் படிக்கவும் கற்றுக்கொள்ளத் துவங்கியிருக்கிறாள். இப்போது அதிதீவிர வாசிப்பாளராகி விட்டாள். நான் சிறைநூலகத்தில் வேலை பார்த்துக்கொண்டிருந்தபோது, ஒவ்வொரு நாளும் புதிதாக ஏதாவது வாசிக்க இருக்கிறதா என்று கேட்டுக்கொண்டே வருவாள். 'நிரந்தர்' என்கிற பெண்ணிய இதழின் பழைய பிரதிகளை எல்லாம் தேடியெடுத்துவைத்து அவளிடம் கொடுத்தேன். அவளுக்கு அவையெல்லாம் மிகவும் பிடித்துப் போயின. சுல்தானாவின் கனவு என்கிற நூலும், சாவித்திரிபாய் புலேவின் வாழ்க்கைக் குறிப்பும் அவளுக்கு மிகவும் பிடித்தவையாக மாறின.

இப்படிப் படிப்படியாக நகர்ந்து, இப்போது சாவித்திரி பாயாகவே மேடையில் மாறியிருக்கிறாள். "என்னால் முடியாது அக்கா. நான் இதுவரை இத்தனை பேரின் முன்னால் நின்று பேசியதே கிடையாது" என்று துவக்கத்தில் மறுத்துக்கொண்டே இருந்தாள். படபடப்பான குரலில் பயந்துகொண்டே பேசிக்கொண்டிருந்த அவள், கொஞ்சம் கொஞ்சமாக

இன்னும் எத்தனை காலத்திற்கு நிலவைக் கூண்டிலேயே

சாவித்திரிபாய் கதாபாத்திரத்திற்குள் நுழைந்து தைரியமான சாவித்திரிபாயாகவே மாறி, நம்பிக்கை தருவது போன்ற குரலில் பேசத் துவங்கிவிட்டாள். அவள் மிகச்சிறப்பான நடிப்பை அன்றைய நாடகத்திலும் வெளிப்படுத்தினாள். இப்போதெல்லாம் அவளது சிறை அறையில் இருந்துகொண்டு, "அடிமைச் சங்கிலிகளை உடைத்தெறிவோம்" என்கிற வரியை எப்போது பார்த்தாலும் பாடிக்கொண்டேதான் இருக்கிறாள். "அவர்கள் அச்சமற்றவர்களாக மாறி விடுதலை பெறுவார்கள். புதிய சகாப்தத்தையும் அவர்கள் படைப்பார்கள்" என்கிற வசனம்தான் அவளுக்கு மிகவும் பிடித்த வசனமாகும். அதனை எப்போதும் சொல்லிக்கொண்டே இருப்பாள்.

மற்றொரு தோழியைப் பற்றியும் நான் சொல்லியே ஆகவேண்டும். பெண் குழந்தைகளெல்லாம் படிக்கக் கூடாது என்று சொல்லும் அம்மா கதாபாத்திரத்தில் நடித்த பெண், முதல்முறையாக ஒத்திகை பார்த்தபோது கதறி அழுதுவிட்டார். அந்தக் காட்சியில் நடிக்கும்போதெல்லாம், அவருக்கு அவருடைய மகளின் முகம் கண்முன் வந்து செல்வதாகக் கூறினார். அவருடைய குடும்பத்தைப் பொறுத்தவரையிலும் அவர் ஒருவர்தான் சம்பாதித்துக்கொண்டிருந்தார். அவரும் சிறைக்குள் வந்துவிட்ட பிறகு, குடும்பத்தைப் பார்த்துக்கொள்ளவும் ஆளிருக்காது, குழந்தைகளைப் படிக்கவைக்கவும் ஆளிருக்காது என்று வருத்தப்பட்டுக்கொண்டே இருந்தார். அவர் சிறைக்கு வந்துவிட்டபிறகு, அவருடைய குழந்தைகள் படிப்பை நிறுத்திவிட்டனர். அவருடைய கணவரோ எப்போதும்போல குடித்துவிட்டு, குழந்தைகளைக் கண்டுகொள்ளாமலேயே இருக்கிறார்.

தன்னுடைய குழந்தைகளைத் தங்கும்விடுதியுடன் கூடிய அரசுப் பள்ளியில் சேர்த்துவிட வேண்டும் என்று நினைக்கிறார். ஆனால், குடிகாரக் கணவரோ அதையும் அனுமதிக்காமல் இருக்கிறார். சிறைக்குள் இருப்பதால், அப்பெண்ணால் எதையும் செய்ய முடியவில்லை என்றும், யாருக்கும் உதவியாக இருக்கமுடியவில்லை என்றும் கவலைப்படுகிறார். இருப்பினும், அந்த நாடகத்தில் முழுமையாகத் தன்னை ஒப்புக்கொடுத்து நடித்து, தனது திறமையை இறுதிநாளன்று சிறப்பாக வெளிக்கொண்டுவந்தார்.

சரோஜினி நாயுடு கதாபாத்திரத்தில் நடித்த பெண்ணும் இங்கேதான் இருக்கிறார். மேடையில் தோன்றி நடிப்பது இதுதான் அவருடைய முதல் முயற்சியாகும். நாடகத்தில் நடிப்பதற்கு அவருக்கு மிகுந்த ஆர்வம் இருந்தபோதும், அவரை ஒத்திகையில் கலந்துகொள்ள வைப்பதும், வசனங்களை உரக்கப் பேசவைப்பதும் கடினமாகவே இருந்தது. ஆனால், இறுதியாக மேடையில் நாடகத்தை அரங்கேற்றியபோது, அவர் முழு நம்பிக்கையுடனும், 'பாரபட்சமில்லாமல் அவரவருக்குப் பிடித்த வாழ்க்கையை வாழ குடிமக்கள் அனைவருக்கும் இந்திய அரசியலமைப்புச் சட்டம் உரிமை கொடுத்திருக்கிறது' என்பதை உரத்த குரலில் பேசி நடித்தார். அந்தக் காட்சியில் நடித்ததில் இருந்து, அவருக்குப் புதிய குரல் வந்திருப்பதாக நாடகம் முடிந்து சில நாட்களுக்குப் பிறகு என்னிடம் தெரிவித்தார். மேலும், எந்தக் காரணத்திற்காகவும் தன்னையும் தனது அடையாளத்தையும் இனி எப்போதும் எவரிடமும் விட்டுக்கொடுக்க மாட்டேன் என்று உறுதியாகக் கூறினார். பெண்கள் ஒருங்கிணைந்து ஒற்றுமையாக நின்றால், அமைதியையும் துக்கத்தையும்விட்டு வெகுதூரம் கடந்து போய்விடுவார்கள் என்பது உறுதி.

16/03/21

நாடக ஒத்திகையின்போது நடந்த நிகழ்வுகளிலேயே எனக்கு மிகவும் பிடித்தது ஒன்று இருக்கிறது. ஒருநாள் எல்லோரும் பாடிக்கொண்டு இருக்கையில், சமையலறையில் உணவு சமைப்பதற்குத் தேவையான பட்டாணிகளை உரிக்கச்சொல்லி சிறைக்காவலர்களால் இரு பெண்களுக்கு வேலை கொடுக்கப்பட்டிருந்தது. அவர்களுக்கோ நாடக ஒத்திகையை விட்டுவிட்டுப் போக மனமே இல்லை. அவர்களுடைய குழப்பத்தைப் பார்த்த மற்ற பெண்கள், அவ்விரு பெண்களையும் சமையலறைக்குப் போகவேண்டாம் என்றும், நாடக ஒத்திகை முடிந்ததும் எல்லா பெண்களும் அவ்விரு பெண்களுடன் இணைந்து சமையலறைக்குச் சென்று அனைவரும் ஒன்றாக வேலைபார்த்தால், வேகமாகப் பட்டாணியை உரித்துவிடலாம் என்றும் கூறினார்கள். ஒருவருக்கொருவர் உதவிக்கொள்ளும் மனோபாவம் இயல்பாகவே நாடகத்தினால் உருவானது பெருமகிழ்ச்சியைக் கொடுத்தது எனக்கு.

இனி என் சகோதரிகள் ஒருவருக்கொருவர் உதவிக்கொண்டு ஒருங்கிணைந்து மகிழ்ச்சியைக் கொண்டாடுவார்கள்.

சகோதரத்துவமும் ஒற்றுமையும் அவர்களிடையே வளர்ந்துவந்ததைப் பார்க்கவே அழகாக இருந்தது. கதையில் மன்னராக நடித்த பெண், மிகவும் திறந்தமனதுடன் அனைவருடனும் பேசினார். அவரை எல்லோரும் ‘மம்மி டான்’ என்றே பெயர்சூட்டி அழைத்தனர். சிறையில் இருந்து விடுதலையாகி வெளியே சென்றதும், ஒரு நாடகக் குழுவைத் துவங்கவேண்டும் என்கிற ஆசையே தனக்கு வந்துவிட்டதாகக் கூறினார். இப்படியெல்லாம் ஒரு நட்பு உருவாகியதென்றாலும், துவக்கத்தில் அது அத்தனை எளிதானதாக இருக்கவில்லை. பல்வேறு பின்னணியில் இருந்து வந்திருந்த பலரையும் ஒரு நோக்கத்திற்காக இணைக்கையில் அவர்களுக்கிடையில் பல முரண்பாடுகள் இருந்தன. சமமான ஒரு தளத்தை அவர்களிடம் உருவாக்குவது கடினமானதாகத்தான் இருந்தது. சிலநேரம் அவர்களை இணைத்துவைத்து நாடக ஒத்திகையை நடத்துவதென்பதே மிகப்பெரிய பணியாக இருந்தது. அப்போதெல்லாம் என்ன செய்வது எப்படிச் செய்வது என்றுகூட புரியாத சூழலாகத்தான் இருந்தது. எந்தவொரு குழுவை உருவாக்குவதாக இருந்தாலும், துவக்கம் முதல் நோக்கம் நிறைவேறும் வரையிலான பயணமென்பது அத்தனை எளிதாக இருக்காது என்பதை நினைவுபடுத்துவதாகவே இந்த அனுபவம் இருந்தது. சிக்கலான உணர்வுகளின் வெளிப்பாடுகள், பேசியவை, பேசப்படாதவை, கட்டமைப்பு, பின்னணி என பலவற்றையும் கவனத்தில் கொள்ள வேண்டியதாக இருந்தது.

தன்னுடைய சொந்த அதிகாரத்தையும் பின்னணியையும் நிகழ்கால சூழலையும் எந்தளவுக்கு கவனக்குறைவாகக் கையாள்கிறார்கள் மனிதர்கள் என்பதையும் பார்க்க முடிந்தது. ஒத்திகைக்காகப் பல மணி நேரங்கள் வராமல் காத்திருக்க வைத்த பல சமயங்களில், நான் சத்தம்போட்டு கத்தியதைப் போல என் வாழ்க்கையில் வேறெப்போதும் கோபப்பட்டு உரக்கக் கத்தியதே இல்லை என்று நினைக்கிறேன். இந்த நாடக ஒத்திகைப் பயணத்தில் எவ்வளவு வெறுப்பூட்டும் காலதாமதம் ஏற்பட்டிருந்தாலும், என்னால் அவர்கள் மீது கோபப்பட்டு கத்தமுடிந்திருக்கிறது என்பதற்கான காரணம் என்னவென்று யோசித்துப் பார்க்கிறேன். அவர்கள் அறிந்தோ அறியாமலோ என்னைப் போன்றவர்களுக்கு அதிகாரம்

இருப்பதாக நினைத்துக்கொண்டு சரணடைந்து எங்களது கோபத்தை ஏற்றுக்கொள்கிறார்கள் என்றே தோன்றுகிறது. ஒருமுறை, "வராதவர்களெல்லாம் உண்மையிலேயே நாடகத்தில் நடிக்க விரும்புகிறார்களா இல்லையா" என்று மிகமோசமான கோபத்துடன் ஒரு பெண்ணிடம் கேட்டேவிட்டேன். அதனை இப்போது நினைத்தால் நான் தவறு செய்துவிட்டதாகவே உணர்கிறேன். நான் அப்படி கோபப்பட்டிருக்கக் கூடாதுதான்.

அதிகாரப் படிநிலைகளால் சிதறிக்கிடக்கிற மக்களை ஒன்றாகத் திரட்டும்போது எவ்வளவு கவனமாகவும், சுய விருப்பு வெறுப்புகளைத் தாண்டியும் இயங்க வேண்டியிருக்கிறது என்கிற நல்ல பாடத்தை இது கொடுத்திருக்கிறது. அப்போதுதான் சுவர்களுக்கு உள்ளே இருந்தாலும் சரி, வெளியே இருந்தாலும் சரி, சமத்துவ சமூகத்தை உருவாக்க முடியும்.

சிறை சுவர்களுக்குள் எங்களை அடைத்திருந்தாலும், எங்கள் பாடல்களின் ஓசையும் எங்கள் சிரிப்பும் முழக்கங்களும் சிறை முழுக்கவே எதிரொலித்தன. நடனமும் பாடலும் நமக்கு நட்சத்திரங்களை அடையாளம் காட்டி கண்முன் கொண்டுவரும் வித்தை கொண்டவை.

"இவர்களிடம் பிடிபட்டுக் கைது செய்யப்படுவது நம் கையில் இல்லை. ஆனால், இவர்களின் அதிகாரத்திடம் கீழ்ப்படிந்து சரணடையவே கூடாது என்பதுதான் முக்கியம். அது நம் கையில்தான் இருக்கிறது" என்றார் ஆஸ் நசீம் ஹிக்மத். அதன்படி நாங்களும் இதுவரை இவர்களிடம் சரணடைந்து இறங்கிப் போகவே இல்லை, இனிமேலும் அது நடக்காது. நீங்களும் அப்படித்தான் என்று உறுதியாக நம்புகிறேன்.

உங்களில் பெரும்பாலானோர் நகரத்திற்குத் திரும்ப வந்திருப்பதாகக் கேள்விப்பட்டோம். அதுகுறித்து உங்களுடைய கடிதத்தில் எங்களுக்கு விரிவாக எழுதுங்கள். நாம் வாழ்ந்து பழகிய அதே ஊரில், இப்போது வேறொரு சூழலில் மீண்டும் மீண்டுவந்து வாழ்வது எப்படி இருக்கிறது. அது தோழமைகளின் அரவணைப்பையும் ஆறுதலையும் வழங்கி இருக்கிறதா, இல்லையென்றால் வித்தியாசமான உணர்வைக் கொடுத்திருக்கிறதா என்று சொல்லவும். அத்துடன், எனக்கு அத்தனை அன்பான பிறந்தநாள் வாழ்த்துகள் கூறியதற்கு மிக்க நன்றி. அன்றைய நாளில் நாடகத் தயாரிப்பிலேயே பெரும்பாலான பொழுதைக் கழித்தேன். அதனால், அது மிகவும் இனிமையான

இன்னும் எத்தனை காலத்திற்கு நிலவைக் கூண்டிலேயே

நாளாகவும் அமைந்தது. நிப்ஸும் ஆந்திரேவும் அன்றைக்குத் திடீர் வருகைபுரிந்து ஆச்சர்யத்தில் ஆழ்த்தினார்கள். இறுதியாக, ஏராளமான அன்பையும் உழைப்பையும் செலுத்தி 'சிறை கேக்' ஒன்றைத் தயார் செய்து ஒரு தோழி கொண்டுவந்து கொடுத்தார். அதை வெட்டிப் பிறந்தநாளை இனிதாக முடித்தோம். கேக்கை வெட்டும்போது, 'பெண் உரிமை ஓங்குக' என்று யாரோ ஒருவர் உரக்க முழக்கம் எழுப்பிவிட்டார். ஆக, முழக்கங்கள் எழுப்பிய பிறந்தநாளாகவும் அது இருந்தது. இரண்டு சின்னக் குழந்தைகளும் சுற்றிச்சுற்றி வந்து 'பிறந்தநாள் வாழ்த்துகள் நடாஷா' என்றனர். நாங்கள் ஒன்றாகச் சேர்ந்து நடனமும் ஆடினோம். நான் விரைவில் விடுதலை ஆகவேண்டும் என்று ஏராளமான சக சிறைவாசிகள் மற்றும் சிறையில் பணிபுரியும் ஊழியர்கள் ஆகியோரின் வாழ்த்துகளும் பிரார்த்தனைகளும் எனக்குக் கிடைத்தன. ஜூம் வழியாக நீங்கள் நடத்தும் கூட்டம் எப்படிப் போகிறது. கிசுகிசு செய்திகள் மற்றும் விவரங்கள் ஏதும் இருந்தால் சொல்லவும். ஹிஹிஹி

அப்புறம், உங்களுக்குத் தெரியுமா? இந்த 'டி'யும், 'ஜி'யும் எனக்கு எதிராக ஒரு குழுவாகச் சேர்ந்து, என்னை எப்போதும் கிண்டலும் கேலியும் செய்துகொண்டே இருக்கிறார்கள். முதலில் என்னை எரிச்சல்படுத்துகிறார்கள். அதனால், கோபமடைந்து நான் அவர்களைப் பார்த்துக் கத்தினால், "பார்த்தாயா, நீதான் எங்களைப் பார்த்துக் கத்துகிறாய்" என்று சொல்லிவிட்டு, நான் கத்தியதாகச் சிறிய காகிதத்தில் எழுதி சுவரெல்லாம் ஒட்டிவிடுகிறார்கள். அவையெல்லாம் நான் செய்த குற்றங்கள் எனச்சொல்லி, அந்தச் சுவருக்குக் 'குற்றச் சுவர்' என்று பெயரும் வைத்து அழைக்கிறாள் 'டி'. அவர்கள் என்னைப் போல நாடகத் தயாரிப்பு, அது இது என்று உருப்படியாக எதுவும் செய்யவில்லைதானே. அதனால் அவர்களை நான் மன்னித்துவிட வேண்டும் என்று நினைக்கிறேன்.

இந்தக் கடிதம் நான் நினைத்ததைவிடவும் நீண்டு பெரிதாகிக் கொண்டிருக்கிறது. அதனால், என்னுடைய இந்த காலகட்டத்தின் இன்னபிற அனுபவங்களை விரிவாக அடுத்த கடிதத்தில் எழுதுகிறேன்.

இப்போதைக்கு, நவால் எல் சாதாவி என்கிற எகிப்திய செயல்பாட்டாளர் எழுதிய 'சிறைச்சாலை நினைவுகள்' நூலில் இருந்து ஆகாஷ் எடுத்து அனுப்பிய சில அழகான வரிகளுடன்

இக்கடிதத்தை முடிக்க வேண்டும் என்று ஆசைப்படுகிறேன். நீங்களும் மற்ற பெண்களுடைய சிறைச்சாலை குறிப்புகள் ஏதும் கிடைத்தால் எனக்கு அனுப்புங்கள்.

'மரணத்தைத் தழுவும் வரையிலும் ஒடுக்குமுறையை எதிர்த்த அனைவருக்கும், சிறை செல்லும்வரையிலும் சுதந்திரத்தை நேசித்தவர்களுக்கும், புரட்சிக்காக போலிகளையும் பொய்மைகளையும் நிராகரித்தவர்களுக்கும்'

இவை எனக்கு மிகவும் பிடித்த அற்புதமான பலம்வாய்ந்த வரிகளாக இருக்கின்றன. சரி, இத்துடன் முடித்துக்கொள்கிறேன். அளவிடமுடியாத அன்பை இக்கடிதம் வழியாக அனுப்புகிறேன். கட்டி அணைத்துக்கொள்கிறேன்.

இப்படிக்கு,
நடாஷா

பின்குறிப்பு: மன்னிக்கவும். ஓவியம் வரைய நேரம் இல்லாததால் வரையவில்லை. ஆனால், வரைந்துகொண்டிருக்கிறேன்.

★★★

7 ஏப்ரல் 2021
பாதிரியார் ஸ்டான் சுவாமி

வெளிச்சம், நம்பிக்கை, அன்பு – புதிய வழிகள்

வெளிச்சம் இருளை ஒழிக்கும்
நம்பிக்கை விரக்தியின் இடத்தைப் பிடிக்கும்
அன்பு வெறுப்பை வெல்லும்
இது இயேசுவின் உயிர்த்தெழும் செய்தி

இருளும் நம்பிக்கையின்மையும் என்னைச் சூழ்கையில்,
என்னைக் குற்றவாளியாக அறிவித்த கீழ்மைநீதிமன்றம்,
நாட்டிற்கு எதிராக யுத்தம் தொடுத்தேனாம்,
பிணைபெறவும் தகுதியில்லையாம்
சாட்சியென்ன உண்டாவெனக் கேட்டால்,
என் கணினியில் வைக்கப்பட்ட சில ஆவணங்களாம்
எனக்கு அனுப்பியதாகச் சொல்லப்பட்டு,
எனக்கே தெரியாமல் வைக்கப்பட்டவை
பொய்யாகக் குற்றஞ்சாட்டுவது இது புதிதல்லவாம்,

இன்னும் எத்தனை காலத்திற்கு நிலவைக் கூண்டிலேயே

குற்றஞ்சாட்டப்பட்ட என் சக கைதிகள் உறுதிகூறினார்கள்
அவர்களும் அப்படித்தான் குற்றவலையில் இருக்கிறார்கள்
அவர்களின் நல்ல தோழமைதான் என்னைக் காக்கிறது
ஆனால் எதிர்த்துநிற்போம் இறுதிவரை
எங்கள் உடலையும் தோலையும் பாதுகாக்கவல்ல,
பலமாக உண்மையைப் பேச,
நீங்கள் எல்லோரும் எங்கள் இதயத்திலும் மனதிலும்
இருப்பீர்கள் என்கிற நம்பிக்கையில்...

ஸ்டான் சுவாமி

(இக்கடிதத்தை ஏப்ரல் 7ஆம் தேதியன்று பாதிரியார் ஜோசப் சேவியருக்கு பாதிரியார் ஸ்டான் சுவாமி அனுப்பினார். அது மே 27ஆம் தேதியன்று அவருக்கு வந்து சேர்ந்தது. ஆனால் அடுத்தநாளே நீதிமன்றம் அனுமதியளித்ததால் பந்தாராவில் இருக்கும் ஹோலி ஃபேமிலி மருத்துவமனையில் அவர் அனுமதிக்கப்பட்டார்)

2021ஆம் ஆண்டில் இந்தியச் சமூக நிறுவனம் வெளியிட்ட 'ஸ்டான் சுவாமி, நான் ஒரு மௌனசாட்சி அல்லன்' என்கிற நூலின் 110 வது பக்கத்தில் இருந்து எடுக்கப்பட்ட கடிதம் இது.

★★★

8 ஏப்ரல் 2021
சுரேந்திர காட்லிங்

அன்புள்ள காஞ்சன்,

இந்தக் கடிதத்தை உங்களால் படிக்க முடியாது என்று எனக்குத் தெரியும். வேறொருவர் நினைத்தாலும் உங்களுக்கு இக்கடிதத்தை வாசித்துக்காட்ட முடியாது. இன்னும் சொல்லப்போனால் இந்தக் கடிதம் உங்களை வந்தடையவே செய்யாது. நீங்கள் தற்போது உயிரோடே இல்லை. நீங்கள் எங்களுடன் இல்லாமல் இவ்வுலகை விட்டே சென்றுவிட்டீர்கள். கடந்த ஏழாண்டுகளாக, குணமாக்கமுடியாத பல நோய்களுடனும் ஆஸ்த்துமாவுடனும் சிறையில் போராடிவந்த உங்களது வாழ்க்கை இன்று முடிவுக்கு வந்திருக்கிறது.

இந்தப் பாசிச அமைப்புமுறை உங்களுடைய உயிரைப் பறித்து விட்டது. இதனை மரணம் என்றே சொல்லமுடியாது. இதுவொரு அதிகாரத்தின் நிறுவனமயப்படுத்தப்பட்ட படுகொலை என்பதுதான் என்னுடைய புரிதல். அதனால்தான் இந்தக் கடிதம் உங்களை வந்தடையாது என்பதை நான் அறிவேன்.

ஆனால், இந்தக் கடிதம் முழுவதும் உங்களுடனான எனது அனைத்து நினைவுகளையும் கொண்டிருக்கும் என்பதை மட்டும் என்னால் உறுதியாகச் சொல்லமுடியும். உங்களுடைய வீரமரணத்தால் தீம்பிழம்பாகக் கொதிக்கும் ஒவ்வொருவரிடமும் இக்கடிதம் போய்ப் பேசும். பாசிச ஆட்சியை எதிர்த்து கையை உயர்த்திக் குரல் கொடுக்கும் ஒவ்வொருவருக்கும் இக்கடிதம் போய்ச் சேரும் என்று நம்புகிறேன்.

இந்த மக்கள் விரோத அதிகாரவர்க்கத்தை எதிர்த்தும், என்றைக்காவது ஒருநாள் புரட்சிக்கான போராட்டத்தில் வென்றுவிடுவோம் என்றும், வாழும்போதே முழு நம்பிக்கையோடு வாழ்ந்தும் போராடியும் எங்கள் அனைவருக்கும் அந்த நம்பிக்கையைக் கடத்தியவர் நீங்கள். உங்களுடைய அந்த உன்னதமான நம்பிக்கை என்றென்றைக்கும் எங்களை வாழவும் போராடவும் தூண்டிக்கொண்டே இருக்கும். இந்த வழக்கு நடைபெற்றுக்கொண்டிருக்கும்போது அது குறித்து பேசவோ எழுதவோ கூடாது என்கிறார்கள். ஆனால், அந்த விதிகளை எல்லாம் இன்று நான் மீறித்தான் ஆகவேண்டும்.

இப்படித்தான், வழக்கு நடந்துகொண்டிருக்கும்போது பேசக்கூடாது என்பதால் நீங்கள் பேசாமல் இருந்தீர்கள். இறுதியில் எதுவும் பேசாமலேயே சென்றுவிட்டீர்கள். ஆனால், நான் ஏதாவது சொல்லியே ஆகவேண்டும். இந்த வழக்கு முடியும் வரையெல்லாம் என்னால் காத்திருக்க முடியாது.

இப்போதாவது பேசியாக வேண்டும். வழக்கு முடியட்டும் பேசலாம் என்று நானும் காத்திருந்தால், நாளை நானும் இறக்க நேரிடலாம். அப்போது, எனக்குப் பதிலாக இது குறித்து யார் பேசுவார்கள்?

உங்களுடைய விடாமுயற்சி இருக்கிறதே, அதை யாராலும் வெல்லவே முடியாது. சிறைச்சாலையோ, அடக்குமுறையோ, கொடும் நோயோ, அல்லது வேறு எதுவுமோ சாதி-வர்க்க-ஆணாதிக்க அடிமைத்தனத்தை ஒழிப்பதற்கான உங்களது

இன்னும் எத்தனை காலத்திற்கு நிலவைக் கூண்டிலேயே

உழைப்பையும் மனஉறுதியையும் இறுதிவரையிலும் உடைக்கவே முடியவில்லை.

இங்கு எல்லோரும் வாழ்க்கையை வாழத்தான் விரும்புவார்கள். நீங்களும் அப்படித்தான் விரும்பி இருப்பீர்கள். ஆனால், சமூகக் கடமைகளாக நீங்கள் கையிலெடுத்துக்கொண்ட பணிகளால், உங்கள் சொந்த வாழ்க்கையையே அது பறித்துக்கொண்டுவிட்டது.

உலகை மாற்றும் வல்லமை பெற்ற புரட்சிகர சித்தாந்தத்தில் இருந்து சமூக மாற்றத்திற்கான உங்களுடைய வாழ்க்கை துவங்கியது.

அதன்பிறகு, எது நடந்தாலும் தொடர்ந்து போராடும் குணம் உங்களுடையதாக இருந்தது. உங்களுடைய வாழ்க்கைப் பயணத்தில் மலர்ந்த புரட்சி மலர்கள் என்றைக்கும் வாடவே வாடாது.

நீங்கள் உருவாக்கிய நம்பிக்கையுடனும் மனத்துடனும் குணத்துடனும் எங்களைச் சுற்றியே அந்த மலர்கள் இனியெப்போதும் வலம்வரும். ஒரு மனித உரிமை செயல்பாட்டு வழக்கறிஞராக, உங்களிடம் நான் மன்னிப்புக் கோரியே ஆகவேண்டும். உங்களைச் சிறையில் இருந்து நான் மீட்டெடுக்கத் தவறிவிட்டேன். ஒரு களப்பணியாளராக, உங்களிடம் இருக்கும் அனைத்தையும் கொடுத்து இந்த மக்களுக்காகப் போராடினீர்கள். சிறைவாசமும் தேசத் துரோக வழக்குகளும் உங்களை மனதளவில் ஒன்றும் செய்துவிடமுடியவில்லை. நிற்காமல் ஓடினீர்கள். குண்டும் குழியும், முள்ளும் கல்லும் இருந்த போதிலும், அவற்றையெல்லாம் கடந்து சென்றுகொண்டே இருந்தீர்கள். அதுவும் சிலநேரம் இந்த அமைப்பு முறையையும், சிலநேரம் குடும்பத்தையும், சிலநேரம் உங்களையும், சிலநேரம் சூழ்நிலையையும் சரிவரக் கையாண்டு பயணித்தீர்கள்.

உங்களுடைய பாதையில் நீங்கள் பயணிப்பதைத் தடுப்பதற்காவும் உங்களை அடக்கி ஒடுக்குவதற்காகவும், உங்களை அச்சுறுத்துவதற்காகவும் தான், வழக்குகளில் சிக்கவைத்து நீதிமன்றத்திற்கும் சிறைக்கும் திட்டமிட்டே அலைக்கழித்திருக்கிறார்கள். இந்த நெருக்கடியில், ஒட்டுமொத்த அரசின் அதிகாரமும் உங்களுக்கு எதிராக நிற்கும்போது, உங்களுக்காக நான் வாதாடினேன். இயக்கத்தில் அது எனக்கான பொறுப்பாகவும் இருந்தது. கடந்த இருபத்தி ஐந்து ஆண்டுகளாக

ஒரு மனித உரிமை செயல்பாட்டாளராகவும் வழக்கறிஞராகவும் அந்தப் பொறுப்பை ஏற்றுக்கொண்டு சரிவரச் செய்துகொண்டே வந்திருக்கிறேன்.

என்னுடைய இருபத்தி ஐந்து ஆண்டுகால வழக்கறிஞர் பணியில், நேர்மையுடனும் உறுதியுடனும் நீதியையும் நியாயத்தையும் பெற்றுத்தருவதற்காக உழைத்திருக்கிறேன்.

என் வாழ்க்கையில் மிகமுக்கியமாக அரசியல் கைதிகள் குறித்தான வழக்குகளில் கவனம் செலுத்தி வாதாடியும் போராடியும் இருக்கிறேன். அரசியல் வழக்குகளில் அவர்களுக்கு நீதியைப் பெற்றுத்தருவதற்கான கடமை ஒரு வழக்கறிஞராக எனக்கு இருக்கிறது என்று எப்போதும் நம்புகிறேன்.

ஆனால், இந்த எல்கர் பரிக்ஷத் வழக்கில், நானே ஒரு கைதியாகக் கடந்த மூன்றாண்டுகளாகச் சிறையில் அடைக்கப்பட்டுவிட்டேன். என்னால் உங்களைக் காப்பாற்ற முடியாமல் போனதற்கு அதுவும் ஒரு காரணமாக அமைந்துவிட்டது. அதற்காக நான் மனம் வருந்துகிறேன். இந்த வழக்கை நிச்சயமாக நான் மீளாய்வு செய்வேன். இதில் எந்த இடத்தில் உங்களைக் காப்பாற்றுவதில் நான் தோற்றுப்போனேன் என்பதற்கான பதிலைத் தேடுவேன். உங்களின் உயிர் எங்களை விட்டுப் பிரிந்தது, என் மனதில் ஆறாத காயத்தை ஏற்படுத்திவிட்டிருக்கிறது.

காஞ்சன் அவர்களே, இந்த இயக்கத்திற்காக உங்கள் வாழ்க்கையையே கொடுத்து அர்த்தமுள்ள வாழ்வை இறுதிவரை வாழ்ந்திருக்கிறீர்கள்.

சாதிப்படிநிலையை ஆதரிக்கிற அரசினால் மக்களுக்கு எதிராக இழைக்கப்படுகிற அநீதியையும் ஒடுக்குமுறையையும் ஒழித்துக்கட்டி, சாதியற்ற சமூகத்தை உருவாக்கி சமத்துவத்தை நிலைநாட்டுவதற்காக உங்களுடைய இறுதி மூச்சுவரையிலும் நேர்மையாகவும் உறுதியாகவும் போராடினீர்கள்.

ஆகவே, வெகுமக்கள் இயக்கத்தில் மக்களின் உரிமைக்காக நீங்கள் இறுதிவரை போராடியதுபோல், உங்களது இறுதி மூச்சு நின்றுவிட்ட பிறகும் எண்ணிலடங்கா மக்களால் அது தொடரப்படும் என்பதை என்னால் உறுதியாகக் கூற முடியும்.

நாம் சாவித்திரிபாய் புலே, சாஹித் பகத் சிங், டாக்டர் பாபாசாஹேப் அம்பேத்கர் உள்ளிட்ட பலரின் வரலாற்றைப்

படித்து, மனதிற்குள் ஆழமாகப் பதியவைத்து, அவர்களது புரட்சிகர வாழ்வைப் பெருமிதமாகப் பார்த்து, முன்மாதிரிகளாகக் கருதி, அவர்களது அடிச்சுவடுகளைப் பின்பற்றி நடக்க முயற்சி செய்கிறோம்.

அதேபோல, உங்களுடைய பயணத்தில் பல அடிகள் வைத்து, முன்நகர்ந்து நீங்கள் சென்றுவிட்டீர்கள். எங்களுக்கு முன்னால் வெகுதொலைவில் சென்றுவிட்ட உங்கள் பாதையில் நாங்களும் பின்தொடர்ந்து வருகிறோம் என்று சொல்வதற்கு நான் பெருமைப்படுகிறேன்.

என்றென்றைக்கும் நம்மிடையே வாழும் புரட்சியாளர்கள் பலரை உங்கள் வடிவில் நான் பார்த்திருக்கிறேன். இது மிகைப்படுத்துதல் எல்லாம் கிடையாது. ஒரு மனித உரிமை பாதுகாப்பு வழக்கறிஞராக, கடந்த இருபத்தி ஐந்து ஆண்டுகளில் சாதி-வர்க்கம்-பெண்ணடிமைத்தனம் ஆகியவற்றை ஒழிப்பதற்காக இவ்வியக்கத்தின் உழைப்பை நேரில் பார்த்திருக்கிறேன். அதில் உங்களுடைய பயணத்தையும் நேரில் பார்த்த அனுபவமும் எனக்கிருக்கிறது.

சந்திரபூர் மற்றும் ஏர்வாடா சிறைச்சாலைகளில் ஒரு அரசியல் கைதியாக நீங்கள் நடத்திய போராட்டங்களை பார்த்தும் கேள்விப்பட்டும் இருக்கிறேன். நீங்கள் வாழ்ந்த வீட்டிலிருந்து இடம்பெயர்வது தொடர்பாக உங்கள் குடும்பம் கேள்வியெழுப்பியபோது, உங்களுடைய வீட்டைத் தியாகம் செய்துவிட்டு, இயக்கத்திற்காக உங்களுடைய வாழ்க்கையையே தியாகம் செய்தீர்கள். அதனால், உங்களுடைய புரட்சிகர வாழ்க்கையையும் வாழ்க்கைப் போராட்டத்தையும் பார்த்துப் பெருமிதம் கொள்கிறேன்.

'ஜெய் பீம்' என்று உங்கள் முன்பு சொல்வதில் எனக்குப் பெருமகிழ்ச்சி. நீங்கள் இதயத்திலிருந்து உருவான ஒரு புரட்சியாளர்.

காஞ்சன் அவர்களே, நீங்கள் சிறையில் இருந்து வெளியே வந்திருந்தால், தேவையான மருத்துவம் பார்க்கப்பட்டு, உயிர்ப்பிழைத்திருப்பீர்கள். மிகமோசமான நோய் தாக்கப்பட்ட உங்களுக்குத் தேவையாக இருந்தது அன்பும் ஆதரவான மக்களின் அருகாமையும்தான். அப்படியானவர்கள் இருக்கும் உங்கள் சொந்த வீட்டிற்கு நீங்கள் வந்திருந்தால் எல்லாமும் கிடைத்திருக்கும்.

சிறைக்கு வெளியே இருந்திருந்தால் உங்கள் நோய்களில் இருந்து மீண்டுவருவதற்கான அத்தகைய அன்பும் உதவியும் நிச்சயமாக உங்களுக்குக் கிடைத்திருக்கும். ஏனோ, இந்த நீதிமன்றத்திடம் இதைச் சரியாக எடுத்துக்கூறி அவர்களுக்கு புரியவைப்பதில் நாங்கள் தோல்வியடைந்துவிட்டோம். அதனால், சிறைக்குள்ளே சிறை அதிகாரிகளின் தயவில் நிற்கும்படியான சூழல் உங்களுக்கு ஏற்பட்டுவிட்டது. அவர்களுக்கோ சிறைகைதிகளும் மனிதர்கள்தான் என்கிற அடிப்படை மனிதாபிமானம் கூட இல்லாமல் போயிருக்கிறது.

காஞ்சன் அவர்களே, இப்படியெல்லாம் உங்களை இழப்போம் என்று நாங்கள் நினைக்கவே இல்லை. உங்களுடைய மரணத்தை ஒரு திட்டமிட்ட நிறுவனப் படுகொலையாகத்தான் நான் பார்க்கிறேன்.

மிகக்கொடூரமான நிலைமையில் இருக்கும் ஏர்வாடா சிறையில் நீதிகிடைக்குமென்று ஏழாண்டுகளாக நம்பிக்கையுடன் காத்திருந்தீர்கள். இந்த ஏழாண்டுகளில், உங்களுடைய உடல்நிலையைக் கருத்தில்கொண்டு பிணை வழங்கவேண்டும் என்கிற கோரிக்கை மனுக்களை அமர்வு நீதிமன்றமும் உயர்நீதிமன்றமும் போட்டிப் போட்டுக்கொண்டு மனுவின் கோரிக்கை தொடர்பாக எந்த முடிவையும் எடுக்காமல் தள்ளிப்போட்டுக்கொண்டே இருந்திருக்கின்றன.

இந்த முதலாளித்துவ பார்ப்பனிய சாதி ஆதிக்க அமைப்பு முறைதான் உங்களுக்குப் பிணை வழங்கப்படாமல் இருந்ததற்கு முக்கிய காரணமே. இந்த அரசு நிர்வாகமும் அதற்கேற்றாற்போல் வடிமைக்கப்பட்டிருக்கின்றது.

இன்றைக்கு, பாஜக மற்றும் இதர சங்கிக்கூட்டத்தைச் சேர்ந்த கிரிமினல் குற்றவாளிகளும் கலவரக்காரர்களும் குற்றமற்றவர்கள் என்று கூறி, சிறையில் இருந்து விடுதலை செய்யப்பட்டு, விசாரணையில் இருந்தே விடுவிக்கப்பட்டிருக்கின்றனர். காஷ்மீரில் கைது செய்யப்பட்டுப் பயங்கரவாதம் தொடர்பான வழக்கில் குற்றஞ்சாட்டப்பட்ட ஒரு மூத்த காவல் அதிகாரிக்கு மூன்று-நான்கு மாதங்களிலேயே பிணை வழங்கப்பட்டிருக்கிறது. பாஜகவுடன் தொடர்புடைய ஒரு பதிப்பாசிரியருக்குப் பெரிய கிரிமினல் வழக்காக இருந்தபோதும், ஒரு சில நாட்களிலேயே பிணை வழங்கப்பட்டிருகிறது. பீமா கோரேகான் கலவரத்தில் முக்கிய காரணப்புள்ளியாக இருந்த

இந்துத்துவவாதியான பிடேவை இன்றுவரையிலும் கைதுகூட செய்யவில்லை. பிடேவுடன் கைகோர்த்து அனைத்தையும் செய்ததாகக் குற்றஞ்சாட்டப்பட்ட எக்போத்தேவுக்கோ ஒரே மாதத்திற்குள்ளாகவே பிணை கிடைத்துவிட்டது.

ஆனால், காஞ்சன் நானாவரேவுக்கு மட்டும் பிணை கிடைக்கவில்லை. அதுவும் உடல்நிலை மிகவும் மோசமாகிய பின்னரும் வழங்கப்படவில்லை. இதே எல்கர் பரிக்ஷத் வழக்கில் குற்றஞ்சாட்டப்பட்டுச் சிறையில் இருக்கும் வரவர ராவுக்கும் பிணை கொடுக்கப்படவில்லை.

இந்த வழக்கில் குற்றஞ்சாட்டப்பட்டவர்கள் கடந்த மூன்றாண்டுகளாகச் சிறையில் இருக்கிறார்கள். மக்கள் விரோத சட்டங்களான சிஏஏ மற்றும் என்ஆர்சி ஆகியவற்றுக்கு எதிராக அரசியலமைப்புச் சட்டம் வழங்கியிருக்கும் உரிமையைக் கொண்டு அமைதியாகப் போராடியதற்காகப் பல மாணவர்களும் சிறைப்படுத்தப்பட்டிருக்கின்றனர்.

'பிணை என்பது விதி, சிறைதான் விதிவிலக்கு'

குற்றம் நிரூபிக்கப்படாத வரையிலும் எந்தவொரு நபரும் நிரபராதிதான் என்பது நீதித்துறையின் மறுக்கமுடியாத அடிப்படை விதியாகும். அதனால்தான், பிணை வழங்குவது இயல்பானதாக இருக்கவேண்டும் என்பதுவும், சிறையில் அடைத்துவைப்பதென்பது தான் விதிவிலக்காக இருக்கவேண்டும் என்பதுவுமான ஒரு எழுதப்படாத விதியை நீதித்துறை பின்பற்றவேண்டுமென சொல்லப்படுகிறது.

ஆனால், இந்த அடிப்படைக் கொள்கை கூட, எல்லோருக்கும் சமமானதாக இருப்பதில்லை. அதிகார வர்க்கத்திற்கு நெருக்கமாக இருப்பவர்களுக்கு எளிதாகவும், மற்றவர்களுக்கு முற்றிலும் மறுக்கப்பட்டதாகவுமே அது இருக்கிறது.

பாஜக சங்கிகளுக்கும் அவர்களது அடிவருடிகளுக்கும்தான் சிறை என்பது விதிவிலக்காக இருக்கிறது. இப்படியொரு பக்கச்சார்பான நீதிவழங்கும் முறையென்பது, அப்பட்டமாகத் தெரியும் ஒரு ஏமாற்று வேலையாகத்தான் இருக்கிறது. அதற்கு உங்களுடைய உயிரையும் நாங்கள் பலிகொடுத்துவிட்டோம் காஞ்சன் அவர்களே.

ஆக, உங்களது மரணம் என்பது ஒரு இயல்பான இறப்பு கிடையாது. பாகுபாடு பார்த்து நீதி வழங்கும் இந்த பாரபட்சமான அமைப்புமுறையின் மீது விழுந்த ஒரு அறை என்றுதான் சொல்லவேண்டும்.

ஒடுக்கப்பட்ட மக்களின் குரலையும் கோரிக்கையையும் செவிசாய்த்துக் கேட்காத இந்த பாரபட்சமான அமைப்புமுறைக்கும் அதனோடு தொடர்புடைய இன்னபிற இடைத்தரகர்களுக்கும் விழுந்த அடி இது.

காஞ்சன் அவர்களே, இறுதியாக நீங்கள் இறந்தேவிட்டீர்கள். ஆனால், இந்த உலகில் மாற்றத்தைக் கொண்டுவர வேண்டும் என்று விரும்பி உழைக்கும் ஒவ்வொருவரின் மனதிலும் நீங்கள் ஒரு அழியாப் புரட்சியாளராக என்றென்றும் வாழ்வீர்கள்.

புரட்சிகர ஜெய்பீம்!

உங்களுக்காக,
உங்கள் நண்பன், சுரேந்திர காட்லிங்,
அரசியல் கைதிகளின் வழக்கறிஞர்.

(தலித் மற்றும் பழங்குடி மக்களின் களப்போராளியான காஞ்சன் நானாவாரே இறந்த பின்னர் அவருக்காக சுரேந்திர காட்லிங் எழுதிய கடிதம் இது. நக்சலைட் இயக்கங்களுடன் தொடர்பு கொண்டிருப்பதாகக் குற்றஞ்சாட்டப்பட்டு கைது செய்யப்பட்டவர் காஞ்சன் நானாவாரே. அவருடைய உடல்நிலை மிகவும் மோசமான பின்னரும், மருத்துவ உதவி வழங்கப்படாததால் 2021ஆம் ஆண்டு ஜனவரி மாதம் 24ஆம் தேதியன்று காவல்துறையின் கட்டுப்பாட்டில் ஒரு விசாரணைக் கைதியாகவே மரணமடைந்தார் காஞ்சன் நானாவாரே. மராத்தியில் வெளியான இக்கடிதம் அனுமதியுடன் மொழிபெயர்க்கப்பட்டுள்ளது)

21 மே 2021
அத்தார் கான்

அஸ்ஸலாம் அலைக்கும்,

"மீண்டும் ஒருமுறை சொல்லிக்கொள்கிறேன். பெருநாள் வாழ்த்துகள். அங்கே எல்லோரும் எப்படி இருக்கிறீர்கள்?

இன்னும் எத்தனை காலத்திற்கு நிலவைக் கூண்டிலேயே

அல்ஹம்துலில்லா, இரமலான் நோன்பு முடியப் போகிறது. நான் எல்லா நாளும் நோன்பு துறந்தேன். துவக்கத்தில், சிறையில் நோன்பு இருப்பது கடினமாக இருக்குமோ என்கிற அச்சத்தில் இருந்தேன். ஆனால், உலகத்திலேயே நோன்பு இருப்பதற்கு மிகவும் எளிதான இடமென்று ஒன்று இருக்குமானால் அது சிறைதான் என்பதைப் போகப்போகத் தெரிந்துகொண்டேன். ஒவ்வொரு நாளும் சுடசுட அன்றே தயாரிக்கப்பட்ட சிறப்பான உணவு அதிகாலையில் 3 மணிக்கெல்லாம் இங்கே வந்துவிடுகிறது. மாலை வேளையில் வடையோ அல்லது சமோசாவோ அல்லது பாசிப்பயறு அல்வாவோ கிடைக்கும். பழங்களுக்கு நாங்களே ஏதாவது ஏற்பாடு செய்துவிடுவோம்.

ஆம், இதுதான் சிறையின் கதை. சரி, வெளியே சூழல் எல்லாம் எப்படி இருக்கிறது என்று நீயே சொல்லேன். ஈகைப் பெருநாள் தொழுகைகள் எல்லாம் நடக்குமா? இல்லையென்றால் சென்ற வருடம் போன்றுதான் இருக்குமா? இமாம் சாஹிப் தொழுகை செய்யும்போது என்னுடைய பெயரையும் நினைவில் வைத்துக் கொள்ளச் சொல். என்னுடைய மசூதி நண்பர்கள் யாரையாவது சந்திக்க நேர்ந்தால், நம் மசூதியின் தஸ்தர்கானைப் பயன்படுத்திய நாட்கள் நினைவுக்கு வருவதாக சொல்லவும் (தஸ்தர்கான் என்றால் மசூதியில் உணவு பரிமாறும்போது தரையில் விரிக்கப்படும் துணி).

இப்போது முக்கியமான விசயத்துக்கு வருவோம். அங்கே சுற்றுவட்டாரத்தில் இருக்கும் நிலைமையைப் போல, ஈகைப்பெருநாள் நம் மூன்று குழந்தைகளுக்கும் சிறப்பாக இருக்கவேண்டும். நான் இருந்தாலும் இல்லையென்றாலும் அவர்களது மகிழ்ச்சிக்கு எந்தக் குறையும் இருக்கக்கூடாது. இம்முறை வாய்ப்பு இல்லையென்றாலும், இன்ஷா அல்லா அடுத்த முறை நாம் நிச்சயமாகக் குடும்பத்துடன் ஈகைப் பெருநாள் கொண்டாடுவோம். உங்களையெல்லாம் பார்க்க முடியாமல் தினமும் ஏங்குகிறேன் என்றாலும், இரமலான் நோன்பு காலத்தில் மிக அதிகமாக வாடுகிறேன். நோன்பு காலங்களில் காலையிலும் இரவிலும் எவ்வளவு அட்டகாசங்கள் நாம் செய்திருக்கிறோம் என்று நினைத்துப் பார்ப்பேன்.

சரி, அது ஒன்றும் பெரிய பிரச்சினை இல்லை. அல்லாவின் ஒவ்வொரு செயலுக்கும் ஏதேனும் ஒரு காரணம் இருக்கும். அம்மாவும் அப்பாவும் உங்கள் உடல்நலனைப் பார்த்துக்கொள்ளவும்.

பிலால், நீ பொறுமையாகவும் அமைதியாகவும் இருக்க வேண்டும். அதேபோல, மிக நீண்ட தாடியை வைத்திருக்கிறாயே, அதைக் கொஞ்சம் சீர்செய்யவும்.

ஜவ்வாத், சரியாகக் கவனமில்லாமல் இருக்காதே. படிப்பில் நன்றாகத் தேர்ச்சிபெறு.

அனஸ், செல்போனையே எப்போதும் பார்த்துக்கொண்டு இருக்காமல், கொஞ்சம் படிப்பிலும் கவனம் செலுத்து.

இப்போது பணத்தை சிபிஆர்ஓ (மத்திய மக்கள் தொடர்பு அலுவலகம்) மூலமாக வழங்குவதில்லை. அதற்குப் பதிலாக மணி ஆர்டர் மூலமாகத்தான் வழங்குகிறார்கள். நீ இங்கே அடிக்கடி வந்து உன்னுடைய நேரத்தை வீணாக்காதே. அத்துடன் கொரோனா வரும் ஆபத்தும் இருக்கிறது.

எல்லோருக்கும் என்னுடைய வணக்கத்தைத் தெரிவித்துவிடவும். அத்துடன், நான் இங்கே சிறைக்கு வந்த இந்த 10 மாதங்களில், எனக்கு ஒரு கடிதம் கூட போடமுடியாமல் ஏன் இருக்கிறார்கள் என்று என்னுடைய நண்பர்களிடம் நான் கேட்டதாகச் சொல்லவும். சரி, உன்னை கவனமாகப் பார்த்துக்கொள். எல்லோருக்கும் என் அன்பைத் தெரிவித்துக்கொள்கிறேன். அல்லா ஹஃபிஸ்.

இப்படிக்கு,

அத்தார்

(இந்தியில் இருந்து அனுமதிபெற்று மொழிபெயர்க்கப்பட்டுள்ளது)

★★★

2 நவம்பர் 2021
சாகர் கோர்க்கே

பெறுநர்

மதிப்பிற்குரிய நீதிபதி,
சிறப்பு என்ஐஏ நீதிமன்றம்,
நீதிமன்ற அறை,
மும்பை அமர்வு நீதிமன்றம்,
மும்பை

விண்ணப்பதாரர்: சாகர் தத்யராம் கோர்க்கே

பொருள்: விண்ணப்பதாரரைப் பழிவாங்கும் நோக்குடன் துன்புறுத்திய தலோஜா சிறைச்சாலையின் சிறைக் கண்காணிப்பாளரான யூ.டி.பவாருக்கு எதிராக உடனடியான நடவடிக்கை கோரும் விண்ணப்பம்

மதிப்பிற்குரிய ஐயா,

2021ஆம் ஆண்டு செப்டம்பர் 26ஆம் தேதியன்று, சிறைக் கண்காணிப்பாளரான திரு.யூ.டி.பவார் வழக்கம்போல சிறைவாசிகளின் கோரிக்கைகளை விசாரிக்க வந்தார். மழை பெய்ததால் உருவான சேறும் சகதியும் கொண்ட ஒரு இடத்தில் நின்றுகொண்டு ஒவ்வொருவரையாக வந்து கோரிக்கை மனுவைக் கொடுக்கச் சொன்னார். அவரிடம் பலரும் அவரவர் பிரச்சினைகளையும் மனக்குறைகளையும் குற்றச்சாட்டுகளையும் சொல்லிக்கொண்டு இருந்தனர். அவர்களின் கேள்விகளுக்குப் பதிலாகச் சில முடிவுகளைத் தெரிவித்துக்கொண்டிருந்தார்.

அதற்கு மூன்று நாட்களுக்கு முன்னதாக (23/09.2021), தேடுதல் நடவடிக்கை எனச்சொல்லி எனது முக்கியமான ஆவணங்கள், சுற்றறிக்கைகள், சிறைக் கையேடு ஆகியவற்றை ஓர் அதிகாரி திருடிக்கொண்டு போய் எரித்துவிட்டார். அதுகுறித்த குற்றச்சாட்டை முன்வைப்பதற்காக மற்ற சிறைவாசிகளுடன் இணைந்து நானும் அந்த வரிசையில் நின்றுகொண்டிருந்தேன். அதுவரை சுமார் 9 அல்லது 10 பேர் கொடுத்திருப்பார்கள். அப்போது என்னுடைய முறை வந்தது. எல்லா சிறைவாசிகளையும் முதலில் காலணிகளைக் கழட்டிவிட்டு சேற்றில் நிற்கச் சொன்னார்கள். நான் என்னுடைய காலணியைக் கழட்டமாட்டேன் என்று கூறினேன். அதனைத் தொடர்ந்து சிறைக் கண்காணிப்பாளருடன் ஒரு வாக்குவாதம் நடந்தது.

கண்காணிப்பாளர்: உன்னுடைய செருப்பைக் கழட்டவும். என்னோடு பேசும்போது செருப்பைக் கழட்டவேண்டும் என்று கூட உனக்குத் தெரியாதா?

நான்: மன்னிக்கவும் ஐயா. ஆனால், செருப்பைக் கழட்டுவது இப்போது அவசியமா?

கண்காணிப்பாளர்: அவசியமா என்று கேட்டால் என்ன பொருள்? நாங்க கண்காணிப்புக்கு வரும்போது, யாரும் காலணி அணியக்கூடாது என்று தெரியாதா உனக்கு?

நான்: இது பொது இடம். இங்கே எதற்கு நான் என்னுடைய செருப்பைக் கழட்டவேண்டும். நான் நீதிமன்றத்திலேயே செருப்பைக் கழட்டியதில்லை.

கண்காணிப்பாளர்: ஆனால், இங்கே என் முன்னால் கழட்டித்தான் ஆகவேண்டும்.

நான்: ஆனால், இது விதிகளுக்கு எதிரானது. நான் ஒரு தலித். இப்படியான ஆணைகளைக் கேட்கையில், எங்களுடைய ஊரில் ஊர்ப் பண்ணையார்கள் விதிக்கும் கட்டளை போலிருக்கிறது இது. நான் அவமானப்படுத்தப்பட்டதாக உணர்கிறேன். நான் என்னுடைய செருப்பைக் கழட்டவே மாட்டேன்.

கண்காணிப்பாளர்: ஓய், இங்கே தலித் அது இது என்றெல்லாம் பேசாதே. இங்கே எல்லோரும் சமம்தான்.

நான்: இதில் சமத்துவம் எங்கே இருக்கிறது ஐயா? நீங்கள் காலணி அணிந்திருக்கிறீர்கள். ஆனால், என்னையோ இந்தச் சேற்றிலும் நான் அணிந்திருக்கும் செருப்பைக் கழட்டச் சொல்கிறீர்கள். இது சாதிய அமைப்புமுறைக்கு ஒப்பானது.

கண்காணிப்பாளர்: எனக்கு இங்குப் பாடமெல்லாம் எடுக்காதே. நீ உன்னுடைய செருப்பைக் கழட்டப்போகிறாயா இல்லையா?

நான்: என்னை மன்னித்துவிடுங்கள். நான் அவமானப்படுத்தப் பட்டதாக உணர்கிறேன். நான் செருப்பைக் கழட்டமாட்டேன்.

கண்காணிப்பாளர்: சரி, அப்படியென்றால் நீ என்ன கோரிக்கையுடன் இங்கே வந்திருக்கிறாயோ, அந்த கோரிக்கையை நான் காதுகொடுத்துக் கேட்கமாட்டேன்.

இதைச்சொல்லிவிட்டு திரு.பவார் அவர்கள் அங்கிருந்து அவருடைய உதவியாளர்களை அழைத்துக்கொண்டு சென்றுவிட்டார். அன்றிலிருந்து அவர் என்னை ஏதாவது ஒரு வகையில் துன்புறுத்திக்கொண்டேதான் இருக்கிறார்.

தோல் நோய்க்காகவும் மூட்டுவலிக்காகவும் உளவியல் சிகிச்சைக்காகவும் நான் எடுத்துக்கொள்ளும் ஆயுர்வேத மருந்துகள்

இன்னும் எத்தனை காலத்திற்கு நிலவைக் கூண்டிலேயே அடைத்து வைக்கமுடியும்? | 223

எனக்குக் கிடைக்காமல் தடைசெய்யப்பட்டுவிட்டன. கடந்த ஓராண்டாக அந்த மருந்துகளை எல்லாம் நான் உட்கொண்டு வந்திருக்கிறேன். இப்போது எனக்கான அனைத்து மருத்துவ சிகிச்சையும் நிறுத்தப்பட்டுவிட்டது.

மூட்டுவலியும் தோல் வியாதியும் இருப்பதால் அனுமதி பெற்று எனக்குக் கிடைத்துக்கொண்டிருந்த வெந்நீரையும் கிடைக்கவிடாமல் செய்துவிட்டார்.

எனக்கு கொரோனா வந்ததில் இருந்தே, என் உடல்நிலை முன்புபோல் இல்லை. அதற்காக, என்னுடைய மருத்துவ அதிகாரி எனக்குப் பரிந்துரைத்திருந்த மருத்துவ உணவுமுறையையும் இந்தக் கண்காணிப்பாளர் நிறுத்திவிட்டார்.

அதேபோல நான் எந்தக் கடிதப் போக்குவரத்து நடத்தவும் எனக்கு அனுமதி மறுக்கப்படுகிறது. சிறைவாசிகளுக்கு ஏதாவது சட்டப்பூர்வ பிரச்சினை இருந்தால் அதற்குத் தீர்வுகொடுக்க ஒரு வழக்கறிஞர் வருவார். அவரையும் சந்திக்க எனக்கு அனுமதி மறுக்கப்படுகிறது.

என்னுடைய சொந்த செலவில் நான் வாங்கி வைத்திருந்த நூல்கள், ஆடைகள், எழுதுவதற்குத் தேவையான பொருட்கள், அஞ்சல்தலைகள் உள்ளிட்ட பலவற்றையும் எடுத்துக்கொண்டு போய்விட்டார்கள். என்னுடைய வழக்கில் குற்றஞ்சாட்டப்பட்டு சிறையில் இருப்போரிடமும் நான் பேசக்கூடாது என்று எச்சரிக்கப்பட்டு இப்போது அனுமதிக்கப்படுவதே இல்லை.

கோரிக்கை: அவருக்கு என் மீது இருக்கிற தனிப்பட்ட வெறுப்பின் காரணமாகவே எனக்கான அனைத்து வழிகளையும் அவர் அடைக்கிறார். தொடர்ச்சியாகத் தொல்லையும் கொடுக்கிறார். இதில் உடனடியாகத் தலையிட்டு, தேவையான நடவடிக்கைகளை எடுத்து, எனக்கு ஏற்படுகிற துன்புறுத்தல்களில் இருந்து என்னைக் காப்பாற்றுமாறு மரியாதைக்குரிய நீதிபதிகள் வீற்றிருக்கும் இந்த நீதிமன்றத்தைக் கேட்டுக்கொள்கிறேன்.

தேதி: 02-11-2021

கையொப்பமிட்டவர்: சாகர் தத்யாராம் கோர்க்கே

(மராத்தி மொழியில் இருந்து அனுமதி பெற்று மொழிபெயர்க்கப்பட்டுள்ளது)

1 ஜனவரி 2022
சுதிர் தாவ்லே

மனித உயிர்களைப் பறிக்கும் கொடூரக்காலம்,
பெரியண்ணன் முத்திரையோடு
கண்காணித்துக் கொல்லும் முதலாளித்துவம்,
அஞ்சவைக்கும் சூழலில்
கைவிடப்பட்ட தெருநாய்களாகத்
துக்கமும் துயரமும் அலைந்துகொண்டிருக்க,
கண்களில் சீற்றத்துடன்
'நாம் பார்த்துக்கொள்வோம்' என்ற மாணவர்கள்,
பிழைத்தாக வேண்டிய நிலையில் முஸ்லிம் பெண்களின்
'ஷாஹீன் பாக்! ஷாஹீன் பாக்! முழக்கங்கள்,
நீதிச்சுடரைப் பற்றியெரிய வைத்த ஹத்ராசும் பீமா கோரேகானும்,
'நாங்கள் இறக்கமாட்டோம்! நாங்கள் போராடுவோம்!
மக்கள் போரை விவசாயிகள் வென்ற கதையெல்லாம்
பார்க்காமலா வந்திருக்கோம்,
துக்கத்தின் வலியிலிருந்து மகிழ்ச்சி ஊற்றுப்பெற,
புரட்சியே மனிதர்களுக்குச் சமத்துவத்தைப் பெற்றுத்தரும்,
அச்சம் நிறைந்த காலத்திலே
விடுதலையும் வண்ணமலர்களும்
மதிப்பைப் பெற்று மேலுயரும்,
இரத்த வெள்ளம் பாயும் ஊரிலும்,
சூரியன் உதிக்காமலா போகும்.

எழுதியவர்,
சுதிர் தாவ்லே,
1-ஜனவரி-2022,
தலோஜா மத்திய சிறைச்சாலை

(மராத்தி மொழியில் இருந்து அனுமதிபெற்று
மொழிபெயர்க்கப்பட்டுள்ளது)

21 மே 2022

ரமேஷ் கைசோர்

எனதருமைக் கொசு வலையே

எனதருமைக் கொசு வலையே
அச்சமூட்டம் சிறைக்குள் சிக்கிக்கொண்டேன்,
நீதான் எனக்கு நெருக்கமாக இருந்திருக்கிறாய்
விவரிக்கமுடியாத அளவிற்கு நெருக்கமாய்
உன் அணைப்பில்தான்,
இதமாகத் தூங்கினேன்.
கனவுகள் பலவும் கண்டேன் உன்னாலே.
கனவுகள்
இந்த நரக சூழலில்,
கனவுகளே எனக்கு ஆதரவு,
கனவுகளே எனக்கு மனிதநேயம்,
புலே, அம்பேத்கர், சாஹூவின் நம்பிக்கைகளைத் தந்த கனவுகள்,
பகத்சிங், சுகதேவ், ராஜகுருவின் நம்பிக்கையைத் தந்த கனவுகள்,
எதிர்காலத்தை அழகாக வரைந்து கொடுத்த கனவுகள்
எனதருமைக் கொசு வலையே
கொடூரமான சூழலுக்கு நடுவே,
மனிதநேய உருவாக என்னை சந்தித்தாய்
ஆனால்
எனதருமைக் கொசு வலையே
இப்போது என்னிடம் நீ இல்லை.
என் கோரிக்கையெல்லாம் மறுத்துவிட்டு,
சிறையின் சட்டங்களைத் தூரப்போட்டுவிட்டு,
உச்சநீதிமன்றத்தை அவமானப்படுத்திவிட்டு,
பறித்துக் கொண்டு போய்விட்டார்கள்
சில அதிகார மனிதர்கள்,
அவர்களின் எசமானர்களின் ஆணைப்படி.
நீ என் தேவையாகத்தான் இருந்தாய்,
ஆனால் நீ அச்சுறுத்தலென்று சொல்லி,
கொசுக்களுடன் சதிசெய்து,
பறித்திருக்கிறார்கள் உன்னை,
பிரித்திருக்கிறார்கள் நம்மை.

இப்போது மலேரியாவையும் டெங்குவையும்,
சுமந்து வரும் கொசுக்கள்,
என் இரத்தத்தைக் குடிக்கும்,
என் உயிரையும் எடுக்கும்.
என் உயிர் அத்தனை மலிவாகிவிட்டது,
ஒரு விசாரணைக் கைதியின் மரணத்திற்கு,
யார் பொறுப்பேற்பது?
எனதருமைக் கொசு வலையே
நீ என்னருகில் இருக்கையில்
அமைதியாகத் தூங்கினேன்
ஆனால் இப்போது,
எப்போதும் தூக்கமின்மை,
எப்போதும் அமைதியின்மை.
ஆனால்,
தூக்கமில்லாதவனும்,
அமைதியில்லாதவனும்
உரிமைக்காக எப்போதும் போராடுவான்.
உன்னை என்னிடமிருந்து பிரித்த
அந்த அதிகாரிக்கு இது தெரியாது போலயே,
எனதருமைக் கொசு வலையே

(மராத்தி மொழியில் இருந்து மொழிபெயர்க்கப்பட்டுள்ளது)

★★★

24 மே 2022
குல்ஃபிஷா ஃபாத்திமா

2022ஆம் ஆண்டு மே மாதம் 24ஆம் தேதியன்று இரவில் மழை பெய்து கொண்டிருந்தது. நான் தூங்காமல் விழித்துக்கொண்டுதான் இருந்தேன். அப்போது எனக்குள் தோன்றிய இந்த வரிகளை உடனடியாக எழுதிவைத்தேன்

நேற்றைய நாளின்
இருள்சூழ்ந்த இரவில்,
சிறைக்கதவுகளின் மீது,
ஓங்கித் தட்டிய ஒலி,
அன்பு மிக்கவர்களின்,

இன்னும் எத்தனை காலத்திற்கு நிலவைக் கூண்டிலேயே

பேரன்பைச் சுமந்துகொண்டு,
அப்பாவிக் காற்றை,
துணைக்கு வைத்துக்கொண்டு,
வந்த ஓசை

மின்னலும் அப்படித்தான்,
மன்னிப்பைக் கோரி உரக்கக் கத்தி,
எங்களை விடுதலை செய்யச்சொல்லி,
மெல்லிய கிளைகளின்
மென்சோகத்தையும் இணைத்தது
பொதுவில்

தோல்வியடைந்த முயற்சிக்குப் பின்,
கட்டுக்கடங்காமல்,
ஓடத் தொடங்கி,
மென்மையான மழையின் கண்ணீர்,
பூமியின் மத்தளத்துடன் மோதி,
மழைத்துளியின் சத்தத்தில்,
எழுப்பிற்று,
ஆரவாரமாய் புகார்களை

ஆயினும்,
காதுகேளாப் பாம்புகள்,
நிற்காமல் நடனமாடி,
நஞ்சுப் பற்களை,
கோரமாக விரித்து,
முள்வேலிகளைப் பரப்பி
வெறித்தாண்டவம் ஆடின.
ஒடுக்கப்பட்டோர்களோ
கைகளை உயர்த்தினார்கள்,
நேற்றைய நாளின்
இருள்சூழ்ந்த இரவில்.

(இந்தி மொழியில் இருந்து அனுமதிபெற்று மொழிபெயர்க்கப்பட்டுள்ளது)

★★★

29 மே 2022

ஜி.என்.சாய்பாபா

அன்புள்ள வசந்தா,

எப்படி இருக்கிறாய்? அதிகாரக் கொடுங்கோன்மை நிறைந்த இக்காலகட்டத்தில் இயல்பான நலன்விசாரிப்புக் கேள்வியைக் கூட கேட்கமுடியவில்லை. குழப்பம் நிறைந்த மனது இக்கேள்வியின் இயல்புத்தன்மையையே கெடுக்கிறது.

நான் உண்ணாவிரதம் செய்யத் துவங்கியது குறித்து நீ என்மீது மிகவும் கோபமாக இருப்பாய் என்று எனக்குத் தெரியும். அதனைச் செய்யவே கூடாது என்று எப்போதும் சொல்வாயே. ஆனால், நான் என்ன செய்வது? என்னுடைய சூழலில் எனக்கு வேறு வழியே தெரியவில்லை. அதனால், அது கட்டாயமான போராட்ட வழியாக என்மீது திணிக்கப்பட்டுவிட்டது. சிறை அறையை நோக்கி வைக்கப்பட்டிருந்த சிசிடிவி கேமராவை வேறொரு பக்கம் திருப்புவதாக வாக்குக்கொடுத்ததால், நான்காம் நாள் மாலையில் நான் பட்டினிப் போராட்டத்தை நிறுத்துவதற்கு ஒப்புக்கொண்டேன். மே 21 முதல் 24 வரையிலான நான்கு நாள் பட்டினிப் போராட்டம் என்பதே மிகக்கடினமாக இருந்தது. அக்கினி வெயிலின் உச்சமும், கொரோனா தாக்கியதில் இருந்தே உடல்நிலை மோசமாகிக்கொண்டு வருவதாலும், உண்ணாவிரதப் போராட்டம் கடுமையானதாக இருக்கிறது. இருப்பினும் முதல் மற்றும் இரண்டாம் கேமராக்களை நீக்காமலோ அல்லது அதன் கேமராக் கண்களின் திசையை மாற்றாமலோ இருந்திருந்தால், நான் பட்டினிப் போராட்டத்தை முடித்திருக்கவே மாட்டேன்.

மூன்றாம் நாளில் கழிவறையில் உட்கார்ந்தால் இரத்தம் நிற்காமல் வந்துகொண்டே இருந்தது. என்னுடைய கைகள் மற்றும் உடம்பின் இதர பாகங்களில் தோல் உரிந்துவருவது போலாகி சுருக்கமாக மாற ஆரம்பித்துவிட்டது. என் தலை சுற்றுவது போலவும் நினைவுகள் வந்தும் மறைந்தும் போவதைப் போலவும் இருந்தது.

நான் போராட்டத்தைக் கைவிட்டதும் உடனடியாக என்னை சிறை மருத்துவமனைக்கு அழைத்துச்சென்றார்கள். அங்கே எனக்குச் சிகிச்சை அளிக்கப்பட்டது. அடுத்த இரண்டு நாட்கள் அங்கேயே தங்க வைக்கப்பட்டேன். அதன் பிறகு கொஞ்சம் கொஞ்சமாக இரத்தப்போக்கு குறையத் துவங்கி இருக்கிறது.

இப்போது எலக்ட்ராலும் குளுகோசும் ஒவ்வொரு சில மணி நேரங்களுக்கு ஒருமுறை எடுத்துக்கொண்டே இருக்கிறேன். நம் வழக்கறிஞரும் என்னைச் சந்திக்க வரும்போது சில குளுகோஸ் பாக்கெட்டுகளும் எலக்டோரல் பாக்கெட்டுகளும் வாங்கிவந்தார்.

இப்படிக்கு,
ஜி.என்.சாய்பாபா

★★★

11 ஆகஸ்ட் 2022
வெர்னன் கொன்சால்வ்ஸ்

சமீபத்தில் தலோஜா மத்திய சிறைச்சாலை முழுவதுமாகத் தெரியும்படி, வானிலிருந்து எடுத்த புகைப்படம் ஒன்று செய்தித்தாளில் வெளியிடப்பட்டது (அதனை கூகுளில் தேடினாலும் கிடைக்கும்). இங்கிருக்கிற சிறைகைதிகளால் கூட அந்தப் படத்தைப் பார்த்து, அவர்கள் வாழ்ந்துகொண்டிருக்கும் 'வீட்டின்' புகைப்படம்தான் அது என்று அடையாளம் காணவே முடியாது. பத்திரிகை விளம்பரங்களில் வரும் சொகுசான ஓய்வுக்கால தங்கும்விடுதிகள் போலத்தான் அப்படமும் காட்சியளிக்கிறது. ஒரு அழகிய மலையின் அடிவாரத்தில் தனித்தனியாக கட்டப்பட்ட தங்கும் கட்டிடங்கள், பசுமையான சுற்றுப்புறங்கள், பச்சைப் பசேலென புற்கள், ரம்மியமான மரங்கள் என ஒரு சுற்றுலாத் தங்கும் விடுதியைப் போல அந்தப் படம் இருந்தது.

ஆனால், சிறையின் உண்மையான நிலையென்பது முற்றிலும் வேறாகத்தான் இருக்கிறது. அந்தப் புகைப்படத்தில் தெரியும் பெரும்பாலானவற்றை இங்கிருக்கும் சிறைவாசிகள் பார்த்திருக்கவே மாட்டார்கள். பசுமையாகத் தெரியும் இடங்களுக்கெல்லாம் செல்லவே அவர்களுக்கு அனுமதி இல்லை. அவர்கள் அனைவரும் மிக மோசமான, துர்நாற்றம் வீசக்கூடிய, அசுத்தமான, எங்குப் பார்த்தாலும் கழிவுகள் தேங்கிக்கிடக்கிற, காற்றோட்டமே இல்லாத, இடநெருக்கடி அதிகமாக இருக்கிற கான்கிரீட் கட்டடங்களுக்குள் அடைத்து வைக்கப்பட்டிருக்கிறார்கள். பல்லாயிரக்கணக்கான ஈக்களுடனும் கொசுக்களுடனும் இலட்சக்கணக்கான எலிகளுடனும்தான்

ஒவ்வொரு சிறிய தொகுப்புக் கட்டடத்திற்குள்ளும் நூற்றுக்கணக்கான மனிதர்கள் அடைக்கப்பட்டிருக்கிறார்கள்.

சிறைச்சாலைக்கு மேலிருந்து எடுக்கப்பட்ட அந்தப் படத்தைப் பார்க்கிற சிறைக் கைதிகளிடம் ஒரு அழகான இடத்திற்கு நடுவில்தான் வாழ்ந்துகொண்டிருக்கிறார்கள் என்கிற மாயையை அது உருவாக்குகிறது. ஏற்கெனவே கொடூரமான சூழலில் அடைத்துவைக்கப்பட்டிருக்கும் அவர்களது மனதை மேலும் துன்பத்தில் ஆழ்த்துவதைத் தாண்டி வேறெதையும் அது செய்துவிடவில்லை.

கிரிமினல் குற்றங்களில் கைது செய்யப்படாமல், அரசியல் காரணங்களுக்காகக் கைது செய்யப்பட்டிருக்கும் அரசியல் கைதிகளின் மனநிலை இதிலிருந்து மாறுபட்டிருக்கலாம். சிறை வாழ்க்கையின் கொடுமைகளையும் அங்கிருக்கிற மிகமோசமான நிலையையும் எதிர்கொள்வதற்கு, அவர்களது இலட்சியமும் கொள்கையும் அதற்கான அர்ப்பணிப்பு உணர்வும் அவர்களுக்கு உதவுகிறது. அவர்கள் நடத்திக்கொண்டிருக்கும் அல்லது நடத்த விரும்பும் பெரிய போராட்டத்திற்கு எதிரான ஆட்சியாளர்களின் கொடூரமான எதிர்வினைதான் சிறையின் மோசமான சூழலுக்குக் காரணம் என்பதை அரசியல் கைதிகளால் புரிந்துகொள்ளமுடிகிறது.

அத்துடன் களச் செயல்பாட்டாளர்களாக இருப்பதால், இயல்பாகவே தன்னைச் சுற்றி கட்டமைக்கப்படுகிற அழுத்தங்களையும் துன்பங்களையும் எதிர்கொள்வது அவர்களது போராட்டத்தின் ஒரு அங்கமாகவே அவர்கள் நினைத்துவிடுவார்கள். இருப்பினும் வெளியுலகில் இருக்கையில், சிலநேரம் ஓய்வெடுக்கவும் வீடுசென்று இயல்பு வாழ்க்கை வாழவுமாவது அவர்களுக்கு வசதி இருக்கும். ஆனால், சிறையில் இருக்கையில் இது எதுவுமே கிடையாது. 24 மணி நேரமும் துன்புறுத்துவதற்காகவே உருவாக்கப்பட்ட கட்டமைப்பாகவே சிறைகள் இருக்கின்றன.

சிறைவாசிகளுக்கு எந்தவித ஆலோசனைகளும் வழங்கப்படாத சிறைக்குள், நம்மால் முடிந்த அளவுக்கு ஏதாவது செய்ய முயற்சி செய்வோம். சில நேரங்களில் அனுதாபத்துடன் அமைதியாக மற்ற எளிய சிறைகைதிகள் சொல்வதைக் கேட்பதோ அல்லது சாய்ந்துகொள்ள ஒரு தோள் கொடுப்பதோ கூட போதுமானதாக இருக்கும். ஒருசில வேளைகளில், நமக்குத்

தெரிந்த மனத்தேற்றல்களையும், மருத்துவர் இல்லாமலோ அல்லது காசு கொடுப்போருக்கு மட்டுமே மருத்துவம் பார்க்கிற நிலை இருக்கிற இடத்தில் நமக்குத் தெரிந்தவகையில் எதைச் சாப்பிடக்கூடாது என்றும் எதைச் சாப்பிடலாம் என்றுமான ஆலோசனைகளையும்கூட அவர்களுக்கு வழங்கலாம். சிறைகளில் சட்ட உதவிகளெல்லாம் செய்யப்படுவதாக உருவாக்கப்படும் மாயைகளுக்கு மத்தியில் உண்மையாகவே சிறைவாசிகளுக்குக் குற்றப்பத்திரிகைகளை வாசித்துக்காட்டுவதையும், தீர்ப்புகளைப் புரிந்துகொள்ள வைப்பதிலும், அதிகாரிகளுக்கு விண்ணப்பங்களை அனுப்பவும், நீதிமன்றங்களுக்கு மனுக்களை அனுப்பவும் கூட நாம் உதவலாம். அடிப்படை மனித உரிமைகள் மீறப்படும் இடங்களில் சிறைகைதிகளுக்குக் குரலெழுப்பவும் போராடவும் சொல்லித்தரலாம். இவையெல்லாமுமே கடினமான உழைப்புதான். இருப்பினும், சிறைக்குள் இருக்கிற காலகட்டத்தையும் சமூகத்திற்குப் பயனுள்ளதாக மாற்ற வேண்டும். அத்துடன், இவற்றையெல்லாம் செய்வதனால், கவலையுடனும் சோகத்துடனும் வெறுப்புடனும் சிறைக்காலத்தைக் கழிக்கவேண்டிய அவசியமும் நமக்கு வராது.

எல்லா அரசியல் கைதிகளின் நிலையும் சிறப்பாக இருந்துவிடும் என்று சொல்லிவிடமுடியாது. சமீபத்தில் சட்டீஸ்கரில் 121 பழங்குடி மக்களை அங்குள்ள ஒரு நீதிமன்றம் விடுதலை செய்திருக்கிறது. மாவோயிஸ்ட்டுகளுடன் தொடர்புடையவர்கள் என்று குற்றஞ்சாட்டப்பட்டு, பல வருடங்களாக அவர்கள் சிறையில் அடைத்துவைக்கப்பட்டு இருந்தனர். இறுதியாக அவர்கள் மீது எந்தத் தவறும் இல்லை என்பதை நிரூபித்த பின்னர் விடுவிக்கப்பட்டிருக்கின்றனர். சிறையிலிருந்து வெளியே வரும்போதும், அவர்களுடைய ஊர்களுக்குச் சென்றபின்னரும் அவர்களை நேர்காணல் செய்யச் சென்ற ஊடகவியலாளர்களுக்கு ஒரு அதிர்ச்சி காத்துக்கொண்டு இருந்தது. விடுதலையான யாருமே கொண்டாட்ட மனநிலையிலேயே இல்லை. பல ஆண்டுகளாகச் சிறையில் இருந்தபடியால், அவர்களும் அவர்களது குடும்பங்களும் மிகமோசமாக பாதிக்கப்பட்டதுடன், குடும்பச் சூழலே தலைகீழாக மாறிப்போய் இருக்கிறது. அவர்களில் பெரும்பாலானோர் இளவயதுடையோர் என்பதால், வாழ்க்கையில் அடுத்து என்ன செய்வதென்றே தெரியாமல் குழம்பிப் போயிருந்தனர்.

பல்லாயிரக்கணக்கான முஸ்லிம்கள் அரசியல் கைதிகளாக இந்தியச் சிறைகளில் அடைத்து வைக்கப்பட்டிருக்கின்றனர். அவர்களின் நிலையும் இதேதான். அவர்களில் பெரும்பாலானோர் எதற்காகக் கைது செய்யப்பட்டார்கள் தெரியுமா? அரசின் கண்காணிப்பில் இருந்த யாரோ ஒருவரை எதேச்சையாக சந்தித்தார்கள் என்கிற காரணத்திற்காகச் சந்தேகத்தின் பேரில் கைது செய்யப்பட்டு, பல ஆண்டுகளாக இந்திய ஆதிக்க அரசினால் சிறையில் அடைத்து வைக்கப்பட்டுவிடுகிறார்கள். வளரிளம் பருவத்திலேயே கைது செய்யப்படுபவர்கள், மிகப்பெரிய பயங்கரவாத வழக்குகளையெல்லாம் எதிர்கொள்ள முடியாமல் தனிமைச் சிறையிலேயே பல ஆண்டுகள் சிக்கிக் கொள்கிறார்கள். அவர்களுக்கு எதிராக வாதாடும் அரசுதரப்பு வழக்கறிஞர்கள் வேண்டுமென்றே, விசாரணையை மட்டும் பத்து முதல் பதினைந்து ஆண்டுகள் வரையிலும் சர்வசாதாரணமாக இழுத்துக்கொண்டே போய்விடுகிறார்கள். அதன்பிறகு முறையீடு, மேல்முறையீடு என்று அவர்களது இளவயது முழுவதுமே சிறைக்குத் தாரைவார்க்க வேண்டியிருக்கிறது. இறுதியாக எந்தத் தவறுமே செய்யவில்லை என்று தீர்ப்பளிக்கப்பட்டு நாற்பதுகளில் சிறையைவிட்டு வெளியே வரும்போது, உலகமே மாறிப்போய் இருப்பதைப் பார்க்கிறார்கள். விடுதலையைக் கூட கொண்டாட முடியாமல் தவிக்கிறார்கள்.

பாராளுமன்றத்தில் கேட்கப்பட்ட ஒரு கேள்விக்குப் பதிலளிக்கையில், பயங்கரவாத எதிர்ப்புச் சட்டமான உபாவில் கைது செய்யப்பட்டவர்களில் 56% பேரின் வயதென்பது பதினெட்டு முதல் முப்பத்தி ஐந்து வரைதான் என்று ஒன்றிய அமைச்சர் கூறினார். அறுபது வயதுக்கு மேற்பட்டோரின் எண்ணிக்கை வெறும் பத்து தான். உலகெங்கிலுமுள்ள அரசியல் கைதிகளின் வயதினை ஒத்ததாகத்தான் இந்தியாவிலும் இருக்கிறது.

ஆனால், பீமா கோரேகான் (பிகே-16) வழக்கிலோ நிலைமை தலைகீழாக இருக்கிறது. இதுவரை அந்த வழக்கில் கைது செய்யப்பட்டவர்கள் அனைவருமே முப்பத்தி ஐந்து வயதுக்கும் மேல்தான். அவர்களில் ஆறுபேர் அறுபது வயதுக்கும் மேலானவர்கள். பிகே-16 வழக்கில் கைதாகி காவல்துறையினரின் விசாரணைக் கைதியாகவே இறந்துபோன பாதிரியார் ஸ்டான் சுவாமிக்கு எண்பத்து நான்கு வயது. அதிக வயதுடையோர் சிறையில் சிக்கினால் வாழ்க்கையே கொடூரமாக

இன்னும் எத்தனை காலத்திற்கு நிலவைக் கூண்டிலேயே அடைத்து வைக்கமுடியும்? | 233

இருக்கும். அநீதியான முறையில் கைது செய்யப்பட்டதற்காக மட்டுமல்லாமல், வயதையும் கருத்தில்கொண்டு, இந்த வழக்கில் கைது செய்யப்பட்டவர்களுக்குப் பல்வேறு தரப்பினரிடம் இருந்தும் மிகப்பெரிய ஆதரவை உருவாக்கியிருக்கிறது. இப்படியான மக்கள் ஆதரவுதான் அவர்களது மனங்களை மேலும் வலுவாக்கும்.

2018ஆம் ஆண்டு ஜூன் மாதம் 6ஆம் தேதியன்று இவ்வழக்கில் முதலாவதாக ஐவர் கைது செய்யப்பட்டனர். அதற்கு ஒன்றிரண்டு மாதங்களிலேயே, அவர்களில் ஒருவர் ஐம்பது வயதையும், மற்றொருவர் அறுபது வயதையும் தொட்டுவிட்டார்கள் என்பதற்காக, சிறைச்சாலைக்கு எண்ணிலடங்காத வாழ்த்து அட்டைகள் வந்து குவிந்தவண்ணம் இருந்தன. சிறை அதிகாரிகள் முதலில் குழப்பமடைந்து, பின்னர் கதிகலங்கிப்போய்விட்டனர். குற்றவாளிகளாக அவர்கள் பார்க்கிறவர்களுக்கு மக்களின் ஆதரவு இருந்தால், காலங்காலமாக என்ன செய்வார்களோ அதைச் செய்தார்கள். அரசியல் கைதிகளுக்கு வந்துகொண்டிருந்த வாழ்த்து அட்டைகளை அவர்களுக்கு வழங்காமல் சிறை அதிகாரிகளே தணிக்கையும் தடையும் செய்தார்கள். சிறைச்சாலைக்குக் கொத்துக்கொத்தாகப் பூங்கொத்துகள் வந்தால், அங்கே வசந்தகாலம் வந்துவிடும் என்பதைப் போல சிறை அதிகாரிகள் அஞ்சினார்கள். பூக்களையும் பூங்கொத்துக்களையும் வாழ்த்து அட்டைகளையும் கடிதங்களையும் தடைசெய்தார்கள்.

அடுத்த சில மாதங்களில் தங்களுக்கு மக்களிடம் வந்துகொண்டிருந்த ஆதரவைப் பெறுவதற்கான உரிமைக்காகவும் சிறைக்குள்ளிருந்து அரசியல் கைதிகள் போராட வேண்டியிருந்தது. அதற்குச் சிறைச்சாலையின் சுவர்களுக்கு அப்பாலிருந்தும் அவர்களுக்கு ஆதரவு வந்தவண்ணம் இருந்தன. அதனால், வேறுவழியின்றி ஒருசில கடிதங்களைச் சிறைக்குள்ளே அனுமதிக்க ஆரம்பித்தனர். அரசியல் கைதிகளுக்கு மக்களின் ஆதரவு கிடைப்பதை நிரந்தரமாக நிறுத்துவதற்கு வேறொரு திட்டம் கையிலெடுக்கப்பட்டது. புனே சிறையில் இருந்து மும்பை சிறைக்குக் கைதிகள் மாற்றப்பட்டனர். அப்போதும் அவர்களுக்கு மக்களின் ஆதரவு மடல்கள் வந்துகொண்டே இருந்தன. சிறைக்குள் அரசியல் கைதிகளைச் சூழ்ந்திருக்கும் துர்நாற்றமடிக்கும் சூழலை விரட்டியடிக்கும் விதமாகவும் அரசியல் கைதிகளின் மனங்களை உறுதிபட வைத்திருப்பவையாகவும் அந்த ஆதரவுக் கடிதங்கள் இருந்தன என்றால் மிகையல்ல.

அந்த வாழ்த்துச் செய்திகளெல்லாம் மிகப்பெரிய செலவில் தயாரிக்கப்பட்ட மிகப்பிரபலமான மனிதர்களிடம் இருந்து வந்தவை எல்லாம் இல்லை. இங்கிலாந்தின் ஒரு தொலைதூர கிராமத்திலிருந்து ஒரு வயதான பாட்டி அனுப்பிய மின்னஞ்சல், டெல்லியின் ஒரு ஏழ்மைக் குடியிருப்புப் பகுதியில் இருந்து ஒரு இளைஞன் சமூக ஊடகத்தில் பதிவிட்ட செய்தி போன்ற எளிய மனிதர்களிடம் இருந்து மிக இயல்பாக வந்தடைந்த கடிதங்கள்தான் அவை. ஆனால், வரலாற்றின் காலடித்தடங்கள் முழுவதுமே பலம் மிக்கதாக இருந்துவருவது இப்படியான எளிய மனிதர்களின் எளிமையானப் பேராதரவுதான். மிகப்பிரம்மாண்டமாகக் எழுப்பப்பட்டுள்ள சிறைச்சாலைச் சுவர்களிலும், ஓட்டைபோட்டு உள்நுழைந்து, சில்லென்ற காற்றையும் பரவசமான வெளிச்சத்தையும் பரப்பும் பலம்வாய்ந்தவையாக இருந்தன மக்களின் கடிதங்கள்.

எளிய மனிதர்களைத் தொடர்ந்து, மக்களவை உறுப்பினர்கள், மாநிலங்களவை உறுப்பினர்கள், ஐரோப்பிய ஒன்றியத்தில் அங்கம்வகிப்பவர்கள், ஐநா கண்காணிப்பாளர்கள், ஆணையாளர்கள் உள்ளிட்ட பல்வேறுவிதமான அதிகாரமிக்கவர்களும் பிகே-16 அரசியல் கைதிகளுக்கு ஆதரவாகக் குரல் எழுப்பத் துவங்கிவிட்டனர். இதுபோன்ற ஆதரவுக் கரங்களுக்கு நிச்சயமாகப் பெரிய தாக்கம் இருக்கத்தான் செய்யும். இவை கொடுக்கும் அழுத்தத்தினால் நாம் சற்றும் எதிர்பார்க்காத இடத்திலிருந்தெல்லாம் ஆதரவு வருவதற்கான வாய்ப்பும் உண்டு.

அப்படியொரு குரலாக 2022ஆம் ஆண்டு ஜூலை மாதத்தில் பிகே-16 அரசியல் கைதிகளை விடுவிக்கச் சொல்லி ஒரு கோரிக்கை வந்தது. அது வேறுயாருமல்ல, முன்னாள் ஒன்றிய உள்துறை அமைச்சரான திரு ப.சிதம்பரம் தான். அவர் அமைச்சராக இருக்கும்போது கொண்டுவந்த இரண்டு சட்டங்களினால்தான், பிகே-16 உள்ளிட்ட பல அரசியல் கைதிகளை எவ்வித ஆதாரமும் இல்லாமல் கைது செய்து விசாரணையிலும் தடுப்புக்காவலிலும் நீண்டகாலம் வைத்திருக்க முடிந்திருக்கிறது. பிகே-16 அரசியல் கைதிகளைக் கைது செய்ததையும், தொடர்ச்சியாகப் பிணைகூட வழங்காமல் சிறையில் அடைத்துவைப்பதையும், மாநில அரசின் அதிகாரத்தைப் பறித்துகொண்டு தன்னிச்சையாக ஒன்றிய அரசு செயல்படுவதையும், அவர் கடுமையாகக் கண்டித்து எழுதிய கட்டுரை, நாட்டின் பல்வேறு மொழிகளில் பல முக்கிய நாளிதழ்களில் வெளியாகியது. ஆனால், அவர் இப்போது

கண்டித்த அதே பகுதியை எதிர்த்து பாராளுமன்றத்தில் அது தொடர்பான சட்டத்தை அவர் அமைச்சராக இருக்கும்போது கொண்டுவருகையில் பலரும் குரல் எழுப்பியிருந்தனர். அந்த விமர்சனக் கருத்தை அப்போது கண்டுகொள்ளாமல் விட்டதும் அவர்தான். அச்சட்டங்கள் எப்படிப் பயன்படுத்தப்படுகின்றன என்பதைப் பொறுத்திருந்து பார்த்துவிட்டு, அதில் ஏதும் நடைமுறைத் தவறுகள் தெரிந்தால், அப்போது திருத்தம் செய்யத் தயாராக இருப்பதாக அவர் பாராளுமன்றத்தில் வாக்குறுதி கொடுத்திருந்தார். எந்தப் பிரிவுக்காக இத்தகைய வாக்குறுதி கொடுத்திருந்தாரோ, அதே பிரிவு மிகக்கொடூரமாகப் பயன்படுத்தப்படும் இவ்வேளையில் அவருக்கு உண்மை புரிந்திருக்கிறது. ஆனால், காலம் தாழ்த்தி வந்த புரிதலால் பயனில்லாமல் போய்விட்டது. ஆட்சியதிகாரம் இப்போது அவருக்குச் சாதகமாக இல்லையே.

இருப்பினும், இத்தகைய பிரபலமான மனிதர்களினால் பெரிய மாற்றம் நிகழ்ந்துவிடப்போவதில்லை. அரசியல் கைதிகளுக்கு அன்பாகக் கடிதங்கள் எழுதிய பாட்டி, ஏழை இளைஞன் உள்ளிட்ட எளிய மனிதர்களின் மிக இயல்பான ஆதரவுக் கரங்களினால்தான் மாற்றம் நிகழும். அவர்கள்தான் எங்களுடைய விடுதலைக்காக உண்மையாக எதையாவது செய்யவேண்டும் என்று நினைப்பவர்கள். அவர்களின் குரல்கள்தான் இலட்சக்கணக்கான குரல்களாகப் பெருகி, மாற்றத்தை ஏற்படுத்தும் பெருங்குரலாக உருப்பெறும்.

பிகே-16 வழக்கென்பது அப்படியான அனுபவத்தின் ஒரு அங்கமாகும். எங்களை நோக்கிவரும் ஒவ்வொரு ஆதரவுக்கரமும், இந்தச் சிறைச்சாலை உள்ளே இருக்கும் எங்களை அதன் வாசல் கதவை நோக்கி கொஞ்சம் கொஞ்சமாக நகர்த்தும் என்று எங்களுக்கு நன்றாகவே தெரியும்.

ஆதரவு கொடுப்பதென்பது எப்போதுமே பெரிய எதிர்பார்ப்பையும் உருவாக்கும். எதிர்பார்ப்பைக் கொண்டிருந்தால் அது பொறுப்புகளையும் வழங்கும். நல்லதொரு சமத்துவ உலகை உருவாக்க வேண்டுமென்று விரும்புகிற அனைவரும் கைகோர்க்க வேண்டிய பொறுப்பு அது. இப்படியான பொறுப்பை அவரவர் பாணியிலும் அவரவர் சக்திக்கேற்பவும் மக்களிடையே பிகே-16 அரசியல் கைதிகள் உருவாக்க முயற்சி செய்ய வேண்டும்.

எங்களுடன் பயணிக்கும் பாடலாசிரியரும் பாடகருமான ஒருவர் மேடையில் பாடும் பாடல் இது:

உங்கள் இரும்புக் கம்பிகள் உருகிப்போகும்,
நான் என் பாடல்களை உரக்கப் பாடினால்
கண்ணெதிரே நீ வீழ்ந்துதான் போவாய் மடையா,
நான் மீண்டும் போர்க்களத்தில் குதித்துவிட்டேன்[3]

★★★

8 செப்டம்பர் 2022
ரூபேஷ் குமார் சிங்

மதிப்பிற்குரிய ஜனாதிபதி,
இந்திய அரசு.
(சிறை கண்காணிப்பாளர் வழியாக அனுப்பப்பட்டது)

பொருள்: சிறைகைதிகளுக்கான அடிப்படை வசதிகளைச் செய்துதரக்கோரியும், என்றும் நம் நினைவில் இருக்கும் மாபெரும் புரட்சியாளரான ஜத்திந்திர நாத் தாஸ் என்கிற ஜத்தின் தாஸ் அவர்களின் நினைவுநாளை அனுசரிப்பதற்கு அனுமதிகோரியும் எழுதப்பட்ட கடிதம்

வணக்கம்,

அரவிந்த் பிரசாத் சிங்கின் மகனாகிய ரூபேஷ் குமார் சிங் என்கிற நான், 2022ஆம் ஆண்டு ஜூலை 18ஆம் தேதி முதல், ஜார்கண்டில் இருக்கும் மண்டல்கரா சேரைக்கலா சிறையில் விசாரணைக் கைதியாக அடைக்கப்பட்டிருக்கிறேன். நான் ஒரு ஊடகவியலாளன். ஆங்கிலேயர் ஆட்சியில் சிறையில் அடைக்கப்பட்டிருந்த மாபெரும் புரட்சியாளரான ஜத்திந்திர நாத் தாஸ் என்கிற ஜத்தின் தாஸ், லாகூர் சிறையில் சிறைவாசிகளின் அடிப்படை உரிமைகளுக்காகவும் சிறைவாசிகளைக் கொடூரமாக நடத்துவதற்கு எதிராகவும் காலவரையற்ற உண்ணாவிரதத்தை 1929ஆம் ஆண்டு ஜூலை மாதம் 13ஆம் தேதியன்று துவங்கினார் என்பது உங்களுக்குத் தெரிந்திருக்கும். அன்றிலிருந்து அடுத்த 63 நாட்கள் நடைபெற்ற அந்த உண்ணாவிரதத்தின் இறுதியில் 1929ஆம் ஆண்டு செப்டம்பர் மாதம் 13ஆம் தேதியன்று அவர் தியாக மரணமடைந்தார். சிறைகைதிகளின் உரிமைகளுக்காகப் போராடி உயிர் நீத்த தியாகி அவர்.

இந்தியாவில் இருந்து ஆங்கிலேயர்கள் வெளியேறி 75 ஆண்டுகள் ஆகிவிட்டன. மிகப் பிரமாண்டமாகச் சுதந்திரதினக் கொண்டாட்டங்கள் எல்லாம் நடைபெற்றுக்கொண்டிருக்கின்றன. ஆனால், இன்றைக்கும் நம் நாட்டின் சிறைச்சாலைகளின் நிலைமை மாறவே இல்லை. ஒரு சிறைச்சாலை எத்தனை பேரைத் தாங்குமோ அதைவிடவும் பலமடங்கு கைதிகள், இந்தியா முழுக்கவுள்ள சிறைச்சாலைகளில் அடைக்கப்பட்டிருக்கின்றனர். சிறைச்சாலைகளில் போதிய காவலர்களோ, போதுமான ஊழியர்களோ இல்லை. ஒவ்வொரு சிறைவாசியும் ஒருநாளைக்கு இரண்டு ஊழியர் செய்ய வேண்டிய வேலையை இடைவிடாமல் செய்ய வேண்டியிருக்கிறது. இந்திய அரசியலமைப்புச் சட்டத்தின்படி ஒரு ஊழியர் ஒரு நாளில் எட்டு மணி நேரம்தான் வேலை பார்க்கலாம். ஆனால், சிறைவாசிகள் 16 மணி நேரத்திற்கும் மேல் வேலைசெய்ய பணிக்கப்படுகிறார்கள். சிறையில் இருக்கிற ஊழியர்களுக்கு வாரத்திற்கு ஒருநாள் கூட விடுப்பு தரப்படுவதில்லை.

சிறைச்சாலைகளில் விசாரணை கைதிகளாக இருப்பவர்களின் நிலைமை மிகவும் மோசமாக இருக்கிறது. மிகச்சிறிய வழக்கில்கூட அவர்கள் விசாரணைக்காகவே பிணையின்றி பல ஆண்டுகள் சிறையில் இருக்க வேண்டியிருக்கிறது. 2022ஆம் ஆண்டு ஜூலை 18ஆம் தேதியன்று நான் ஜார்கண்டில் இருக்கும் மண்டல்காரா சேரைக்கலா சிறையில் அடைக்கப்பட்டேன். அங்கே, சிறைவாசிகளுக்குச் சத்தான உணவும் வழங்கப்படுவது இல்லை. விசாரணைக் கைதிகளாக இருந்தாலும் போதிய மருத்துவ வசதிகளும் செய்துதரப்படுவதில்லை. வாரத்தில் மூன்று நாட்களுக்குப் பொரியும் வெங்காயமும், அடுத்த மூன்று நாட்களுக்குப் பட்டாணியும் வெங்காயமும், மீதமுள்ள ஒரு நாளைக்கு அவலும் காலை உணவாகத் தருகிறார்கள்.

அரிசியும் பயறும் காய்கறியும் மதிய உணவாகக் கொடுக்கிறார்கள். இரவுக்கு ரொட்டியும் பயறும் காய்கறியும் வழங்குகிறார்கள். பதினைந்து நாட்களுக்கு ஒருமுறை இரண்டு சிறிய துண்டு சிக்கனை ஒரு கணக்கிற்காகத் தருகிறார்கள்.

இதுதான் கைதிகளுக்கான சத்தான உணவா?

தொழுநோயாலும் எயிட்ஸ் நோயாலும் பாதிக்கப்பட்ட சிறைகைதிகளை மருத்துவமனையில் சேர்க்காமல், இங்கேயே தங்கவைத்திருக்கிறார்கள். இது சிறைகைதிகளின் மனித உரிமைகளை மீறுவதாகாதா?

இங்கிருந்து உறவினர்களை அழைத்துப் பேசவேண்டுமென்றால் 40 நிமிடத்திற்கு 100 ரூபாய் செலுத்த வேண்டியிருக்கிறது. உறவினர்களைச் சந்திக்க வேண்டுமென்றாலோ பதினைந்து நாட்களுக்கு ஒருமுறைதான் அனுமதிக்கிறார்கள். அதுவும் வெறும் 10 நிமிடங்கள் மட்டும்தான் உரையாட அனுமதி உண்டு. இது சிறைக் கைதிகளுக்கு ஒருவிதமான பொருளாதார மற்றும் மனரீதியான அழுத்தம் ஆகாதா?

ஆகவே, நாங்கள் சில கோரிக்கைகளை உங்கள் முன் முன்வைக்கிறோம்:

1. கைதிகளுக்கு முறையான மற்றும் சத்தான உணவை வழங்கிட வேண்டும்.

2. நோய்வாய்ப்படும் கைதிகளை உடனடியாக மருத்துவமனைக்கு கொண்டு செல்ல வேண்டும்.

3. உறவினர்களுடன் பேசுவதற்கான அலைபேசி வசதியை இலவசமாகத் தரவேண்டும்.

4. கைதிகளுக்கான சந்திப்புக்கு வாரத்திற்கு ஒருமுறை 20 நிமிடங்கள் வரையிலும் அனுமதிக்க வேண்டும்.

இந்தக் கோரிக்கைகளை ஆதரித்து, 2022ஆம் ஆண்டு செப்டம்பர் மாதம் 13ஆம் தேதியன்று, மாபெரும் புரட்சியாளரான ஜத்தின் தாஸ் உயிர்த் தியாகம் செய்த அதேநாளில் மண்டல்காரா சேரைக்கலா சிறையில் ஒரு நாள் உண்ணாவிரதத்தை நான் மேற்கொள்ளவிருக்கிறேன். அதன்பிறகும் இக்கோரிக்கைகள் நிறைவேற்றப்படுவதற்கான எவ்வித முயற்சியும் எடுக்கப்படவில்லை என்றால், புரட்சியாளர் ஜத்தின் தாசின் வழிமுறையைக் கையிலெடுத்து, உடனடியாக நான் காலவரையற்ற உண்ணாவிரதத்தைத் துவங்குவேன் என்று சொல்லிக்கொள்ளக் கடமைப்பட்டுள்ளேன்.

என்னுடைய கோரிக்கைகளைப் பரிசீலித்து தேவையான நடவடிக்கைகள் எடுப்பீர்கள் என்று நம்புகிறேன்.

இப்படிக்கு,
விண்ணப்பதாரர்,
ரூபேஷ் குமார் சிங்,
விசாரணைக் கைதி,
சேரைக்கலா.

இக்கடிதத்தைச் சிறைக் கண்காணிப்பாளரிடம் கொடுத்து, 2022ஆம் ஆண்டு செப்டம்பர் மாதம் 8ஆம் தேதியன்று இந்திய ஜனாதிபதியிடம் கொடுக்கச் சொல்லிக் கொடுத்திருக்கிறார் ரூபேஷ் குமார் சிங்.

(இந்தியிலிருந்து அனுமதி பெற்று இங்கே மொழிபெயர்க்கப்பட்டுள்ளது)

★★★

10 அக்டோபர் 2022
ஹிட்மே மர்க்கம்

சிறைச்சாலைக்கு வெளியே எனக்காகப் பலரும் கவலைப்படுவதையும், என்னுடைய விடுதலைக்காகப் பிரச்சாரம் செய்வதையும் கேள்விப்படுகையில் மகிழ்ச்சியாக இருக்கிறது. இங்கே சிறைச்சாலைக்குள் மோசமான சூழலில் ஏராளமானோர் வாழ்ந்து கொண்டிருப்பதைப் பார்க்கிறேன். இதெல்லாம் என்னை மேலும் வலிமையானவனாகத்தான் மாற்றுகிறது. நான் இந்தச் சிறைச்சாலைக்குள் இருப்பதற்குப் பயப்படவெல்லாம் இல்லை. அப்படி யாராவது நினைப்பார்களேயானால், அது தவறான கருத்தாகும். நான் இங்கே வலிமையானவனாக மாறியிருக்கிறேன். சிறையில் இருந்து விடுதலையான பிறகு, முன்பை விடவும் அநீதிக்கு எதிராக வலுவாகப் போராடுவேன். ஒரு பொய் வழக்கில் என்னைச் சிக்கவைத்து சிறையில் அடைத்திருக்கிறார்கள். ஆனால், சிறைக்குள்ளே வந்துவிட்டேன் என்பதாலேயே என்னுடைய போராட்டம் தவறென்று ஆகிவிடாது. என்னுடைய மக்களுக்குக் கிடைக்கவேண்டிய நீதிக்காகவும், என் நிலத்திற்காகவும் தொடர்ந்து எப்போதும் போராடிக்கொண்டே இருப்பேன். அதே இலக்குடன் போராடும் மற்ற அனைவருடனும் இணைந்து தொடர்ச்சியாகப் போராடுவேன். உள்ளே இருந்தாலும், எப்போதும் உங்களுடனேயே இருப்பதாகத்தான் உணர்கிறேன்.

7

பெயர்களும் வழக்குகளும்

கைது செய்யப்பட்ட தேதி (2014—2022)	பெயர்	வழக்குப் பிரிவுகள்	சிறையில் இருந்த நாட்கள்	தற்போதைய நிலை
2014				
9 மே	ஜி.என்.சாய்பாபா	உபா சட்டம்/ஐபிசி 153ஏ/ஐபிசி 505(1)(பி)/ஐபிசி 17/ஐபிசி 120பி	417	சிறையில் அடைக்கப்பட்டிருக்கிறார்
		3 ஜூலை 2015 பிணையில் விடுதலை.	99	
		மீண்டும் 24 டிசம்பர் 2015 இல் கைது.		
		1 ஏப்ரல் 2016 பிணையில் விடுதலை.	2195	
		7 மார்ச் 2017இல் மீண்டும் கைது.		
20 ஆகஸ்ட்	எம்.சல்மான்	ஐபிசி 124ஏ	33	விடுதலை செய்யப்பட்டிருக்கிறார்
2 செப்டம்பர்	பேல்கே	உபா சட்டம்	3112	சிறையில் அடைக்கப்பட்டிருக்கிறார்
2 செப்டம்பர்	கஞ்சன் நானாவே	உபா சட்டம்	2962	காவல்துறையின் பாதுகாப்பிலேயே இறந்தார்
2015				
5 ஜனவரி	ஜக்தர் சிங் தாரா	வெடிமருந்து சட்டம்/ஆயுதச் சட்டம்	3352	குற்றவாளி என தீர்ப்பு வழங்கப்பட்டது
16 ஜனவரி	சோமாரு நாக்	ஆயுதச் சட்டம்	552	விடுதலை செய்யப்பட்டிருக்கிறார்
29 ஜனவரி	ஷிரின் தால்வி	ஐபிசி 295ஏ	1	விடுதலை செய்யப்பட்டிருக்கிறார்
29 ஜனவரி	ஜெய்சன் சி.கூப்பர்	உபா சட்டம்	47	விடுதலை செய்யப்பட்டிருக்கிறார்
30 ஜனவரி	துஷார் நிர்மல் சாரதி	உபா சட்டம்	48	விடுதலை செய்யப்பட்டிருக்கிறார்
2 பிப்ரவரி	சாந்தனு சைகியா	ஐபிசி 457/ஐபிசி 380/ஐபிசி 420/ஐபிசி 468/ஐபிசி ஐபிசி 471/ஐபிசி 120பி/ஐபிசி 34	80	விடுதலை செய்யப்பட்டிருக்கிறார்

26 பிப்ரவரி	சூரத் சிங் காஸ்லா	தடுப்பு நடவடிக்கை	60	விடுதலை செய்யப்பட்டிருக்கிறார்
		27 ஏப்ரல் 2015 பிணையில் விடுதலை.	21	
		1 ஜூன் 2015 மீண்டும் கைது		
		22 ஜூன் 2015 பிணையில் விடுதலை	21	
		20 ஜூலை 2015 மீண்டும் கைது		
26 பிப்ரவரி	இரவீந்தர் ஜீத் சிங்	தடுப்பு நடவடிக்கை	56	விடுதலை செய்யப்பட்டிருக்கிறார்
26 பிப்ரவரி	காளிமுத்து கன்ஷ்சாமி	ஐபிசி 170/ஐபிசி 420/ பிரிவு 5, சின்னங்களும் பெயர்களும் [தவறுதலாகப் பயன்படுத்துவதைத் தடுக்கும் சட்டம், 1950]	2935	சிறையில் அடைக்கப்பட்டிருக்கிறார்
21 ஏப்ரல்	இராஜகுமாரி	ஐபிசி 147/ஐபிசி 148/ஐபிசி 149/ஐபிசி 307/ஐபிசி 343/ஐபிசி 333/ஐபிசி 504/ஐபிசி 353/ஐபிசி 332/ஐபிசி 336/ஐபிசி427/ஐபிசி 120பி/பிரிவு 7, குற்றவியல் சட்டம்/3 மற்றும் 5, பொதுச்சொத்து சட்டம்/5 மற்றும் 26 வனப்பாதுகாப்பு சட்டம்	93	விடுதலை செய்யப்பட்டிருக்கிறார்
4 மே	ரூபேஷ்	ஐபிசி 120(பி)/ஐபிசி 124ஏ/உபா சட்டம்	2868	சிறையில் அடைக்கப்பட்டிருக்கிறார்
4 மே	ஷைனா	ஐபிசி 120(பி)/ஐபிசி 124ஏ/உபா சட்டம்	1198	விடுதலை செய்யப்பட்டிருக்கிறார்
4 மே	அனூப் மேஹ்யூ ஜார்ஜ்	ஐபிசி 120(பி)/ஐபிசி 124ஏ/உபா சட்டம்	183	விடுதலை செய்யப்பட்டிருக்கிறார்
4 மே	கண்ணன்	ஐபிசி 120(பி)/ஐபிசி 124ஏ/உபா சட்டம்	2868	சிறையில் அடைக்கப்பட்டிருக்கிறார்
4 மே	வீரமணி	ஐபிசி 120(பி)/ஐபிசி 124ஏ/உபா சட்டம்	1940	விடுதலை செய்யப்பட்டிருக்கிறார்
8 மே	கொன்னத் முரளிதரன் [அ] கண்ணம்பிள்ளை [அ] கண்ணாகரன்	உபா சட்டம்/பிரிவு 164, இந்தியக் குற்றவியல் நடைமுறைச் சட்டம்/ஐபிசி 419/ஐபிசி467/ஐபிசி 468/ஐபிசி 471/ஐபிசி 34	1536	விடுதலை செய்யப்பட்டிருக்கிறார்
13 மே	இப்ராகிம்	உபா சட்டம்	2409	விடுதலை செய்யப்பட்டிருக்கிறார்
13 ஜூன்	மாசனமுத்து	ஐபிசி 294பி/ஐபிசி 353/ ஐபிசி 56/உபா சட்டம்	184	விடுதலை செய்யப்பட்டிருக்கிறார்
13 ஜூன்	நமமாணிக்கம்	ஐபிசி 294பி/ஐபிசி 353/ ஐபிசி 56/உபா சட்டம்	184	விடுதலை செய்யப்பட்டிருக்கிறார்

29 செப்டம்பர்	சந்தோஷ் யாதவ்	உபா சட்டம்	516	விடுதலை செய்யப்பட்டிருக்கிறார்
18 அக்டோபர்	ஹர்திக் பட்டேல்	ஐபிசி 124ஏ/ஐபிசி 153ஏ/ ஐபிசி 505(2)/ஐபிசி 506/ஐபிசி 188/தேசத்துரோகச் சட்டம்	271	விடுதலை செய்யப்பட்டிருக்கிறார்
		15 ஜூலை 2016 பிணையில் விடுதலை	5	
		18 ஜனவரி 2020 மீண்டும் கைது		
		23 ஜனவரி 2020 பிணையில் விடுதலை	1	
		23 ஜனவரி 2020 மீண்டும் கைது		
		24 ஜனவரி 2020 பிணையில் விடுதலை.	780	
		20 மார்ச் 2020 மீண்டும் கைது		
21 அக்டோபர்	சுரேந்தர் சிங்	பயங்கரவாத மற்றும் சீர்குலைவு தடுப்புச் சட்டம்	322	விடுதலை செய்யப்பட்டிருக்கிறார்
30 அக்டோபர்	எஸ். சிவதாஸ் (அ) கோவன்	தேசத் துரோகம்	17	விடுதலை செய்யப்பட்டிருக்கிறார்
20 நவம்பர்	கிஷ்லே திவாரி	இந்தியக் குற்றவியல் நடைமுறைச் சட்டம் 144 மீறல்	1	விடுதலை செய்யப்பட்டிருக்கிறார்
20 நவம்பர்	சுபம் வர்தன்	இந்தியக் குற்றவியல் நடைமுறைச் சட்டம் 144 மீறல்	1	விடுதலை செய்யப்பட்டிருக்கிறார்
20 நவம்பர்	அஷுதோஷ்	இந்தியக் குற்றவியல் நடைமுறைச் சட்டம் 144 மீறல்	1	விடுதலை செய்யப்பட்டிருக்கிறார்
2016				
12 பிப்ரவரி	கன்னையா குமார்	ஐபிசி 124ஏ/ஐபிசி 323/ ஐபிசி 123/ஐபிசி 149/ஐபிசி 120பி	20	விடுதலை செய்யப்பட்டிருக்கிறார்
23 பிப்ரவரி	உமர் காலித்	உபா சட்டம்/ஐபிசி 120பி/ ஐபிசி 109/ஐபிசி 114/ஐபிசி 124ஏ/ஐபிசி 147/ஐபிசி 148/ஐபிசி 149/ஐபிசி 153ஏ/ஐபிசி 186/ஐபிசி 201/ஐபிசி 212/ஐபிசி 295/ஐபிசி 302/ஐபிசி 307/ஐபிசி 341/ஐபிசி 353/ஐபிசி 395/ ஐபிசி 419/ ஐபிசி 420/ஐபிசி 427/ஐபிசி 435/ ஐபிசி 436/ஐபிசி 452/ ஐபிசி 454/ ஐபிசி 468/ஐபிசி 471/ஐபிசி 34/பிரிவு 3, 4 பொதுச்சொத்துக்குச் சேதம் விளைவிப்பதைத் தடுக்கும் சட்டம் பிரிவு 25/27ஆயுதச் சட்டம்/ ஐபிசி 323/ஐபிசி 123	23	சிறையில் அடைக்கப்பட்டிருக்கிறார்
		26 ஆகஸ்ட் 2016 பிணையில் விடுதலை	909	
		13 செப்டம்பர் 2020 மீண்டும் கைது		

18 அக்டோபர்	ஹர்திக் பட்டேல்	ஐபிசி 124ஏ/ஐபிசி 153ஏ/ ஐபிசி 505(2)/ஐபிசி 506/ஐபிசி 188/தேசத்துரோகச் சட்டம்	271	விடுதலை செய்யப்பட்டிருக்கிறார்
		15 ஜூலை 2016 பிணையில் விடுதலை 18 ஜனவரி 2020 மீண்டும் கைது	5	
		23 ஜனவரி 2020 பிணையில் விடுதலை 23 ஜனவரி 2020 மீண்டும் கைது	1	
		24 ஜனவரி 2020 பிணையில் விடுதலை. 20 மார்ச் 2020 மீண்டும் கைது	780	
21 அக்டோபர்	சுரேந்தர் சிங்	பயங்கரவாத மற்றும் சீர்குலைவு தடுப்புச் சட்டம்	322	விடுதலை செய்யப்பட்டிருக்கிறார்
30 அக்டோபர்	எஸ். சிவதாஸ் (அ) கோவன்	தேசத் துரோகம்	17	விடுதலை செய்யப்பட்டிருக்கிறார்
20 நவம்பர்	கிஷ்லே திவாரி	இந்தியக் குற்றவியல் நடைமுறைச் சட்டம் 144 மீறல்	1	விடுதலை செய்யப்பட்டிருக்கிறார்
20 நவம்பர்	சுபம் வர்தன்	இந்தியக் குற்றவியல் நடைமுறைச் சட்டம் 144 மீறல்	1	விடுதலை செய்யப்பட்டிருக்கிறார்
20 நவம்பர்	அஷுதோஷ்	இந்தியக் குற்றவியல் நடைமுறைச் சட்டம் 144 மீறல்	1	விடுதலை செய்யப்பட்டிருக்கிறார்
2016				
12 பிப்ரவரி	கன்னையா குமார்	ஐபிசி 124ஏ/ஐபிசி 323/ ஐபிசி 123/ஐபிசி 149/ஐபிசி 120பி	20	விடுதலை செய்யப்பட்டிருக்கிறார்
23 பிப்ரவரி	உமர் காலித்	உபா சட்டம்/ஐபிசி 120பி/ ஐபிசி 109/ஐபிசி 114/ஐபிசி 124ஏ/ஐபிசி 147/ஐபிசி 148/ஐபிசி 149/ஐபிசி 153ஏ/ஐபிசி 186/ஐபிசி 201/ஐபிசி 212/ஐபிசி 295/ஐபிசி 302/ஐபிசி 307/ஐபிசி 341/ஐபிசி 353/ஐபிசி 395/ ஐபிசி 419/ ஐபிசி 420/ஐபிசி 427/ஐபிசி 435/ ஐபிசி 436/ஐபிசி 452/ஐபிசி 454/ஐபிசி 468/ஐபிசி 471/ஐபிசி 34/பிரிவு 3, 4 பொதுச்சொத்துக்குச் சேதம் விளைவிப்பதைத் தடுக்கும் சட்டம் பிரிவு 25/27ஆயுதச் சட்டம்/ ஐபிசி 323/ஐபிசி 123	23	சிறையில் அடைக்கப்பட்டிருக்கிறார்
		26 ஆகஸ்ட் 2016 பிணையில் விடுதலை 13 செப்டம்பர் 2020 மீண்டும் கைது	909	

23 பிப்ரவரி	அனிர்பன் பட்டாச்சாயா	ஐபிசி 124ஏ/ஐபிசி 323/ ஐபிசி 123/ஐபிசி 149/ஐபிசி 120பி	23	விடுதலை செய்யப்பட்டிருக்கிறார்
22 மார்ச்	பிரபாத் சிங்	தகவல் தொழில்நுட்பச் சட்டம் - 67, 67ஏ/ ஐபிசி 292	96	விடுதலை செய்யப்பட்டிருக்கிறார்
27 மார்ச்	தீபக் ஜெயிஸ்வால்	தகவல் தொழில்நுட்பச் சட்டம் - 67, 67ஏ/ ஐபிசி 292	91	விடுதலை செய்யப்பட்டிருக்கிறார்
17 ஜூன்	மகேஷ் சந்துரு குரு	மத உணர்வுகளைப் புண்படுத்தியது	4	விடுதலை செய்யப்பட்டிருக்கிறார்
19 ஜூன்	நசீர் ராங்குரேஸ்	ஐபிசி 120பி/ஐபிசி 121ஏ/ ஐபிசி 124ஏ/ஐபிசி153ஏ(1)(பி)/ஐபிசி 302/ஐபிசி 307/ஐபிசி 465/ஐபிசி 471/ஐபிசி 212/ வெடிமருந்து தடுப்புச் சட்டம்/உபா சட்டம்/பிரிவு 27/ ஆயுதச் சட்டம்/வழக்குப் பிரிவுகள் 65 மற்றும் 66, தகவல் தொழில்நுட்பச் சட்டம்	2456	குற்றவாளி என தீர்ப்பு வழங்கப்பட்டது
8 ஜூலை	பியூஷ் மனுஷ்	ஐபிசி 53/ஐபிசி 153/ஐபிசி 189/ஐபிசி 506(2)/ குற்றவியல் திருத்தச் சட்டம்-7 21 ஜூலை 2016 பிணையில் விடுதலை 18 ஜூன் 2018 மீண்டும் கைது	13 4	விடுதலை செய்யப்பட்டிருக்கிறார்
25 டிசம்பர்	பல்லா ரவிந்திரநாத்	வழக்குப் பிரிவுகள் 8(1), 8(2),8(3) மற்றும் 8(5), சத்தீஸ்கர் மாநிலம் சிறப்புப் பொதுப் பாதுகாப்புச் சட்டம்	187	விடுதலை செய்யப்பட்டிருக்கிறார்
25 டிசம்பர்	துட்டு பிரபாகர்	வழக்குப் பிரிவுகள் 8(1), 8(2),8(3) மற்றும் 8(5), சத்தீஸ்கர் மாநிலம் சிறப்புப் பொதுப் பாதுகாப்புச் சட்டம்	187	விடுதலை செய்யப்பட்டிருக்கிறார்
25 டிசம்பர்	சிக்குடு பிரபாகர்	வழக்குப் பிரிவுகள் 8(1), 8(2),8(3) மற்றும் 8(5), சத்தீஸ்கர் மாநிலம் சிறப்புப் பொதுப் பாதுகாப்புச் சட்டம்	187	விடுதலை செய்யப்பட்டிருக்கிறார்
25 டிசம்பர்	துர்கா பிரசாத்	வழக்குப் பிரிவுகள் 8(1), 8(2),8(3) மற்றும் 8(5), சத்தீஸ்கர் மாநிலம் சிறப்புப் பொதுப் பாதுகாப்புச் சட்டம்	187	விடுதலை செய்யப்பட்டிருக்கிறார்
25 டிசம்பர்	இராஜேந்திர பிரசாத்	வழக்குப் பிரிவுகள் 8(1), 8(2),8(3) மற்றும் 8(5), சத்தீஸ்கர் மாநிலம் சிறப்புப் பொதுப் பாதுகாப்புச் சட்டம்	187	விடுதலை செய்யப்பட்டிருக்கிறார்

இன்னும் எத்தனை காலத்திற்கு நிலவைக் கூண்டிலேயே அடைத்து வைக்கமுடியும்?

25 டிசம்பர்	நசீர்	வழக்குப் பிரிவுகள் 8(1), 8(2),8(3) மற்றும் 8(5), சத்தீஸ்கர் மாநிலம் சிறப்புப் பொதுப் பாதுகாப்புச் சட்டம்	187	விடுதலை செய்யப்பட்டிருக்கிறார்
25 டிசம்பர்	இராமனால லக்ஷ்மய்யா	வழக்குப் பிரிவுகள் 8(1), 8(2),8(3) மற்றும் 8(5), சத்தீஸ்கர் மாநிலம் சிறப்புப் பொதுப் பாதுகாப்புச் சட்டம்	187	விடுதலை செய்யப்பட்டிருக்கிறார்
2017				
7 மார்ச்	பண்டு நரோத்தே	உபா சட்டம்/ஐபிசி 153ஏ/ஐபிசி 505(1)(பி)/ஐபிசி 117/ ஐபிசி 120பி	1997	காவல்துறையின் பாதுகாப்பிலேயே இறந்தார்
7 மார்ச்	மகேஷ் திர்க்கி	உபா சட்டம்/ஐபிசி 153ஏ/ஐபிசி 505(1)(பி)/ஐபிசி 117/ஐபிசி 120பி	2195	சிறையில் அடைக்கப்பட்டிருக்கிறார்
7 மார்ச்	விஜய் திர்க்கி	உபா சட்டம்/ஐபிசி 153ஏ/ஐபிசி 505(1)(பி)/ஐபிசி 117/ஐபிசி 120பி	2195	சிறையில் அடைக்கப்பட்டிருக்கிறார்
7 மார்ச்	பிரசாந்த் ராஹி	உபா சட்டம்/ஐபிசி 153ஏ/ஐபிசி 505(1)(பி)/ஐபிசி 117/ஐபிசி 120பி	2195	சிறையில் அடைக்கப்பட்டிருக்கிறார்
7 மார்ச்	ஹேம் மிஷ்ரா	உபா சட்டம்/ஐபிசி 153ஏ/ஐபிசி 505(1)(பி)/ஐபிசி 117/ஐபிசி 120பி	2195	சிறையில் அடைக்கப்பட்டிருக்கிறார்
2 ஏப்ரல்	ஜாஹிர் அலி தியாகி	ஐபிசி 124ஏ	42	விடுதலை செய்யப்பட்டிருக்கிறார்
15 ஏப்ரல்	எம்.வளர்மதி	குண்டர் தடைச் சட்டம்/ஐபிசி 294(பி)/ஐபிசி 447/ஐபிசி 506(1)/ஐபிசி 153/ஐபிசி 505(1)(பி)/ஐபிசி53/ஐபிசி 506(2)/7(1) குற்றவியல் திருத்தச் சட்டம்(அ)	35	விடுதலை செய்யப்பட்டிருக்கிறார்
		20 மே 2017 பிணையில் விடுதலை 12 ஜூலை 2017 மீண்டும் கைது	57	
		7 செப்டம்பர் 2017 பிணையில் விடுதலை 19 ஜூன் 2018 மீண்டும் கைது	18	
29 மே	திருமுருகன் காந்தி	குண்டர் தடைச் சட்டம்/ஐபிசி 124ஏ/ஐபிசி 153ஏ/ஐபிசி 153பி/ஐபிசி 505/உபா சட்டம்	115	விடுதலை செய்யப்பட்டிருக்கிறார்
		20 செப்டம்பர் 2017 பிணையில் விடுதலை 9 ஆகஸ்ட் 2018 மீண்டும் கைது	55	

6 ஜூன்	கன்யாகுமரி	உபா சட்டம்	2104	சிறையில் அடைக்கப்பட்டிருக்கிறார்
8 ஜூன்	சந்திரசேகர் ஆசாத் இராவண்	ஐபிசி 325/ஐபிசி 436/ ஐபிசி 147/ஐபிசி 148/	464	
		ஐபிசி 149/ஐபிசி 186/ஐபிசி 323/ஐபிசி 332/ஐபிசி 353/ஐபிசி 151/பிரிவு 3 மற்றும் 4 - பொதுச்சொத்துகளுக்குச் சேதம் விளைவிப்பது தொடர்பான சட்டம்	26	விடுதலை செய்யப்பட்டிருக்கிறார்
		16 செப்டம்பர் 2018 பிணையில் விடுதலை		
		21 டிசம்பர் 2019 மீண்டும் கைது		
		16 ஜனவரி 2020 பிணையில் விடுதலை	1	
		26 ஜனவரி 2020 மீண்டும் கைது		
		26 ஜனவரி 2020 பிணையில் விடுதலை	5	
		1 ஜூலை 2022 மீண்டும் கைது		
30 ஜூன்	ஜெயராமன்	ஐபிசி 506/ஐபிசி 307/ஐபிசி 341/ஐபிசி 143/ஐபிசி 188	43	விடுதலை செய்யப்பட்டிருக்கிறார்
		1 ஆகஸ்ட் 2017 பிணையில் விடுதலை	1	
		11 டிசம்பர் 2017 மீண்டும் கைது		
		11 டிசம்பர் 2017 பிணையில் விடுதலை	47	
		1 பிப்ரவரி 2019 மீண்டும் கைது		
30 ஜூன்	தர்மராஜ்	ஐபிசி 506/ஐபிசி 307	43	விடுதலை செய்யப்பட்டிருக்கிறார்
30 ஜூன்	முருகன்	ஐபிசி 506/ஐபிசி 307	43	விடுதலை செய்யப்பட்டிருக்கிறார்
30 ஜூன்	விடுதலை சுடர்	ஐபிசி 506/ஐபிசி 307	43	விடுதலை செய்யப்பட்டிருக்கிறார்
30 ஜூன்	சந்தோஷ்	ஐபிசி 506/ஐபிசி 307	43	விடுதலை செய்யப்பட்டிருக்கிறார்
30 ஜூன்	ரமேஷ்	ஐபிசி 506/ஐபிசி 307	43	விடுதலை செய்யப்பட்டிருக்கிறார்
30 ஜூன்	சாமிநாதன்	ஐபிசி 506/ஐபிசி 307	43	விடுதலை செய்யப்பட்டிருக்கிறார்
30 ஜூன்	சிலம்பரசன்	ஐபிசி 506/ஐபிசி 307	43	விடுதலை செய்யப்பட்டிருக்கிறார்
30 ஜூன்	செந்தில் குமார்	ஐபிசி 506/ஐபிசி 307	43	விடுதலை செய்யப்பட்டிருக்கிறார்
30 ஜூன்	வெங்கட்ராமன்	ஐபிசி 506/ஐபிசி 307	43	விடுதலை செய்யப்பட்டிருக்கிறார்

இன்னும் எத்தனை காலத்திற்கு நிலவைக் கூண்டிலேயே அடைத்து வைக்கமுடியும்? | 247

25 ஜூலை	திவ்யபாரதி	ஐபிசி 153ஏ/பிரிவு 505(1)(பி) மற்றும் 2 தேசிய கௌரவ அவமதிப்புச் சட்டம் /தகவல் தொழில்நுட்பச் சட்டம் பிரிவு 66எ:ப்	1	விடுதலை செய்யப்பட்டிருக்கிறார்
9 ஆகஸ்ட்	மேதா பட்கர்	ஐபிசி 353/ஐபிசி 365	15	விடுதலை செய்யப்பட்டிருக்கிறார்
13 செப்டம்பர்	தௌசி:ப் பதான்	ஐபிசி 120பி/ஐபிசி 121ஏ/ ஐபிசி 124ஏ/ஐபிசி 153ஏ(1)(பி)/ஐபிசி 302/ஐபிசி 307/ஐபிசி 465/ஐபிசி 471/ஐபிசி 212/வெடிமருந்து தடுப்புச் சட்டம்/உபா சட்டம்/பிரிவு 27, ஆயுதச் சட்டம்/தகவல் தொழில்நுட்பச் சட்டம் வழக்குப் பிரிவுகள் 65 மற்றும் 66	2005	குற்றவாளி என தீர்ப்பு வழங்கப்பட்டது
27 அக்டோபர்	வினோத் வர்மா	மிரட்டிப் பணம் பறித்தல்	62	விடுதலை செய்யப்பட்டிருக்கிறார்
2 நவம்பர்	நக்கீரன் புகழேந்தி	ஐபிசி 142/ஐபிசி 146/ஐபிசி 294பி/ஐபிசி 323/ஐபிசி 504/ஐபிசி 506(1)	3	விடுதலை செய்யப்பட்டிருக்கிறார்
4 நவம்பர்	ஜக்தர் சிங் ஜோஹல்	உபா சட்டம்/ஆயுதச் சட்டம்	1953	சிறையில் அடைக்கப்பட்டிருக்கிறார்
5 நவம்பர்	ஜி.பாலகிருஷ்ணன்	ஐபிசி 501/தகவல் தொழில்நுட்பச் சட்டம் பிரிவு 67	1	விடுதலை செய்யப்பட்டிருக்கிறார்
11 டிசம்பர்	சித்ரா	ஐபிசி 341/ஐபிசி 143/ ஐபிசி 188	1	விடுதலை செய்யப்பட்டிருக்கிறார்
11 டிசம்பர்	அருள்நேசன்	ஐபிசி 341/ஐபிசி 143/ ஐபிசி 188	1	விடுதலை செய்யப்பட்டிருக்கிறார்
11 டிசம்பர்	பிரித்திவிராஜ்	ஐபிசி 341/ஐபிசி 143/ ஐபிசி 188	1	விடுதலை செய்யப்பட்டிருக்கிறார்
16 டிசம்பர்	கோபட் காண்டி	ஐபிசி 124ஏ/உபா சட்டம்	618	
		26 ஆகஸ்ட் 2019 கைது செய்யப்பட்டு குஜராத் காவல்துறையில் ஒப்படைக்கப்பட்டது	51	விடுதலை செய்யப்பட்டிருக்கிறார்
26 டிசம்பர்	பிரியங்கா போர்புஜாரி	ஐபிசி 353	1	விடுதலை செய்யப்பட்டிருக்கிறார்
2018				
23 ஜனவரி	அபிலாஷ் படச்சேரி	ஐபிசி 353	1	விடுதலை செய்யப்பட்டிருக்கிறார்
23 ஜனவரி	அனந்து ராஜகோபால்	ஐபிசி 353	1	விடுதலை செய்யப்பட்டிருக்கிறார்
20 பிப்ரவரி	உபேந்திர நாயக்	ஐபிசி 121/ஐபிசி 121ஏ/ ஐபிசி 124ஏ/உபா சட்டம்	31	விடுதலை செய்யப்பட்டிருக்கிறார்

15 மார்ச்	அப்துல் ஹன்னன்	ஐபிசி 124ஏ	3	விடுதலை செய்யப்பட்டிருக்கிறார்
26 மே	வேல்முருகன்	தேசியப் பாதுகாப்புச் சட்டம்	23	விடுதலை செய்யப்பட்டிருக்கிறார்
6 ஜூன்	சுதிர் தாவ்லே	உபா சட்டம்/ஐபிசி 124ஏ/121/121ஏ	1739	சிறையில் அடைக்கப்பட்டிருக்கிறார்
6 ஜூன்	ரோனா வில்சன்	உபா சட்டம்/ஐபிசி 153ஏ/ஐபிசி 505[1][பி]/ஐபிசி 121/ஐபிசி 121ஏ/ஐபிசி 124ஏ	1739	சிறையில் அடைக்கப்பட்டிருக்கிறார்
6 ஜூன்	சுரேந்திர காட்லிங்	உபா சட்டம்/ஐபிசி 153ஏ/ஐபிசி 505[1][பி]/ஐபிசி 121/ ஐபிசி 121ஏ/ஐபிசி 124ஏ	1739	சிறையில் அடைக்கப்பட்டிருக்கிறார்
6 ஜூன்	மகேஷ் ரௌத்	உபா சட்டம்/ஐபிசி 153ஏ/ஐபிசி 505[1][பி]/ஐபிசி 121/ ஐபிசி 121ஏ/ஐபிசி 124ஏ	1739	சிறையில் அடைக்கப்பட்டிருக்கிறார்
6 ஜூன்	ஷோமா சென்	உபா சட்டம்/ஐபிசி 153ஏ/ஐபிசி 505[1]/ஐபிசி 117/ஐபிசி 120பி	1739	சிறையில் அடைக்கப்பட்டிருக்கிறார்
6 ஜூன்	ஜதி அன்சல் சால்வல்	உபா சட்டம்/ஐபிசி 153ஏ/ஐபிசி 505[1][பி]/ஐபிசி 117/ ஐபிசி 120பி	1739	சிறையில் அடைக்கப்பட்டிருக்கிறார்
6 ஜூன்	சுகாலோ கோண்ட்	ஐபிசி 147/ஐபிசி 148/ஐபிசி 149/ஐபிசி 307/ஐபிசி 343/ஐபிசி 333/ஐபிசி 504/ஐபிசி 353/ஐபிசி 332/ஐபிசி 336/ஐபிசி 427/ஐபிசி 120பி/கிரிமினல் சட்டம் பிரிவு 7, பொதுச்சொத்து சட்டம் பிரிவு 3, 5/இந்திய வனப்பாதுகாப்புச் சட்டம்	120	விடுதலை செய்யப்பட்டிருக்கிறார்
6 ஜூன்	கிஸ்மதியா கோண்ட்	ஐபிசி 147/ஐபிசி 148/ ஐபிசி 149/ஐபிசி 307/ ஐபிசி 343/ஐபிசி 333/ஐபிசி 504/ஐபிசி 353/ஐபிசி 332/ஐபிசி 336/ஐபிசி427/ஐபிசி 120பி/பிரிவு 7, குற்றவியல் சட்டம்/ பொதுச் சொத்து சட்டம் பிரிவு 7/ பொதுச் சொத்துப் பாதுகாப்புச் சட்டம் திட்டம்/ இந்திய வனப் பாதுகாப்புச் சட்டம் 5 மற்றும் 26	112	விடுதலை செய்யப்பட்டிருக்கிறார்

6 ஜூன்	சுக்தேவ் கோண்ட்	ஐபிசி 147/ஐபிசி 148/ ஐபிசி 149/ஐபிசி 307/ஐபிசி 343/ஐபிசி 333/ஐபிசி 504/ஐபிசி 353/ஐபிசி 332/ஐபிசி 336/ஐபிசி427/ஐபிசி 120பி/பிரிவு 7, கிரிமினல் சட்டம்/ பொதுச் சொத்துப் பாதுகாப்புச் சட்டம் - 3 மற்றும் 5/ இந்திய வனச்சட்டம்	112	விடுதலை செய்யப்பட்டிருக்கிறார்
8 ஜூன்	இஷிதா சிங்	ஐபிசி 153/ஐபிசி 501/ஐபிசி 505(1)/ஐபிசி 505(2)/ஐபிசி 420/ஐபிசி 467	11	விடுதலை செய்யப்பட்டிருக்கிறார்
11 ஜூன்	எம்.மகேஷ் குமார்	ஐபிசி 147/ஐபிசி 148/ ஐபிசி 188/ஐபிசி 353/ ஐபிசி 506(2)/தமிழ்நாடு சொத்துப் பாதுகாப்புச் சட்டம் பிரிவு 3 மற்றும் 5	50	விடுதலை செய்யப்பட்டிருக்கிறார்
14 ஜூன்	எம்.ராஜ்குமார்	பொதுச்சொத்துகளுக்கு சேதம் விளைவிப்பது தொடர்பான சட்டம் தொடர்பான வழக்குப் பிரிவுகள்	45	விடுதலை செய்யப்பட்டிருக்கிறார்
20 ஜூன்	எஸ். வாஞ்சிநாதன்	ஐபிசி 147/ஐபிசி 148/ ஐபிசி 188/ஐபிசி 353/ ஐபிசி 506(2)/ தமிழ்நாடு சொத்துப் பாதுகாப்புச் சட்டம் பிரிவு 3	16	விடுதலை செய்யப்பட்டிருக்கிறார்
21 ஜூன்	உசைன் கான்	ஐபிசி 353	4	விடுதலை செய்யப்பட்டிருக்கிறார்
22 ஜூன்	இராம் பவார்	ஐபிசி 353	4	விடுதலை செய்யப்பட்டிருக்கிறார்
31 ஜூலை	சதீஷ் உக்கே	ஐபிசி 120பி/ஐபிசி 420/ ஐபிசி 423/ஐபிசி 424/ஐபிசி 447/ஐபிசி 465/ஐபிசி 467/ஐபிசி 468/ஐபிசி 471/ஐபிசி 474/பிரிவு 3, பணமோசடி தடுப்புச் சட்டம்	10	விடுதலை செய்யப்பட்டிருக்கிறார்
		10 ஆகஸ்ட் 2018 பிணையில் விடுதலை 31 மார்ச் 2022 மீண்டும் கைது	335	சிறையில் அடைக்கப்பட்டிருக்கிறார்
8 ஆகஸ்ட்	நேதா நாக்	ஐபிசி 124ஏ	1406	விடுதலை செய்யப்பட்டிருக்கிறார்
28 ஆகஸ்ட்	சுதா பரத்வாஜ்	உபா சட்டம்/ஐபிசி 153ஏ/ஐபிசி 505(1)/ஐபிசி 120பி/ஐபிசி 117/ஐபிசி 34/ஐபிசி 121/ஐபிசி 121ஏ/ஐபிசி 124ஏ	1199	விடுதலை செய்யப்பட்டிருக்கிறார்

28 ஆகஸ்ட்	அருண் ஃபெரைரா	உபா சட்டம்/ஐபிசி 153ஏ/ஐபிசி 505(1)/ஐபிசி 120பி/ஐபிசி 117/ஐபிசி 34/ஐபிசி 121/ஐபிசி 121ஏ/ஐபிசி 124ஏ	1676	சிறையில் அடைக்கப்பட்டிருக்கிறார்
28 ஆகஸ்ட்	வெர்னன் கொன்சால்வ்ஸ்	உபா சட்டம்/ஐபிசி 153ஏ/ஐபிசி 505(1)/ஐபிசி 120பி/ஐபிசி 117/ஐபிசி 34/ஐபிசி 121/ஐபிசி 121ஏ/ஐபிசி 124ஏ	1676	சிறையில் அடைக்கப்பட்டிருக்கிறார்
28 ஆகஸ்ட்	வரவர ராவ்	உபா சட்டம்/ஐபிசி 153ஏ/ஐபிசி 505(1)/ஐபிசி 120பி/ஐபிசி 117/ஐபிசி 34/ஐபிசி 121/ஐபிசி 121ஏ/ஐபிசி 124ஏ	921	விடுதலை செய்யப்பட்டிருக்கிறார்
30 ஆகஸ்ட்	கௌதம் நவ்லகாவா	உபா சட்டம்/ஐபிசி 153ஏ/ஐபிசி 505(1)/ஐபிசி 120பி/ஐபிசி 117/ஐபிசி 34/ஐபிசி 121/ஐபிசி 121ஏ/ஐபிசி 124ஏ	31	சிறையில் அடைக்கப்பட்டிருக்கிறார்
		1 அக்டோபர் 2018 பிணையில் விடுத 14 ஏப்ரல் 2020 மீண்டும் கைது	1061	
3 செப்டம்பர்	லூயி சோஃபியா	ஐபிசி 505/ஐபிசி 290/தமிழ்நாடு மாநகரக் காவல் சட்டம் - 75(1)(3)	1	விடுதலை செய்யப்பட்டிருக்கிறார்
6 அக்டோபர்	டேனிஷ்	உபா சட்டம்	1617	சிறையில் அடைக்கப்பட்டிருக்கிறார்
9 அக்டோபர்	ஆர்.ஆர்.கோபால்	ஐபிசி 124ஏ	1	விடுதலை செய்யப்பட்டிருக்கிறார்
10 அக்டோபர்	கரம் சிங் முண்டா	ஐபிசி 124ஏ	1612	விடுதலை செய்யப்பட்டிருக்கிறார்
23 அக்டோபர்	அபிஜித் ஐயர் மித்ரா	ஐபிசி 294/ஐபிசி 295ஏ/ ஐபிசி 506/ஐபிசி 500/ஐபிசி 153ஏ/தகவல் தொழில்நுட்பச் சட்டம் - பிரிவு 67	43	விடுதலை செய்யப்பட்டிருக்கிறார்
		1 அக்டோபர் 2018 பிணை வழங்கல் 24 ஏப்ரல் 2022 மீண்டும் கைது	321	சிறையில் அடைக்கப்பட்டிருக்கிறார்
2019				
19 மார்ச்	சாமுவேல் பிஸ்வாஸ்	ஐபிசி 379	15	விடுதலை செய்யப்பட்டிருக்கிறார்
25 மே	ஜீத்ரை ஹாண்ட்சா	ஐபிசி 153ஏ/ஐபிசி 295ஏ/ ஐபிசி 505	13	விடுதலை செய்யப்பட்டிருக்கிறார்
8 ஜூன்	பிரசாந்த் கனோஜியா	ஐபிசி 500/ஐபிசி 505/ தகவல் தொழில்நுட்பச் சட்டம், பிரிவு 67	3	விடுதலை செய்யப்பட்டிருக்கிறார்
		12 ஜூன் 2019 பிணை வழங்கல் 18 ஆகஸ்ட் 2020 மீண்டும் கைது	78	

9 ஜூன்	சந்தோஷ் ஜெயிஸ்வால்	ஐபிசி 388/ஐபிசி 186	6	விடுதலை செய்யப்பட்டிருக்கிறார்
8 செப்டம்பர்	அனுஜ் ஷுக்லா	ஐபிசி 153/ஐபிசி 501/ஐபிசி 505(1)/ஐபிசி 505(2)/ஐபிசி 420/ஐபிசி 467	44	விடுதலை செய்யப்பட்டிருக்கிறார்
11 செப்டம்பர்	தினேஷ் குமார்	ஐபிசி 147/ஐபிசி 332/ ஐபிசி 353/ஐபிசி 504/ஐபிசி 506/ஐபிசி 186	1	விடுதலை செய்யப்பட்டிருக்கிறார்
1 நவம்பர்	ஆலன் ஷுஹைப்	உபா சட்டம்/ஐபிசி 120பி/	315	விடுதலை செய்யப்பட்டிருக்கிறார்
1 நவம்பர்	த்வாஹா பாசல்	உபா சட்டம்/ஐபிசி 120பி	614	விடுதலை செய்யப்பட்டிருக்கிறார்
6 நவம்பர்	அன்சுல் கௌசிக்	ஐபிசி 153/ஐபிசி 501/ஐபிசி 505(1)/ஐபிசி 505(2)/ ஐபிசி 420/ஐபிசி 467	41	விடுதலை செய்யப்பட்டிருக்கிறார்
6 நவம்பர்	அமித் ஷர்மா	சட்டவிரோத தடுப்புக்காவல்	1	விடுதலை செய்யப்பட்டிருக்கிறார்
12 நவம்பர்	என்.ரவி ஷர்மா	உபா சட்டம்/ஐபிசி 120பி/ ஐபிசி 34/பிரிவு 8(1) (2), தெலங்கானா மாநிலப் பொது பாதுகாப்புச் சட்டம்	1215	சிறையில் அடைக்கப்பட்டிருக்கிறார்
12 நவம்பர்	அனுராதா	உபா சட்டம்/ஐபிசி 120பி/ஐபிசி 34/பிரிவு 8(1) (2), தெலங்கானா மாநிலப் பொது பாதுகாப்புச் சட்டம்	1215	சிறையில் அடைக்கப்பட்டிருக்கிறார்
19 டிசம்பர்	முகமது ஷுஃப்	ஐபிசி 147/ஐபிசி 148/ ஐபிசி 152/ஐபிசி 307/ ஐபிசி 323/ஐபிசி 506/ஐபிசி 332/ஐபிசி 353/ஐபிசி 188/ஐபிசி 435/பொதுச்சொத்துகளுக்குச் சேதம் விளைவிப்பது தொடர்பான சட்டம்	33	விடுதலை செய்யப்பட்டிருக்கிறார்
19 டிசம்பர்	சதாஃப் ஜாஃபர்	ஐபிசி 147/ஐபிசி 148/ ஐபிசி 152/ஐபிசி 307/ஐபிசி 323/ஐபிசி 506/ஐபிசி 332/ஐபிசி 353/ஐபிசி 188/ஐபிசி 435/பொதுச்சொத்துகளுக்குச் சேதம் விளைவிப்பது தொடர்பான சட்டம்	20	விடுதலை செய்யப்பட்டிருக்கிறார்

20 டிசம்பர்	ஷமீம் அப்பாஸ்	பொதுச்சொத்துகளுக்குச் சேதம் விளைவிப்பது தொடர்பான சட்டம் 3/பொதுச்சொத்துகளுக்குச் சேதம் விளைவிப்பது தொடர்பான சட்டம் 4/ஐபிசி 147/ஐபிசி 148/ஐபிசி 149/ ஐபிசி 307/ஐபிசி 332/ஐபிசி 333/ஐபிசி 336/ஐபிசி 427/ 323/ஐபிசி 188/ஐபிசி 341/	16	விடுதலை செய்யப்பட்டிருக்கிறார்
20 டிசம்பர்	கும்மைல் அப்பாஸ்	பொதுச்சொத்துகளுக்குச் சேதம் விளைவிப்பது தொடர்பான சட்டம் 3/பொதுச்சொத்துகளுக்குச் சேதம் விளைவிப்பது தொடர்பான சட்டம் 4/ஐபிசி 147/ஐபிசி 148/ஐபிசி 149/ ஐபிசி 307/ஐபிசி 332/ஐபிசி 333/ஐபிசி 336/ஐபிசி 427/ஐபிசி 436/ஐபிசி 353/ஐபிசி 323/ஐபிசி 188/ஐபிசி 341/	16	விடுதலை செய்யப்பட்டிருக்கிறார்
20 டிசம்பர்	தீபக் கௌர்	பொதுச்சொத்துகளுக்குச் சேதம் விளைவிப்பது தொடர்பான சட்டம் 3/பொதுச்சொத்துகளுக்குச் சேதம் விளைவிப்பது தொடர்பான சட்டம் 4/ஐபிசி 147/ஐபிசி 148/ஐபிசி 149/ஐபிசி 307/ஐபிசி 332/ஐபிசி333/ஐபிசி 336/ஐபிசி 427/ஐபிசி 436/ஐபிசி 353/ஐபிசி 323/ஐபிசி 188/ஐபிசி 341/	21	விடுதலை செய்யப்பட்டிருக்கிறார்
23 டிசம்பர்	முகம்மது ஃபைசல்	ஐபிசி 145/ஐபிசி 149/ஐபிசி 153ஏ/ஐபிசி 505	16	விடுதலை செய்யப்பட்டிருக்கிறார்
2020				
4 ஜனவரி	மீரான் ஹைதர்	ஐபிசி 124ஏ/ஐபிசி 302/ ஐபிசி 307/ஐபிசி 153ஏ/ஐபிசி 120பி	1162	சிறையில் அடைக்கப்பட்டிருக்கிறார்
8 ஜனவரி	நளினி பாலகுமார்	ஐபிசி 124ஏ/ஐபிசி 34	3	விடுதலை செய்யப்பட்டிருக்கிறார்
18 ஜனவரி	சி.காசிம்	ஐபிசி 124ஏ/உபா சட்டம்	123	விடுதலை செய்யப்பட்டிருக்கிறார்

28 ஜனவரி	ஷர்ஜீல் இமாம்	ஐபிசி 124ஏ/ஐபிசி 153ஏ/ ஐபிசி 153பி/ஐபிசி 505/உபா சட்டம்	1138	சிறையில் அடைக்கப்பட்டிருக்கிறார்
30 ஜனவரி	கஃபீல் கான்	153ஏ/தேசியப் பாதுகாப்புச் சட்டம்	263	விடுதலை செய்யப்பட்டிருக்கிறார்
30 ஜனவரி	ஃபரிதா பேகம்	ஐபிசி 124ஏ	8	விடுதலை செய்யப்பட்டிருக்கிறார்
30 ஜனவரி	நஜ்புனிசா	ஐபிசி 124ஏ	8	விடுதலை செய்யப்பட்டிருக்கிறார்
17 பிப்ரவரி	சந்தீப் பாண்டே	ஐபிசி 151	1	விடுதலை செய்யப்பட்டிருக்கிறார்
19 பிப்ரவரி	இராஜாபாசி.ஹெச்.	ஐபிசி 505	1	விடுதலை செய்யப்பட்டிருக்கிறார்
19 பிப்ரவரி	சிராஜ் பிஸ்வாலி	ஐபிசி 505	1	விடுதலை செய்யப்பட்டிருக்கிறார்
19 பிப்ரவரி	ஆர்.சுரேஷ்.	ஐபிசி 120(பி)/ஐபிசி 188/ ஐபிசி 121/ஐபிசி 121ஏ/உபா சட்டம்	1116	சிறையில் அடைக்கப்பட்டிருக்கிறார்
20 பிப்ரவரி	அமுல்யா லியோ	ஐபிசி 124ஏ/உபா சட்டம்	111	விடுதலை செய்யப்பட்டிருக்கிறார்
26 பிப்ரவரி	சாபு அன்சாரி	ஐபிசி 147/ஐபிசி 148/ ஐபிசி 149/ஐபிசி 186/ஐபிசி 307/ஐபிசி 332/ஐபிசி 353/ஐபிசி 109/ஐபிசி 34/ஆயுதச் சட்டம் - பிரிவு 25 மற்றும் 27	63	விடுதலை செய்யப்பட்டிருக்கிறார்
26 பிப்ரவரி	காலித் சைஃபி	உபா சட்டம்/ஐபிசி 120பி/ ஐபிசி 109/ஐபிசி 114/ஐபிசி 124ஏ/ஐபிசி 147/ஐபிசி 148/ஐபிசி 149/ஐபிசி 153ஏ/ஐபிசி 186/ஐபிசி 153ஏ/ஐபிசி 186/ஐபிசி 153ஏ/ஐபிசி 186/ஐபிசி 188/ஐபிசி 201/ஐபிசி 212/ஐபிசி 283/ஐபிசி 295/ஐபிசி 302/ஐபிசி 307/ஐபிசி 323/ஐபிசி 353/ஐபிசி 395/ஐபிசி 419/ ஐபிசி 420/ஐபிசி427/ஐபிசி 435/ஐபிசி 436/ஐபிசி 452/ஐபிசி 454/ஐபிசி 468/ஐபிசி 471/ஐபிசி 505/ஐபிசி 34/பொதுச்சொத்துகளுக்குக் குந்தகம் விளைவிக்கும் சட்ட பிரிவு 3/ ஆயுதச் சட்டம்/ சொத்து சட்டம் பிரிவு 25/27	1109	சிறையில் அடைக்கப்பட்டிருக்கிறார்

26 பிப்ரவரி	இஷ்ராத் ஜஹான்	உபா சட்டம்/ஐபிசி 120பி/ ஐபிசி 109/ஐபிசி 114/ஐபிசி 124ஏ/ஐபிசி 147/ஐபிசி 148/ஐபிசி 149/ஐபிசி 153ஏ/ஐபிசி 186/ஐபிசி 201/ஐபிசி 212/ஐபிசி295/ஐபிசி 302/ஐபிசி 307/ஐபிசி 332/ஐபிசி 341/ஐபிசி353/ஐபிசி 395/ஐபிசி 419/ஐபிசி 420/ஐபிசி 427/ஐபிசி435/ஐபிசி 436/ஐபிசி 452/ஐபிசி 454/ஐபிசி 468/ஐபிசி471/ஐபிசி 34/பொதுச்சொத்துகளுக்குச் சேதம் விளைவிப்பதைத் தடுக்கும் சட்டம், பிரிவு 3 மற்றும் 4/ஆயுதச் சட்டம் 25/27	747	விடுதலை செய்யப்பட்டிருக்கிறார்
3 மார்ச்	ஷாருக் பதான்	உபா சட்டம்/ஐபிசி 120பி/ ஐபிசி 109/ஐபிசி 114/ ஐபிசி 124ஏ/ஐபிசி 147/ஐபிசி 148/ஐபிசி 149/ஐபிசி 153ஏ/ஐபிசி 186/ஐபிசி 188/ஐபிசி 201/ஐபிசி212/ஐபிசி 216/ஐபிசி 295/ஐபிசி 302/ஐபிசி 307/ஐபிசி341/ஐபிசி 353/ஐபிசி 395/ஐபிசி 419/ ஐபிசி 420/ஐபிசி 427/ஐபிசி 435/ஐபிசி 436/ஐபிசி 452/ஐபிசி 454/ஐபிசி 468/ஐபிசி471/ஐபிசி 34/பொதுச்சொத்துகளுக்குச் சேதம் விளைவிப்பதைத் தடுக்கும் சட்டம், பிரிவு 3 மற்றும் 4/ஆயுதச் சட்டம் 25/27	1103	சிறையில் அடைக்கப்பட்டிருக்கிறார்
9 மார்ச்	முகமது டேனிஷ்	பிரிவு 3, 70 மற்றும் 4 பணமோசடி தடுப்புச் சட்டம்	4	விடுதலை செய்யப்பட்டிருக்கிறார்
9 மார்ச்	பர்வேஸ் ஆலம்	பிரிவு 3, 70 மற்றும் 4 பணமோசடி தடுப்புச் சட்டம்	4	விடுதலை செய்யப்பட்டிருக்கிறார்
9 மார்ச்	முகமது இலியாஸ்	பிரிவு 3, 70 மற்றும் 4 பணமோசடி தடுப்புச் சட்டம்	4	விடுதலை செய்யப்பட்டிருக்கிறார்

இன்னும் எத்தனை காலத்திற்கு நிலவைக் கூண்டிலேயே அடைத்து வைக்கமுடியும்?

11 மார்ச்	முகமது சாலம் கான்	ஜபிசி 332/ஜபிசி 323/ உபா சட்டம்/ஜபிசி 120பி/ ஜபிசி 109/ஜபிசி 114/ஜபிசி 124ஏ/ஜபிசி 147/ஜபிசி 148/ஜபிசி 149/ஜபிசி153ஏ/ஜபிசி 186/ஜபிசி201/ஜபிசி 212/ஜபிசி 295/ஜபிசி 302/ஜபிசி 307/ஜபிசி341/ஜபிசி 353/ஜபிசி 395/ஜபிசி 419/ ஜபிசி 420/ ஜபிசி 427/ஜபிசி 435/ ஜபிசி 436/ஜபிசி 452/ ஜபிசி 454/ஜபிசி 468/ஜபிசி 471/ஜபிசி 34/பொதுச்சொத்துகளுக்குச் சேதம் விளைவிப்பதைத் தடுக்கும் சட்டம், பிரிவு 3 மற்றும் 4/ஆயுதச் சட்டம் 25/27	1095	சிறையில் அடைக்கப்பட்டிருக்கிறார்
3 ஏப்ரல்	:பிரோஸ் கான்	உபா சட்டம்/ஜபிசி 147/ ஜபிசி 148/ஜபிசி 149/ஜபிசி 427/ஜபிசி 436/ஜபிசி 121ஏ/ஜபிசி 120பி/வெடிமருந்து தடுப்புச் சட்டம்/ஆயுதச் சட்டம்	56	சிறையில் அடைக்கப்பட்டிருக்கிறார்
		29 மே 2020 பிணையில் விடுதலை	752	
		16 பிப்ரவரி 2021 மீண்டும் கைது		
6 ஏப்ரல்	ஷதாப் அகமது	உபா சட்டம்/ஜபிசி 120பி/ஜபிசி 332/ஜபிசி 109/ஜபிசி 114/ஜபிசி 124ஏ/ஜபிசி 147/ ஜபிசி 148/ஜபிசி 149/ஜபிசி 153ஏ/ஜபிசி 186/ஜபிசி 201/ஜபிசி 212/ஜபிசி 295/ ஜபிசி 302/ஜபிசி 307/ஜபிசி 341/ஜபிசி 353/ ஜபிசி 395/ஜபிசி 419/ ஜபிசி 420/ஜபிசி 427/ ஜபிசி 435/ஜபிசி 436/ ஜபிசி 452/ஜபிசி 454/ ஜபிசி 468/ஜபிசி 471/ ஜபிசி 34/பொதுச்சொத்துகளுக்குச் சேதம் விளைவிப்பதைத் தடுக்கும் சட்டம், பிரிவு 3 மற்றும் 4/ஆயுதச் சட்டம் 25/27	1069	சிறையில் அடைக்கப்பட்டிருக்கிறார்
7 ஏப்ரல்	தாமோதரன்	ஜபிசி 188/ஜபிசி 505(1) (பி)	10	விடுதலை செய்யப்பட்டிருக்கிறார்

10 ஏப்ரல்	சஃபோரா சர்கார்	ஐபிசி 147/ஐபிசி 148/ ஐபிசி 149/ஐபிசி 120பி/ஐபிசி 302/ஐபிசி 307/ ஐபிசி 124ஏ/ஐபிசி 153ஏ/ ஐபிசி 186/ஐபிசி 253/ ஐபிசி 395/ஐபிசி 427/ ஐபிசி 435/ஐபிசி 436/ ஐபிசி 454/ஐபிசி 109/ஐபிசி 114/3 மற்றும் 4 பொதுச்சொத்துகளுக்குச் சேதம் விளைவிப்பது தொடர்பான சட்டம்/13, 16, 17 மற்றும் 18 உபா சட்டம்	76	விடுதலை செய்யப்பட்டிருக்கிறார்
14 ஏப்ரல்	ராகுல் குல்கர்னி	ஐபிசி 269/ஐபிசி 270/ ஐபிசி 505(பி)/ஐபிசி 188/ ஐபிசி 117/ பிரிவு 3, நோய்த்தொற்றுப் பரவல் சட்டம்	2	விடுதலை செய்யப்பட்டிருக்கிறார்
14 ஏப்ரல்	ஆனந்த் டெல்டும்ப்டே	உபா சட்டம்/ஐபிசி 153ஏ/ஐபிசி 505(1)/ஐபிசி 120பி/ஐபிசி 117/ஐபிசி 34/ஐபிசி 121/ஐபிசி 121ஏ/ஐபிசி 124ஏ	1061	சிறையில் அடைக்கப்பட்டிருக்கிறார்
16 ஏப்ரல்	அமீர் மின்தோவே	ஐபிசி 332/ஐபிசி 353/ ஐபிசி 395/சிசிபி 144 விதிமீறல்	95	விடுதலை செய்யப்பட்டிருக்கிறார்
23 ஏப்ரல்	ஆண்ட்ரூ சாரா ராஜா பாண்டியன்	ஐபிசி 188/ஐபிசி 505(1)(பி)	1	விடுதலை செய்யப்பட்டிருக்கிறார்
26 ஏப்ரல்	ஷிஃபா உர் ரஹ்மான்	உபா சட்டம்/ஐபிசி 120பி/ ஐபிசி 109/ஐபிசி 114/ ஐபிசி 124ஏ/ஐபிசி 147/ஐபிசி 148/ஐபிசி 149/ஐபிசி 153ஏ/ ஐபிசி 186/ஐபிசி 201/ஐபிசி 212/ ஐபிசி 295/ஐபிசி 302/ ஐபிசி 307/ஐபிசி 341/ ஐபிசி 353/ஐபிசி 395/ ஐபிசி 419/ ஐபிசி 420/ ஐபிசி 427/ஐபிசி 435/ ஐபிசி 436/ஐபிசி 452/ ஐபிசி 454/ஐபிசி 468/ஐபிசி 471/ஐபிசி 34/பொதுச்சொத்துகளுக்குச் சேதம் விளைவிப்பதைத் தடுக்கும் சட்டம், பிரிவு 3 மற்றும் 4/ஆயுதச் சட்டம் 25/27	1049	சிறையில் அடைக்கப்பட்டிருக்கிறார்
27 ஏப்ரல்	சுபையர் அகமது	பேரழிவு மேலாண்மை சட்டம் பிரிவு 51/ஐபிசி 188/ஐபிசி 269/ஐபிசி 270/ஐபிசி 505(1)(பி)	1	விடுதலை செய்யப்பட்டிருக்கிறார்

28 ஏப்ரல்	தஸ்லீம் அகமது	உபா சட்டம்/ஐபிசி 120பி/ ஐபிசி 109/ஐபிசி 114/ ஐபிசி 124ஏ/ஐபிசி 147/ஐபிசி 148/ஐபிசி 149/ ஐபிசி 153ஏ/ஐபிசி 186/ ஐபிசி 188/ஐபிசி 201/ ஐபிசி 212/ஐபிசி 283/ ஐபிசி 295/ஐபிசி 302/ ஐபிசி 307/ஐபிசி 341/ ஐபிசி 353/ஐபிசி 395/ ஐபிசி 419/ ஐபிசி 420/ ஐபிசி 427/ஐபிசி 435/ ஐபிசி 436/ஐபிசி 452/ ஐபிசி 454/ஐபிசி 468/ஐபிசி 471/ஐபிசி 34/பொதுச்சொத்துக்கு சேதம் விளைவிப்பதை தடுக்கும் சட்டம், பிரிவு 3 மற்றும் 4/ஆயுதச் சட்டம் 25/27	1047	சிறையில் அடைக்கப்பட்டிருக்கிறார்
3 மே	தாஹிர் உசைன்	ஐபிசி 120/ஐபிசி 147/ ஐபிசி 148/ஐபிசி 149/ஐபிசி 427/ஐபிசி 435/ஐபிசி 436/ஐபிசி 395	1042	சிறையில் அடைக்கப்பட்டிருக்கிறார்
11 மே	தாவல் பட்டேல்	ஐபிசி 124ஏ	15	விடுதலை செய்யப்பட்டிருக்கிறார்
17 மே	ஆசிஃப் தன்ஹா இக்பால்	ஐபிசி 147/ஐபிசி 148/ ஐபிசி 149/ஐபிசி 120பி/ ஐபிசி 109/ஐபிசி 114/ஐபிசி 124ஏ/ஐபிசி 153ஏ/ ஐபிசி 186/ஐபிசி 201/ ஐபிசி 212/ஐபிசி 295/ ஐபிசி 302/ஐபிசி 307/ ஐபிசி 341/ஐபிசி 353/ ஐபிசி 395/ஐபிசி 419/ ஐபிசி 427/ஐபிசி 435/ ஐபிசி 436/ஐபிசி 454/ ஐபிசி 468/ஐபிசி 471/ஐபிசி 34/ ஐபிசி 143/ஐபிசி 323/ஐபிசி 186/ ஐபிசி 332/ஐபிசி 308/ஐபிசி 120பி/3 மற்றும் 4 பொதுச்சொத்துகளுக்குச் சேதம் விளைவிப்பது தொடர்பான சட்டம்/உபா சட்டம், பிரிவு 13, 16, 17 மற்றும் 18	397	விடுதலை செய்யப்பட்டிருக்கிறார்

23 மே	நடாஷா நர்வால்	உபா சட்டம்/ஐபிசி 120பி/ ஐபிசி 109/ஐபிசி 114/ ஐபிசி 124ஏ/ஐபிசி 147/ஐபிசி 148/ஐபிசி 149/ ஐபிசி 153ஏ/ஐபிசி 186/ ஐபிசி 188/ஐபிசி 201/ ஐபிசி 212/ஐபிசி 283/ ஐபிசி 295/ஐபிசி 302/ ஐபிசி 307/ஐபிசி 323/ ஐபிசி 341/ஐபிசி 332/ ஐபிசி 353/ஐபிசி 395/ ஐபிசி 419/ ஐபிசி 420/ ஐபிசி 427/ஐபிசி 435/ ஐபிசி 436/ஐபிசி 452/ ஐபிசி 454/ஐபிசி 468/ஐபிசி 471/ஐபிசி 34/பொதுச்சொத்துக்குச் சேதம் விளைவிப்பதைத் தடுக்கும் சட்டம், பிரிவு 3 மற்றும் 4/ஆயுதச் சட்டம் 25/27	390	விடுதலை செய்யப்பட்டிருக்கிறார்
24 மே	தேவங்கனா கலிதா	உபா சட்டம்/ஐபிசி 120பி/ ஐபிசி 109/ஐபிசி 114/ ஐபிசி 124ஏ/ஐபிசி 147/ஐபிசி 148/ஐபிசி 149/ ஐபிசி 153ஏ/ஐபிசி 186/ ஐபிசி 188/ஐபிசி 201/ஐபிசி 212/ஐபிசி 283/ ஐபிசி 295/ஐபிசி 302/ ஐபிசி 307/ஐபிசி 323/ ஐபிசி 341/ஐபிசி 332/ ஐபிசி 353/ஐபிசி 395/ ஐபிசி 419/ ஐபிசி 420/ ஐபிசி 427/ஐபிசி 435/ ஐபிசி 436/ஐபிசி 452/ ஐபிசி 454/ஐபிசி 468/ஐபிசி 471/ஐபிசி 34/பொதுச்சொத்துக்குச் சேதம் விளைவிப்பதைத் தடுக்கும் சட்டம், பிரிவு 3 மற்றும் 4/ஆயுதச் சட்டம் 25/27	389	விடுதலை செய்யப்பட்டிருக்கிறார்
28 மே	இரவிஷ் அலி கான்	ஐபிசி 332/ஐபிசி 353/ ஐபிசி 395/சிபிசி 144 விதிமீறல்	1	விடுதலை செய்யப்பட்டிருக்கிறார்
28 மே	ஃபர்ஹான் சுபேரி	ஐபிசி 332/ஐபிசி 353/ ஐபிசி 395/சிபிசி 144 விதிமீறல்	100	விடுதலை செய்யப்பட்டிருக்கிறார்
1 ஜூன்	அப்துல்ஹக்	ஐபிசி 307/ஐபிசி 333/ ஐபிசி 337/ஐபிசி 143/ஐபிசி 145/ஐபிசி 147/ ஐபிசி 151/ஐபிசி 152/ ஐபிசி 153/ஐபிசி 188/ஐபிசி 120பி	66	விடுதலை செய்யப்பட்டிருக்கிறார்

3 ஜூன்	குல்ஃபிஷா ஃபாத்திமா	ஐபிசி 147/ஐபிசி 148/ ஐபிசி 149/ஐபிசி 120பி/ ஐபிசி 302/ஐபிசி 307/ஐபிசி 124ஏ/ஐபிசி 153ஏ/ ஐபிசி 186/ஐபிசி 253/ ஐபிசி 395/ஐபிசி 427/ ஐபிசி 435/ஐபிசி 436/ ஐபிசி 454/ஐபிசி 109/ஐபிசி 114/3 மற்றும் 4 பொதுச்சொத்துகளுக்குச் சேதம் விளைவிப்பது தொடர்பான சட்டம்/உபா சட்டம், பிரிவு 13, 16, 17 மற்றும் 18	1011	சிறையில் அடைக்கப்பட்டிருக்கிறார்
16 ஜூன்	மொஹிந்தர் பால் சிங்	உபா சட்டம் - வழக்குப் பிரிவுகள் 13, 16, 18 மற்றும் 20/ ஆயுதச் சட்டம் - வழக்குப் பிரிவுகள் 25, 54 மற்றும் 59	998	சிறையில் அடைக்கப்பட்டிருக்கிறார்
18 ஜூன்	லவ்ப்ரீத் சிங்	வழக்குப் பிரிவுகள் 13, 16, 18 மற்றும் 20 உபா சட்டம்/ ஆயுதச் சட்டம் - வழக்குப் பிரிவுகள் 25, 54 மற்றும் 59	996	சிறையில் அடைக்கப்பட்டிருக்கிறார்
23 ஜூன்	குர்தேஜ் சிங்	வழக்குப் பிரிவுகள் 13, 16, 18 மற்றும் 20 உபா சட்டம்/ஆயுதச் சட்டம் - வழக்குப் பிரிவுகள் 25, 54 மற்றும் 59	991	சிறையில் அடைக்கப்பட்டிருக்கிறார்
25 ஜூன்	சலீம் மாலிக்	உபா சட்டம்/ஐபிசி 120பி/ ஐபிசி 109/ஐபிசி 114/ஐபிசி 124ஏ/ஐபிசி 147/ ஐபிசி 148/ஐபிசி 149/ ஐபிசி 153ஏ/ஐபிசி 186/ ஐபிசி 201/ஐபிசி 212/ ஐபிசி 295/ஐபிசி 302/ ஐபிசி 307/ஐபிசி 341/ ஐபிசி 353/ஐபிசி 395/ ஐபிசி 419/ ஐபிசி 420/ ஐபிசி 423/ஐபிசி 427/ ஐபிசி 435/ஐபிசி 436/ ஐபிசி 452/ஐபிசி 454/ ஐபிசி 468/ஐபிசி 471/ ஐபிசி 34/ஐபிசி 34/பொதுச்சொத்துகளுக்குச் சேதம் விளைவிப்பதைத் தடுக்கும் சட்டம், பிரிவு 3 மற்றும் 4/ஆயுதச் சட்டம் 25/27	989	சிறையில் அடைக்கப்பட்டிருக்கிறார்
26 ஜூன்	சுக்செயின் சிங்	வழக்குப் பிரிவுகள் 13, 16, 18 மற்றும் 20 உபா சட்டம்/ ஆயுதச் சட்டம் - வழக்குப் பிரிவுகள் 25, 54 மற்றும் 59	168	விடுதலை செய்யப்பட்டிருக்கிறார்

28 ஜூன்	ஜஸ்பிரீத் சிங்	வழக்குப் பிரிவுகள் 13, 16, 18 மற்றும் 20 உபா சட்டம்/ஆயுதச் சட்டம் - வழக்குப் பிரிவுகள் 25, 54 மற்றும் 59	15	விடுதலை செய்யப்பட்டிருக்கிறார்
29 ஜூன்	அம்ரித் சிங்	வழக்குப் பிரிவுகள் 13, 16, 18 மற்றும் 20 உபா சட்டம்/ஆயுதச் சட்டம் - வழக்குப் பிரிவுகள் 25, 54 மற்றும் 59	169	விடுதலை செய்யப்பட்டிருக்கிறார்
2 ஜூலை	அத்தார் கான்	ஐபிசி 332/ஐபிசி 144/ உபா சட்டம்/ஐபிசி 120பி/ஐபிசி 109/ஐபிசி 114/ ஐபிசி 124ஏ/ஐபிசி 147/ ஐபிசி 148/ஐபிசி 149/ ஐபிசி 153ஏ/ஐபிசி 186/ ஐபிசி 201/ஐபிசி 212/ஐபிசி 295/ஐபிசி 302/ ஐபிசி 307/ஐபிசி 341/ ஐபிசி 353/ஐபிசி 395/ ஐபிசி 419/ ஐபிசி 420/ ஐபிசி 427/ஐபிசி 435/ ஐபிசி 436/ஐபிசி 452/ ஐபிசி 454/ஐபிசி 468/ஐபிசி 471/ஐபிசி 34/பொதுச்சொத்துகளுக்குச் சேதம் விளைவிப்பதைத் தடுக்கும் சட்டம், பிரிவு 3 மற்றும் 4/ஆயுதச் சட்டம் 25/27	982	சிறையில் அடைக்கப்பட்டிருக்கிறார்
8 ஜூலை	ஷர்ஜீல் உஸ்மானி	ஐபிசி 307/ஐபிசி 147/ ஐபிசி 148/ஐபிசி 149/ ஐபிசி 153/ஐபிசி 188/ஐபிசி 189/ஐபிசி 332/ ஐபிசி 336/ஐபிசி 504/ ஐபிசி 506/பிரிவு 7, குற்றவியல் சட்டம் திருத்தச் சட்டம்/ பொதுச்சொத்துகளுக்குச் சேதம் விளைவிப்பதைத் தடுக்கும் சட்டம், பிரிவு 3	56	விடுதலை செய்யப்பட்டிருக்கிறார்
10 ஜூலை	ஜொகிந்தர் சிங் குஜ்ஜார்	உபா சட்டம்	28	விடுதலை செய்யப்பட்டிருக்கிறார்
24 ஜூலை	பபிதா கச்சப்	ஐபிசி 121ஏ/ஐபிசி 124ஏ/ ஐபிசி 153ஏ	375	விடுதலை செய்யப்பட்டிருக்கிறார்
28 ஜூலை	ஹனி பாபு	உபா சட்டம்/ஐபிசி 153ஏ/ஐபிசி 505(1)/ஐபிசி 120பி/ஐபிசி 117/ஐபிசி 34/ஐபிசி 121/ஐபிசி 121ஏ/ஐபிசி 124ஏ	957	சிறையில் அடைக்கப்பட்டிருக்கிறார்

29 ஜூலை	ஃபைசா கான்	உபா சட்டம்/ஐபிசி 120பி/ ஐபிசி 109/ஐபிசி 114/ஐபிசி 124ஏ/ஐபிசி 147/ ஐபிசி 148/ஐபிசி 149/ ஐபிசி 53ஏ/ஐபிசி 186/ ஐபிசி 201/ஐபிசி 212/ ஐபிசி 295/ஐபிசி 302/ ஐபிசி 307/ஐபிசி 341/ ஐபிசி 353/ஐபிசி 395/ ஐபிசி 419/ ஐபிசி 420/ ஐபிசி 427/ஐபிசி 435/ஐபிசி 436/ஐபிசி 452/ ஐபிசி 454/ஐபிசி 468/ஐபிசி 471/ஐபிசி 34/பொதுச்சொத்துகளுக்கு சேதம் விளைவிப்பதைத் தடுக்கும் சட்டம், பிரிவு 3 மற்றும் 4/ஆயுதச் சட்டம் 25/27	87	விடுதலை செய்யப்பட்டிருக்கிறார்
31 ஜூலை	உமேஷ் குமார் சர்மா	ஐபிசி 420/ஐபிசி 467/ ஐபிசி 468/ஐபிசி 469/ஐபிசி 471/ஐபிசி 120பி	35	விடுதலை செய்யப்பட்டிருக்கிறார்
11 ஆகஸ்ட்	பிலால் சைஃபி	ஐபிசி 147/ஐபிசி 148/ ஐபிசி 149/ஐபிசி 186/ஐபிசி 307/ஐபிசி 332/ஐபிசி 353/ஐபிசி 109/ஐபிசி 34/ ஆயுதச் சட்டம் - பிரிவு 25 மற்றும் 27	85	விடுதலை செய்யப்பட்டிருக்கிறார்
7 செப்டம்பர்	இரமேஷ் கச்சோர்	உபா சட்டம்/ஐபிசி 153ஏ/ஐபிசி 505(1)(பி)/ஐபிசி 121/ ஐபிசி 121ஏ/ஐபிசி 124ஏ	915	சிறையில் அடைக்கப்பட்டிருக்கிறார்
7 செப்டம்பர்	சாகர் கோர்க்கே	உபா சட்டம்/ஐபிசி 153ஏ/ஐபிசி 505(1)/ஐபிசி 120பி/ஐபிசி 117/ஐபிசி 34/ஐபிசி 121/ஐபிசி 121ஏ/ஐபிசி 124ஏ	915	சிறையில் அடைக்கப்பட்டிருக்கிறார்
8 செப்டம்பர்	ஜோதி ஜப்தப்	உபா சட்டம்/ஐபிசி 153ஏ/ஐபிசி 505(1)/ஐபிசி 120பி/ஐபிசி 117/ஐபிசி 34/ஐபிசி 121/ஐபிசி 121ஏ/ஐபிசி 124ஏ	767	சிறையில் அடைக்கப்பட்டிருக்கிறார்
14 செப்டம்பர்	இராஜீவ் சர்மா	அதிகாரப்பூர்வ இரகசிய சட்டம்	81	விடுதலை செய்யப்பட்டிருக்கிறார்
29 செப்டம்பர்	சல்மான் பட்டேல்	ஐபிசி 307/ஐபிசி 333/ ஐபிசி 337/ஐபிசி 143/ஐபிசி 145/ஐபிசி 147/ ஐபிசி 151/ஐபிசி 152/ ஐபிசி 153/ஐபிசி 188/ஐபிசி 120பி	157	விடுதலை செய்யப்பட்டிருக்கிறார்
5 அக்டோபர்	சித்திக் கப்பன்	உபா சட்டம்/ஐபிசி 124ஏ/ ஐபிசி 153ஏ/ஐபிசி 295ஏ/ ஐபிசி 120பி/தகவல் தொழில்நுட்பச் சட்டப் பிரிவு	850	விடுதலை செய்யப்பட்டிருக்கிறார்

5 அக்டோபர்	அடிக்சுவர் ரஹ்மான்	உபா சட்டம்/ஐபிசி 124ஏ/ ஐபிசி 153ஏ/ஐபிசி 295ஏ/ ஐபிசி 120பி/தகவல் தொழில்நுட்பச் சட்டப் பிரிவு	887	சிறையில் அடைக்கப் பட்டிருக்கிறார்
5 அக்டோபர்	மசூத் அகமது	உபா சட்டம்/ஐபிசி 124ஏ/ ஐபிசி 153ஏ/ஐபிசி 295ஏ/ ஐபிசி 120பி/தகவல் தொழில்நுட்பச் சட்டப் பிரிவு	887	சிறையில் அடைக்கப் பட்டிருக்கிறார்
5 அக்டோபர்	முகமது ஆலம்	உபா சட்டம்/ஐபிசி 124ஏ/ ஐபிசி 153ஏ/ஐபிசி 295ஏ/ ஐபிசி 120பி/தகவல் தொழில்நுட்பச் சட்டப் பிரிவு	322	விடுதலை செய்யப் பட்டிருக்கிறார்
8 அக்டோபர்	ஃபாதிரியார் ஸ்டான் சுவாமி	உபா சட்டம்/ஐபிசி 153ஏ/ஐபிசி 505(1)/ஐபிசி 120பி/ஐபிசி 117/ஐபிசி 34/ஐபிசி 121/ஐபிசி 121ஏ/ஐபிசி 124ஏ	674	காவல்துறையின் பாதுகாப்பிலேயே இறந்தார்
18 அக்டோபர்	ஆஹன் பென்கர்	ஐபிசி 188/ஐபிசி 120பி/ ஐபிசி 269/ஐபிசி 270/நோய்த்தொற்றுக்காலச் சட்டம் பிரிவு 3	1	விடுதலை செய்யப் பட்டிருக்கிறார்
2 நவம்பர்	பிரதீபிகா சரஸ்வத்	ஐபிசி 151	6	விடுதலை செய்யப் பட்டிருக்கிறார்
5 நவம்பர்	ஜக்தர் சிங் ஹவாரா	வெடிமருந்து சட்டம்/ஆயுதச் சட்டம்	856	குற்றவாளி என தீர்ப்பு வழங்கப்பட்டது
16 நவம்பர்	இராஜீவன்	ஆயுதச் சட்டம்/உபா சட்டம்	845	சிறையில் அடைக்கப் பட்டிருக்கிறார்
23 நவம்பர்	பங்கி நாகன்னா	உபா சட்டம்/ஐபிசி 124ஏ	838	சிறையில் அடைக்கப் பட்டிருக்கிறார்
5 டிசம்பர்	அப்துல்லா டேனிஷ்	தேசத் துரோகம்	826	சிறையில் அடைக்கப் பட்டிருக்கிறார்
9 டிசம்பர்	இராஜன்	ஆயுதச் சட்டம்/உபா சட்டம்	822	சிறையில் அடைக்கப் பட்டிருக்கிறார்
12 டிசம்பர்	ரௌஃப் ஷரீஃப்	பணமோசடி தடுப்புச் சட்டம்	819	சிறையில் அடைக்கப் பட்டிருக்கிறார்
15 டிசம்பர்	அண்டலூரி அன்னபூர்ணா	உபா சட்டம்/ஐபிசி 124ஏ	816	சிறையில் அடைக்கப் பட்டிருக்கிறார்
24 டிசம்பர்	போபுட்டி அஞ்சம்மா	உபா சட்டம்/ஐபிசி 124ஏ	807	சிறையில் அடைக்கப் பட்டிருக்கிறார்
24 டிசம்பர்	இரேலா ராஜேஷ்வரி	உபா சட்டம்/ஐபிசி 124ஏ	807	சிறையில் அடைக்கப் பட்டிருக்கிறார்
2021				
1 ஜனவரி	முனவர் ஃபருக்கி	ஐபிசி 295ஏ/ஐபிசி 269	37	விடுதலை செய்யப் பட்டிருக்கிறார்

1 ஜனவரி	எட்வின் அந்தோணி	ஐபிசி 295ஏ/ஐபிசி 269	44	விடுதலை செய்யப் பட்டிருக்கிறார்
1 ஜனவரி	பிரகார் வியாஸ்	ஐபிசி 295ஏ/ஐபிசி 269	44	விடுதலை செய்யப் பட்டிருக்கிறார்
1 ஜனவரி	நளின் யாதவ்	ஐபிசி 295ஏ/ஐபிசி 269	57	விடுதலை செய்யப் பட்டிருக்கிறார்
2 ஜனவரி	சதக்கத் கான்	ஐபிசி 295ஏ/ஐபிசி 269	58	விடுதலை செய்யப் பட்டிருக்கிறார்
11 ஜனவரி	ஹர்ஷாலி போட்தார்	ஐபிசி 153ஏ	1	விடுதலை செய்யப் பட்டிருக்கிறார்
12 ஜனவரி	நோதீப் கௌர்	ஐபிசி 148/ஐபிசி 149/ ஐபிசி 186/ஐபிசி 332/ஐபிசி 352/ஐபிசி 353, ஐபிசி 384/ஐபிசி 379பி/ ஐபிசி 307	47	விடுதலை செய்யப் பட்டிருக்கிறார்
21 ஜனவரி	விஜித் விஜயன்	உபா சட்டம்	779	சிறையில் அடைக்கப் பட்டிருக்கிறார்
23 ஜனவரி	சிவகுமார்	ஐபிசி 148/ஐபிசி 149/ ஐபிசி 186/ஐபிசி 332/ஐபிசி 352/ஐபிசி 353, ஐபிசி 384/ஐபிசி 379பி/ ஐபிசி 307	45	விடுதலை செய்யப் பட்டிருக்கிறார்
30 ஜனவரி	மந்தீப் புனியா	ஐபிசி 186/ஐபிசி 332/ஐபிசி 353/ஐபிசி 34	4	விடுதலை செய்யப் பட்டிருக்கிறார்
4 பிப்ரவரி	தினேஷ்	ஐபிசி 341/ஐபிசி 294(பி)/ ஐபிசி 323/ஐபிசி 324/ஐபிசி 326/ஐபிசி 34	40	விடுதலை செய்யப் பட்டிருக்கிறார்
15 பிப்ரவரி	திஷா ரவி	ஐபிசி 124ஏ	5	விடுதலை செய்யப் பட்டிருக்கிறார்
16 பிப்ரவரி	அன்சத் பட்ருத்தின்	ஐபிசி 121ஏ/ஐபிசி 120பி/ உபா சட்டம்/வெடிமருந்து தடுப்புச் சட்டம்/ஆயுதச் சட்டம்	753	சிறையில் அடைக்கப் பட்டிருக்கிறார்
9 மார்ச்	ஹிட்மே மர்கம்	உபா சட்டம்/ஐபிசி 147/ஐபிசி 148/ஐபிசி 149/ஐபிசி 307/ ஐபிசி 120பி/ஐபிசி 363/ஐபிசி 364/ஐபிசி 366/ஐபிசி 302/ஐபிசி 342/ஆயுதச் சட்டம் பிரிவு 25, 27	732	சிறையில் அடைக்கப் பட்டிருக்கிறார்
16 மார்ச்	அனுஜ் சிங் யாதவ்	ஐபிசி 124ஏ	81	விடுதலை செய்யப் பட்டிருக்கிறார்
7 ஏப்ரல்	லைஷ்ராம் ஹெரோஜித் சிங்	உபா சட்டம்	5	விடுதலை செய்யப் பட்டிருக்கிறார்
7 மே	அஸ்லாம் கான்	ஐபிசி 124ஏ	57	விடுதலை செய்யப் பட்டிருக்கிறார்
7 மே	அட்டிக்	ஐபிசி 124ஏ	57	விடுதலை செய்யப் பட்டிருக்கிறார்
7 மே	ஃபரித்	ஐபிசி 124ஏ	57	விடுதலை செய்யப் பட்டிருக்கிறார்
7 மே	ஆரிஃப்	ஐபிசி 124ஏ	57	விடுதலை செய்யப் பட்டிருக்கிறார்
14 மே	இரகு ராம கிருஷ்ண ராஜு	ஐபிசி 124ஏ	8	விடுதலை செய்யப் பட்டிருக்கிறார்

3 ஜூன்	இரகு இராமகிருஷ்ணன்	ஐபிசி 146/ஐபிசி 147/ ஐபிசி 148/ஐபிசி 332/ஐபிசி 333/ஐபிசி 149	646	சிறையில் அடைக்கப் பட்டிருக்கிறார்
22 ஜூலை	தன்வீர் வார்சி	ஐபிசி 177/ஐபிசி 186/ ஐபிசி 269/ஐபிசி 304/ஐபிசி 336/ஐபிசி 369/ஐபிசி 417/ஐபிசி 34/ஐபிசி 120பி/அச்சகமும் புத்தகப் பதிவுச் சட்டம் 1867 - பிரிவு 12 13 14 & 15	140	விடுதலை செய்யப் பட்டிருக்கிறார்
25 ஆகஸ்ட்	ஸ்ரீஷ்டி ஜாதவ்	சொல்லப்படவில்லை	1	விடுதலை செய்யப் பட்டிருக்கிறார்
14 செப்டம்பர்	உஸ்மான் மேலேதில்	உபா சட்டம்	543	சிறையில் அடைக்கப் பட்டிருக்கிறார்
25 செப்டம்பர்	நசீமா	ஐபிசி 419/ஐபிசி 420/ஐபிசி 467/ஐபிசி 468/ஐபிசி 471	36	விடுதலை செய்யப் பட்டிருக்கிறார்
25 செப்டம்பர்	முஹ்சினா	ஐபிசி 419/ஐபிசி 420/ஐபிசி 467/ஐபிசி 468/ஐபிசி 471	36	விடுதலை செய்யப் பட்டிருக்கிறார்
25 செப்டம்பர்	ஹலீமா	ஐபிசி 419/ஐபிசி 420/ஐபிசி 467/ஐபிசி 468/ஐபிசி 471	36	விடுதலை செய்யப் பட்டிருக்கிறார்
13 நவம்பர்	பிரசாந்த் போஸ்	உபா சட்டம்/ஐபிசி 420/ ஐபிசி 467/ஐபிசி 468/ஐபிசி 471/குற்றவியல் சட்டம் பிரிவு 17	483	சிறையில் அடைக்கப் பட்டிருக்கிறார்
13 நவம்பர்	ஷீலா மரண்டி	உபா சட்டம்/ஐபிசி 420/ ஐபிசி 467/ஐபிசி 468/ ஐபிசி 471/குற்றவியல் சட்டம் - பிரிவு 17	483	சிறையில் அடைக்கப் பட்டிருக்கிறார்
2022				
14 ஜனவரி	நரேந்திர மொஹந்தி	ஐபிசி 148/ஐபிசி 325/ஐபிசி 354/ஐபிசி186/பிரிவு 7, குற்றவியல் சட்டம்/பிரிவு 4, பொதுச்சொத்துகளுக்குச் சேதம் விளைவிப்பது தொடர்பான சட்டம்	421	சிறையில் அடைக்கப் பட்டிருக்கிறார்
14 ஜனவரி	தேவேந்திர ஸ்வைன்	ஐபிசி 148/ஐபிசி 325/ஐபிசி 354/ஐபிசி186/பிரிவு 7, குற்றவியல் சட்டம்/பிரிவு 4, பொதுச்சொத்துகளுக்குச் சேதம் விளைவிப்பது தொடர்பான சட்டம்	421	சிறையில் அடைக்கப் பட்டிருக்கிறார்
14 ஜனவரி	முரளிதர் சாஹோ	ஐபிசி 148/ஐபிசி 325/ஐபிசி 354/ஐபிசி186/பிரிவு 7, குற்றவியல் சட்டம்/பிரிவு 4, பொதுச்சொத்துகளுக்குச் சேதம் விளைவிப்பது தொடர்பான சட்டம்	421	சிறையில் அடைக்கப் பட்டிருக்கிறார்
15 மார்ச்	கௌரவ் பன்சால்	ஐபிசி 147/ஐபிசி 149/ ஐபிசி 323/ஐபிசி 353/ஐபிசி 504/7, குற்றவியல் சட்டம் திருத்தச் சட்டம்	7	விடுதலை செய்யப் பட்டிருக்கிறார்

31 மார்ச்	பிரதீப் உக்கே	பிரிவு 3, பணமோசடி தடுப்புச் சட்டம்	345	சிறையில் அடைக்கப் பட்டிருக்கிறார்
4 ஏப்ரல்	ஷரீ:ப் பர்வேஸ்	ஐபிசி 505/ஐபிசி 153/ ஐபிசி 298	341	சிறையில் அடைக்கப் பட்டிருக்கிறார்
24 ஏப்ரல்	அர்க்காதீப் கோஸ்வாமி	ஐபிசி 149/ஐபிசி 124ஏ/ ஐபிசி 148/ஐபிசி 149/ ஐபிசி 120பி/ஐபிசி 121/ஐபிசி 121ஏ/ஐபிசி 122/ஐபிசி 123	321	சிறையில் அடைக்கப் பட்டிருக்கிறார்
25 ஏப்ரல்	இரெயினு ஓயாம்	ஆயுதச் சட்டம்	320	சிறையில் அடைக்கப் பட்டிருக்கிறார்
20 மே	இரத்தன் லால்	ஐபிசி 153ஏ/ஐபிசி 295ஏ	1	விடுதலை செய்யப் பட்டிருக்கிறார்
29 மே	அப்துர் ரெஹ்மான்	ஐபிசி 295ஏ	2	விடுதலை செய்யப் பட்டிருக்கிறார்
3 ஜூன்	ச:பர் ஹயத் ஹஷ்மி	தேசியப் பாதுகாப்புச் சட்டம்	281	சிறையில் அடைக்கப் பட்டிருக்கிறார்
5 ஜூன்	ஷரிக் அகமது	ஐபிசி 505/ஐபிசி 507/ஐடி	60	விடுதலை செய்யப் பட்டிருக்கிறார்
7 ஜூன்	ரோட்டூர் ராய்	ஐபிசி 120(பி)/ஐபிசி 153/ ஐபிசி 153ஏ/ஐபிசி 153பி/ஐபிசி 189/ஐபிசி 417/ ஐபிசி 465/ஐபிசி 467/ ஐபிசி 468/ஐபிசி 469/ ஐபிசி 500/ஐபிசி 501/ஐபிசி 504/ஐபிசி 505/ஐபிசி 505 (1பி)/ஐபிசி 509	21	விடுதலை செய்யப் பட்டிருக்கிறார்
11 ஜூன்	ஜாவித் முகமது	தேசியப் பாதுகாப்புச் சட்டம்	273	சிறையில் அடைக்கப் பட்டிருக்கிறார்
14 ஜூன்	அ:ப்சர் ஆலம்	ஐபிசி 147/ஐபிசி 148/ ஐபிசி 149/ஐபிசி 341/ஐபிசி 295ஏ/ஐபிசி 153ஏ/ஐபிசி 504/ஐபிசி 120பி	270	சிறையில் அடைக்கப் பட்டிருக்கிறார்
18 ஜூன்	அமீர் ஹம்சா	ஐபிசி 353	266	சிறையில் அடைக்கப் பட்டிருக்கிறார்
22 ஜூன்	முக்தர் பாபா	ஐபிசி 120பி/உத்தரப்பிரதேச குண்டர் சட்டம்	262	சிறையில் அடைக்கப் பட்டிருக்கிறார்
25 ஜூன்	ஆபி.ஸ்ரீகுமார்	ஐபிசி 468/ஐபிசி 471/ ஐபிசி 194/ஐபிசி 211/ஐபிசி 218/ஐபிசி 120பி	259	சிறையில் அடைக்கப் பட்டிருக்கிறார்
26 ஜூன்	தீஸ்டா செடால்வத்	ஐபிசி 468/ஐபிசி 471/ ஐபிசி 194/ஐபிசி 211/ஐபிசி 218/ஐபிசி 120பி	69	விடுதலை செய்யப் பட்டிருக்கிறார்
27 ஜூன்	முகமது சுபைர்	ஐபிசி 153/ஐபிசி 153ஏ/ ஐபிசி 295ஏ/ஐபிசி 505/ ஐபிசி 120பி/ஐபிசி 34	23	விடுதலை செய்யப் பட்டிருக்கிறார்
5 ஜூலை	ஹாஜி முகமது வாசி	உத்தரப் பிரதேச குண்டர்கள் சட்டம்/சமூகவிரோத நடவடிக்கைகள் தடுப்புச் சட்டம்/தேசியப் பாதுகாப்புச் சட்டம்	249	சிறையில் அடைக்கப் பட்டிருக்கிறார்

12 ஜூலை	சஞ்சீவ் பட்	ஐபிசி 468/ஐபிசி 471/ ஐபிசி 194/ஐபிசி 211/ஐபிசி 218/ஐபிசி 120பி/ சிறையில் இருந்தே மீண்டும் கைதுசெய்யப்பட்டார்	242	சிறையில் அடைக்கப் பட்டிருக்கிறார்
15 ஜூலை	பி.கோபி	தெலங்கானா பொதுப் பாதுகாப்புச் சட்டம்/உபா சட்டம்	239	சிறையில் அடைக்கப் பட்டிருக்கிறார்
17 ஜூலை	ரூபேஷ் குமார் சிங்	உபா சட்டம்	237	சிறையில் அடைக்கப் பட்டிருக்கிறார்
29 செப்டம்பர்	முகமது சையது	உபா சட்டம்	163	சிறையில் அடைக்கப் பட்டிருக்கிறார்
30 செப்டம்பர்	அப்துல்லா சாவூத் அன்சாரி	ஐபிசி 153ஏ/ஐபிசி 153பி/ உபா சட்டம்	162	சிறையில் அடைக்கப் பட்டிருக்கிறார்
4 அக்டோபர்	அஸ்கர் ஜமாலி	ஐபிசி 120பி/ஐபிசி 153ஏ/ உபா சட்டம்	158	சிறையில் அடைக்கப் பட்டிருக்கிறார்
4 அக்டோபர்	இஸ்ரார் அலி கான்	ஐபிசி 120பி/ஐபிசி 153ஏ/ உபா சட்டம்	158	சிறையில் அடைக்கப் பட்டிருக்கிறார்
5 அக்டோபர்	மசூத் அகமது	ஐபிசி 124ஏ/உபா சட்டம்	157	சிறையில் அடைக்கப் பட்டிருக்கிறார்
13 நவம்பர்	மௌலானா இர்ஃபான் நட்வி	ஐபிசி 120/ஐபிசி 121ஏ/ ஐபிசி 153ஏ/உபா சட்டம்	118	சிறையில் அடைக்கப் பட்டிருக்கிறார்
3 மார்ச்	கமல் கே.பி.	ஐபிசி153ஏ/ஐபிசி295ஏ/ ஐபிசி 120பி/தகவல் தொழில்நுட்பச் சட்டம்/உபா சட்டம்	8	சிறையில் அடைக்கப் பட்டிருக்கிறார்

இன்னும் எத்தனை காலத்திற்கு நிலவைக் கூண்டிலேயே அடைத்து வைக்கமுடியும்? | 267

8

இணைப்புக் கட்டுரை:
உங்கள் வீட்டிற்குள் அரசு நுழையும்போது

பாஜகவின் முன்னாள் செய்தித் தொடர்பாளரான நுபுர் சர்மாவும் டெல்லி மாநில பாஜக ஊடகப்பிரிவின் முன்னாள் தலைவரான நவீன் ஜிண்டாலும் நபிகள் நாயகம் குறித்துத் தரக்குறைவாகப் பேசினர். அவர்களைக் கண்டித்து 2022ஆம் ஆண்டு ஜூன் மாதம் 10ஆம் தேதியன்று நாடு முழுவதிலும் ஏராளமான முஸ்லிம்கள் தெருவில் இறங்கி, வன்மத்துடன் பேசிய பாஜக தலைவர்களுக்கு எதிராக நடவடிக்கை எடுக்கக்கோரிப் போராடினர். அவர்கள் மீது எவ்வித சட்டரீதியான நடவடிக்கையையும் எடுக்காமல், வெறுமனே கட்சியில் இருந்து மட்டும் நீக்குவதாகப் பாஜக அறிவித்தது. இப்படியாக மற்றவர்களை அவமதிக்கும் வகையில் பேசுவதென்பது நுபுர் சர்மாவிலிருந்து துவங்கியதல்ல. பிரதமர் நரேந்திர மோடி உட்பட பாஜக உறுப்பினர்கள் பலரும் தொடர்ந்து செய்வதுதான் அது. முஸ்லிம்களை மோசமானவர்களாகச் சித்திரித்து, பொய்ச் செய்திகளைப் பரப்பி, வெறுப்புப் பிரச்சாரத்தை நடத்தி, முஸ்லிம் சமூக மக்களுக்கு எதிரான வன்முறையைத் தூண்டுவதில் இவர்கள் வல்லவர்கள்[1].

வட இந்தியா முழுவதும் போராட்டம் பெரியளவில் பரவிக்கொண்டிருந்த போது, போராடுபவர்கள் மீது நியாயப்படுத்திவிடவே முடியாத அளவிற்கு வன்முறையைக் கட்டவிழ்த்துவிட்டது காவல்துறை. போராட்டக் கும்பலின் வன்முறையைக் கட்டுக்குள் கொண்டுவருவதற்காக இதனைச் செய்கிறோம் என்று சொல்லி காவல்துறை நடத்திய துப்பாக்கிச் சூட்டில், 14 வயதேயான முடாசீர் மற்றும் 19 வயதேயான சாஹில் அன்சாரி ஆகிய இருவரை சுட்டுக் கொன்றுபோட்டது காவல்துறை. உரிமைகளுக்காகப் போராடுபவர்களை எதிர்த்து உண்மையான துப்பாக்கிச் சூடு நடத்துவது மனித உரிமைக்கே எதிரானது[2].

மூத்த அதிகாரிகளின் முழு ஆதரவும் அரவணைப்பும் இருந்ததால், களத்தில் இருந்த காவல்துறை அதிகாரிகள் மேலும் மூர்க்கமாக மக்களைத் தாக்கினர். அதுவும் ஜனநாயகப் போராட்டங்கள் நடக்கும் இடங்களிலெல்லாம் இதை வாய்ப்பாகப் பயன்படுத்திக்கொண்டு அரசை எதிர்த்துக் குரல் கொடுக்கும் அனைவரின் மீதும் வன்முறையைக் கட்டவிழ்த்துவிட்டது காவல்துறை. ஏராளமான களச் செயல்பாட்டாளர்களையும் அரசியலில் தொடர்ச்சியாகக் கருத்துச்சொல்லிவரும் போராளிகளையும் முஸ்லிம் சிறுவர்களையும் பொய்வழக்கில் சிக்கவைத்து கைது செய்து சிறையில் அடைத்தனர்[3]. இன்று வரையிலும் அப்படியாக எத்தனை பேரை அரசு கைது செய்திருக்கிறது என்கிற எண்ணிக்கைகூட எவருக்கும் தெரியாது. அவர்களில் வெல்ஃபேர் கட்சித் தலைவரான ஜாவித் முகமதுவையும் அவரது மனைவி பர்வீனையும் 19 வயதேயான மகள் சுமையாவையும் கைது செய்தனர். இக்குடும்பத்தின் மற்றொரு மகளாகிய அஃப்ரீன் ஃபாத்திமா, அலிகார் முஸ்லிம் பல்கலைக்கழகத்திலும், ஜவஹர்லால் நேரு பல்கலைக்கழகத்திலும் படித்துக்கொண்டிருக்கும் ஒரு மாணவ அரசியல் தலைவர். சகோதரத்துவ இயக்கம் என்கிற மாணவர் அமைப்பின் தேசியச் செயலாளராகவும் அவர் இருக்கிறார். 'தி போலிஸ்' திட்டத்தில் ஒரு ஆய்வாளராகவும் அஃப்ரீன் பணியாற்றுகிறார். இந்த நூலை உருவாக்குவதற்கு அவர் முக்கியமான பங்களிப்பைச் செய்திருக்கிறார்.

மக்தூப் மீடியா வெளியிட்ட காணொளியில், கைது உத்தரவோ சட்டப்பூர்வமான அறிவிப்போ கூட இல்லாமல் தன்னுடைய குடும்பத்தினரைக் காவல்துறை எப்படிக் கைது செய்தது என்பதை விளக்கி இருக்கிறார். அவரும் அவரது மற்றொரு உறவினரும் காவல்நிலையத்துக்கு வரமுடியாது என்று மறுத்தபோது, அவர்களைக் கட்டாயப்படுத்தி குண்டுக்கட்டாக தூக்கிச்செல்வோம் என்று காவல்துறை மிரட்டியும் இருக்கிறது. அவர்களை வீட்டைவிட்டே துரத்திவிட்டு, வீட்டைத் தரைமட்டமாக இடித்துத் தள்ளுவோம் என்று காவல்துறை மிரட்டலும் விடுத்திருக்கிறது.

ஜூன் 11ஆம் தேதியன்று, ஓர் அறிவிப்பினைக் காவல்துறை வெளியிட்டது. அதன்படி மறுநாளே அஃப்ரீன் வீடு இடிக்கப்படப்போவதாகவும், அதற்கு முன்னர் தேவையான பொருட்களை எடுத்துக்கொண்டு வீட்டைக் காலி செய்ய வேண்டுமென்றும் ஒரு உத்தரவினை அவர்களுக்கு அரசு அதிகாரிகள் கொடுத்தனர்[4]. ஜூன் 12ஆம் தேதியன்று ஏராளமான காவல்துறையினருடன் மதிய வேளையில் அரசு அதிகாரிகளும் வந்து, அஃப்ரீன் ஃபாத்திமாவின் வீட்டை

இடித்துத் தள்ளிவிட்டனர். முந்தைய நாள் அவர்கள் கொடுத்த அதிகாரப்பூர்வ இடிப்பு அறிவிப்பு முழுக்கவே பொய்களும் பிழைகளுமாக இருந்தது என்று நிரூபித்தபோதும், எதையும் கண்டுகொள்ளாமல் இந்த இடிப்பை நிகழ்த்திவிட்டனர்[5]. வீட்டை இடிக்கத் துவங்கிய வேளையில், அஃப்ரீனுடைய அம்மாவையும் சகோதரியையும் காவலில் இருந்து விடுவித்தது மட்டுமல்லாமல், அவர்களை வண்டியில் அழைத்துக்கொண்டுவந்து, வீட்டு வாசலில் இறக்கிவிட்டு, வீடு இடிக்கப்பட்டுத் தரைமட்டமாக்கப்படுவதை நேரில் பார்க்கவைத்த கோரமான கொடூரத்தையும் அரசு அதிகாரிகளும் காவல்துறையினரும் நிகழ்த்தினார்கள்.

இந்நூலை எழுதிக்கொண்டிருக்கும் போதும், அஃப்ரீனின் தந்தை ஜாவத் முகமது சிறையில்தான் இருக்கிறார். அஃப்ரீன் ஃபாத்திமா மீதோ ஏராளமான பொய் சதி வழக்குகளைத் தயார்செய்து வாழ்நாள் முழுவதுக்குமாகச் சிறையில் தள்ளவோ, சட்டத்திற்குப் புறம்பான தாக்குதலை அவர்மீது நடத்தவோ காவல்துறை காத்திருப்பதற்கான வாய்ப்புகள் இருப்பதால், அஃப்ரீன் பல்வேறு இடங்களுக்கு மாறிமாறிப்போய் மறைவிலேயே இருக்க வேண்டியதானது. தற்போது அவர் ஒரு பாதுகாப்பான இடத்தில் இருக்கிறார்.

அஃப்ரீனின் வீடு இடிக்கப்படுவதற்கு முன்னரும் பின்னருமான நாட்களெல்லாம் எதிர்பாராத அதிர்ச்சிகரத் திருப்பங்களுடனும் என்னசெய்வதென்றே தெரியாத அளவிற்கான குழப்பங்களைக் கொண்டவையாகவுமே நகர்ந்தன. ஊடகவியலாளர்கள், சிவில் சமூக ஆர்வலர்கள், மக்கள் பிரதிநிதிகள் உள்ளிட்ட பலருடனும் தொடர்புகொண்டு அஃப்ரீனின் வீடு இடிக்கப்பட்ட செய்தியை நீர்த்துப்போகச் செய்யாமல் மக்களிடம் கொண்டுபோகச் சொல்லி சுமார் 218 பேருக்கு மின்னஞ்சல் அனுப்பினோம். தூக்கம் தொலைத்த இரவுகளாகவும் பகல்களாகவும் அந்நாட்கள் இருந்தன. அப்போது கொடூர மனம் படைத்த இந்திய அரசிடமிருந்து அஃப்ரீனை எப்படியாவது காப்பாற்றிவிட வேண்டும் என்று தனிப்பட்ட முறையில் எங்களால் முடிந்த அனைத்தையும் செய்தோம்.

“உங்களுடைய வீட்டிற்குள் அரசு நுழைகிறபோது, நீங்கள் எவ்வளவுதான் முன்னெச்சரிக்கை நடவடிக்கைகள் மேற்கொண்டிருந்தாலும், எவ்வளவுதான் அரச வன்முறைகள் குறித்து ஆய்வுசெய்து புரிதலை ஏற்படுத்திக்கொண்டிருப்பதாக நினைத்திருந்தாலும், அது எந்த வகையிலும் உங்களைத் தயார்ப்படுத்திவிடாது” என்று சில வாரங்கள் கழித்துச் சாபா உசைனுடன் பேசும்போது எங்களிடம்

தெரிவித்தார். அரசியல் கைதியாக இருக்கிற கௌதம் நவ்லாகாவின் இணையர் அவர். அத்துடன், இந்திய ஆக்கிரமிப்பு காஷ்மீரில் அரச வன்முறையை எதிர்த்து சட்டப்பூர்வமாகப் பல ஆண்டுகளாக அவர் போராடி வருகிறார். அஃப்ரீனின் குடும்பத்தினர் காவல்துறையின் தடுப்புக்காவலில் வைக்கப்பட்டது, அஃப்ரீனின் வீடு இடிக்கப்பட்டது, அவரது அப்பாவைச் சிறைக்குள் தள்ளியது என அப்போதைய நாட்களில் நடந்தவற்றை எல்லாம் இப்போது நினைத்துப்பார்த்தால், சாபா உசைன் சொல்வதில் உண்மை இருப்பது எங்களுக்குப் புரிகிறது.

சந்தேகம், பயம், அதிர்ச்சி ஆகியவற்றிலிருந்து நீங்கள் விடுபட முயற்சி செய்துகொண்டிருக்கும் அதேவேளையில், உங்களுடைய அன்புக்குரியவர்கள் ஏதோவொரு வகையில் தாக்குதலுக்கு ஆளாகிறார்கள் என்பதைப் பார்க்கும்போது எதையும் எதிர்கொள்வதற்கான தயார்நிலையில் நீங்கள் நிச்சயமாக இருக்கமாட்டீர்கள்.

அஃப்ரீனின் வீடு இடிக்கப்பட்டதால் எழுந்த புழுதி அடங்கிய வேளையில், அவரது அம்மா ஆசையாக வளர்த்த செடிகள், அஃப்ரீனின் நூல்கள், ஆடைகள், அவருக்குப் பிடித்தமான சிறுவயது பொருட்கள் உள்ளிட்டவையுடன் சேர்த்து, அஃப்ரீனின் மடிக்கணினியும் அவர் குறிப்பெடுக்கப் பயன்படுத்திய குறிப்பேடுகளும் அந்த இடிபாடுகளுக்கு நடுவே அழிந்துபோயின. இந்த நூலுக்காகச் சேகரிக்கப்பட்ட மேலும் பல ஆவணங்களும் குறிப்புகளும் செய்தித் தொகுப்புகளும் அத்துடன் சேர்ந்தே அழிக்கப்பட்டுவிட்டன. எல்லா வகையிலும் பெரும் இழப்பைச் சந்தித்துவிட்டபிறகு நூலாகத் தொகுக்கும் இந்த திட்டத்தையே கைவிடுவதற்கான மனநிலைகூட எங்களுக்கு வந்துபோனதுதான். ஆனால், இந்த நூலுக்கான தகவல்களைத் திரட்டியவருக்கே இந்த நிலை என்பதுவும் இந்நூல் பேசவேண்டிய முக்கியமான செய்தி என்கிற ஒருபுள்ளி எங்களுக்கு அதிக பலத்தையும் தைரியத்தையும் கொடுத்தது. நூலுக்கான தேடலில் கிடைத்த தகவல்களை இழந்ததுவும்கூட இந்நூலின் உள்ளடக்கமாக மாறியிருக்கிறது.

எந்த வகையான விமர்சனக் குரலையும் சகித்துக்கொள்ள முடியாத ஒரு கொடூரமான அரசு இது. அரசின் கொள்கையுடன் உடன்படாத எவரையும் வேரோடு பிடுங்கியெறிந்து ஒட்டுமொத்தமாக அழித்துவிடுகிற அளவிற்கான வன்முறையைக் கட்டவிழ்த்துவிடும் அரசாக இது இருக்கிறது. அரசியலமைப்புச் சட்டத்தையும் சர்வதேசச் சட்டங்களையும் முழுவதுமாக ஒதுக்கித்தள்ளிவிட்டு, சொந்த

இன்னும் எத்தனை காலத்திற்கு நிலவைக் கூண்டிலேயே
அடைத்து வைக்கமுடியும்? | 271

மக்களுக்கே எதிராக அறிவிக்காத ஒரு போரை நடத்தி, தனக்கு எதிராகக் குரல் கொடுக்கிற அனைவரையும் அழித்தொழிப்பதையே குறிக்கோளாகக் கொண்டு செயல்பட்டுவரும் ஒரு பழிவாங்கும் அரசின் கதை இது. அரசு நிகழ்த்திவரும் அட்டூழியங்களைப் பட்டியலிடும் ஒரு நூல் மட்டுமல்ல இது. தான் ஆட்சிசெய்யும் தேசத்தின் சொந்தக் குடிமக்களுடைய உரிமைகளைப் பறித்துவிட்டு, அவர்களின் வாழ்க்கையைச் சூறையாடிவிட்டு, இறுதியாக மனிதநேயத்தை ஒட்டுமொத்தமாக எப்படியாக இந்த அரசு குழியில் போட்டுப் புதைத்துவிட்டது என்பதைச் சொல்லும் நூல் இது.

நாங்கள் எவ்வகையிலும் திட்டமிடாமலும் எதிர்பாக்காமலும், ஒரு நேர்மையான அறிவார்ந்த அறம்சார்ந்த எதிர்ப்புக்குரலாக மாறியிருக்கிறதென்றால், அதற்கு மக்கள் வழங்கிய ஆதரவுக்கரங்களும் உழைப்பும்தான் காரணம்.

நாங்கள் இந்தியா முழுக்கப் பயணித்தபோது, எல்லா இடங்களிலும் தொடர்ச்சியாக எங்களிடம் இரண்டு கேள்விகள் கேட்கப்பட்டுக்கொண்டே இருந்தன.

"உங்களுக்குப் பயமில்லையா?"

"நீங்கள் அரசின் கண்காணிப்பில் இல்லையா?"

விடுதலையாகி வெளியே வந்திருக்கும் அரசியல் கைதிகள், விடுதலையாகாத அரசியல் கைதிகளின் உறவினர்கள், அவர்களது நண்பர்கள், தோழர்கள், உடன் பணிபுரிந்தவர்கள் ஆகியோருடன் நாங்கள் சந்தித்து உரையாடியதில் எங்களுக்கு ஒன்றுமட்டும் மிகவும் தெளிவாகப் புரிந்திருக்கிறது. நாம் நினைத்துப் பார்க்கமுடியாத அளவிற்கான மிகப்பெரிய அதிகாரத்தையும் அவற்றைப் பயன்படுத்துவதற்கான வசதிகளையும் கொண்டிருக்கிற இந்த இந்திய அரசு, எவ்வித ஆயுதங்களும் அதிகாரமும் இல்லாத எளிய எழுத்தாளர்களையும் அறிஞர்களையும் சிந்தனையாளர்களையும் செயல்பாட்டாளர்களையும் கண்டு அஞ்சி நடுங்குகிறது என்பது அப்பட்டமாகவே தெரிகிறது. இந்திய அரசினால் கைது செய்யப்பட்டு சிறையில் அடைக்கப்பட்டிருக்கிற அரசியல் கைதிகள் எவரும் அவர்கள்மீது நடத்தப்பட்டிருக்கிற பல்முனைத் தாக்குதலைக் கண்டு அஞ்சாமலும் மண்டியிட்டு வீழாமலும் தைரியமாகத் தலைநிமிர்ந்து நின்று, இந்த அரசைப் பார்த்துச் சத்தமாகச் சிரிக்கிறார்கள்.

நாங்கள் சேகரித்த ஆவணங்களில் எவையெல்லாம் அழிக்கப்பட்டுவிட்டனவோ, அவற்றின் பட்டியலை எடுத்துப்

பார்த்தோம். அதன்படி, அரசியல் கைதிகளின் குடும்பத்தினரிடம் மீண்டும் போய் பேசினால்தான் நாங்கள் துவங்கிய இலக்கை அடையமுடியும் என்பது எங்களுக்குப் புரிந்தது. ஆனால், அரசியல் கைதிகளுடைய குடும்பத்தினரிடம் மீண்டும் இன்னொருமுறை பழைய கதைகளை எல்லாம் கேட்டு, அவர்களது சோகமான நினைவுகளைக் கிளறிவிட வேண்டுமா என்று யோசித்தோம். அவர்களின் பிரச்சினைகளையும் கதைகளையும் சொல்ல வேண்டும் என்பது எங்களது குறிக்கோளாக இருந்தாலும், அவர்களுக்குப் பாரமாக இருக்கக்கூடிய கேள்விகளை மீண்டுமொருமுறை கேட்பதைத் தவிர்க்கவே நாங்கள் விரும்பினோம். யாருக்காக இந்த நூலை எழுதவேண்டுமென்று நினைத்தோமோ, அவர்களுக்கே சுமையாக இருக்கவேண்டாமே என்பதால் அவர்களை மீண்டும் சந்திப்பதா வேண்டாமா என்கிற குழப்பத்தில், மிகுந்த தயக்கத்துடனே நடந்தவற்றைச் சொல்லி அவர்களிடம் கேட்டோம். ஆனால், அவர்களோ அன்பான பதில்களால் எங்களைத் திக்குமுக்காட வைத்துவிட்டார்கள். இம்முறை முதல்முறையை விடவும் அதிக ஆர்வத்துடனும், மிகுந்த அன்புடனும், ஆதரவுக்கரம் நீட்டி இந்த நூலுக்குத் தேவையான தகவல்களையும் ஆவணங்களையும் எங்களுக்குக் கொடுத்தனர். நாங்கள் மீண்டும் சந்தித்த ஒவ்வொருவரின் நிலைமையும் மோசமாக இருந்தபோதும், அஃப்ரீனைப் பற்றியே அதிகமாக விசாரித்தனர். அவர்களால் முடிந்த உதவிகளை அஃப்ரீனுக்குச் செய்யத் தயாராக இருப்பதாக, நாங்கள் கேட்காதபோதே உறுதியளித்தனர். மகள்களும் மகன்களும் அம்மாக்களும் இணையர்களுமாகத் தேடித்தேடி எங்களுக்குத் தேவையான கடிதங்களையும் புகைப்படங்களையும் கொண்டுவந்து கொடுத்தனர். மீண்டுமொருமுறை அவர்களது இல்லங்களையும் இதயங்களையும் எங்களுக்காகத் திறந்துவைத்து எங்களை வரவேற்று, அவர்களின் குடும்பத்தில் எங்களையும் இணைத்துக்கொண்டு அரவணைத்தனர்.

ஜனநாயக முகமூடியை அணிந்துகொண்டு மறைமுகமாகவெல்லாம் எதையும் செய்யாமல் நேரடியாகவே மக்களை ஒடுக்கியும், அறிவிக்கப்படாத அவசரகாலத்தை அமல்படுத்தியும் வருகிற இந்தச் சர்வாதிகாரத்தன்மை கொண்ட அரசின் ஆட்சியில் இருந்து நாம் கற்றுக்கொள்ள ஒன்று இருக்கிறது. நம்பிக்கையையும் போராட்ட குணத்தையும் எந்தச் சர்வாதிகாரத்தாலும் கொன்றுவிடமுடியாது. சிலநேரம் அவை வெளிப்படையாகத் தெரியாமல் இருக்கலாம் அல்லது அதன் வீரியம் குறைந்தது போலத் தெரியலாம். ஆனால்,

இன்னும் எத்தனை காலத்திற்கு நிலவைக் கூண்டிலேயே
அடைத்து வைக்கமுடியும்? | 273

நமது நம்பிக்கையும் போராட்டகுணமும் மீண்டும்வந்து மலர்வதற்கான வழியைக் கண்டுபிடித்துவிடும்.

இந்த நூலில் ஏதேனும் பிழைகளோ குறைபாடுகளோ இருந்தால் அது எங்களுடைய தவறாக மட்டுமே இருக்குமென்பதால் நாங்களே அதற்கு முழுப்பொறுப்பேற்கிறோம்.

நம்பிக்கையையும் போராட்ட குணத்தின் விதைகளையும் தூவுவதில் உறுதிகொண்டு, சிறைக்கு உள்ளேயும் வெளியேயும் இருக்கிற ஏராளமான மக்களின் அன்பும் எங்கள் மீது அவர்கள் வைத்த நம்பிக்கையுமே இப்படியொரு நூலை எழுதமுடிந்ததற்கு முழுமுதற்காரணமாகும்.

நன்றி

அரசியல் கைதிகளின் இரத்த உறவுகள், உற்றார் உறவினர், நெருங்கிய வட்ட நண்பர்கள் ஆகியோரின் நம்பிக்கை மட்டும் இல்லாமல் போயிருந்தால், இந்த நூல் எழுதும் பணியே சாத்தியமாகி இருக்காது. சூசன் ஆபிரகாம், சாகர் ஆபிரகாம் சொன்சால்ஸ், சாபா உசைன், ஷகிரா பேகம், சைய்யது தஃஃப்னீஃஃப் உசைன், முஸம்மில் இமாம், ரூபாலி ஜாதவ், நஜ்முதீன், நூல் ஜகான், பாதிரியார் பிராசர் மஸ்கரானஸ், பி.ஹேமலதா, பி.பவானா, பாதிரியார் டோனி பி.எம், ரின்சின், ஜென்னி ரோவேனா, நார்கிஸ் சைஃஃபி, கோயல் சென், இப்சா ஷக்தாசி, பத்தோல் ஷரீஃஃப், சோனி சோரி, பிராச்சி டெல்டும்டே, இராமதாஸ் உன்ஹாலே, ஃஃபர்சானா யாஸ்மீன், பாதிரியார் ஜோசப் சேவியர் போன்றோர் இந்த நூலின் மீது நம்பிக்கை வைத்ததற்கு எங்களது மனமார்ந்த நன்றிகள்.

சுதா பரத்வாஜ், தேவங்கனா கலீதா, நோதீப் கெளர், நடாஷா நர்வால், வரவர ராவ், ஆசிஃஃப் இக்பால் தன்ஹா, ஷர்ஜீல் உஸ்மானி, சஃஃபோரா சர்கார் ஆகியோர் அவர்களுடைய நேரத்தை எங்களுக்கு ஒதுக்கியதற்காகவும், சமூகத்திற்கான அவர்களுடைய அனைத்து செயல்பாடுகளுக்காகவும் எங்களது நன்றிகள்.

பிகே-16 சிறைகைதிகள் குறித்து ஏக்தா மிட்டல், இராம் பட் உள்ளிட்ட கலை செயல்பாட்டு அமைப்பான மாராவின் உறுப்பினர்களால் செய்யப்பட்டிருக்கும் முக்கிய கலைப்படைப்புகளை எங்களுடன் பகிர்ந்தமைக்கும், மாற்றுக்கருத்துடையோர் குறித்தான கதைகளைச் சேகரிக்க வேண்டும் என்கிற எங்களின் பயணத்திற்கான முதல் பொறி அவர்களிடம் இருந்துதான் கிளம்பியது என்பதாலும் அவர்களுக்கு நன்றி சொல்லிக்கொள்ளக் கடமைப்பட்டுள்ளோம்.

‘தி போலிஸ்’ திட்டத்தின் ஏற்ற இறக்கங்களை எங்களிடம் பகிர்ந்ததற்காகவும் அர்ப்பணிப்புமிக்க உழைப்புக்காகவும் பூஜா ஜார்ஜ் மற்றும் வேதிகா இனாம்தாருக்கு எங்களது நன்றிகள்.

இந்நூலை எழுத உதவியதற்கு தஸீன் ஜுனைத்துக்கும், இந்நூலுக்குத் தேவையான ஆய்வுகளை மேற்கொண்டு ஒரு தெளிவான பார்வையைக் கொடுத்தமைக்கு அஃஃப்ரீன் ஃஃபாத்திமாவுக்கும் நன்றிகள்.

‘இன்டர்நேசனல் சாலிடாரிட்டி ஃபார் அகாடமிக் ஃப்ரீடம் இன் இந்தியா (*InSAF*) அமைப்புக்கும், மிகக்குறிப்பாகச் சொல்லவேண்டுமென்றால் பேராதரவுடனும் தாராள குணத்துடனும் எங்களுக்கு உதவிய ஷ்ருதி பாலாவுக்கும், தன்னலமற்ற ஆதரவையும் ஊக்கத்தையும் அளித்த அவினாஷ் குமாருக்கும், உறுதுணையாக இருந்த சர்ஃபராஸ் ஷேக்கிற்கும், இந்த நூலுக்காக நிபந்தனையற்ற அன்பினை வழங்கிய லோத்திகா சிங்காவிற்கும் எங்களது மனமார்ந்த நன்றிகள்.

சஞ்சய் கக், நதீம் கான், பிஜு மேத்யூ, தமன்னா பன்கஜ் மற்றும் பாண்டு நரோத்தேவின் வழக்கறிஞரான ஆகாஷ் சோர்தே ஆகியோர் அவர்களது நேரத்தையும் சிந்தனைகளையும் எங்களுக்கு வழங்கியதற்காகப் பெரிய நன்றிகள். ஷாஹீன் அப்துல்லா, ஷாபா குர்மாத், முகமது மெர்ஹெர்பான் மற்றும் முகமது சர்தாஜ் ஆலம் ஆகியோர் இந்நூலுக்கு உதவிய பலரை எங்களுக்கு அறிமுகப்படுத்தியதற்கு அவர்களுக்கு நன்றிகள்.

இப்படியான மோசமான காலகட்டத்திலும் களத்தில் தொடர்ந்து பணியாற்றி உண்மைச் செய்திகளை நமக்குத் தந்துகொண்டிருக்கும் இந்திய ஊடகவியலாளர்களுக்கும் மிகமுக்கியமான நன்றிகள். எங்களுடைய வேலையை ஒழுங்கமைத்து, புரிதலை ஏற்படுத்தி, அறிவை விரிவுபடுத்தி, கருத்தினை ஆழமாக்கி, ஆய்வுசெய்து, ஆவணப்படுத்தவும் முடிந்திருக்கிறதென்றால், அத்தகைய ஊடகவியலாளர்களின் பணிகளினால்தான்.

இந்த நூலைத் துவக்கத்தில் இருந்து முழுமையாக நம்பி, இப்பயணத்தில் எங்களுக்கு ஆதரவளித்து உறுதுணையாக இருந்த ப்ளூட்டோ பிரஸ் பதிப்பகத்தின் அற்புதமான பதிப்பாசிரியரான நேதா தெஹ்ரானி அவர்களுக்கு நன்றிகள்.

பல்வேறு வழிகளில் எங்களுக்கு உதவிசெய்து, சட்டப்பூர்வமான காரணங்களுக்காகவும் பாதுகாப்பை உறுதிசெய்ய வேண்டியதாலும் பெயர் வெளியிடமுடியாதவர்கள் ஒவ்வொருவருக்கும் தனித்தனியே எங்கள் மனமார்ந்த நன்றிகள்.

எங்களைப் போன்ற பெண்களை அரவணைத்துக்கொண்டு துணையாக இருக்கிற எங்களுடைய குடும்பத்தினருக்குப் பெரியளவுக்கு நாங்கள் நன்றிக்கடன் பட்டிருக்கிறோம். இறுதியாக எங்களது எதிர்கால நம்பிக்கையாக இருக்கும் மீராவுக்கும் எம்மாவுக்கும் நன்றிகள்.

குறிப்புகள்

முன்னுரை:

1. The Polis Project. 'The high cost of targeted violence in Northeast Delhi: a list of the deceased.' *The Polis Project*, 2 March 2020; Youth for Human Rights Documentation, 'An account of fear and impunity – a preliminary fact finding report on communally-targeted violence in NE Delhi, February 2020.' *The Polis Project*, 8 March 2020. The Polis Project was the first organisation to argue for the definition of the events as a pogrom rather than riots or generic violence given the blatant connivance and complicity between police forces and the perpetrators of the violence against members of the Muslim minority community.

2. Umar Khalid's appeal for bail was dismissed by the Delhi High Court on 18 October 2022 stating that the allegations against Khalid were prima facie true.

3. This expression started to be frequently used after Ajay Mohan Singh Bisht, or Yogi Adityanath, a right-wing Hindu monk, became the chief minister of Uttar Pradesh in 2017. Since he took office, his government has used demoli- tions as a political tool to target various Muslim communities in the state. The term implies the extrajudicial and illegal use of bulldozers to target and demolish predominantly Muslim homes, businesses, shrines, graves and places of worship, including a sixteenth-century mosque, without due process, leading to mass forced displacement. Demolitions are punitive and are now used systematically to manufacture dispossession across multiple states, including Madhya Pradesh, Rajasthan, Karnataka, Uttarakhand as well as Delhi's Jahangirpuri area.

4. Sohini Chowdhury, 'Supreme Court stays release of Prof G.N. Saibaba & others in UAPA case, suspends Bombay HC's acquittal order.' *LiveLaw.in*, 15 October 2022.

5. Harsh Thakor, 'Pandu Narote's death is a perfect illustration of neo-fascist murder by the state.' *Countercurrents*, 27 August 2022.

6. The Wire Staff, 'IPS officer who questioned Modi's role in Gujarat riots gets life in 30-year-old case.' *The Wire*, 20 June 2019; Outlook Web Desk, 'A midnight meeting on Feb 27 and a murdered minister.' *Outlook India*, 12 November 2007.

7. The terms 'anti-nationals', 'Urban Naxals', 'Maoists' and *Tukde Tukde* (Breaks India) gang are used to describe individuals, groups and members of civil society who are labelled as a threat to national security. The usage of the terms is highly controversial and politically charged. 'Naxal' is used to refer to a member or supporter of the Naxalite movement, a left-wing extremist group that originated in the late 1960s. They have been involved in a long-standing insurgency in various parts of India, particularly in rural areas where they mobilise peasants and workers against state and capitalist interests. 'Urban Naxals' broadly refers to progressive urban intelligentsia. *Tukde Tukde* gang refers to individuals or groups supposedly working to break up the unity and integrity of India by promoting separatist movements in different regions of the country.

8. T.A. Johnson, 'Explained: Dabholkar-Lankesh murders – what the investigations into violent right-wing activism show.' *The Indian Express*, 26 May 2019; Deborah Grey, 'Death of a rationalist: Gauri Lankesh.' *CJP*, 13 May 2018.

9. Cited in Reece Jones, 'Geopolitical boundary narratives, the global war on terror and border fencing in India.' *Transactions of the Institute of British Geogra- phers*, 34, 2009: 290–304.

10. Around 3,500 people in 18 Indian states (including a few children in Jharkhand and Tamil Nadu) were held under POTA for varying periods. Gujarat had the highest number of detentions and all but one of the 287 people initially held under the act were Muslims.

11. Anil Kalhan et al., 'Colonial continuities: human rights, terrorism, and security laws in India.' *Columbia Journal of Asian Law*, 2006, p. 93.

12. Samanwaya Rautray, 'Greater scrutiny of RAW & IB will risk own existence: Supreme Court.' *The Economic Times*, 14 July 2018.

13. Ibid.

14. State of Rajasthan, Jaipur vs Balchand, 20 September 1977.

15. V. Suresh, S.B. Madhura and Lekshmi Sujatha, 'UAPA: criminalising dissent and state terror.' *PUCL*, 28 September 2022.

16. Ibid.

17. The reference is to the dominant caste Peshwai who were part of the Maratha Confederacy ruling the region around Pune. They were defeated on 1 January 1818 in the Battle of Koregaon by troops of the East India Company's Bombay Presidency Army that included a large number of Mahars – or original inhabitants of Maharashtra and one of Dalit (ex-untouchable) caste communities – later followed in great numbers B.R. Ambedkar, who was a Mahar himself and initiated the commemoration. Since then, every

1 January, Dalit communities gather at Bhima Koregaon to celebrate the victory against the Peshwai, whom they see as their oppressors.

18. Shruti Menon and Sreenivasan Jain, 'Videos of Bhima-Koregaon speeches offer a rebuttal to "Maoist" claim.' *NDTV*, 4 September 2018.
19. Siddhartha Deb, 'The unravelling of a conspiracy: were the 16 charged with plotting to kill India's prime minister framed?' *The Guardian*, 12 August 2021.

அதிகாரவர்க்கத்தின் தண்டனை விலக்கும், கருத்துடையோர் ஒடுக்கப்படுதலும்

1. The title is borrowed from lawyer, scholar and activist K.G. Kannabiran's groundbreaking book The Wages of Impunity: Power, Justice and Human Rights. Orient Blackswan, 2018.
2. Press statement from teachers of Delhi University, 'Statements against police raid at GN Saibaba's house.' Sanhati, 13 September 2013.
3. Shreya Roy Chowdhury, 'G N Saibaba: the revolutionary in Delhi University.' The Times of India, 26 September 2013.
4. Adolfo Naya Fernández, Operation 'Green Hunt' in India: Social practices of the genocidal counter-insurgency strategy 'Hearts and minds.' Foreign Languages Press, 2020.
5. The Red Corridor includes the states of Chhattisgarh, Jharkhand, Odisha, Bihar and West Bengal. The operation would later expand to Andhra Pradesh, Telangana and Maharashtra.
6. Aman Sethi, 'Green Hunt: the anatomy of an operation.' The Hindu, 6 February 2010.
7. Mehboob Jeelani, 'The best way to stop me was to throw me in jail, says Saibaba.' The Hindu, 6 July 2015.
8. Felix Padel and Samarendra Das, Anthropology of a Genocide: Tribal Movements in Central India against Over-industralisation. SAAG, 2006.
9. Sanhati Collective, 'List of victims of Operation Green Hunt in Chhattisgarh since August 2009.' Sanhati, 13 June 2011.
10. Jeelani, 'The best way to stop me was to throw me in jail, says Saibaba.'
11. Tekendra Parmar, 'The persecution of GN Saibaba and India's "annihilation" of the resistance.' The Nation, 3 May 2018.
12. Ipsita Chakravarty, 'A chilling judgment sentences Delhi academician GN Saibaba to life in prison.' Scroll.in, 8 March 2017.
13. Pavan Dahat, 'Govt. wanted to kill me: Saibaba.' The Hindu, 8 April 2016.

14. See the full report by a 40-member fact-finding team that visited the area between 5 and 7 May 2018: Coordination of Democratic Rights Organisations, IAPL and Women Against Sexual Violence and State Repression, Encountering Resistance: State Policy for Development in Gadchiroli. People's Union for Democratic Rights, 2018.
15. Newsclick Staff, 'G.N. Saibaba being persecuted for his ideas? by Gautam Navlakha.' NewsClick, 14 March 2017.
16. Shoaib Daniyal, 'Saibaba conviction: how a draconian law has turned mere thought into crime.' Scroll.in, 9 March 2017.
17. The Supreme Court cited its previous decision in Arup Bhuyan v. State of Assam, delivered on 3 February 2011 in this judgment. The Court relied on US judgments dating back to the 1960s including the landmark Clarence Brandenburg v. State of Ohio, 1969.
18. The Supreme Court ordered the release on bail of activist Binayak Sen, who was convicted and sentenced on charges of sedition in 2010 by the Chhattisgarh High Court, during the pendency of the appeal against his conviction. Sen appealed the High Court order before the Supreme Court. The Supreme Court allowed Sen's appeal but did not explain the reasoning. Some speculated that the judgment was grounded in the belief that charges against Sen were unfounded. However, in March 2023, the Supreme Court set aside its own judgments that 'mere membership' of an unlawful association or organisation did not make a person a criminal or a terrorist. The three-judge bench of the Supreme Court, headed by Justice M.R. Shah ruled that 'to punish a person who is a member of such an unlawful association is in furtherance of the objective of effective prevention of unlawful incidents' and observed that 'fundamental rights are not absolute'. This decision expands the already unfettered power of the Indian state and its security agencies to incarcerate anyone based on a mere allegation of 'unlawful membership'. The ruling has now effectively made dissent treason.
19. All the lawyers we interviewed spoke on condition of anonymity for their own safety and the safety of their clients.
20. Saroj Giri, 'The Bhima Koregaon arrests and the resistance in India.' Monthly Review, 12 November 2022.
21. Ibid.
22. John Emerson, 'Being neutral is our biggest crime.' Human Rights Watch, 25 June 2015.
23. People's Union for Civil Liberties, 'Analysis of the case against Dr. Binayak Sen.' PUCL, 21 July 2007.

24. J. Venkatesan, 'Binayak Sen gets bail in Supreme Court.' The Hindu, 15 April 2011.
25. Anupama Rao, 'Stigma and labour: remembering Dalit Marxism.' Seminar, Issue 633, May 2012. Prasanna D. Zorey, 'Dalit poet commits suicide in protest.' Rediff, date not listed.
26. Anand Teltumbde, 'How the state treats friends and foes of the oppressed.' Economic and Political Weekly, 44 (25), 20 June 2009.
27. Ibid.
28. Anupama Rao, 'Violence and humanity: or, vulnerability as political subjectivity.' Social Research: An International Quarterly, 78 (4), 2011: 607–32.
29. Rasika Ajotikar, 'Our song impure, our voice polluted': conversations with activist and musician Shital Sathe.' Feminist Review, 119, 2018: 154–62.
30. Sonam Singh, Forbidden Notes | Documentary Film about Arrests of Kabir Kala Manch Members, 2016. All the following KKM members' quotes are from the documentary.
31. Anand Teltumbde, 'Labelling Dalits and Adivasis as Maoists is an old state strategy for crushing dissent and criticism.' Excerpt from Republic of Caste, Scroll. in, 7 June 2018.
32. Grace Pelly, 'State terrorism: torture, extra-judicial killings, and forced disappearances in India: report of the Independent People's Tribunal.' Socio Legal Information Centre, 9–10 February 2008.
33. Geetanjali Gurlhosur, 'Kabir Kala Manch: a history of revolutionary singing and state repression.' Ritimo, 7 April 2022.
34. Sukanya Shantha, 'A reporter saw the Bhima Koregaon violence coming. Now, he fears for his life.' The Wire, 18 September 2020.
35. Sukanya Shantha, 'Case against Hindutva leaders ignored, no justice in sight for Bhima Koregaon violence victims.' The Wire, 26 September 2020.
36. Sushmita, 'Hostile state machinery targets Dalits in Maharashtra.' CJP, 20 January 2018.
37. Arijit Sen, 'Manipur's long wait for justice: remembering 1,528 cases and the murder of Thangjam Manorama.' The Polis Project, 22 November 2021.
38. This threat was also confirmed by one of Gadling's legal associates. Nilkantha Mandal, Sandeep Pandey and Kushagra Kumar, 'The man who used to get people acquitted in false cases has been implicated in one himself.' Mainstream, LIX (2), 26 December 2020.
39. Coordination of Democratic Rights Organisations, Indian Association Peoples' Lawyers and Women Against Sexual Violence and State Repression,

Encountering Resistance: State Policy for Development in Gadchiroli. People's Union for Democratic Rights, 2018.

40. Sukanya Shantha, 'Gadchiroli's 300 Gram Sabhas pass resolution in support of activist Mahesh Raut.' The Wire, 10 October 2018.
41. The Wire Staff, 'PM's rural development fellows come out in support of Mahesh Raut.' The Wire, 9 June 2018.
42. Teltumbde, 'Labelling Dalits and Adivasis as Maoists is an old state strategy for crushing dissent and criticism.'
43. Niha Masih and Joanna Slater, 'They were accused of plotting to overthrow the Modi government. The evidence was planted, a new report says.' The Washington Post, 12 November 2022.
44. 'Jai Shri Ram' literally means 'Victory to Lord Rama'. This invocation to the Hindu god Rama has turned into a hateful war call to incite attacks on Muslims.
45. Mukesh Singh Sengar, 'Cops got 7,500 calls for help on day 3 of Delhi violence: sources.' NDTV, 28 February 2020.
46. Sagar, 'Hindu supremacist mobs orchestrate violence against Muslims where BJP won in Delhi elections.' The Caravan, 25 February 2020.
47. Kaushal Shroff, 'Delhi violence: cops shouted "Jai Shri Ram" with armed Hindu mob, charged at Muslims.' The Caravan, 25 February 2020.
48. The Polis Project, 'Manufacturing evidence: how the police are framing and arresting constitutional rights defenders in India.' The Polis Project, 21 January 2022.
49. Teesta Setalvad in conversation with VN Rai, 'No riot can last for more than 24 hours unless the state wants it to continue.' SabrangIndia, February 1995.
50. Human Rights Watch, 'Shoot the traitors.' Human Rights Watch, 16 June 2020.
51. Scroll Staff, 'Shaheen Bagh protestors will "rape your sisters and daughters", says BJP MP on women-led protest.' Scroll.in, 20 January 2020.
52. Aditya Menon and Aishwarya Iyer, '"Kaat do" said Ragini Tiwari, "eyewitness" saw her firing bullets.' The Quint, 30 June 2020.
53. On 27 January 2020, at an election rally for a BJP candidate in Northwest Delhi, Anurag Thakur was filmed shouting the slogan 'Desh ke gaddaron ko' multiple times, which was completed by the crowds that responded 'Goli maaro saalon ko' (Shoot the traitors of the nation).
54. Livelaw News Network, 'Delhi HC hearing in plea for probe into Delhi riots.' LiveLaw.in, 26 February 2020.

55. Sumedha Mittal and Amir Malik, 'Three eyewitnesses accuse Delhi police official of murder during Delhi violence.' The Caravan, 12 February 2021.
56. Seemi Pasha, 'The Delhi violence FIRs are like blank cheques, to be encashed by the police any time.' The Wire, 30 April 2020.
57. The Wire Staff, 'Citing instance of "witness" coercion, Umar Khalid accuses police of framing him in riots case.' The Wire, 2 September 2020.
58. Many lawyers defending those arrested after the Delhi violence had to turn their clients down because they did not have the technical infrastructure to deal with the massive FIRs shared through pen drives and pdfs.
59. Order dated 17 November 2020, State v. Ajay, Bail Application No. 2058/2020, Additional Sessions Judge, Karkardooma District Court, Delhi.
60. Press Trust of India, 'Delhi riots: HC asks police to respond to bail plea of student activist in larger conspiracy case.' The Indian Express, 11 May 2022. The following quotes are also taken from the same article.
61. Satish Jha, 'SC order on Zakia Jafri's appeal "illegal, unconstitutional and violates every tenet of law".' CJP, 8 July 2022.
62. V. Venkatesan, 'A judicial stricture.' Frontline Magazine, 6 May 2004.
63. Writ Petition No. 103 of 2009 Himanshu Kumar And Others Versus State Of Chhattisgarh And Others.
64. Press Trust of India, 'Seeking justice is no crime, won't pay fine imposed by Supreme Court, says activist.' The Print, 19 July 2022.
65. Kavita Krishnan statement on Twitter, 14 July 2022.

பொய்கள் உற்பத்தியாகும் தொழிற்சாலை

1. Sukanya Shantha, 'Top investigating officer admits Elgar Parishad event "had no role" in Bhima Koregaon Violence.' The Wire, 27 December 2022.
2. Rajan Kochhar, 'Civil society heading to the danger of a new frontier; are we prepared?' India Times, 7 February 2022.
3. Pia Krishnankutty, 'Civil society is new frontier of war, can be subverted to harm nation, Ajit Doval says.' The Print, 13 November 2021.
4. Tishya Saran, 'Umar Khalid's speech hateful & inciteful': Delhi High Court during oral exchange in plea challenging refusal of bail.' LawBeat, 22 April 2022.
5. Compiled from the live Twitter feed of LiveLaw on 18 October 2022.
6. Ibid.
7. The Wire Staff, 'Delhi riots conspiracy case "cooked up", was "framed by media": Umar Khalid.' The Wire, 23 August 2021.

8. Times of India, 'How Stan Swamy's long struggle for bail ended in tragedy.' The Times of India, 5 July 2021.
9. Niha Masih, 'Hackers planted evidence on computer of jailed Indian priest, report says.' The Washington Post, 13 December 2022.
10. Ibid
11. Ibid.
12. SabrangIndia, 'The death of Fr. Stan Swamy was finalised the day he was arrested: Senior Advocate Mihir Desai.' SabrangIndia, 26 December 2022.
13. Press Trust of India, 'Probe agency opposes activist Stan Swamy's bail plea, calls him Maoist.' NDTV, 17 June 2021.
14. Peter Longerich, Goebbels: A Biography. Random House, 2015, p. 282.
15. Ibid.

விமர்சனக்குரல் எழுப்பும் சமூகம்

1. Agnese Bentivogli, 'Una via di mezzo tra esilio e prigionia: il confino, l'arma di repressione silenziosa del regime fascista.' Parentesi Storiche, 18 October 2018.
2. bell hooks, All about Love: New Visions. Harper Perennial, 2001, p. 133.
3. Godi media is the term that in India has come to define loudmouthed media outlets that run as de facto state propaganda machines by publishing whatever the government asks them to and by contributing to the hate-mongering communal undertones that characterise the current political dispensation. Godi in Hindi means 'lap' and the expression is a word play with Modi's name that alludes to Indian media behaving as the prime minister's lap dog.
4. Stan Swamy, I Am Not a Silent Spectator. Indian Social Institute, 2021, p. 106.
5. Varavara Rao's wife, P. Hemalatha took over as editor, printer and publisher of the radical literary magazine Srujana in October 1973 when Rao was arrested and later acquitted for allegedly being part of the so-called Secunderabad Conspiracy to overthrow the then Andhra Pradesh government. P. Hemalatha was herself jailed three times for her publishing responsibilities.
6. Mulaqat is the term that is commonly used to define the in-person meetings in jail.
7. Rao was finally granted medical bail on 10 August 2022 after he had been waiting for a decision for over a year as the Supreme Court kept postponing the hearing month after month.

8. This excerpt was published in Natasha Narwal's profile as part of The Polis Project's 'Profiles of Dissent' series. A line from the letter gives the title to this book.
9. We tried to make contact and request an interview but they refused.
10. This excerpt was shared with us by Susan Abraham and is reproduced with permission.
11. This excerpt was published by The Polis Project as part of Umar Khalid's profile in the series 'Profiles of Dissent.'
12. When Navlakha was granted a month-long house arrest in November 2022, the Court listed under the conditions that he would himself pay an extortionate amount for the police escort outside his house as well as for the instalment of CCTV cameras outside the door of every room of the house. As of April 2023, Navlakha is still under house arrest in Mumbai.
13. Maktoob Staff, '"Siddique Kappan is chained to cot like an animal in hospital", lawyer in an urgent letter to CJI.' Maktoob Media, 24 April 2021.
14. Opinions adopted by the Working Group on Arbitrary Detention at its ninety-second session, 15–19 November 2021. Opinion No. 57/2021 concerning Stan Swamy (India), p. 11
15. Stan Swamy, I Am Not a Silent Spectator. Indian Social Institute, 2021, p. 100.

இந்திய அரசியல் கைதிகளின் குரல்கள்

1. The texts in this chapter have been reproduced verbatim.
2. The reference is to Sachidanandan's famous Malayalam poem Venal Mazha written for the then imprisoned Korean poet Kim Chi-ha.
3. Translation of a verse from a Marathi song composed in prison by one of the BK16.

இணைப்புக் கட்டுரை: உங்கள் வீட்டிற்குள் அரசு நுழையும்போது

1. A part of this chapter was published by The Polis Project on 21 June 2022. Francesca Recchia and Suchitra Vijayan, 'Who do we call when the police murders? Fear grows as the Indian Muslim community is under constant attack.'
2. Zafar Aafaq, 'India police crack down on protests against Prophet remarks.' Al Jazeera, 11 June 2022.
3. Sumedha Pal, 'Prayagraj protests: "being framed", say anti-CAA protesters as police name them "key conspirators".' The Wire, 11 June 2022.

4. The Polis Project obtained from the family a copy of the notice and published it on their Twitter account on 11 June 2022. See https://twitter.com/project_polis/status/1535683423356047360?s=20&t=wbOrhhx9Rbx1Pj026G7vcg.

5. In concertation with the legal council of the family, The Polis Project reconstructed the evidence of the false and factually wrong allegations by the police. See https://twitter.com/project_polis/status/1535951492548550657?s=20&t=KTn0X24pgpAEOVXKvmrDXg.

பொதுக்குறிப்புகள்

Aafaq, Zafar, 'India police crack down on protests against Prophet remarks.' *Al Jazeera*, 11 June 2022. www.aljazeera.com/news/2022/6/11/india-two-killed- during-protests-over-prophet-muhammad-remarks (last accessed October 2022).

Ahmad, Irfan, 'Violence after violence: the politics of narratives over the Delhi pogrom.' *The Polis Project*, 28 March 2020. www.thepolisproject.com/read/violence-after-violence-the-politics-of-narratives-over-the-delhi-pogrom/ (last accessed May 2022).

Ajotikar, Rasika, 'Our song impure, our voice polluted': conversations with activist and musician Shital Sathe.' *Feminist Review*, 119, 2018: 154–62.

Akam, Shahrukh, 'In criminalising political action, judges are helping the state bring politics into India's Court.' *The Wire*, 29 October 2022. https://thewire.in/law/courts-these-days-unselfconsciously-criminalise-political-action (last accessed November 2022).

Ambedkar, Rama Teltumbde, 'Reflecting on the most poignant moments of last two years during Anand's incarceration.' *The Leaflet*, 14 April 2022. https://theleaflet.in/reflecting-on-the-most-poignant-moments-of-Last-two-years-during-anands-incarceration/ (last accessed May 2022).

Anonymous, 'Living in a time not mine: an anonymous letter from inside an Israeli prison.' *Skin Deep*, 8 August 2022. https://skindeepmag.com/articles onfineee-anonymous-letter-inside-israeli-prison-incarceration- administrative-detention (last accessed August 2022).

Ashraf, Ajaz, '"At times, without mamma, I feel desperate," says daughter of jailed lawyer Sudha Bharadwaj.' *Scroll.in*, 26 January 2019. https://scroll.in/ article/910718/at-times-without-mamma-i-feel-desperate-says-jailed-activist-sudha-bharadwajs-daughter (last accessed August 2022).

———, 'My spirit has not been broken: activist Sudha Bharadwaj.' *News Click*, 27 January 2022. www.newsclick.in/my-spirit-has-not-been-broken-activist-sudha-bharadwaj (last accessed August 2022).

———, 'And she waits for Umar Khalid.' *Mid-day*, 4 April 2022. www.mid-day. com/ news/opinion/article/and-she-waits-for-umar-khalid-23221299 (last accessed June 2022).

———, 'And she waits for Gautam Navlakha.' *Mid-day*, 9 May 2022. www.midday. com/news/opinion/article/and-she-waits-for-gautam-navlakha-23226310 (last accessed May 2022).

———, 'And he waits for Shoma Sen.' *Mid-day*, 16 May 2022. https://origin. mid- day.com/news/opinion/article/and-he-waits-for-shoma-sen-23227324 (last accessed June 2022).

———, 'And Ammi weeps for Sharjeel Imam.' *Mid-day*, 30 May 2022. www.midday. com/news/opinion/article/and-ammi-weeps-for-sharjeel-imam-23229396 (last accessed June 2022).

———, 'And Ma can't sing with Sagar.' *Mid-day*, 6 June 2022. www.mid-day. com/ news/opinion/article/and-ma-cant-sing-with-sagar-23230447 (last accessed June 2022).

———, 'And comrades admire Jyoti Jagtap.' *Mid-day*, 11 July 2022. www.midday. com/news/opinion/article/and-comrades-admire-jyoti-jagtap-23235308 (last accessed July 2022).

———, 'And wish a bride for Meeran Haider.' *Mid-day*, 8 August 2022. www.midday. com/news/opinion/article/and-wish-a-bride-for-meeran-haider-23239881 (last accessed August 2022).

Bentivogli, Agnese, 'Una via di mezzo tra esilio e prigionia: il confino, l'arma di repressione silenziosa del regime fascista.' *Parentesi Storiche*, 18 October 2018. https://parentesistoriche.altervista.org/confino-fascismo/ (last accessed January 2023).

Chakravarty, Ipsita, 'A chilling judgment sentences Delhi academician GN Saibaba to life in prison.' *Scroll.in*, 8 March 2017. https://scroll.in/article/831192/the-daily-fix-a-chilling-judgment-sentences-delhi-academician-gn-saibaba-to-life-in-prison (last accessed November 2022).

Chowdhury, Sohini, 'Supreme Court stays release of Prof GN Saibaba & others in UAPA case, suspends Bombay HC's acquittal order.' *LiveLaw.in*, 15 October 2022. www.livelaw.in/top-stories/prof-gn-saibaba-delhi-uni-supreme-court- bombay-hc-acquittal-suspended-uapa-sanction-211735 (last accessed October 2022).

Coordination of Democratic Rights Organisations, Indian Association Peoples' Lawyers and Women Against Sexual Violence and State Repression,

Encountering Resistance: State Policy for Development in Gadchiroli. People's Union for Democratic Rights, 2018.

Cover, Robert M., 'Foreword: nomos and narrative.' *Harvard Law Review*, 97, 1983. https://heinonline.org/hol-cgi-bin/get_pdf.cgi?handle=hein.journals/hlr97&section=13 (last accessed October 2022).

———, 'Violence and the word.' *The Yale Law Journal*, 95, 1986: 1601–29.

———, *Narrative, violence, and the law: the essays of Robert Cover*. University of Michigan Press, 1992.

Dahat, Pavan, 'Govt. wanted to kill me: Saibaba.' *The Hindu*, 8 April 2016. www.thehindu.com/news/national/G.N.-Saibaba-says-government-wanted-to-kill-him/article60319957.ece (last accessed November 2022).

Daniyal, Shoaib, 'Saibaba conviction: how a draconian law has turned mere thought into crime.' *Scroll.in*, 9 March 2017. https://scroll.in/article/831282/saibaba-conviction-how-the-uapa-introduced-the-concept-of-thoughtcrime-into-indian-legislation (last accessed November 2022).

Deb, Siddhartha, 'The unravelling of a conspiracy: were the 16 charged with plotting to kill India's prime minister framed?' *The Guardian*, 12 August 2021. www.theguardian.com/world/2021/aug/12/bhima-koregaon-case-india- conspiracy-modi (last accessed October 2022).

Democratic Decline, 'Sahba Husain on Gautam Navlakha.' www.youtube.com/watch?v=2pB3wrndN-A (last accessed August 2022).

Dixit, Neha, 'The Prisoner's wife in a jailed republic.' *The* Wire, 6 August 2021. https://thewire.in/rights/the-prisoners-wife-in-a-jailed-republic (last accessed August 2022).

DNA Web Team, 'Timeline: from DU English professor to convicted Maoist, how the GN Saibaba case unfolded.' *DNA*, 7 March 2017. www.dnaindia.com/india/ report-timeline-from-du-english-professor-to-convicted-maoist-how-the-gn- saibaba-case-unfolded-2345329 (last accessed October 2022).

EKALAVYA, 'Political repression, political prisoners: fighting the class war in India.' *Crime and Social Justice*, 1974: 4–11.

Emerson, John, 'Being neutral is our biggest crime.' *Human Rights Watch*, 25 June 2015. www.hrw.org/report/2008/07/14/being-neutral-our-biggest-crime/ government-vigilante-and-naxalite-abuses-indias (last accessed November 2022).

Fatima, Heena, '"Cops pry kids' hands from their father's grasp": what families of "political prisoners" face.' *The Print*, 30 July 2022. https://theprint.in/features/ cops-pry-kids-hands-from-their-fathers-grasp-what-families-of-political- prisoners-face/1061169/ (last accessed August 2022).

Fernández, Adolfo Naya, *Operation 'Green Hunt' in India: Social Practices of the Genocidal Counter-insurgency strategy 'Hearts and Minds.'* Foreign languages Press, 2020.

Ferreira, Arun, *Colours of the Cage: A Prison Memoir*. Aleph Book Company, 2014.

Friedrich, Pieter, 'Cultural malware: the rise of India's RSS.' *The Polis Project*, 12 March 2020. www.thepolisproject.com/read/cultural-malware-the-rise-of- indias-rss/ (last accessed July 2022).

Gellately, Robert, 'The Gestapo and German society: political denunciation in the Gestapo case files.' *The Journal of Modern History*, 60 (4), 1988: 654–94.

George, Pooja and Vedika Inamdar, 'Mainstream news media and majoritarian state violence in India.' *The Polis Project*, 9 December 2021. www.thepolisproject. com/read/mainstream-news-media-and-majoritarian-state-violence-in- india/ (last accessed July 2022).

Giri, Saroj, 'The Bhima Koregaon arrests and the resistance in India.' *Monthly Review*, 12 November 2022. https://monthlyreview.org/2022/04/01/the-bhima- koregaon-arrests-and-the-resistance-in-india-2/ (last accessed November 2022).

Global Freedom of Expression Staff, 'Binayak Sen v. Chhatisgarh.' *Global Freedom of Expression*, 6 July 2021. globalfreedomofexpression.columbia.edu/cases/binayak-sen-v-chhatisgarh/ (last accessed November 2022).

Gonsalves, Vernon, '"You are immortalised in our hearts": a cellmate's letter to Stan Swamy on his death anniversary.' *Scroll.in*, 5 July 2022. https://scroll.in/ article/1027594/you-are-immortalised-in-all-our-hearts-a-cellmates-letter- to-stan-swamy-on-his-death-anniversary (last accessed July 2022).

Gramsci, Antonio, *Quaderni dal carcere*. Einaudi, 2014 (originally published 1975).

Grey, Deborah, 'Death of a rationalist: Gauri Lankesh.' *CJP*, 13 May 2018. https:// cjp.org.in/death-of-a-rationalist-gauri-lankesh/ (last accessed January 2023).

Gurlhosur, Geetanjali, 'Kabir Kala Manch: a history of revolutionary singing and state repression.' *Ritimo*, 7 April 2022. www.ritimo.org/Kabir-Kala-Manch-A- History-of-Revolutionary-Singing-and-State-Repression (last accessed November 2022).

Hakim, Sharmeen, 'Elgar Parishad case: Bombay High Court denies bail to Jyoti Jagtap.' *LiveLaw.in*, 17 October 2022. www.livelaw.in/news-updates/elgar- parishad-case-bombay-high-court-denies-bail-to-jyoti-jagtap-211829#:~:text=The%20Bombay%20High%20Court%20on,the%20banned%20 CPI%20(Maoist) (last accessed November 2022).

Hansen, Thomas Blom, *The Saffron Wave: Democracy and Hindu Nationalism in Modern India*. Princeton University Press, 1999.

Honoring the life and legacy of Father Stan, H. R. 1219, 117th Cong. (2021), 5 July 2022. www.congress.gov/117/bills/hres1219/BILLS-117hres1219ih.xml (last accessed August 2022). hooks, bell, *All about Love: New Visions*. Harper Perennial, 2001.

Human Rights Council Working Group on Arbitrary Detention, 'Opinions adopted by the Working Group on Arbitrary Detention at its ninety-second session, 15–19 November 2021.' *United Nations Human Rights Office of the High Commissioner*, 14 February 2022. www.ohchr.org/sites/default/files/2022- 03/A-HRC-WGAD-2021-57-India-AEV.pdf (last accessed October 2022).

Human Rights Watch, 'Shoot the traitors.' *Human Rights Watch*, 16 June 2020. www.hrw.org/report/2020/04/09/shoot-traitors/discrimination-against-muslims-under-indias-new-citizenship-policy (last accessed November 2022). Indie Journal, 'Exclusive: भीमा कोरेगाव खटल्यात कैद ज्येष्ठ वकील सुरेंद्र गडलिंग यांचं तुरुंगातून पत्र.' *Indie Journal*, 8 April 2021. www.indiejournal.in/article/exclusive- surendra-gadling-writes-letter-from-prison-to-kanchan-nannaware (last accessed September 2022).

Irfan, Hanan and Mohd Kashif, 'The scapegoating of Sharjeel Imam'. *Maktoob Media*, 28 May 2022. https://maktoobmedia.com/2022/05/28/scapegoating-of-sharjeel-imam/ (last accessed August 2022).

InSAF India, 'Jailed to die? India's incarcerated human rights defenders and the Covid emergency.' 19 June 2021. www.youtube.com/watch?v=wBDl0ay253g (last accessed August 2022).

Jamshedpur Jesuits, 'I am not a silent spectator.' 3 August 2021. www.youtube.com/watch?v=ssS2PSQBpU0 (last accessed August 2022).

Jeelani, Mehboob, 'The best way to stop me was to throw me in jail, says Saibaba.' *The Hindu*, 6 July 2015. www.thehindu.com/news/national/Professor- G.N.-Saibaba-The-best-way-to-stop-me-was-to-throw-me-in-jail/article60515789.ece (last accessed November 2022).

Jha, Satish, 'SC order on Zakia Jafri's appeal "illegal, Unconstitutional and Violates Every Tenet of law".' *CJP*, 8 July 2022. cjp.org.in/sc-order-on-zakia-jafris- appeal-illegal-unconstitutional-and-violates-every-tenet-of-law/ (last accessed November 2022).

Johnson, T.A., 'Explained: Dabholkar-Lankesh murders – what the investigations into violent right-wing activism show.' *The Indian Express*, 26 May 2019. https://indianexpress.com/article/explained/explained-dabholkar-lankesh- murders-investigations-right-wing-activismv-cbi-sit-pansare-kalburgi-5749338/ (last accessed January 2023).

Jones, Reece, 'Geopolitical boundary narratives, the global war on terror and border fencing in India.' *Transactions of the Institute of British Geographers*, 34, 2009: 290–304.

Kalhan, Anil, Gerald P. Conroy, Mamta Kaushal, Sam Scott Miller and Jed S. Rakoff, 'Colonial continuities: human rights, terrorism, and security laws in India.' *Columbia Journal of Asian Law*, 20(1), 2006.

Kalita, Devangana and Natasha Narwal, '"Love and rage": Natasha and Devangana's letters of hope and resistance from Tihar Jail 6.' *The Caravan*, 13 June 2021. https://caravanmagazine.in/crime/love-and-rage-natasha-narwal- devangana-kalita-letters-tihar-jail (last accessed May 2022).

Kannabiran, K.G., *The Wages of Impunity: Power, Justice and Human Rights*. Orient Blackswan, 2018.

Khalid, Umar, 'Umar Khalid on his two years in jail: "I feel pessimistic at times. and also lonely".' *The Wire*, 13 September 2022. https://thewire.in/rights/umar- khalid-on-his-two-years-in-jail-i-feel-pessimistic-at-times-and-also-lonely (last accessed September 2022).

Khan, Fatima, '"Atikur Rahman's left side paralysed": kin of activist arrested in Hathras case.' *The Quint*, 2 September 2022. www.thequint.com/news/india/atikur-rahman-heart-patient-paralysed-hathras (last accessed September 2022).

Kochhar, Rajan, 'Civil society heading to the danger of a new frontier; are we prepared?' *India Times*, 7 February 2022. https://government.economictimes.indiatimes.com/news/governance/opinion-civil-society-heading-to-the-danger-of-a-new-frontier-are-we-prepared/89403679 (last accessed January 2023).

Kolhatkar, Neeta, '"The State snatched away my time with my daughter".' *Rediff. com*, 4 February 2022. www.rediff.com/news/interview/sudha-bharadwaj-the- state-snatched-away-my-time-with-my-daughter/20220203.htm (last accessed August 2022).

Krishnankutty, Pia, 'Civil society is new frontier of war, can be subverted to harm nation, Ajit Doval says.' *The Print*, 13 November 2021. https://theprint.in/india/civil-society-is-new-frontier-of-war-can-be-subverted-to-harm-nation-ajit-doval-says/765748/ (last accessed January 2023).

Kumar, Akanksha, 'How a Malayala Manorama journalist's suspicions about Kappan figure in UP police chargesheet.' *Newslaundry*, 28 December 2021. www.newslaundry.com/2021/12/28/how-a-malayala-manorama-journalists- suspicions-about-kappan-figure-in-up-police-chargesheet (last accessed September 2022).

Lahiri, Banojyotsna, 'As my friend Umar spends another birthday in jail, our fight for freedom goes on.' *The Quint*, 13 September 2022. www.thequint.com/voices/opinion/umar-khalid-jail-freedom-friendship (last accessed September 2022).

Levi, Carlo, *Cristo si è fermato a Eboli*. Einaudi, 2014 (originally published 1945).

Lines, Rick, 'The right to health of prisoners in international human rights law.' *International Journal of Prisoner Health*, 4 (1), March 2008: 3–53. https://doi.org/10.1080/17449200701862145 (last accessed September 2022).

Livelaw News Network, 'Delhi HC hearing in plea for probe into Delhi riots.' *LiveLaw.in*, 26 February 2020. www.livelaw.in/top-stories/live-updates-delhi- hc-hearing-in-plea-for-probe-into-delhi-riots-153160 (last accessed November 2022).

———, 'Bhima Koregaon case: Supreme Court extends interim protection of Varavara Rao; adjourns bail plea to July 19.' *LiveLaw.in*, 12 July 2022. www. livelaw.in/top-stories/bhima-koregaon-case-supreme-court-extends-interim- protection-of-varavara-rao-adjourns-bail-plea-to-july-19-203516 (last accessed July 2022).

———, 'Siddique Kappan has deep links with terror funding organizations like PFI: UP govt tells Supreme Court.' *LiveLaw.in*, 6 September 2022. www.livelaw.in/ top-stories/siddique-kappan-has-deep-links-with-terror-funding-organizations- like-pfiup-govt-tells-supreme-court-208530 (last accessed September 2022).

Lokaneeta, Jinee, *The Truth Machines: Policing, Violence, and Scientific Interrogations in India*. University of Michigan Press, 2020.

Lokur, Madan B., A.P. Shah, R.S. Sodhi, Anjana Prakash, G.K. Pillai, *Uncertain Justice: A Citizens Committee Report on the North East Delhi Violence 2020*. Constitutional Conduct Group, 7 October 2022. https://indianculturalforum.in/2022/10/07/uncertain-justice-a-citizens-committee-report-on-the-north-east-delhi-violence-2020/ (last accessed November 2022).

Longerich, Peter, *Goebbels: A Biography*. Random House, 2015.

Louis, Prakash, *Fr. Stan Swamy: A Maoist or a Martyr?* South Vision Books, 2022. Mahadevan, Sneha, 'Fight for freedom.' *The Indian Express*, 16 April 2010. https:// indianexpress.com/article/news-archive/web/fight-for-freedom/ (last accessedAugust 2022).

Maktoob Staff, '"Siddique Kappan is chained to cot like an animal in hospital", lawyer in an urgent letter to CJI.' *Maktoob Media*, 24 April 2021. https://maktoobmedia.com/2021/04/24/siddique-kappan-is-chained-to-cot-likean- animal-in-hospital-lawyer-in-an-urgent-letter-to-cji/ (last accessed September 2022).

———, 'Bombay HC rejects Hany Babu's bail plea, says "prime facie conspired".' *Maktoob Media*, 19 September 2022. https://maktoobmedia.com/2022/09/19/bombay-hc-rejects-hany-babus-bail-plea-says-prime-facie-conspired/ (last accessed September 2022).

Mamet, Elliot, 'This unfortunate development': incarceration and democracy in W. E. B. Du Bois.' *Political Theory*. https://doi.org/10.1177/00905917221104503 (last accessed August 2022).

Mandal, Nilkantha, Sandeep Pandey and Kushagra Kumar, 'The man who used to get people acquitted in false cases has been implicated in one himself.' *Mainstream*, LIX (2), 26 December 2020. www.mainstreamweekly.net/article10257.html (last accessed October 2022).

Mandela, Ndileka, 'Ndileka Mandela: without intervention, India risks becoming an apartheid state.' *Toronto Star*, 22 July 2022. www.thestar.com/opinion/contributors/2022/07/22/ndileka-mandela-without-intervention-india-risks-becoming-an-apartheid-state.html (last accessed August 2022).maraa, *Read Aloud. Ideas Can Never Be Arrested*. Self-published, 2019.

Masih, Niha, 'Hackers planted evidence on computer of jailed Indian priest, report says.' *The Washington Post*, 13 December 2022. www.washingtonpost.com/world/2022/12/13/stan-swamy-hacked-bhima-koregaon/ (last accessed January 2023).

Masih, Niha and Joanna Slater, 'They were accused of plotting to overthrow the Modi government. The evidence was planted, a new report says.' *The Washington Post*, 12 November 2022. www.washingtonpost.com/world/asia_pacific/india-bhima-koregaon-activists-jailed/2021/02/10/8087f172-61e0-11eb-a177-7765f29a9524_story.html (last accessed November 2022).

Menon, Aditya and Aishwarya Iyer, '"Kaat do" said Ragini Tiwari, "eyewitness" saw her firing bullets.' *The Quint*, 30 June 2020. www.thequint.com/news/politics/delhi-violence-probe-riots-ragni-tiwari-hindutva-bjp-muslims (last accessed November 2022).

Menon, Shruti and Sreenivasan Jain, 'Videos of Bhima-Koregaon speeches offer a rebuttal to "Maoist" Claim.' *NDTV*, 4 September 2018. www.ndtv.com/india-news/videos-of-bhima-koregaon-speeches-at-elgar-parishad-offer-a-rebuttal-to-maoist-claim-1911415 (last accessed November 2022).

Mittal, Sumedha and Amir Malik, 'Three eyewitnesses accuse Delhi police official of murder during Delhi violence.' *The Caravan*, 12 February 2021. https://caravanmagazine.in/crime/three-eyewitnesses-accuse-delhi-police-official-murder-during-delhi-violence (last accessed November 2022).

Modak, Sadaf, 'Days after Vernon Gonsalves contracts dengue, Gautam Navlakha approaches court again seeking mosquito net.' *The Indian Express*, 13 September 2022. https://indianexpress.com/article/cities/mumbai/days-after- gonsalves-contracts-dengue-navlakha-approaches-court-again-seeking- mosquito-net-8149196/ (last accessed September 2022).

Narrain, Arvind, *India's Undeclared Emergency: Constitutionalism and the Politics of Resistance*. Context, 2022.

Newsclick Staff, 'G.N. Saibaba being persecuted for his ideas? by Gautam Navlakha.' *NewsClick*, 14 March 2017. www.youtube.com/watch?v=YcKYHN laedk&t=107s (last accessed November 2022).

Newslaundry Staff, 'Siddique Kappan chargesheet.' *Newslaundry*, 9 September 2022. www.newslaundry.com/media/the-siddique-kappan-chargesheet (last accessed September 2022).

Nileena, M.S., 'Bhima Koregaon inmates can barely communicate, worried about their health: families'. *The Caravan*, 12 July 2020. https://caravanmagazine.in/ politics/bhima-koregaon-inmates-can-barely-communicate-worried-about- their-health-families (last accessed May 2022).

Ojha, Srishti, 'There's no urgency, heavens don't fall:' Supreme Court on Request for fixed date for plea to prevent attacks against Christians.' *LiveLaw.in*, 26 April 2022. www.livelaw.in/top-stories/supreme-court-plea-to-prevent-attacks- against-christians-197601 (last accessed October 2022).

Outlook Web Desk, 'A midnight meeting on Feb 27 and a murdered minister.' *Outlook India*, 12 November 2007. www.outlookindia.com/magazine/story/a- midnight-meeting-on-feb-27-and-a-murdered-minister/235982 (last accessed January 2023).

Padel, Felix and Samarendra Das, *Anthropology of a Genocide: Tribal Movements in Central India against Over-industralisation*. SAAG, 2006.

Pal, Sumedha, 'Prayagraj protests: "being framed", say anti-CAA protesters as police name them "key conspirators".' *The Wire*, 11 June 2022. https://thewire. in/rights/prayagraj-protests-anti-caa-uttar-pradesh-police (last accessed October 2022).

Parmar, Tekendra, 'The persecution of GN Saibaba and India's "annihilation" of the resistance.' *The Nation*, 3 May 2018. www.thenation.com/article/archive/the-persecution-of-gn-saibaba-and-indias-annihilation-of-the-resistance/ (last accessed November 2022).

Pasha, Seemi, 'The Delhi violence FIRs are like blank cheques, to be encashed by the police any time.' *The Wire*, 30 April 2020. thewire.in/communalism/the- delhi-violence-firs-are-like-blank-cheques-to-be-encashed-by-the-police-any-time (last accessed November 2022).

Pelly, Grace, 'State terrorism: torture, extra-judicial killings, and forced disappearances in India: report of the Independent People's Tribunal.' *Socio Legal Information Centre*, 9–10 February 2008.

People's Union for Civil Liberties, 'Analysis of the case against Dr. Binayak Sen.' *PUCL*, 21 July 2007. https://web.archive.org/web/20110921154633/www.pucl. org/Topics/Human-rights/2007/sen-case-analysis.html (last accessed November 2022).

People's Union for Democratic Rights, *Banned and Damned. SIMI's Saga with UAPA Tribunals. PUDR*, June 2015. www.pudr.org/banned-and-damned-simis-saga-uapa-tribunals (last accessed August 2022).

Poddar, Umang, 'Punished without trial: how India's political prisoners are being denied basic rights in jail.' *Scroll.in*, 9 August 2022. https://scroll.in/article/1029553/punished-without-trial-how-indias-political-prisoners-are-being-denied-basic-rights-in-jail (last accessed August 2022).

Prabhu, Vidya, 'Fight for freedom.' *The Indian Express*, 6 November 2011. https://indianexpress.com/article/news-archive/web/fight-for-freedom-2/ (last accessed August 2022).

Press Statement from teachers of Delhi University, 'Statements against police raid at GN Saibaba's house.' *Sanhati*, 13 September 2013. http://sanhati.com/ articles/7991/ (last accessed November 2022).

Press Trust of India, 'Mere membership of banned organisation not a crime: Supreme Court.' *The Hindu*, 4 February 2011. www.thehindu.com/news/national/Mere-membership-of-banned-organisation-not-a-crime-Supreme-Court/article15127515.ece (last accessed November 2022).

——, 'Probe agency opposes activist Stan Swamy's bail plea, calls him Maoist.' *NDTV*, 17 June 2021. www.ndtv.com/india-news/probe-agency-nia-opposes- activist-stan-swamys-bail-plea-in-elgar-parishad-case-call-him-maoist- 2466435 (last accessed January 2023).

——, 'Delhi riots: HC asks police to respond to bail plea of student activist in larger conspiracy case.' *The Indian Express*, 11 May 2022. indianexpress.com/article/cities/delhi/delhi-northeast-riots-2020-high-court-bail-plea0gulfisha-fatima-7910971/ (last accessed November 2022).

——, 'Jailed professor GN Saibaba threatens indefinite strike unless CCTV removed from cell.' *Firstpost*, 15 May 2022. www.firstpost.com/india/jailed- professor-gn-saibaba-threatens-indefinite-strike-unless-cctv-removed-from- cell-10677351.html (last accessed June 2022).

Priya, Ilika, 'शहीद क्रांतिकारी जतिन दास की शहादत के मौके पर जेल की समस्याओं को लेकर पत्रकार रूपेश अनशन पर.' *Janchowk*, 13 September 2022. https://janchowk. com/

statewise/journalist-rupesh-sat-on-hunger-strike/ (last accessed September 2022).

Quill Foundation, 'Brutalizing innocence – testimonies of torture and police violence against minors by UP Police.' *The Polis Project*, 15 March 2020. www. thepolisproject.com/read/brutalising-innocence-testimonies-of-torture-and- police-violence-against-minors-by-up-police/ (last accessed June 2022).

Rajagopal, Krishnadas, 'Supreme Court changes stand; now mere membership of a banned outfit is a crime under UAPA.' The Hindu, 24 March 2023. https:// www.thehindu.com/news/national/sc-clarifies-mere-membership-of- banned-organisation-will-make-person-criminally-liable-under-uapa/article66656190.ece (last accessed March 2023).

Rao, Anupama, 'Violence and humanity: or, vulnerability as political subjectivity.' *Social Research: An International Quarterly*, 78 (4), 2011: 607–32.

———, 'Stigma and labour: remembering Dalit Marxism.' *Seminar*, Issue 633, May 2012. www.india-seminar.com/2012/633/633_anupama_rao.htm (last accessed January 2023).

Rao, Varavara, *Captive Imagination: Letters from Prison*. Viking, 2010.

Rautray, Samanwaya, 'Greater scrutiny of RAW & IB will risk own existence: Supreme Court.' *The Economic Times*, 14 July 2018. https://economictimes.indiatimes.com/news/defence/greater-scrutiny-of-raw-ib-will-risk-own-existence-supreme-court/articleshow/51114192.cms?from=mdr (last accessed January 2023).

Recchia, Francesca and Suchitra Vijayan, 'In India, social media is a lifeline. It's being silenced.' *The Washington Post*, 6 May 2021. www.washingtonpost.com/ opinions/2021/05/06/india-social-media-covid-19/ (last accessed October 2022).

———, 'Who do we call when the Police murders? Fear grows as the Indian Muslim community is under constant attack.' *The Polis Project*, 21 June 2022. www. thepolisproject.com/read/who-do-we-call-when-the-police-murders-fear-grows-as-the-indian-muslim-community-is-under-constant-attack/ (last accessed October 2022).

Roy, Arundhati, *Azadi: Freedom. Fascism. Fiction.* Penguin, 2020.

Roy Chowdhury, Shreya, 'G N Saibaba: the revolutionary in Delhi University.' *The Times of India*, 26 September 2013. https://timesofindia.indiatimes.com/city/ delhi/g-n-saibaba-the-revolutionary-in-delhi-university/articleshow/23104776.cms (last accessed November 2022).

SabrangIndia, 'The death of Fr. Stan Swamy was finalised the day he was arrested: Senior Advocate Mihir Desai.' *SabrangIndia*, 26 December 2022.

https:// sabrangindia.in/article/death-fr-stan-swamy-was-finalised-day-he-was- arrested-senior-advocate-mihir-desai (last accessed January 2023).

Sagar, 'Hindu supremacist mobs orchestrate violence against Muslims where BJP won in Delhi elections.' *The Caravan*, 25 February 2020. https://caravanmagazine.in/religion/delhi-violence-north-east-maujpur-jaffrabad-babarpur-muslims-hindu (last accessed November 2022).

——, 'Main Yashwant Shinde Bol Raha Hoon.' *The Caravan*, 30 September 2022. https://caravanmagazine.in/crime/rss-worker-yashwant-shinde-interview-hindu-terrorism-rss-vhp-mohan-bhagwat (last accessed October 2022).

Sanhati Collective, 'List of victims of Operation Green Hunt in Chhattisgarh since August 2009.' *Sanhati*, 13 June 2011. http://sanhati.com/excerpted/3665 (last accessed November 2022).

Saran, Tishya, 'Umar Khalid's speech hateful & inciteful': Delhi High Court during oral exchange in plea challenging refusal of bail.' *LawBeat*, 22 April 2022. https://lawbeat.in/news-updates/umar-khalids-speech-hateful-inciteful-delhi-high-court-during-oral-exchange-plea (last accessed January 2023).

Sarothi Ray, Partho, 'Political Prisoners Unite the British Raj and "New India".' *The Wire*, 13 September 2022. https://thewire.in/rights/political-prisoners-unite-the-british-raj-and-new-india (last accessed October 2022).

Schwartzapfel, Beth, 'Prison money diaries: what people really make (and spend) behind bars.' *The Marshall Project*, 4 August 2022. www.themarshallproject.org/2022/08/04/prison-money-diaries-what-people-really-make-and-spend- behind-bars?utm_campaign=mb&utm_medium=newsletter&utm_source=morning_brew (last accessed August 2022).

Scroll Staff, 'Shaheen Bagh protestors will "rape your sisters and daughters", says BJP MP on women-led protest.' *Scroll.in*, 20 January 2020. https://scroll.in/latest/951341/shaheen-bagh-protestors-will-enter-houses-rape-sisters-and-daughters-claims-bjp-mp-parvesh-verma (last accessed November 2022).

——, 'Bombay HC judge withdraws comments praising Stan Swamy after NIA raises objection.' *Scroll.in*, 23 July 2021. https://scroll.in/latest/1000945/bombay-hc-judge-withdraws-comments-praising-stan-swamy-after-nia-raises-objection (last accessed August 2022).

——, 'Bhima Koregaon case: NIA court begins hearing discharge applications of accused persons.' *Scroll.in*, 28 September 2022. https://scroll.in/latest/1033878/ bhima-koregaon-case-trial-process-begins-over-four-years-after-case-was- registered (last accessed September 2022).

——, 'Gautam Navlakha to be shifted to hospital, Supreme Court orders jail authorities.' *Scroll.in*, 29 September 2022. https://scroll.in/latest/1033947/

gautam-navlakha-to-be-released-from-jail-put-under-house-arrest-orders-supreme-court (last accessed October 2022).

Sen, Arijit, 'Manipur's long wait for justice: remembering 1,528 cases and the murder of Thangjam Manorama.' *The Polis Project*, 22 November 2021. www. thepolisproject.com/read/manipurs-long-wait-for-justice-remembering-1528- cases-and-the-murder-of-thangjam-manorama/ (last accessed November 2022).

Sen, Shoma, 'The sad saga of Kanchan Nannaware who died waiting for justice.' *The Leaflet*, 9 March 2021. https://theleaflet.in/the-sad-saga-of-kanchan-nannaware-who-died-waiting-for-justice/ (last accessed October 2022).

Setalvad, Teesta in conversation with V.N. Rai, 'No riot can last for more than 24 hours unless the state wants it to continue.' *SabrangIndia*, February 1995. www. sabrangindia.in/interview/no-riot-can-last-more-24-hours-unless-state- wants-it-continue (last accessed November 2022).

Sethi, Aman, 'Green Hunt: the anatomy of an operation.' *The Hindu*, 6 February 2010. www.thehindu.com/opinion/op-ed/Green-Hunt-the-anatomy-of-an-operation/article16812797.ece (last accessed November 2022).

Shantha, Sukanya, 'Gadchiroli's 300 Gram Sabhas Pass Resolution in support of activist Mahesh Raut.' *The Wire*, 10 October 2018. https://thewire.in/rights/mahesh-raut-forest-rights-bhima-koregon (last accessed November 2022).

——, 'A reporter saw the Bhima Koregaon violence coming. Now, he fears for his life.' *The Wire*, 18 September 2020. https://thewire.in/caste/a-reporter-saw- the-bhima-koregaon-violence-coming-now-he-fears-for-his-life (last accessed November 2022).

——, 'Case against Hindutva leaders ignored, no justice in sight for Bhima Koregaon violence victims.' *The Wire*, 26 September 2020. https://thewire.in/ caste/bhima-koregaon-violence-hindutva-leaders-case (last accessed November 2022).

——, 'NIA cites Kabir Kala Manch's Songs that parody Modi, BJP to justify arrest of singers.' *The Wire*, 14 December 2020. https://thewire.in/rights/nia-kabir- kala-mach-song-parody-modi-bjp-sagar-gorkhe-ramesh-gaichor-arrest (last accessed September 2022).

——, 'Awaiting trial for six years, UAPA prisoner dies while in custody.' *The Wire*, 25 January 2021. https://thewire.in/rights/uapa-undertrial-prisoner-death- custody (last accessed September 2022).

——, 'Bhima Koregaon violence: four different theories, but no justice in sight.' *The Wire*, 1 January 2022. https://thewire.in/rights/bhima-koregaon-violence-four-different-theories-but-no-justice-in-sight (last accessed September 2022).

———, 'Elgar Parishad case: Vernon Gonsalves is latest victim of prison staff's medical neglect.' *The Wire*, 8 September 2022. https://thewire.in/rights/elgar- parishad-case-vernon-gonsalves-latest-victim-medical-neglect (last accessed September 2022).

———, 'Top investigating officer admits elgar parishad event "had no role" in Bhima Koregaon violence.' *The Wire*, 27 December 2022. https://thewire.in/ government/elgar-parishad-bhima-koregaon-connection (last accessed January 2023).

Sharma, Betwa, 'Talkative, evolving & never missing a "mulakat": Umar Khalid after 2 years in prison.' *Article14*, 13 September 2022. https://article-14.com/post/talkative-evolving-never-missing-a-mulakat-umar-khalid-after-2-years- in-prison--631fff43a4297 (last accessed September 2022).

Sharma, Jeevan Prakash, 'Delhi riots 2020: here's why FIR No. 59 is so crucial to the case.' *Outlook*, 17 September 2020. www.outlookindia.com/website/story/ india-news-delhi-riots-2020-heres-why-fir-no-59-is-so-crucial-to-the-case/360456/ (last accessed September 2022).

Shroff, Kaushal, 'Delhi violence: cops shouted "Jai Shri Ram" with armed Hindu mob, charged at Muslims.' *The Caravan*, 25 February 2020. https://caravanmagazine.in/conflict/delhi-violence-cops-shouted-jai-shri-ram-with-armed-hindu-mob-charged-at-muslims (last accessed November 2022).

Singh, Sonam, *Forbidden Notes | Documentary film about arrests of Kabir Kala Manch Members*, 2016. www.youtube.com/watch?v=gMYZhjGgLIQ (last accessed November 2022).

Singh Sengar, Mukesh, 'Cops got 7,500 calls for help on day 3 of Delhi violence: sources.' *NDTV*, 28 February 2020. www.ndtv.com/india-news/cops-got-7-500-calls-for-help-on-day-3-of-delhi-violence-sources-2187030 (last accessed January 2023).

Solzhenitsyn, Aleksandr, *The Gulag Archipelago 1918–56. An Experiment in Literary Investigation*. HarperCollins, 2007 (originally published 1900).

Suresh, V., S.B. Madhura and Lekshmi Sujatha, 'UAPA: criminalising dissent and state terror.' *PUCL*, 28 September 2022. www.pucl.org/reports/uapa-criminalising-dissent-and-state-terror (last accessed November 2022).

Sushmita, 'Hostile state machinery targets Dalits in Maharashtra.' *CJP*, 20 January 2018. cjp.org.in/hostile-state-machinery-targets-dalits-in-maharashtra/ (last accessed November 2022).

Swamy, Stan, *I Am Not a Silent Spectator*. Indian Social Institute, 2021.

Tandon, Deepika, 'Biting satire: when a mosquito net in jail is called a "security risk".' *The Quint*, 3 June 2022. www.thequint.com/neon/satire/biting-satiremosquito-nets-called-security-risks-prison-bhima-koregaon (last accessed June 2022).

Teltumbde, Anand, 'How the state treats friends and foes of the oppressed.' *Economic and Political Weekly*, 44 (25), 20 June 2009. www.epw.in/journal/2009/25/commentary/how-state-treats-friends-and-foes-oppressed.html (last accessed November 2022).

——, 'Labelling Dalits and Adivasis as Maoists is an old state strategy for crushing dissent and criticism'. Excerpt from *Republic of Caste, Scroll.in*, 7 June 2018. https://scroll.in/article/881626/labelling-dalits-and-adivasis-as-maoists-is-an-old-state-strategy-for-crushing-dissent-and-criticism (last accessed November 2022).

Thakor, Harsh, 'Pandu Narote's death is a perfect illustration of neo-fascist murder by the state.' *Countercurrents*, 27 August 2022. https://countercurrents.org/2022/08/pandu-narotes-death-is-a-perfect-illustration-of-neo-fascist-murder-by-the-state/ (last accessed November 2022).

Thapar, Romila, *Voices of Dissent: An Essay*. Seagull Books, 2020.

Romila Thapar v. Union of India on 28 September 2018. https://indiankanoon.org/doc/52834611/ (last accessed October 2022).

Thapliyal, Nupur, '[Anti-CAA protests] trial pending in over 50% cases, probe incomplete in most FIRs: Delhi Police to HC.' *LiveLaw.in*, 21 September 2022. www.livelaw.in/news-updates/anti-caa-protests-trial-pending-public-private-properties-delhi-police-hc-209839 (last accessed September 2022).

——, 'Delhi riots: Delhi High Court's 10 reasons for denying bail to Umar Khalid in UAPA case.' *LiveLaw.in*, 18 October 2022. www.livelaw.in/news-updates/10-reasons-delhi-high-court-bail-umar-khalid-uapa-case-211973 (last accessed October 2022).

The News Beak, 'Roster Documentary: संघर्ष का एक किस्सा जो इतिहास में दर्ज हो गया। रोस्टर आंदोलन की पूरी कहानी.' www.youtube.com/watch?v=WreZf3LrgPI&t=11s (last accessed August 2022).

The Polis Project, 'Disproportionate and illegitimate state violence: a report on the police violence in Uttar Pradesh against anti-CAA protestors.' *The Polis Project*, 23 January 2020. www.thepolisproject.com/read/disproportionate-and-illegitimate-state-violence-a-report-on-the-police-violence-in-uttar-pradesh-against-anti-caa-protestors/ (last accessed September 2022).

——, 'The high cost of targeted violence in Northeast Delhi: a list of the deceased.' *The Polis Project*, 2 March 2020. www.thepolisproject.com/read/the-high-cost-of-targeted-violence-in-northeast-delhi-a-list-of-the-deceased/ (last accessed January 2023).

———, 'Manufacturing evidence: how the police are framing and arresting constitutional rights defenders in India.' *The Polis Project*, 13 August 2020. https://docs.google.com/viewerng/viewer?url=www.thepolisproject.com/wp-content/uploads/2020/08/Manufacturing-Evidence-1.pdf&hl=en (last accessed October 2022).

The Times of India, 'How Stan Swamy's long struggle for bail ended in tragedy', *The Times of India*, 5 July 2021. https://timesofindia.indiatimes.com/india/were-shocked-how-stan-swamys-long-struggle-for-bail-ended-in-tragedy/articleshow/84149059.cms (last accessed January 2023).

The Wire Staff, 'PM's rural development fellows come out in support of Mahesh Raut.' *The Wire*, 9 June 2018. https://thewire.in/rights/pms-rural-development-fellows-come-out-in-support-of-mahesh-raut (last accessed November 2022).

———, 'IPS officer who questioned Modi's role in Gujarat riots gets life in 30-year-old case.' *The Wire*, 20 June 2019. https://thewire.in/law/ips-officer-sanjiv-bhatt-custodial-death-narendra-modi-gujarat-riots (last accessed January 2023).

———, 'Citing instance of "witness" coercion, Umar Khalid accuses police of framing him in riots case.' *The Wire*, 2 September 2020. thewire.in/rights/citing-instance-of-witness-coercion-umar-khalid-accuses-police-of-framing-him-in-riots-case (last accessed November 2022).

———, 'Delhi riots conspiracy case "cooked up", was "framed by media": Umar Khalid.' *The Wire*, 23 August 2021. https://thewire.in/law/delhi-riots-conspiracy-case-cooked-up-framed-by-media-umar-khalid (last accessed January 2023).

———, 'Uttarakhand: activist Prashant Rahi acquitted in 2007 Maoist case.' *The Wire*, 14 January 2022. https://m.thewire.in/article/law/prashant-rahi-activist-acquitted-2007-uttarakhand-maoist-case/amp (last accessed August 2022).

Thiong'o, Ngugi wa, *Detained: A Writer's Prison Diary*. Heinemann, 1981.

TNM Staff, '"My father's freedom has been broken": Siddique Kappan's daughter in I-Day speech.' *The News Minute*, 15 August 2022. www.thenewsminute.com/article/my-father-s-freedom-has-been-broken-siddique-kappans-daughter-i-day-speech-166862 (last accessed August 2022).

Usmani, Sharjeel, 'Let me be heard as a mere Muslim youth: Sharjeel Usmani's speech at Elgar Parishad.' *The Polis Project*, 4 February 2020. www.thepolisproject.com/read/let-me-be-heard-as-a-mere-muslim-youth-sharjeel-usmanis-speech-at-elgar-parishad/ (last accessed August 2022).

Various Authors, *Lettere di antifascisti dal carcere e dal confino*. Editori Riuniti, 1962–63.

Venkatesan, J., 'Binayak Sen gets bail in Supreme Court.' *The Hindu*, 15 April 2011. www.thehindu.com/news/national/Binayak-Sen-gets-bail-in-Supreme-Court/article14685491.ece (last accessed November 2022).

Venkatesan, V., 'A judicial stricture.' *Frontline Magazine*, 6 May 2004. https://frontline.thehindu.com/other/article30222295.ece (last accessed November 2022).

Venugopal, N., *The Making of Varavara Rao*. Self-published, 2020.

Vijayan, Suchitra, *Midnight's Borders: A People's History of Modern India*. Melville House, 2021.

———, 'Authoritarianism and lies: how the Modi regime survives on the constant reinforcement of a fictional reality.' *The Polis Project*, 10 August 2021. www.thepolisproject.com/read/authoritarianism-and-lies-how-the-modi-regime-survives-on-the-constant-reinforcement-of-a-fictional-reality/ (last accessed May 2022).

Vijayan, Suchitra and Francesca Recchia, 'Modi's India is "one of the most dangerous countries for journalists".' *The Nation*, 8 November 2021. www.thenation.com/article/world/india-violence-journalists/ (last accessed October 2022).

Vincent, Pheroze L., 'Recounting the ordeal of famed undertrials inside Taloja prison.' *The Telegraph*, 14 April 2022. www.telegraphindia.com/india/recounting-the-ordeal-of-famed-undertrials-inside-taloja-prison/cid/1860581 (last accessed May 2022).

Wadekar, Disha, 'Understanding civil liberties from an Ambedkarite perspective.' *The Leaflet*, 14 April 2022. https://theleaflet.in/understanding-civil-liberties-from-an-ambedkarite-perspective/ (last accessed March 2023).

Watch The State, 'One year of farmers' protest: June 2020 to June 2021.' *The Polis Project*, 2 July 2021. www.thepolisproject.com/research/one-year-of-farmers-protests-in-india-june-2020-to-june-2021/ (last accessed June 2022).

Youth for Human Rights Documentation, 'An account of fear and impunity – a preliminary fact finding report on communally-targeted violence in NE Delhi, February 2020.' *The Polis Project*, 8 March 2020. www.thepolisproject.com/read/an-account-of-fear-impunity-a-preliminary-fact-finding-report-on- communally-targeted-violence-in-ne-delhi-february-2020/ (last accessed June 2022).

Zorey, Prasanna D., 'Dalit poet commits suicide in protest.' *Rediff*, date not listed. www.rediff.com/news/jul/16dalit1.htm (last accessed November 2022).

இன்னும் எத்தனை காலத்திற்கு நிலவைக் கூண்டிலேயே
அடைத்து வைக்கமுடியும்?